दहशत, सोशिकता, दुःखावर फुंकर आणि क्षमाशीलता यासंबंधी वर्णन करणाऱ्या इम्माकुली इलिबागिझाच्या गोष्टीमधून, प्रामुख्याने नजरेत भरणाऱ्या तिच्या असामान्य ईश्वरनिष्ठेपुढे मी विनम्र झालेय. १९९४मध्ये आमच्यापैकी अनेक बायका-पुरुषांच्या, मुलांच्या हत्या, ज्या अपसमजुतीवर आधारित भेदभावामुळे झाल्या, त्यांच्या पलीकडे आम्ही पाहू शकलो, याबद्दल रवांडाची एक नागरिक म्हणून मला अभिमान आहे. त्या हत्याकांडातून तिचा जीव कसा काय वाचला, याबद्दलचे इम्माकुलीने केलेले कथन खरोखरच थक्क करणारे आहे. स्वहितास प्राधान्य देण्याच्या हेतूने आणि मानवतेचा कोणताही विचार न करता ज्यांनी हेतुपुरस्सर भेदभाव निर्माण केले, त्यावर मात करण्याचा आशावाद आम्हाला यातून मिळतो.

या हत्याकांडातून जीव वाचलेले तसेच हत्येला प्रवृत्त करणाऱ्या गुन्हेगारांपैकी प्रत्येकाने ही गोष्ट जरूर वाचली पाहिजे. मला आशा आहे की, गाढ ईश्वरनिष्ठेमुळे इम्माकुलीला साध्य झालेला आत्मोन्नतीचा अनुभव आपणा सर्वांना येईल आणि त्यामधून एक एकसंध आणि चिरायु राष्ट्र निर्माण करण्याची प्रेरणा मिळेल.

– जिनेट कागामे, 'रिपब्लिक ऑफ रवांडा'च्या अध्यक्षांची पत्नी

दिशाहीन भरकटलेल्या जगामधील नैतिकतेची मूल्येच हरवली असताना, इम्माकुली इलिबागिझाचे पुस्तक आपल्याला एक तेजस्वी मार्ग दाखवत, सरळ सलोख्याच्या वाटेवर आणून सोडते. रवांडाच्या हत्याकांडाची भयानकता जशी वाढत गेली, तसतसा इम्माकुलीचा ईश्वराप्रतीचा विश्वास अधिक तीव्र होत गेला. ढाळलेले अश्रू आणि मनातील तिटकाऱ्याची भावना ओसरल्यानंतरही बराच काळ, हादरवून टाकणारी ती दहशत आणि अगाध ईश्वरभक्ती यामधील तणावाने माझा पिच्छाच पुरवला. इम्माकुलीच्या गोष्टीचा तपशील जरी अद्वितीय असला, तरी त्यातून हमखास दिसत राहते ती, क्षणोक्षणी कसोटी घेतली गेलेली तिची चांगुलपणावरील निष्ठा.

घाणेरड्या दुष्ट प्रवृत्तींनी जेव्हा तिच्याभोवती फेर धरला, त्या वेळी ईश्वराची करुणा भाकण्यासाठी, त्याच्या प्राप्तीसाठी आणि सरतेशेवटी क्षमाशीलता मिळवण्यासाठी,

तिला अंतरंगात खोलवर जाऊन शोध घ्यावा लागला आणि पापांपासून मुक्ती मिळवता आली. 'लेफ्ट टू टेल' वाचून तुम्ही अवाक व्हाल आणि ईश्वराप्रतीची तुमची श्रद्धा अधिक दृढ होईल.

– गेल स्ट्रॉब, डायरेक्टर 'द एम्पॉवरमेंट इन्स्टिट्यूट'चे अध्यक्ष आणि 'द रिदम ऑफ कम्पॅशन'चे लेखक

आपण प्रत्येक जण स्वत:ला विचारतो की, इम्माकुली इलिबागिझाला तिच्या देशातील हत्याकांडामध्ये ज्या प्रकारच्या दहशतीला, विध्वंसाला सामोरे जावे लागले, तशी परिस्थिती आपल्यावर ओढवल्यास आपण काय करू? भीती आणि निराशेच्या भरीस पडून, द्वेष आणि भग्नावस्थेला आपण आपला कब्जा घेऊ देऊ का? आणि जिवंत राहिलोच, तर आपले मन कलुषित होईल की, राखेतून पुन्हा वर उठून, आपण नव्या उमेदीने आयुष्यातील आपला हेतू तडीस नेत प्रेमाचा स्वीकार करण्यासाठी आणि दुसऱ्यांना प्रेम देण्यासाठी सक्षम असू?

'व्हिक्टर फ्रँकल' आणि 'ॲना फ्रँक' यांच्या परंपरेला साजेलशी, इम्माकुली हे असे एक जिते-जागते उदाहरण आहे की, मनुष्यप्राणी दुष्टशक्तींचा नुसता सामनाच करत नाहीत, तर आणीबाणीच्या प्रसंगी धैर्य एकवटतात आणि अत्यंत निराशाजनक परिस्थितीतही विश्वासाचे जतन करतात. आयुष्यातील आव्हानात्मक परिस्थितीत विवेकबुद्धीने आणि निष्ठेने टिकाव धरण्यासाठी लागणारे सामर्थ्य आपणाला इम्माकुलीकडून मिळते.

– एलिझाबेथ लेसर, 'ओमेगा इन्स्टिट्यूटची सह-संस्थापक आणि 'ब्रोकन ओपन : हाऊ डिफिकल्ट टाइम्स कॅन हेल्प अस ग्रो' या पुस्तकाची लेखिका

'डोळ्यासाठी डोळा, दातासाठी दात' या नेहमीच्या पठडीतल्या बदला घेण्याच्या प्रवृत्तीस भरीला पडून, उबग आलेल्या कुणालाही 'लेफ्ट टू टेल' हे पुस्तक प्रेरणादायी आहे. इम्माकुली इलिबागिझा तिच्या अंतरंगात उठलेल्या वादळाचा

धैर्याने बीमोड करते आणि सर्वशक्तिमान परमेश्वरी सामर्थ्याला आपलेसे करून तादात्म्य पावते. आणि सर्वांत महत्त्वाचे म्हणजे, ज्यांना त्यांच्या गुन्ह्यासाठी क्षमा मिळणे असंभव आहे, त्यांनाही ती क्षमा करू शकते. आपल्या बांधवांशी, आपल्या देशाबरोबर किंवा स्वत:शीच ज्यांचे द्वंद्व आहे, अशांसाठी तिची गोष्ट प्रेरणादायी आहे.

– ज्युडीथ गार्टन, शिक्षक
'वर्ल्ड वॉर टू'च्या हत्याकांडातील पीडित मुलांची समुपदेशक

या पुस्तकाने माझ्या देवावरील आणि जगावरील विश्वासाला नव्याने बळकटी मिळाली. माझ्यामध्ये खोल आणि खऱ्या अर्थाने बदल घडून आला.

– डॉ. क्रिस्टीन नॉर्थ्रप; एम.डी., 'वुमेन्स बॉडीज, वुमेन्स विज्डम'ची लेखिका

स्फूर्तिदायी आणि जीवनच बदलून टाकणारे पुस्तक. पुस्तकाचे पहिलेच पान वाचून झाल्याबरोबर तुमच्यामध्ये कायमस्वरूपी बदल घडून येतो. तुम्हाला इम्माकुलीचा कधीच विसर पडणार नाही आणि जीवनातील दु:सह काळात जगण्याची नितान्त आस धरणे म्हणजे काय, याचीही प्रचीती तुम्हाला येईल.

– सिंडी पर्लमन, न्यूयॉर्क टाइम्स सिंडिकेट

कल्पनाही करवत नाही असे अक्षम्य गुन्हे करणाऱ्या गुन्हेगारांना क्षमा करणाच्या इम्माकुली इलिबागिझाच्या दैवी देणगीबद्दल या पुस्तकामधून जे दृग्गोचर होते, ते तिने दाखवलेल्या अविचल धैर्याचे उत्तम उदाहरण होय. या पुस्तकाने मला खूपच हेलावून टाकले. श्रद्धा आणि क्षमा यांच्या अभिव्यक्तीचा साक्षात्कार पुन्हा एकदा दृग्गोचर झाला.

– डेनिस लिन, 'इफ आय कॅन फरगिव्ह, यू कॅन'ची लेखिका

या पुस्तकाच्या वाचनामुळे माझे आयुष्य खरोखर बदलून गेले, पुढे केव्हातरी असे नव्हे, तर अगदी आत्ताच! माझ्या भावनांचे मी वर्णन नाही करू शकत, पण

त्यामुळे माझ्या अंतरंगात अशी खळबळ माजली आहे की, ती सांगण्यासाठी माझ्याकडे शब्दच नाहीत. नेमक्या वर्णनाच्या चौकटीस आव्हानात्मक ठरावे असे हे पुस्तक आहे.

– विमला रॉजर्स, लेखिका

इम्माकुलीची गोष्ट पहिल्या ते शेवटच्या पानापर्यंत पूर्णतः पकड घेणारी आहे. हे इतके महत्त्वाचे आहे की, केवळ पाने उलटल्यासारखे मला त्याचे वर्णन करायचे नाहीये... पण खरे आहे, हे पुस्तक एक कायमचा हिस्सा बनून माझ्यासोबत राहणार आहे.

– अल बर्टन, लेखक व दिग्दर्शक आणि
अनेक गाजलेल्या टी.व्ही. मालिकांचा निर्माता

'लेफ्ट टू टेल' आपणाला या गोष्टींची जाणीव करून देते की, आपण सर्व जण त्या परमेश्वराचीच लेकरे आहोत; देवावरील नितान्त श्रद्धेमुळे नेहमीच चमत्कार घडून येतील आणि क्षमा ही मुक्तीची गुरुकिल्ली आहे. आपण सर्वांनी, सध्याच्या धोकादायक काळात, हे पुस्तक वाचावयास पाहिजे.

– कोलेट बॅरन रीड, 'रिमेंबरिंग द फ्यूचर'ची लेखिका

'लेफ्ट टू टेल' ही एक आश्चर्यकारक अशी महत्त्वपूर्ण गोष्ट आहे. ती माणसांतील 'सुष्ट आणि दुष्ट' अशा दोन्ही प्रवृत्तींवर प्रकाश टाकते. इम्माकुली ही अतुलनीय आत्म्याचे जिते-जागते उदाहरण आहे. तिची गोष्ट कालातीत आहे.

– स्टीव्ह काल्फर, निर्माता

लेफ्ट टू टेल

रवांडाच्या प्रलयंकारी हत्याकांडात,
एका तरुणीने अनुभवलेली ईश्वरनिष्ठेची प्रचंड शक्ती!

इम्माकुली इलिबागिझा
स्टीव्ह एर्विन

अनुवाद
ज्योत्स्ना लेले

मेहता पब्लिशिंग हाऊस

LEFT TO TELL by IMMACULÉE ILIBAGIZA

Translated into Marathi Language by Jyotsna Lele

लेफ्ट टू टेल / अनुवादित आत्मकथन

अनुवाद : ज्योत्स्ना लेले

मराठी अनुवाद व प्रकाशनाचे हक्क : मेहता पब्लिशिंग हाऊस प्रा. लि., पुणे ३०.

संस्थापक : सुनील अनिल मेहता

प्रकाशक : मेहता पब्लिशिंग हाऊस प्रा. लि.,
१९४१, सदाशिव पेठ, माडीवाले कॉलनी, पुणे - ४११०३०.

मुद्रक : ट्रिनिटी ॲकॅडमी फॉर कॉर्पोरेट ट्रेनिंग लिमिटेड

मुखपृष्ठ : चंद्रमोहन कुलकर्णी

प्रकाशनकाल : फेब्रुवारी, २०१२ / पुनर्मुद्रण : जुलै, २०२५

किंमत : ₹ ४२०

P Book ISBN 9788184983470

माझे प्रेमळ आई-वडील – लिओनार्ड आणि रोझ;
माझे लाडके भाऊ – दामासिन आणि व्हिएन्नी,
तुम्ही मला निःस्वार्थी प्रेम दिलेत;
तुम्ही स्वर्गालाही उजाळा दिलाय,
माझे तुमच्यावर नितांत प्रेम राहील.

माझा भाऊ एमेबल याला अत्यंत प्रेमपूर्वक
व अबोल जखमा भरून येतील या आशेने.

आणि माझे स्वतःचे कुटुंब – ब्रायन आणि आमची गोड मुले –
निक्की आणि ब्रायन (ज्यु.) – मला नवे जीवन, प्रेम आणि प्रोत्साहन
दिल्याबद्दल... तुम्ही माझं जीवन परिपूर्ण केलंय.

...आणि
जगभरातल्या प्रलयंकारी विनाशामध्ये होरपळलेल्यांच्या स्मृतींना....

आपल्यासमोरील परिस्थिती बदलणं,
जेव्हा आपल्या कुवतीच्या पलीकडचं असतं;
तेव्हा आपण स्वतःला बदलणं,
हे परिस्थितीचं आपल्यापुढे मोठं आव्हान असतं.

– दुसऱ्या महायुद्धातील प्रलयंकारातून वाचलेले,

डॉ.व्हिक्टर फ्रॅन्कल
एम.डी., पीएच.डी., मानसोपचारतज्ज्ञ आणि लेखक.

प्रस्तावना

गेल्या पन्नासएक वर्षांमध्ये मी हजारो पुस्तके वाचली आहेत. तुम्ही हे पुस्तक हातात धरलेय, ते मनाला फार हेलावणारे आणि माझ्या आयुष्यातील वैयक्तिक वाचनामधील असंख्य पुस्तकांमधून मला मर्मभेदक आणि महत्त्वाचे वाटणारे आहे.

तुम्ही आता अशा प्रवासाला सुरुवात करणार आहात, ज्यामुळे परमेश्वरावरील निष्ठेच्या शक्तीसंबंधीच्या तुमच्या दृष्टिकोनात कायमस्वरूपी बदल होणार आहे. धर्मग्रंथांमध्ये उद्धृत केलेल्या एका वचनाची मी आपल्याला आठवण करून देतो, 'देवाच्या कृपेने सर्व काही शक्य आहे.' माझ्या भाषणात मी बऱ्याच वेळा उदाहरणादाखल म्हणून हा संदर्भ देत असतो आणि पुढे एक प्रश्नही विचारतो – आता यामध्ये काय अंतर्भूत नाही, असे तुम्हाला वाटते? उत्तर अर्थातच सर्वांना ठाऊक असते – सर्व काही अंतर्भूत आहे आणि त्याचा अर्थ होतो – अगदी सर्व.

तुम्ही वाचलेलेच आहे की, संदेहविरहित निर्भेळ विश्वास डोंगरही हलवू शकतो आणि सुईच्या छिद्रातून उंटालाही ढकलू शकतो. पण तुमच्या अढळ श्रद्धेनंतरही कदाचित तो डोंगर जिथे होता, तिथेच असतो आणि सुईचे छिद्र इतके लहान असते की, त्यातून उंटाच्या पापणीचा केसही जाऊ शकत नाही; सबंध उंट त्या इवल्याशा फटीतून जायची तर गोष्टच सोडा.

ठीक आहे – मला सांगायला आनंद वाटतो की, 'लेफ्ट टू टेल' या पुस्तकाचे पहिले वाचन तुम्ही जेव्हा संपवाल, तेव्हा सर्व शक्यतांकडे बघण्याचा नवा दृष्टिकोन तुम्हाला लाभेल. सर्वनाशाच्या त्या भयंकर परिस्थितीतून – ज्याचा नुसता विचार करणेही उद्वेगजनक आहे – त्या काळात इम्माकुली इलिबागिझाने जो अभूतपूर्व अनुभव घेतला, त्याचे तुम्ही जेव्हा साक्षीदार बनता; त्या वेळी तुम्हाला हेही समजेल की, अमर्याद सात्त्विक शक्ती आणि अविचल श्रद्धा यांच्या जोरावर कशा प्रकारे चमत्कार घडू शकतात.

एक दशकापूर्वी रवांडासारख्या देशात लोकांची एकमेकांसंदर्भात मानवतेला काळिमा फासणारी कृत्ये सुरू असतानाही घडलेली ही एका सच्च्या प्रेमाची हकिगत; मानवी मनोबलाच्या विजयाची कहाणी; एका स्त्रीच्या दुर्दम्य विश्वासाची

आणि भयानक संकटांशी झगडत जगण्याच्या जिद्दीची गोष्ट आहे. केवळ या प्रेरणेतून की – तिची गोष्ट जगासमोर यावी आणि एक दूत बनून नवी आध्यात्मिक जाणीव निर्माण करून देण्यासाठी सांगितलेली गोष्ट आणि देवावरील त्या प्रेमाची गोष्ट – जे इतके प्रभावी होते की, त्यापुढे द्वेष आणि सूडभावना विरघळून गेली.

गेल्या वर्षभरात मी इम्माकुलीला समजू शकलो, अगदी पूर्णत: समजू शकलो... खरं तर आम्ही दैनंदिन संपर्कात आहोत. तिने माझ्याबरोबर प्रवास केलाय, एकाच व्यासपीठावरून बोलताना तिने तिची गोष्ट हजारो श्रोत्यांना सांगितलीय. सर्वनाश होत असताना तिला आलेले अनुभव, आजमितीला तिच्या मनात असलेल्या महत्त्वाकांक्षा याबद्दल आम्ही खासगीमध्ये तासन्तास बोललोय. मी तिच्याबरोबर तसेच तिच्या कुटुंबीयांच्याही सान्निध्यात राहिलोय. मी तिच्या सहकाऱ्यांसमवेत आणि तिच्याप्रमाणे सर्वनाशामधून वाचलेल्या तिच्या मित्रमैत्रिणींशी संवाद साधलाय. तिनेही माझ्या मुलांबरोबर खूप वेळ व्यतीत केलाय. दोन व्याख्यानांमध्ये घडणाऱ्या विमान आणि रेल्वेप्रवासात मी तिच्याशी बोललोय आणि लहान-मोठ्या श्रोतृवृंदासमोर उभे राहून बोलताना मी तिला पाहिलेय. या चैतन्यमय, कणखर व्यक्तिमत्त्वाच्या स्त्रीशी मी इतका सुपरिचित आहे की, मी तिची गणना माझ्या निकटवर्ती मित्रांमध्ये करतो. खरं म्हणजे, ती मला इतकी आवडते आणि मी तिचा इतका चाहता आहे की, माझे अलीकडचे पुस्तक 'इन्स्पिरेशन' मी तिला अर्पण केले आहे. माझे इम्माकुलीशी असणारे वैयक्तिक दृढ संबंध या अमूल्य कलाकृतीच्या सुरुवातीच्या पानांमध्ये मी स्पष्ट केले आहेत, त्याला तसेच कारण आहे. तुमचे जीवन आमूलाग्र बदलून जाईल (आणि माझा असा विश्वास आहे की, जगामध्येही त्यामुळे इष्ट तो बदल घडून येईल.) अशा भावविश्वात संपूर्णपणे बुडून जाण्याचा अनुभव तुम्ही आता घेणार आहात आणि त्यासाठी इम्माकुली इलिबागिझा ही वैशिष्ट्यपूर्ण व्यक्ती मला किती भावलीय, हे तुम्हाला माझ्याच तोंडून प्रत्यक्ष समजावे, असे मला वाटतेय. खासगी आणि सार्वजनिक अशा अगणित भेटींमधून मी तिच्या सान्निध्यात तासन्तास राहिलो आहे. अतींद्रिय अनुभव घेतलेल्या त्या अलौकिक स्त्रीने नेहमीच – 'नेहमी' असेच मला म्हणायचेय – तिच्या प्रभावी व्यक्तिमत्त्वाने मला भारावून टाकले आहे.

जेवणाच्या टेबलावर ती जेव्हा काही बोलते, तेव्हा तिथे उपस्थित असलेले सर्व जण तिचे नुसते बोलणेच ऐकत नसतात, तर तिच्याकडे लोहचुंबकासारखे खेचले जातात आणि मोठ्या जनसमुदायापुढे आपले ठाम विचार ती इतक्या तल्लीनतेने सांगत असते की, टाचणी पडली तरी ऐकू यावी इतकी शांतता पसरते. यामध्ये तिच्या व्यक्तिमत्त्वाच्या प्रभावापेक्षा आणखीही काही आहे... निर्व्याज प्रेम आणि क्षमाशीलता यावर इम्माकुली फक्त लिहिते किंवा बोलते असं नाही, तर तिच्या सर्वांगातून ते उत्सर्जित होत असते. ती आध्यात्मिक जाणिवांच्या श्रेष्ठ पातळीवर

असते. त्यामुळे जे तिच्या संपर्कात येतात, त्यांचीही पातळी उंचावते... यात माझाही समावेश आहेच.

आम्ही भेटलो, त्या पहिल्या क्षणी अचानक उद्‌भवलेल्या आंतरिक जाणिवेने मला समजले की, आगळी-वेगळी दैवी शक्ती लाभलेल्या एका स्त्रीसमोर मी उभा आहे. (हे पुस्तक तुम्ही जेव्हा वाचून संपवाल, तेव्हा तुम्हालाही याची प्रचिती येईल.) न्यूयॉर्क शहरातील ओमेगा इन्स्टिट्यूटसाठी मी दिलेल्या व्याख्यानानंतर आम्ही अगदी थोडा वेळ बोललो आणि एक-दोन सेकंदांतच ती माझ्या नजरेसमोरून निघून गेली खरी; पण त्या काही क्षणांतच तिने मला मंत्रमुग्ध केले होते. मला तिच्या प्रभावी शक्तीची जाणीव झाली होती. काही वर्षांपूर्वी मदर मीरा यांच्या सान्निध्यातही मला हाच अनुभव आला होता. (मदर मीरा ही भारतीय स्त्री, 'डिव्हाईन मदर'चे अवतारी रूप आहे, असे मानले जाते.)

या पुस्तकाच्या मुद्रणप्रक्रियेत मदत करावी यासाठी इम्माकुलीने मला विचारले नाही, तर मीच तिला विचारले. तिच्या सहवासात ज्या आंतरिक आनंदाने आणि प्रेमाने मला उल्हसित केले होते, ती जाणीव माझ्या मनात घर करून होती. त्यामुळे मी माझ्या मुलीला – स्कियेला – कसाही करून इम्माकुलीशी संपर्क साधायला सांगितले. ती ई-मेलद्वारा इम्माकुलीच्या संपर्कात होती. कित्येक दिवस, नव्हे आठवडे गेले; पण इम्माकुलीचे उत्तर आले नाही. मी स्कियेला दररोज विचारायचो, त्या रवांडाच्या स्त्रीकडून तुला काही समजले का?

सरतेशेवटी इम्माकुलीने माझ्या मुलीच्या चौकशीला प्रत्युत्तर दिले. मी तिला लगेचच फोन केला आणि एक प्रश्न विचारला, "तुला तुझ्या जीवनसंघर्षासंबंधी लिहायला आवडेल का? तुझा संदेश सर्व जगाला पोहोचावा म्हणून तुला मदत करण्यासाठी मी उतावीळ झालोय." त्यानंतर इम्माकुलीने मला सांगितले की, एक तुत्सी स्त्री म्हणून १९९४च्या रवांडामधील जातिसंहारामध्ये तिच्या मागावर राहून तिला ठार मारण्याचे लक्ष्य जेव्हा निश्चित झाले होते; तेव्हा ज्या दिव्यातून तिला जावे लागले, त्यासंबंधी तिने अगोदरच सर्व तपशीलवार लिहून ठेवलेले आहे. या सर्वांतून ती वाचली, यामागेही हेच कारण होते, असे तिलाही जाणवलेय; पण ते प्रसिद्ध करण्यात तिच्या प्रयत्नांना यश आलेले नाही, याचे महत्त्वाचे कारण म्हणजे तिची इंग्रजीची अडचण. तिच्या अभ्यासक्रमामध्ये इंग्रजी ही तिसरी भाषा होती आणि तिच्या गोष्टीतील मथितार्थ चांगल्या वाचनीय स्वरूपात पोहोचविण्यासाठी तिला मदतीची जरुरी होती.

त्या वेळी तिने लिहिलेले सर्व लिखाण मी तिला माझ्याकडे पाठविण्यास सांगितले. रवांडा सोडल्यापासून जवळजवळ पाच वर्षांनी अत्यंत परिश्रमपूर्वक आणि बारीक-सारीक तपशिलांसह लिहिलेल्या त्या लिखाणाची शब्दसंख्या दीड

लाख एवढी होती. माझा मित्र 'हे-हाउस'चा अध्यक्ष, रीड ट्रेसीला मी फोन केला आणि स्टीव्ह एर्विन या लेखनिकाची इम्माकुलीचा मदतनीस म्हणून नेमणूक केली; ज्यायोगे इम्माकुलीने सांगितलेली गोष्ट या पुस्तकाच्या पानांवर साकार झाली. मी रीडला सांगितले, ''या उपक्रमासाठी आवश्यक ती सर्व मदत मी करेन. मी प्रस्तावना लिहीन. इतकेच नव्हे, तर माझ्या जाहीर कार्यक्रमांच्या सर्व ठिकाणी इम्माकुलीला तिची गोष्ट सांगण्यासाठी मी आमंत्रित करेन. याव्यतिरिक्त मी तिच्या आणि तिच्या कुटुंबीयांसमवेत रवांडाला जाईन आणि हत्याकांडातून वाचलेल्या अनाथ मुलांना मदत करण्याचे तिचे नियोजित कार्य पूर्ण करण्यासाठी पैसे उभारायलाही मदत करेन.''

याशिवाय मी रीडला सांगितले की, 'इन्स्पिरेशन – युवर अल्टिमेट कॉलिंग' या माझ्या 'पब्लिक टेलिव्हिजन'वरील कार्यक्रमात मला इम्माकुलीचाही समावेश करावयाचा होता आणि या अलौकिक स्त्रीची गोष्ट लोकांसमोर आणण्यासाठी सर्व ते प्रयत्न मी करणार होतो. माणसांनी खच्चून भरलेल्या एका खोलीच्या मागील बाजूस तिच्याशी सर्वप्रथम झालेल्या काही क्षणांच्या भेटीतून मला जाणवलेल्या भावनांचा हा सर्व परिणाम होता.

असे म्हटले जाते की, ज्यांना दैवी साक्षात्काराची अनुभूती प्राप्त झालीये, त्यांना या भौतिक जगाचे नियम लागू पडत नाहीत. तुम्ही हे पुस्तक वाचून संपवाल, तेव्हा तुम्हाला या म्हणण्याचे प्रत्यंतर येईल. एकदा नव्हे अनेकदा... इम्माकुलीच्या सात्त्विक आणि दैवी साक्षात्काराच्या आंतरिक सामर्थ्याने तिच्याभोवती अदृश्यशी कुंपणे उभी राहिली; तिच्यापासून काही इंचांवर उभे असलेले कुऱ्हाडधारी मारेकरी आंधळे झाले, त्यांना तिचे शारीरिक अस्तित्व दिसलेच नाही. तिची निष्ठा जसजशी अधिक प्रबळ होऊ लागली, तसतसे घडणारे चमत्कार अधिकाधिक अचंबित वाटू लागले. तिच्या मनश्चक्षूसमोर उभी राहणारी दृश्ये तंतोतंत खरी ठरू लागली... आणि तिच्या मनात जराही किंतू उरला नाही की, ती देवाशी खरोखरच एकरूप झालीय. एका झगमगत्या क्रॉसच्या प्रकाशझोताने तिला आणि इतर स्त्रियांना मृत्यूपासून अभय मिळालेले तिने जेव्हा पाहिले; तेव्हा तिला ठाऊक झाले की, देव तिच्या पाठीशी होता. परमेश्वराशी इम्माकुली जेव्हा अधिकाधिक तादात्म्य पावली, तेव्हा प्रेम आणि दया यांचे देवदूत कुठूनसे अवतरत होते. तिला ठार मारायच्या निश्चयाने आलेल्या मारेकऱ्यांच्या डोळ्यांत डोळे रोखून ती पाहू शकली आणि शस्त्रे खाली टाकून नि:स्तब्ध झालेल्या त्यांच्या द्वेषाचे रूपांतर दयाळूपणात झाल्याचे पाहून तर तिची खात्रीच पटली.

शेवटी मारेकऱ्यांबद्दलचा द्वेष आणि सूडाची भावना सोडून देऊन... आणि एके क्षणी जी गोष्ट अशक्य कोटीतील वाटत होती – तरीही तिला त्रास देणाऱ्यांना नुसती

सहानुभूती नव्हे, तर संपूर्ण क्षमा आणि निर्व्याज प्रेम देत – ती देवाशी एकरूप झाली आहे. ती गोष्ट शक्य झाली. होय, ती परमेश्वराशी एकरूप झाली आणि आजही ती तिथेच आहे.

तिची गोष्ट तुम्हाला हृदयातून स्पर्शून जाईल, तिने अनुभवलेली भीती तुम्हाला जाणवेल आणि तुम्ही स्वत:ला प्रश्न विचाराल – जो आपण सामान्य माणसं नेहमीच विचारत आलो आहोत – हे असं कसं घडू शकतं? ही पराकोटीची द्वेषाची भावना कुठून निर्माण होते? त्या देवासारखे आपण का होऊ शकत नाही – जो आपल्या सर्वांसाठी शक्तीचा स्रोत आहे. पण आणखीही एका गोष्टीची तुम्हाला प्रकर्षाने जाणीव होईल... तुम्हाला आशा वाटेल की, आपण सामान्य माणसंही इंचाइंचाने का होईना, एका नव्या बदलाकडे सरकत आहोत... म्हणजे, देवाच्या अस्तित्वाच्या जाणिवेची प्रक्रिया आपल्यामध्येही सुरू झालीय.

माझ्यासाठी इम्माकुली फक्त मन थक्क करून टाकणारी गोष्ट सांगण्यासाठी बचावली नव्हती; तर त्याहीपेक्षा महत्त्वाचे म्हणजे; आपण जर स्वत:चा शोध घेतला आणि ज्याने आपणास जन्म दिला, त्या जगन्नियंत्याबरोबर खऱ्या अर्थाने एकरूप होऊन जाणे स्वीकारले, तर आपणही काय साध्य करू शकू – याचे ती जिवंत उदाहरण आहे.

ही धक्कादायक गोष्ट जगापुढे आणण्यात मला एक छोटी भूमिका निभावता आली, हे मी माझे सौभाग्य मानतो. फक्त रवांडामध्येच नव्हे, तर द्वेषाचे अस्तित्व वर्षानुवर्षे जिथे जिथे टिकून आहे; तिथे तिथे प्रेम आणि दयेचा संदेश पोहोचविणे, हे इम्माकुलीचे स्वप्न आहे आणि त्यासाठी इम्माकुलीला मदत करण्याचा सन्मान मला प्राप्त झाला आहे. आणि तुम्ही ज्या पुस्तकाच्या वाचनात आता गढून जाणार आहात, त्याबद्दल काही शब्द लिहिण्याचे भाग्य मला मिळाले, हाही माझा मोठा सन्मान आहे. मी तुम्हाला खात्री देतो की, तुम्ही जेव्हा या वाचनात मन गुंतवाल; तेव्हा ज्या ईश्वरापासून आपण सर्व जन्मलो आहोत, त्या ईश्वरी मूलतत्त्वाशी एकरूप झाल्याचे समाधान तुम्हाला लाभेल.

मला हे पुस्तक आवडते आणि इम्माकुली इलिबागिझाही आवडते. इम्माकुली, माझ्या जीवनात पदार्पण केल्याबद्दल मी तुझा आभारी आहे.

– वेयन डायर, माऊई-हवाई

अनुवादिकेचे मनोगत

'लेफ्ट टू टेल' ही इम्माकुली इलिबागिझा हिने स्टीव्ह एर्विन यांच्या सहकार्याने लिहिलेली कादंबरी वाचली आणि मी अक्षरश: भारावून गेले.

आफ्रिका खंडातील रवांडा या देशात 'हुतू' आणि 'तुत्सी' या दोन जमातींत १९९४मध्ये झालेल्या भीषण हत्याकांडात सुमारे दहा लाख लोकांची कत्तल झाली. जीवाचा थरकाप उडविणाऱ्या त्या अराजक परिस्थितीमध्ये इतर सात तुत्सी बायकांसमवेत, मुरिंझी नावाच्या एका प्रोटेस्टंट पंथीय पास्टरच्या बेडरूममधील चार बाय तीन फूट आकाराच्या बाथरूममध्ये ही इम्माकुली जीव मुठीत धरून जगत होती. त्या वेळी ती अत्यंत निष्ठापूर्वक आणि दृढ श्रद्धेने देवाचा धावा करीत होती. त्यांनी अशा परिस्थितीत तिथे जवळजवळ नव्वद दिवस काढले. 'देवावरच्या असीम श्रद्धेने आणि भक्तीने अशक्यप्राय गोष्टी शक्य होतात, चमत्कार घडू शकतात,' हे इम्माकुलीच्या गोष्टीने पुन्हा एकदा स्पष्ट झालेय.

इम्माकुलीचे आई-वडील आणि दोन भाऊ या हिंसाचारात ठार झाले. अशा वेळी खरे तर मारेकऱ्यांप्रती राग उफाळून येणे, ही साहज़िक प्रतिक्रिया आहे. पण ईश्वरावरील श्रद्धेमुळे इम्माकुलीला हे मारेकरीही ईश्वराचीच लेकरे आहेत, हा साक्षात्कार झाला आणि तिचे अंत:करण क्षमाशील झाले... ती आईच्या आणि भावाच्या मारेकऱ्यांना स्वत: भेटून क्षमा करू शकली.

तिने 'लेफ्ट टू टेल' या कादंबरीमध्ये या जीवनसंग्रामाचे सत्यदर्शन घडविले आहे. किन्यरुवंडा ही त्यांची मातृभाषा. किन्यरुवंडातून फ्रेंच आणि नंतर इंग्रजीच्या आधाराने पेहराव बदलत ही कहाणी आपल्यासमोर येते. भाषेने आडवळणे घेतली असली, तरी ती रसाळ आणि मुख्य म्हणजे अगदी मनापासून सांगितल्यामुळे हृदयस्पर्शी आहे.

इम्माकुलीची अशी भावना आहे की, तेव्हा जे काही घडले आणि ते तिने जे काही अनुभवले; ते सांगण्यासाठीच देवाने तिला त्या अमानुष हत्याकांडातून वाचवलेय. जगभरातील पीडितांच्या दु:खांना वाचा फोडणे, शांती आणि क्षमा यांचा संदेश सर्वत्र पोहोचविणे – हा तिचा उद्देश आहे.

१९९४ मधील त्या शंभर दिवसांच्या कालखंडात सुमारे दहा लाख तुत्सींना ठार

मारण्यात आले. ज्या पुरोगामी हुतूंनी जातीसंहाराला विरोध दर्शविला आणि तुत्सी पीडितांच्या दुःखावर फुंकर घालण्यासाठी जे पुढे आले, त्यांच्यापैकी कित्येकांना मारेकऱ्यांनी ठार मारले. हत्याकांडाला रोखण्यात जसजसे यश येऊ लागले, तसे सूडाच्या भीतीने अंदाजे वीस लाख हुतूंनी जवळच्या झायरेला, युगांडा देशांत पळ काढला. त्यातही अनेक जण मेले.

रवांडीज पॅट्रिऑटिक फ्रंटने (आरपीएफ) बाहेरून आक्रमण करून हा जातिसंहार थांबविला. ज्यांना आरपीएफची धुरा वाहिली होती, ते पॉल कागामे २०००च्या एप्रिलमध्ये रवांडाचे राष्ट्राध्यक्ष म्हणून निवडून आले. त्यानंतर २००८च्या जानेवारीमध्ये जेव्हा पुन्हा सार्वत्रिक निवडणुका झाल्या, तेव्हा आरपीएफला प्रचंड बहुमत मिळाले आणि पॉल कागामे राष्ट्राध्यक्ष म्हणून पुन्हा निवडून आले.

या वंशसंहारासाठी दोषी असणाऱ्यांवर युनो, बेल्जियम सरकार आणि रवांडाच्या अंतर्गत कायद्यांनुसार, विविध पातळ्यांवर खटले भरण्यात आले. आधीच्या राष्ट्राध्यक्ष बिझिमुंगा, कायदेमंत्री अग्नेस नटाम बिरिओ, सरकारी वकील सिमीऑन नशमीहोगो यांना जन्मठेपेची शिक्षाही ठोठावली गेलीय.

एक औचित्यपूर्ण गोष्ट २००९च्या नोव्हेंबरमध्ये घडली. रवांडामध्ये कधीही ब्रिटिशांची सत्ता नसतानाही या देशाला कॉमनवेल्थमध्ये सामावून घेण्याचा मान देण्यात आलेला आहे.

हे पुस्तक वाचून संपविल्यावर मी सुन्नपणे बसून राहिले आणि नंतर विचार आला – इतका पराकोटीचा द्वेष करण्यास माणसं धजावतात तरी कशी? संतप्त जमावाच्या वेडगळ हिंसाचारामुळे घरादारांची, सार्वजनिक संपत्तीची राखरांगोळी होते, जीवितहानी होते. आज जीवन धोकादायक झालेय. हे सारे नक्कीच थांबायला हवे!

'लेफ्ट टू टेल'सारख्या पुस्तकामुळे हे दुष्टचक्र थांबू शकेल, असा आशावाद मी व्यक्त करते.

माझ्या पुस्तकाच्या लिखाणासाठी अनेकांचा हातभार लागला आहे. माझ्या मुलींनी – शिल्पा-शिरीनने – इम्माकुलीची मुलाखत अमेरिकेत टी.व्ही.वर पाहिली आणि आम्ही ती पाहावी म्हणून रेकॉर्डही करून ठेवली होती. मी या पुस्तकाचा अनुवाद करावा, हा त्यांचा आग्रह होता.

योग्य भाषांतरासाठी विचारविनिमय, सहकार्य आणि मार्गदर्शन या दृष्टीने माझे पती श्री. विद्याधर यांचा मोठा वाटा आहे.

भाषांतराची परवानगी मिळविण्यासाठी श्री. सुनील मेहता यांनी विशेष परिश्रम घेतले. त्यांची मी फार आभारी आहे.

हे पुस्तक प्रसिद्ध करण्यासाठी मेहता पब्लिशिंग हाऊसच्या सर्व सहकाऱ्यांनी अगदी नेहमीप्रमाणे केलेल्या मदतीबद्दल धन्यवाद.

– ज्योत्स्ना लेले

अनुक्रमणिका

Mehta Publishing House Pvt. Ltd., Pune 411030.
✆ +91 020-24476924 / 24460313 / Mob. No. 9545000513
Email : production@mehtapublishinghouse.com
Website : www.mehtapublishinghouse.com

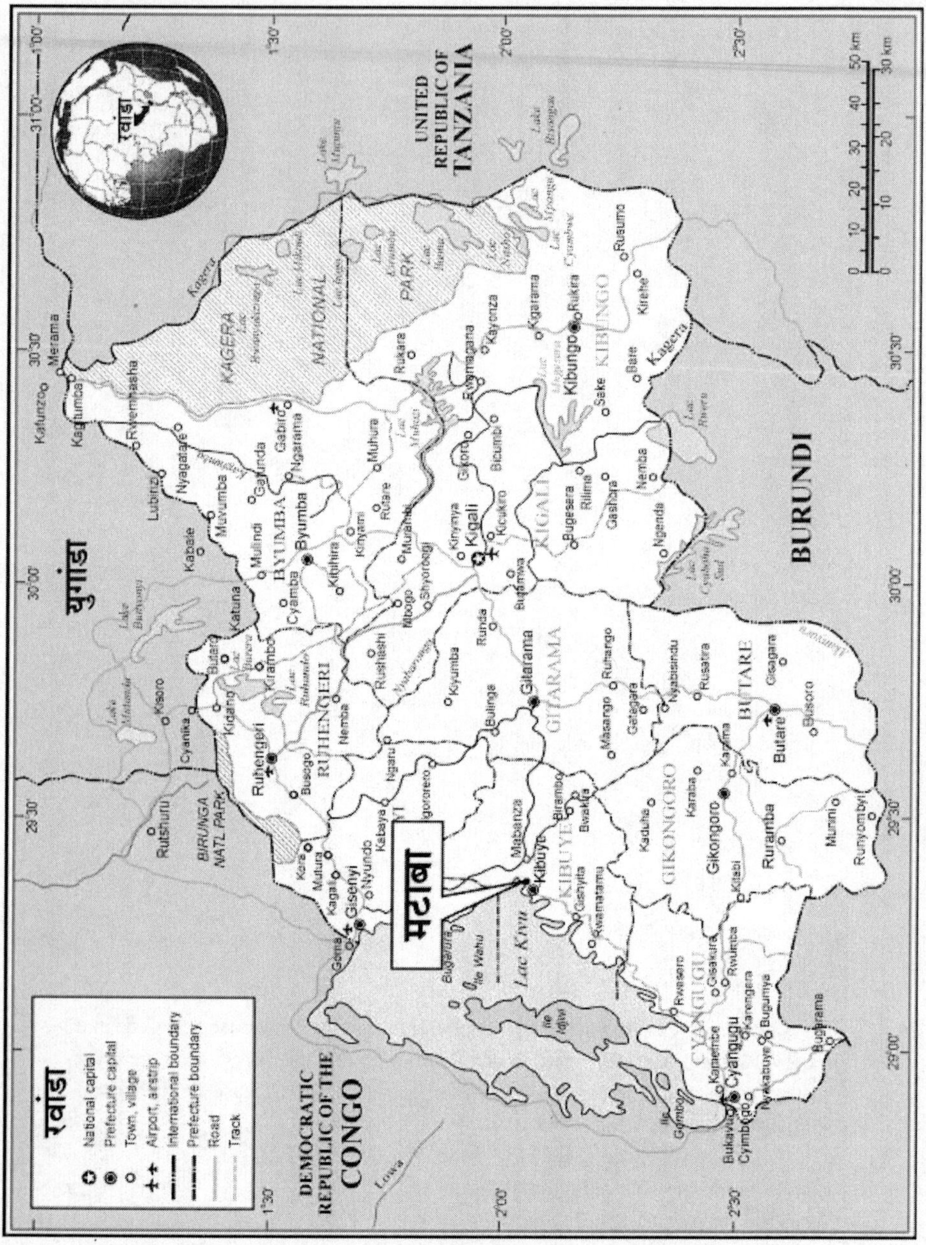

इम्माकुलीची मायभूमी माताबा, जी किबुयेच्या दक्षिणेला आणि माबान्झा पश्चिमेला किवु तलावाच्या काठी आहे.

उपोद्घात

हे पुस्तक रवांडाचा अथवा तिथे घडलेल्या वंशसंहाराचा इतिहास सांगण्यासाठी लिहिलेलं नाही. खरं तर हा माझ्या आयुष्यात घडलेल्या गोष्टींचा इतिहास आहे. रवांडात १९९४मध्ये झालेला जातिसंहार, त्यामागील राजकारण आणि कारणमीमांसा यांचा विस्ताराने शोध घेणारी, माहितीपूर्ण आणि खूप चांगली पुस्तकं अलीकडेच प्रसिद्ध झाली आहेत; ज्यामध्ये रवांडा सरकारच्या अनुमानाप्रमाणे अदमासे शंभर दिवसांत दहा लाखांहून अधिक लोकांना ठार मारण्यात आले.

ही गोष्ट माझी आहे आणि मला जसं आठवतं आहे, तशी ती मी लिहिली आहे... आणि मला तर ती कालच घडल्यासारखी आठवतेय. ही सत्यकथा आहे. यामध्ये माझं आणि माझ्या कुटुंबातील व्यक्तींची नावं मी तीच ठेवली आहेत, परंतु इतर बऱ्याच जणांची नावं मात्र बदललेली आहेत. कारण यातून वाचलेल्यांची सुरक्षितता आणि हे दुष्टचक्र इथेच थांबावं, हा उद्देश.

आपली आयुष्यं एकमेकांशी निगडित असतात आणि आपण एकमेकांच्या अनुभवांतून शिकत असतो. हे पुस्तक लिहिण्यामागे माझा हाच विश्वास आहे की, माझ्या कथेमधून इतरांना फायदा होईल.

– इम्माकुली इलिबागिझा,
न्यूयॉर्क सिटी

माझे नाव आहे इम्माकुली

मारेकऱ्यांनी माझ्या नावाने ओरडून मारलेल्या हाका मी ऐकल्या. ते भिंतीच्या पलीकडे होते. आमच्यामध्ये काही इंचांचे प्लास्टर आणि लाकूड एवढेच अंतर होते. त्यांच्या हाका भावनाशून्य, निष्ठुर आणि निश्चयी होत्या.

"ती इथेच आहे... आम्हाला ठाऊक आहे. ती इथेच कुठेतरी आहे... तिला शोधा – इम्माकुलीचा शोध घ्या."

कोलाहल सुरू होता. अनेकांचे आवाज ऐकू येत होते, बरेच मारेकरी होते. मी मनानं त्यांना पाहत होते. ते माझे आधीचे मित्र आणि शेजारी होते – ज्यांनी प्रेमानं आणि आपुलकीनं नेहमीच माझं स्वागत केलं होतं – तेच आत्ता हातात भाले आणि कुऱ्हाडी घेऊन मला हाका मारत घरातून फिरत होते.

"मी आत्तापर्यंत ३९९ झुरळांना चिरडलंय," एका मारेकऱ्याने आवाज दिला, "इम्माकुली चारशेवी असेल! छान क्रमांक आहे मारून टाकायला."

शरीराची जराही हालचाल न करता मी आमच्या छुप्या, छोट्या बाथरूमच्या कोपऱ्यात भीतीनं गारठून अंग चोरून उभी राहिले. मारेकऱ्यांना आमच्या श्वासोच्छ्वासाचाही आवाज ऐकू जाऊ नये म्हणून माझ्यासोबतच आपला जीव वाचविण्यासाठी लपलेल्या इतर सात जणींप्रमाणे मीही श्वास रोखला.

त्यांचे आवाज माझ्या शरीराचे लचके तोडत होते. मी धगधगत्या निखाऱ्यांच्या शय्येवर झोपलेय, माझ्या शरीराला पेटवून दिलंय, माझ्या अंगात हजारो सुया घुसल्यात आणि वेदनेच्या झंझावातात शरीर गुरफटलंय, असं वाटत होतं. भीतीमुळे अशी दु:सह शारीरिक पीडा सोसायला लागते याची कल्पना नव्हती.

मी आवंढा गिळायचा प्रयत्न केला; पण माझा घसा इतका कोरडा पडला होता की, तोंडात लाळच उरली नव्हती. मी डोळे बंद केले आणि स्वत:लाच अदृश्य करण्याचा प्रयत्न केला, पण त्यांचे आवाज अधिकच आक्रमक होत गेले. मला ठाऊक होतं की, ते कसलीही दयामाया दाखविणार नाहीत. माझ्या मनात एकाच विचाराचा प्रतिध्वनी निनादत होता – 'मी त्यांच्या हातात सापडले, तर ते मला ठार मारतील. मी त्यांना सापडले तर ते मला ठार करतील. मला ते सोडणार नाहीत...

ठारच करतील.'

मारेकरी दरवाज्याबाहेरच होते आणि मला ठाऊक होतं की, कोणत्याही क्षणी मी त्यांना सापडेन. जेव्हा त्यांची कुऱ्हाड माझ्या कातडीतून घुसून हाडांचे तुकडे करेल, तेव्हा मला काय बरं जाणवेल? माझ्या लाडक्या भावांचा, आदरणीय आई-वडिलांचा विचार माझ्या मनात आला. 'ते जिवंत असतील की मारले गेले असतील? आणि मेले असतील तर आमची लवकरच स्वर्गात गाठ पडणार असेल.'

मी हात जोडले, माझ्या वडिलांची जपमाळ घट्ट पकडली आणि शांतपणे प्रार्थना करू लागले – ''हे देवा, कृपा करून मला मदत कर. मला असं मरू देऊ नकोस. या मारेकऱ्यांना माझा सुगावा लागू देऊ नकोस. बायबलमध्ये तूच आम्हाला सांगितलं आहेस, 'आपण जर (मनापासून) याचना केली, तर ते आपणास प्राप्त होतं' ठीक आहे. हे देवा, मी याचना करते आहे. कृपया या मारेकऱ्यांना परत पाठव. या बाथरूममध्ये मला मरू देऊ नकोस. देवा, कृपा कर, मला वाचव... कृपा करून मला वाचव... मला वाचव.''

मारेकरी घरापासून दूर गेले आणि आम्ही पुन्हा मोकळा श्वास घेऊ लागलो. (या वेळी) ते निघून गेले होते, पण पुढील तीन महिन्यांच्या काळात अनेकदा परतणार होते. देवानं माझे प्राण वाचविले, यावर माझा विश्वास आहे. पण त्या एक्क्याण्णव दिवसांत त्या कपाटाएवढ्या आकाराच्या बाथरूममध्ये इतर सात जणींबरोबर भीतीनं थरकाप झालेल्या अवस्थेत घालविलेले क्षण मला बरंच काही शिकवून गेले. 'सुरक्षित ठेवणं आणि वाचविणं' यामधील फरक मला समजला आणि या अनुभूतीनं मला अंतर्बाह्य बदललं. त्या सामुदायिक हत्याकांडातही मी नव्यानं शिकले, 'ज्यांनी माझा द्वेष केला, मला मारण्यासाठी पाठलाग केला; त्यांच्यावरही प्रेम कसं करावं आणि ज्यांनी माझ्या कुटुंबाची कत्तल केली, त्यांनाही माफ कसं करावं!'

माझं नाव आहे इम्माकुली इलिबागिझा. इतिहासातील त्या रक्तरंजित हिंस्र नरसंहारामध्ये मला देवाचा शोध कसा लागला, याची ही गोष्ट आहे.

■

भाग पहिला

चक्रीवादळाची चाहूल

सदाबहार वसंत

मी स्वर्गामध्येच जन्मले म्हणा ना!

मी मोठी होत असताना माझ्या घराजवळील परिसराबद्दल माझी तरी हीच भावना होती.

मध्य आफ्रिकेमध्ये वसलेला हा छोटासा देश रवांडा – एखाद्या रत्नासारखा खुलून दिसतो. सभोवार पसरलेल्या पर्वतराशी, धुक्यानं आच्छादलेली गिरिशिखरं, हिरव्यागार दऱ्या, स्फटिकासारखी सरोवरं... ही निसर्गाची उधळण श्वास रोखायला लावते आणि वाटतं, ही सारी त्या जगन्नियंत्याचीच किमया आहे. टेकड्यांवरून पाईन व सिडार वृक्षांच्या जंगलातून वाहणाऱ्या वाऱ्याच्या झुळकींमध्ये सभोवार पसरलेल्या लिली कुसुमांचा सुगंध मिसळतो. इथली हवा सबंध वर्षभर इतकी आल्हाददायक असते की, अठराशेच्या सुमारास या प्रदेशात वसाहत करायला आलेल्या जर्मनांनी या प्रदेशाचं 'सदाबहार वसंत ऋतूचा प्रदेश' असं नामकरण केलं.

दुष्ट शक्तींनी वंशसंहाराची बीजं रोवली आणि माझ्या मातृभूमीमध्ये रक्ताचे पाट वाहिले, त्याची मला लहानपणी चाहूलही नव्हती. माझ्या सभोवतालचा सुंदर परिसर, शेजाऱ्यांचा कनवाळूपणा, माझ्या माता-पित्यांचे व भावांचे प्रेम – अशाच जगाशी माझा परिचय होता. वंशद्वेष, कलुषित मनं याचा आमच्या घरी कधी उल्लेखही व्हायचा नाही. लोक वेगवेगळ्या जाती-जमातीचे असतात, हेच मला ठाऊक नव्हते. शाळेत जाईपर्यंत 'तुत्सी व हुतू' हे शब्दही मी ऐकले नव्हते.

शाळेत जाण्यासाठी आमच्या गावातील मुलांना निर्जन रस्त्यावरून जाता-येता आठ मैलांची पायपीट करावी लागे. पण आपल्या मुलांना कोणी इजा करेल वा पळवून नेईल, अशी काळजी आमच्या आई-वडिलांना कधीच जाणवली नाही. मला लहानपणी अंधारात एकटं राहायची फार भीती वाटायची... तेवढं सोडलं तर आनंदी कुटुंबात वाढणारी, अतिशय आनंदी अशी मी छोटी मुलगी होते आणि ज्या गावातले लोक एकमेकांबद्दल आदर बाळगतात, एकमेकांची काळजी घेतात, अशा आनंदी गावात मी राहत होते.

रवांडाच्या पश्चिमी भागातील किबुये प्रांतातील मताबा या खेड्यात माझा जन्म

झाला. एका टेकडीच्या माथ्यावर आमचं घर वसलं होतं. तिथून खालच्या बाजूला अथांग पसरलेले किव्हू सरोवर नजरेत भरायचं. एखाद्या सकाळी आकाश निरभ्र असताना मला सरोवराच्या पल्याडचे – झायरेचे – ज्याला आता डेमोक्रॅटिक 'रिपब्लिक ऑफ कांगो' म्हणतात – डोंगर दिसायचे. आमचं घर व सरोवर यांच्यामध्ये परसलेल्या धोकादायक डोंगर उतारावरून धडपडत खाली उतरणे, ही गोष्ट माझ्या बालपणीच्या सुखद आठवणींपैकी एक आहे. उगवत्या सूर्याची किरणं सरत्या पहाटेच्या धुक्याला उजळून टाकता ना टाकता, तोच मी माझ्या वडिलांबरोबर व भावांसह पोहायला निघत असे. पाणी ऊबदार असायचं आणि थंड वारा अंगाला झोंबायचा. मागे उंच टेकडीवरील आमचं घर न्याहाळणं फारच आल्हाददायी असायचं.

टेकडीची चढण खडी होती आणि पायाखालची रेती भुसभुशीत व निसरडी असल्यानं घराकडे परतणं, हे एक दिव्यच असायचं. चढताना मी नेहमीच घसरायचे. मी घाबरले, हे वडिलांना आधीच समजायचं. आपल्या सशक्त हातांचा विळखा माझ्याभोवती घालून ते मला उचलून घरी घेऊन यायचे. त्यांचं असं लडिवाळपणे उचलून घरी आणणं मला फार आवडायचं. जुन्या रीतीरिवाजांनुसार बाबा आपल्या भावना कधी उघडपणे व्यक्त करीत नसत. त्यांचं आमच्यावर प्रेम आहे, हे मला व माझ्या भावांना क्वचितच सांगायचे – पण तरीही ते आम्हाला ठाऊक होतं.

आम्ही पोहून घरी येईतोवर माझी सुरेखशी आई स्वयंपाकात गुंतलेली असे आणि गरमागरम भात व वाटाण्याची आमटी आम्हाला जेवायला घालून शाळेत पाठवीत असे. कामं झटपट उरकण्याची तिची ताकद मला नेहमीच अचंबित करीत असे. आई सकाळी सर्वांच्या आधी उठायची आणि रात्री सर्वांच्या शेवटी झोपायची. सर्वांच्या आधी कितीतरी तास लवकर उठून घराची देखभाल, आमचे कपडे तयार ठेवणं, आमची पुस्तकं व अभ्यास याकडे लक्ष देणं, वडिलांचे कामाचे पेपर नीट लावून ठेवणं, याकडे जातीनं लक्ष पुरवीत असे. आमचे कपडेही ती स्वतःच शिवत असे, आमचे केस कापत असे आणि स्वतःच्या हातानं तयार केलेल्या वस्तूंनी घर सुशोभित करीत असे.

आमच्या न्याहारीसाठी ज्या कडधान्यांची उसळ बनत असे, ती आमच्याच शेतामधून येत असे. भल्या पहाटे आम्ही अजून झोपेतच असताना आई शेताची मशागत करायची, दिवसाच्या कामगारांना अवजारांचं वाटप करून त्यांनी गाई व इतर प्राण्यांना चारा-पाणी दिलाय की नाही, ते पाही. सकाळची कामं आटोपून आम्हाला शाळेत धाडल्यावर ती गावच्या शाळेतील तिच्या शिक्षिकेच्या नोकरीवर जाण्यासाठी रस्त्याने झपाझप चालू लागे.

माझे आई-वडील दोघंही शिक्षकी पेशात होते. दारिद्र्य, उपासमार या विवंचनांवर

मात करण्यासाठी चांगल्या शिक्षणाची कास धरायला हवी, असा त्यांचा ठाम विश्वास होता. आफ्रिका खंडातील रवांडा सर्वांत लहान देश असूनसुद्धा (त्याचा आकार अमेरिकेतील मेरीलँडएवढा आहे) – त्याची लोकसंख्या खंडामध्ये (प्रति चौरस मैल) सर्वाधिक आहे आणि जगामधील तो अत्यंत गरीब देश आहे. आई-वडील हे त्यांच्या कुटुंबातील पहिले पदवीधर होते. आपल्या मुलांनी आपल्याहीपेक्षा अधिक शिकावं, याबद्दल ते प्रयत्नशील होते. स्वत: काबाडकष्ट करून, आयुष्यभर शिक्षणाची कास धरून त्यांनी आमच्यापुढे आदर्श निर्माण केला. त्यांच्या शिक्षकी पेशात त्यांना अनेक मानसन्मान व पदोन्नती मिळाल्या. प्राथमिक शिक्षक म्हणून नोकरीस लागलेले वडील ज्युनिअर हायस्कूलचे मुख्याध्यापक झाले आणि अखेरीस जिल्ह्याच्या सर्व कॅथॉलिक शाळांचे मुख्य व्यवस्थापक म्हणून त्यांची नियुक्ती झाली.

रवांडामध्ये कुटुंबातील प्रत्येकाचं शेवटचं नावही वेगळं असतं. नवजात अर्भकाकडे प्रथम पाहताना आईच्या किंवा वडिलांच्या मनात ज्या भावना असतात, त्यानुसार त्या मुलाला आडनाव दिलं जातं. किन्यरुवंडा या एतद्देशीय भाषेमध्ये इलिबागिझा या माझ्या नावाचा अर्थ होतो – सुंदर, तेज:पुंज शरीर व मन असलेली. माझ्या वडिलांनीच माझं नाव पसंत केलं आणि मी जन्माला आले त्या क्षणापासून ते माझ्यावर किती प्रेम करीत, हे माझं नावच मला त्याची सदैव आठवण करून देई.

माझ्या वडिलांचं नाव होतं लिओनार्ड युकुलिकियिनकिंडी आणि आईचं मेरी रोझ कनकिंडी, पण तिचे मित्र तिला 'रोझ' म्हणत. दोघांच्या परिचयातील मित्राच्या लग्नाला जात असताना माझ्या चुलत भावाच्या घरी एकत्र प्रवासात त्या दोघांची भेट झाली. त्यांची जेव्हा ओळख करून दिली, तेव्हा वडिलांच्या पिंजारलेल्या केसांकडे बघून आईनं मान उडवली आणि जिभेनं 'चक्' असा आवाज करून नापसंती दर्शवली.

"लग्नाला तू अशा अवतारात जाणार?" विस्कटलेल्या केसांकडे बघत आई म्हणाली.

न्हावी मिळाला नाही, असं सांगत वडिलांनी खांदे उडवले. आईनं एक कात्री शोधली आणि त्यांना खाली बसवून तिथल्या तिथेच आपलं काम सुरू केलं. वडिलांना आईचं काम आवडलं असणार, कारण त्यानंतर त्यांची दाट मैत्री जुळली.

आपल्या शिक्षकी पेशाला धरून त्या दोघांनी थोडे फार पैसे शिल्लक टाकले आणि आजोबांनी दिलेल्या जमिनीची मशागत करून पीकही घेतलं. (त्यांनी शेतामधून कडधान्य, केळी, कॉफीसारखी पिकं घेतली व उत्पन्न वाढविलं.) वडिलांनी स्वत:च घराचा आराखडा बनवला आणि घर बांधलं. पश्चिमी देशांच्या तुलनेत ते जरी सर्वसाधारण वाटलं, तरी आमच्या गावाच्या मानानं ते आलिशानच होतं. आमच्या

घरात एक स्वयंपाकघर, जेवणाची खोली, स्वतंत्र हॉल, आम्हा प्रत्येकाची झोपायची खोली वेगळी, पाहुण्यांसाठी स्वतंत्र खोली आणि बाबांसाठी एक अभ्यासिकाही होती. समोरच्या अंगणाच्या दाराला लागून एक पडवी होती, जिथे आमचे नोकरचाकर राहत. सुदैवानं गुरांसाठी वेगळा गोठा होता, त्यामुळे गाई घरात बांधत नसत. वडिलांनी छतावर एक पाण्याची टाकीही बसवली, त्यात पावसाचे पाणी साठत असे, त्यामुळे किव्हू सरोवरातून वरपर्यंत पाणी आणण्याचा त्रासही वाचला. बाबांनी घरावर सौर विद्युत पॅनेलही बसविलं होतं. त्यामुळे स्वच्छ सूर्यप्रकाश असेल, त्या दिवशी आम्हाला एक तासभर वीजही उपलब्ध होत होती. रवांडाच्या आमच्या त्या भागात ऐकिवातही नव्हती ती गोष्ट म्हणजे, आमच्याकडे दोन वाहनं होती. एक पिवळ्या रंगाची दणकट मोटरसायकल होती. डोंगराळ प्रदेशातील दूरवरच्या शाळांना भेटी देण्यासाठी बाबा तिचा वापर करायचे. तसंच आमच्याकडे एक छोटी गाडीसुद्धा होती. रविवारी चर्चला जाण्यासाठी आणि नातेवाइकांना भेटायला जायला आम्ही ती वापरायचो. गावातील काही जणांना आम्ही श्रीमंत आहोत असं वाटायचं, पण आम्ही काही श्रीमंत नव्हतो. ते माझ्या वडिलांना 'मुझुंगू' म्हणत, म्हणजे गोरा किंवा श्रीमंत माणूस. रवांडाच्या लोकांना दोन्ही सारखेच होते.

आमच्या गावात दुसऱ्या कुणाकडेच मोटरसायकल नव्हती आणि आईला नेहमी काळजी वाटायची की, दुर्जन डोंगराळ भागात वडिलांवर वाटमारे हल्ला करतील. आपल्या कुटुंबीयांच्या काळजीनं धास्तावण्याची विकृतीच तिच्यात निर्माण झाली होती. इतकी की, आमच्यापैकी कोणी एखादी रात्र घरी आलं नाही, तर आई संध्याकाळच्या रेडिओवरील मृत्यूसंस्काराच्या बातम्या ऐकायची.

"आई, काहीतरी वाईट घडेल, यावर विचार करीत बसण्यापेक्षा आमच्या बाबतीत चांगलं काय घडू शकतं, असा विचार कर ना." असं सांगून काही साध्य होणार नाही, ही अपेक्षा ठेवूनच मी आईला विनवत असे.

"हे बघ इम्माकुली, तुझ्या वडिलांबद्दल अथवा तुम्हा मुलांबद्दल वाईट बातमी घेऊन कुणी माझं दार ठोठावलं, तर मला ते सहन होणार नाही. तुम्हा कोणाचं बरं-वाईट होण्याआधी मला मरण यावं, म्हणून मी देवाची प्रार्थना करते." आमच्या प्रकृतिस्वास्थ्यासाठी आणि सुरक्षिततेसाठी ती नेहमीच प्रार्थना करायची.

माझे आई-वडील निष्ठावंत रोमन कॅथॉलिक होते. त्यांनी त्यांच्या निष्ठा आमच्यामध्ये रुजविल्या आहेत. दर रविवारची सामुदायिक प्रार्थना आणि रोज संध्याकाळची घरामधील प्रार्थना सर्वांना बंधनकारक होती. मला चर्चमध्ये प्रार्थना करायला, किंबहुना देवासंबंधीच्या सर्वच गोष्टी करायला आवडायच्या. मला 'व्हर्जिन मेरी' विशेष आवडायची. ती माझी दुसरी आईच होती आणि स्वर्गातून ती माझ्यावर नजर ठेवून आहे, अशी माझी श्रद्धा होती. का कोण जाणे, पण प्रार्थना करण्यानं मला

छान व आनंदी वाटायचं. खरं तर एका प्रसंगी मला खूप आनंद झाला. मी तेव्हा दहा वर्षांची असेन. मी व माझी मैत्रीण जेनेट शाळेला दांडी मारून फादर क्लेमेंटना भेटायला गेलो. फादर क्लेमेंट हे वयोवृद्ध व ज्ञानी धर्मगुरू होते. माझ्या कुटुंबाचे ते चांगले मित्र होते आणि मला अगदी आजोबांसारखेच होते.

जेनेट अन् मी शेतातून व जंगलातून सात मैलांची पायपीट करीत, नदी पार करून फादर क्लेमेंटपर्यंत पोहोचलो. त्यांनी आमचं आपुलकीनं स्वागत केलं, पण त्यांना थोडी काळजीही वाटली. कारण आम्ही त्यांच्या मठीत पोहोचलो तेव्हा खूप दमलो होतो, धापा टाकत होतो, घामानं चिप्प झालो होतो आणि आमचे कपडेही थोडे मळले होते. पायघोळ सफेद अंगरखा घातलेले फादर आम्हाला 'संता'सारखे वाटले. दोन्ही हात पसरून त्यांनी आम्हाला जवळ घेतलं. त्यांच्या गळ्यातील जपमाळ (रोझरी) छातीवर रुळत होती. "काय झालं मुलींनो? मी तुम्हाला काही मदत करू का?" त्यांनी विचारले.

"फादर, आम्हाला आमचं आयुष्य ईश्वरचरणी अर्पण करायचंय." जेनेट गंभीरपणे म्हणाली.

"फादर, तिचं म्हणणं खरं आहे." मी होकार भरला. "आम्ही यावर खूप विचार केलाय आणि आमची नन व्हायची इच्छा आहे."

"अरे वा! नन होणार काय?" गंभीर होत ते म्हणाले. पण मला खात्री आहे. आतून येणारं हसू त्यांनी दाखविलं नाही. त्यांनी त्यांचे हात आमच्या डोक्यावर ठेवून त्यांचे खास आशीर्वाद दिले, "देवा, या माझ्या लाडक्या लेकरांना तुझा कृपाप्रसाद दे, त्यांना सुरक्षित ठेव आणि सदा सर्वकाळ त्यांच्यावर मेहरनजर ठेव." त्यानंतर आमच्याकडे नजर वळवीत म्हणाले, "आता तुम्ही दोघी घरी जा. तुमच्या अठरा वर्षांच्या वाढदिवसानंतर मला येऊन भेटा आणि तेव्हाही नन व्हायचा तुमचा विचार कायम असेल, तर आपण त्यावर चर्चा करू."

माझे आई-वडील जरी निष्ठावान कॅथॉलिक असले तरी ते उदार मतवादी ख्रिश्चन होते. त्यांचा गोल्डन रूलवर विश्वास होता आणि त्यानुसार सर्व शेजाऱ्यांशी आदर व ममतेनं वागण्याचं त्यांनी आम्हाला शिकविलं होते. या गावाशी त्यांचे अतूट भावबंध जुळले होते आणि समाजात ऐक्य वाढवून समृद्धी यावी यासाठी त्यांनी आयुष्य वेचलं. बाबा स्वत: कित्येक रविवारी सेवाभावी कामात मग्न असत. कित्येक प्रार्थना स्थळांच्या बांधकामासाठी त्यांनी पदरचे पैसे खर्च केलेत. या भागातील गरीब मुलांना शिष्यवृत्ती देण्यासाठी त्यांनी एक 'कॉफी सहकारी फंड' स्थापन केला. त्यासाठी बाबांनी बारा कॉफीमळेवाल्यांना – ज्यांनी त्यांच्या नफ्यातील काही वाटा फंडात जमा करण्याचे मान्य केलं, त्यांना – स्वत:ची जमीन काहीही भाडे न आकारता कॉफी लागवडीसाठी दिली. ही योजना इतकी फलदायी ठरली की,

त्यातील पैशातूनच त्यांना शाळेसाठी नवं छत, युवकांसाठी फुटबॉल-मैदान, कम्युनिटी सेंटर अशा सुविधा पुरवता आल्या.

अनेक सेवाभावी सत्कृत्यांबद्दल आईचीही खूप प्रशंसा केली गेली. ती कोणाही गरजूला विन्मुख पाठवीत नसे. त्यामुळे आर्थिक संकटात अडकलेलं एखादं कुटुंब नेहमीच आमच्या घरी आश्रयाला असे – त्यांची परिस्थिती सुधारून ते स्वतःच्या पायावर उभे राहीपर्यंत!

आपलं काम संपल्यावर विद्यार्थ्यांना शिकवण्यासाठी ती स्वेच्छेनं वेळ देत असे आणि गावातील विद्यार्थिनींच्या गणवेशासाठी नवं कापड ती कायम खरेदी करीत असे. असंच एकदा एका शेजारणीबरोबर चाललेलं संभाषण माझ्या कानावर आलं. मुलीच्या लग्नासाठी नवा पोशाख विकत घेणं तिला शक्य नसल्याबद्दल ती आईला सांगत होती –

"रोझ, मी कशी आई आहे बघ! नव्या जीवनाची सुरुवात करणाऱ्या आपल्या मुलीची मी जुन्या कपड्यांत पाठवणी करणारेय." ती बाई म्हणाली, "आमच्याकडे एखादा विकण्यासारखा बोकड असता, तर मी तिला नवऱ्या मुलीसारखी छान सजवून पाठवणी केली असती."

"काळजी करू नकोस. तुझा देवावर विश्वास असेल ना, तर तो काही व्यवस्था नक्की करेल." आईने तिला धीर दिला. दुसऱ्या दिवशी पगारातून शिल्लक टाकलेले पैसे मोजताना मी आईला पाहिलं. नंतर ती गावात गेली आणि परत येताना तिच्या हातात छानसं, सुंदर रंगाचं कापड होतं. रात्रभरात आईने त्या बाईच्या मुलीसाठी वधूचा पोशाख व करवल्यांसाठीचे पोशाख शिवून तयार केले.

माझ्या आई-वडिलांसाठी आमचं गाव म्हणजे विस्तारित कुटुंबच होतं आणि गावकऱ्यांनीही त्यांना आपले दुसरे आई-वडीलच मानलं होतं. एक उच्चशिक्षित, ज्ञानी आणि सम्यक वृत्तीचा माणूस म्हणून त्यांची ख्याती होती. दूरवरच्या ठिकाणांहून लोक त्यांच्याकडे आपले कौटुंबिक प्रश्न, पैशांची विवंचना, नवीन उद्योगधंद्यांसंबंधी सल्लामसलत करण्यासाठी येत असत. गावातील तंटेबखेडे सोडवण्यासाठी आणि उनाड मुलांना शिस्त लावण्यासाठी त्यांना बोलावलं जाई.

गावामध्ये कोणतीही अडचण उभी ठाकली की आमच्या दारावर थाप पडायची अन् विनवणीच्या सुरात म्हटलं जायचं, "लिओनार्ड, जरा मदत करणार का? आम्हाला तुझा सल्ला हवाय. लिओनार्ड, यातून काय मार्ग निघेल?"

लोकांना बाबा केव्हाही घरात घेत आणि त्यांच्या अडचणींवर तोडगा निघेपर्यंत चर्चा करीत असत. ते अत्यंत मुत्सद्दी होते आणि नेहमीच लोकांमध्ये अशी जाणीव निर्माण करायचे की, त्यांच्या प्रश्नांची उकल, त्यांची त्यांनीच केलीय.

आईकडेही बरेच जण सल्लामसलतीसाठी येत – खास करून बायका –

ज्यांच्या नवऱ्यांबद्दल तक्रारी असत. बरीच वर्षं शिक्षिका असल्यामुळे शेजारच्या बहुतेक बायका आईच्या विद्यार्थिनीच होत्या, म्हणून बहुतेक गावकरी तिला टीचरच म्हणायच्या.

आमच्या आई-वडिलांनी स्वत:ला गावासाठी जरी वाहून घेतलं होतं, तरी त्यांचा आमच्यावर फार जीव होता. त्यामुळे शक्य होईल तेवढा वेळ मुलांसाठी देण्याकडे त्यांचा कटाक्ष होता.

कधीतरी उशिरापर्यंत काम केल्यावर इतर मंडळींबरोबर बिअर पिण्यासाठी वडील बाहेर जात आणि आम्ही झोपी गेल्यानंतर बऱ्याच उशिरानं घरी परतत. "कुठं आहेत माझी बछडी? कुठायत माझी लाडकी मुलं?" अशी त्यांच्याकडून पृच्छा व्हायची. बिअरची धुंदी असायची, पण ओतप्रोत प्रेमही.

"लिओनार्ड, ती झोपलीत. मुलांनी असंच असायला हवं. त्यांना बघायचं असेल, तर घरी जरा लवकर यावं लागेल." आई जरा ठणकावत असे.

"छे, मला एकट्याला बसून जेवण नाही जाणार." ते म्हणायचे आणि आम्हा सगळ्यांना हळूच उठवायचे. बाबा जेवायचे आणि आम्ही रात्रीच्या पोशाखातच त्यांच्यासमोर कोंडाळं करून बसायचो. बाबा त्यांच्या दिवसभराच्या कामाचा पाढा वाचायचे, आम्ही गुंग होऊन ऐकत राहायचो. ते सर्व आम्हाला फार आवडायचं.

जेवण झाल्यावर आम्हा सर्वांना हॉलमध्ये गुडघे टेकून संध्याकाळची प्रार्थना म्हणायला लावायचे.

"लिओनार्ड, त्यांनी आधीच प्रार्थना म्हटलीय आणि त्यांना उद्या शाळेलाही जायचंय." आई कुरकुरत असे.

"ठीकाय रोझ, मलाही उद्या कामावर जायचंय आणि प्रार्थना काय, कितीही वेळा म्हणावी. बरोबर ना इम्माकुली?"

"होय बाबा." मी लाजून म्हणायचे. बाबा माझे दैवत होते आणि एवढा महत्त्वाचा प्रश्न त्यांनी मलाच विचारल्यानं मला फार आनंद व्हायचा.

असे ते भारावलेले क्षण असायचे. तेव्हा माझ्या वडिलांचा नेहमीचा करारीपणाचा बुरखा गळून पडायचा अन् आमच्यावरचं त्यांचं प्रेम सहजपणे दिसून यायचं.

आमच्या कुटुंबात मी व माझे तीन भाऊ, अशी चार भावंडं होती. सर्वांत मोठा एमेबल नुकानयग्वे. आई-वडिलांच्या लग्नानंतर एका वर्षानं १९६५मध्ये त्याचा जन्म झाला. लहानपणापासूनच तो अगदी गंभीर प्रवृत्तीचा होता. तो इतका शांत व अंतर्मुख होता की, आम्ही गमतीनं त्याला कुटुंबाचा धर्मगुरू म्हणायचो. तो आईचं पहिलं अपत्य असल्यानं तिचा लाडका होता आणि तिचा त्याच्यावर फार जीव होता. पण एमेबल विनम्र व बुजरा होता. आई त्याच्याकडे अधिक लक्ष द्यायची. त्यामुळे त्याला अवघडल्यासारखं व्हायचं. तो स्वभावानं लाघवी होता आणि

हाणामारीचा त्याला तिटकारा होता. जेव्हा इतर मुलं घर डोक्यावर घ्यायची किंवा आपापसात भांडायची, तेव्हा तो मध्यस्थी करून भांडणं सोडवायचा.

बाबा बाहेरगावी गेले असतील, तेव्हा त्यांची जागा एमेबल घेत असे. आम्ही आमचे गृहपाठ पूर्ण केलेत, संध्याकाळची प्रार्थना म्हटलीय आणि वेळच्या वेळी झोपायला गेलोय, याकडे लक्ष द्यायचा. उशिरापर्यंत जागं राहून घराची दारं-खिडक्या व्यवस्थित बंद आहेत ना, याची खात्री करून मग स्वतः झोपी जायचा. तो वयापेक्षा बराच मोठा वाटायचा, पण माझ्यावर त्याचा फार जीव होता. माझा दिवस कसा गेला, माझा अभ्यास कसा चाललाय, माझ्या मैत्रिणी माझ्याशी कशा वागतात, याबद्दल नेहमी चौकशी करायचा. त्याच्या-माझ्यामध्ये पाच वर्षांचं अंतर होतं आणि त्या लहान वयात एकमेकांना पूर्णतः ओळखणं कठीणच होतं.

मी सात वर्षांचीच असताना माझा भाऊ बोर्डिंग स्कूलमध्ये गेला आणि त्यानंतर फक्त सुट्ट्यांमध्ये किंवा खास कौटुंबिक कार्यक्रमामध्येच आम्ही भेटत होतो. ज्या दिवशी तो होस्टेलला जायला निघाला, तेव्हा माझ्या पोटात भयंकर दुखू लागलं. त्याची शाळा शेजारच्याच गावात होती, तरी मला वाटत होतं, माझा भाऊ चंद्रावरच राहायला चाललाय! आपण प्रेम करीत असलेल्या व्यक्तीच्या दुरावण्यानं जाणवणारी शारीरिक पीडा मी प्रथमच अनुभवत होते. काही दिवसांनंतर वडिलांनी जेव्हा आम्हाला एमेबलला पत्र लिहिण्यासाठी बसविलं, तेव्हा दोन गोष्टींशिवाय मला काहीच सुचलं नाही. मोठ्या गोल अक्षरांत मी लिहिलं :

प्रिय एमेबल,

माझं तुझ्यावर प्रेम आहे, मला तुझी फार आठवण येते, माझं तुझ्यावर प्रेम आहे. मला तुझी फार आठवण येते; माझं तुझ्यावर प्रेम आहे! मला तुझी फार आठवण येते. माझं तुझ्यावर प्रेम आहे. मला तुझी फार आठवण येते!! माझं तुझ्यावर प्रेम आहे आणि मला तुझी फार आठवण येते!!!

प्रेमपूर्वक,
इम्माकुली

ता. क. मला तुझी फार आठवण येते!

माझ्या बाबांनी पत्र वाचलं आणि त्यांना हसू फुटलं. ''अगं इम्माकुली, आपण आजीला भेटायला गेलो होतो; तुझे भाऊ कसे आहेत, काय करतात यासंबंधी तू काहीच लिहिलं नाहीस? पुन्हा लिहायचा प्रयत्न कर. इकडील काही खबरबात वगैरे आणि तुझं ते 'माझं तुझ्यावर प्रेम आहे आणि मला तुझी फार आठवण येते' जरा कमी.''

''पण बाबा, मला तसंच वाटतंय.''

मला समजलं नाही, ते मला भावावर कमी प्रेम करायला का सांगताहेत...

आणि त्या पत्रावरून ते मला नेहमीच चिडवायचे.

एमेबलनंतर दोन वर्षांनी माझ्या दुसऱ्या मोठ्या भावाचा जन्म झाला. त्याचं नाव होतं दामासिन जीन मुहिरवा. तो अत्यंत हुशार, खोडकर, गमत्या, उदार, फारच कनवाळू आणि पाहताक्षणी कुणालाही आवडावा असा होता. तो मला नेहमी हसवायचा. मी रडत असेन, तर मला शांत कसं करायचं, ते त्याला पक्कं ठाऊक होतं. दामासिन... अगदी आजसुद्धा त्याचं नाव घेताच माझे डोळे दु:खानं किंवा आनंदानं भरून येतात. तो माझ्यापेक्षा तीन वर्षांनी मोठा होता, पण मला जुळ्या भावासारखा वाटायचा. तो माझा खास आणि जिवलग मित्र होता.

जेव्हा जेव्हा मी निराश होत असे, त्या प्रत्येक वेळी तो कुठूनतरी उगवायचा आणि माझ्या मनावरची मरगळ दूर करायचा... एकदा असंच, सर्व मुलं फुटबॉल खेळत होती आणि आईनं मात्र मला अंगण साफ करायला सांगितलं, म्हणून मी घुश्यात होते; तर दामासिन आपला खेळ सोडून आणि चक्क स्कर्ट घालून माझ्या मदतीला आला!

"बायकांचं काम कधी संपतच नाही." हे गाणं मोठमोठ्यानं म्हणत, त्यानं हातात खुरपणं घेतलेलं बघून हसून-हसून माझं पोट दुखू लागलं. सर्व दुपारभर तो माझ्याबरोबर काम करीत होता.

कधी काळी तो चुकीचा वागला असेल, असं क्वचितच घडलंय, पण त्यातूनही काही चांगलंच निष्पन्न होई. बारा वर्षांचा असताना गाडी चालवता यावी म्हणून गुपचुपपणे बाबांची गाडी घेऊन गेला. वास्तविक, अशा अगोचरपणाबद्दल बाबांनी त्याला कडक शिक्षा दिली असती; पण हे समजल्यावर बाबांनी त्याला छातीशी घट्ट कवटाळलं. याचा उपयोग कसा झाला बघा... कामानिमित्त बाबा बाहेरगावी गेले होते आणि आईला दम्याचा जबरदस्त ॲटॅक आला. अर्धवट बेशुद्धावस्थेत ती जमिनीवर कोसळली. तिला श्वास घ्यायला खूप त्रास होत होता. दामासिननं तिला उचलून पाठुंगळीवर घेतलं, गाडीपर्यंत आणलं आणि मागच्या सीटवर काळजीपूर्वक ठेवलं. जवळचं हॉस्पिटल नऊ मैलांवर होतं. तिथपर्यंत गाडी घेऊन गेला. वाटेत दोन गाई, तीन बकऱ्या आणि अनेक शेजारी ठोकरा बसण्यापासून वाचले; पण अगदी योग्य वेळी तो हॉस्पिटलमध्ये पोहोचला. डॉक्टर म्हणाले, "हॉस्पिटलमध्ये आणायला जरा जरी उशीर झाला असता, तर आई दगावलीच असती."

दामासिनच्या संबंधात येणारी प्रत्येक व्यक्ती त्याच्या प्रेमात पडे. त्याच्या हसतमुख व आनंदी स्वभावानं तो त्यांना आपलंसं करी. तो त्याच्या वर्गामधला विदूषकच होता. खूप हुशार होता आणि नेहमी सर्वांत वरच्या नंबरात यायचा. आमच्या पंचक्रोशीत मास्टर्सची पदवी संपादन करणारा तो सर्वांत कमी वयाचा मुलगा ठरला. तो नेहमी अभ्यासात मग्न असला, तरी खेळासाठीही वेळ काढायचा.

त्यानं कराटेत ब्राऊन बेल्ट मिळवला होता. हायस्कूलच्या व नंतर युनिव्हर्सिटीच्या बास्केटबॉल टीमचा तो कर्णधार होता. चर्चमधील अत्यंत पवित्र अशा वेदीवरचा मुख्य मुलगा म्हणूनही त्यानं सेवा प्रदान केली होती. बोर्डिंग स्कूलमध्ये जाण्यासाठी तो जेव्हा घरातून गेला, त्यानंतर आठवडाभर मी रड-रड रडले. इतकी की, मला वाटले, आपल्याला पुन्हा कधीच हसता येणार नाही.

तो माझी 'जीवनज्योत' होता.

माझ्यानंतर तीन वर्षांनी जन्मलेला जॉन मारी व्हिएन्नी हा आमच्या कुटुंबातील सर्वांत छोटे बाळ. व्हिएन्नी मोठ्या डोळ्यांचा, निष्पाप आणि खोडकर पण हवासा वाटणारा – जशी सर्वच लहान मुलं असतात, असं मला वाटतं. मोठा झाल्यावर तो उंच-नींच व एक रुबाबदार तरुण होणार, हे निश्चित. आत्ताच तो माझ्यापेक्षा उंच दिसतो, पण माझ्यासाठी मात्र तो नेहमीच छोटा भाऊ होता... त्याच्याकडे लक्ष पुरविणं ही माझीच जबाबदारी होती, असं मला नेहमीच वाटत आलंय. मी जिथे जिथे जाईन, तिथे तिथे तो एखाद्या पिल्लासारखा माझ्या मागे-मागे यायचा. त्याच्या सहवासाची मला इतकी सवय झाली होती की, तो जवळपास घुटमळत नसेल, तर मला चुकल्या-चुकल्यासारखं व्हायचं.

मी तिसरं अपत्य आणि एकटी मुलगी. पुरुषप्रधान समाजात या गोष्टीचं माझ्या मनावर विशेष दडपण होतं. रवांडा संस्कृतीत स्वच्छ चारित्र्य म्हणजे सर्व काही आणि त्यासाठी आपल्या एकुलत्या एका मुलीचं चारित्र्य निष्कलंक असावं म्हणून माझे आई-वडील सदैव जागरूक होते. भावांपेक्षा त्यांचं माझ्यावर जरा बारकाईनं लक्ष होतं. घरची कामं माझ्यावर अधिक प्रमाणात सोपवली जात, हिंडण्या-फिरण्यावर बंधनं होती. माझ्या कपड्यांची निवड तेच करीत, माझ्या मित्र-मैत्रिणी कोण असाव्यात-नसाव्यात, तेही तेच ठरवीत. त्यांनी मला शिक्षणाची गोडी लावली, माझ्या मनावर चांगले संस्कार केले; पण अत्यंत रूढीप्रिय समाजात एका तरुण मुलीकडून जी अपेक्षा असते, त्याप्रमाणे मी कमी बोलून चांगलं वागणं महत्त्वाचं होतं.

...आणि केवढा हा दैवदुर्विलास, माझ्या कुटुंबाची गोष्ट सांगण्यासाठी मी एकटीच वाचले.

■

उभे राहा बघू!

“तुत्सींनो, उभे राहा.”

अर्धा डझन खुर्च्या जमिनीला घासत मागे सरकल्या आणि माझ्या चौथीच्या वर्गातील सहा मुलं झटकन उभी राहिली. याआधी मी आईच्या शाळेत जायचे. त्यामुळे हे काय चाललंय याची मला काहीच कल्पना आली नाही. आता मी दहा वर्षांची झाले होते आणि मोठ्या मुलांच्या शाळेतला तो माझा पहिलाच दिवस असल्यानं त्या गोंधळानं मी गांगरून गेले होते. याआधी शिक्षकांनी जातिनिहाय हजेरी घेतलेली मी कधीच पाहिली नव्हती.

“आता सर्व तुत्सी उभे राहा पाहू.” आमचे शिक्षक ‘बुहोरो’ गरजले. हातातील मोठ्या पेन्सिलीनं ते नावं तपासत होते, मग थांबले आणि माझ्यावर नजर रोखली.

“इम्माकुली इलिबागिझा, मी जेव्हा ‘हुतू’ म्हणालो, तेव्हा तू उभी राहिली नाहीस. मी जेव्हा ‘त्वा’ म्हणालो, तेव्हा तू उभी राहिली नाहीस आणि आत्ता मी ‘तुत्सी’ म्हणालो, तरीही तू उभी राहिली नाहीस – याचा अर्थ काय?” बुहोरो हसत होते, पण त्यांचे बोलणं लागट व कठोर होतं.

“मला ठाऊक नाही गुरुजी.”

“तू कुठल्या वंशाची आहेस?”

“गुरुजी, मला नाही माहिती.”

“तू हुतू आहेस की तुत्सी?”

“मी... मला ठाऊक नाही.”

“चल, चालती हो! या वर्गातून बाहेर नीघ आणि तुझी जात कोणती, हे तुला कळल्याशिवाय इथे पाऊल ठेवू नकोस.”

मी माझी पुस्तकं उचलली आणि वर्गातून बाहेर पडले. माझी मान शरमेनं खाली झाली. त्या वेळी मला उमगलं नाही, पण रवांडाच्या वांशिक भेदभावाचा पहिला धडा मला मिळाला होता आणि ती जाणीव धक्कादायक होती.

मी शाळेच्या पुढच्या पटांगणाकडे पळाले अन् माझ्या भावाचा –दामासिनचा – वर्ग संपायची वाट पाहत झुडपामागं लपून बसले. डोळ्यांतील अश्रू थोपवण्याचा

प्रयत्न करीत होते खरी, पण ते इतके अनावर झाले की, माझा निळा युनिफॉर्म अश्रूंनी चिंब भिजला. हे आत्ता काय बिनसलं, तेच मला समजत नव्हतं आणि खरं तर वर्गात परत जाऊन ते सर्व समजावून घेण्यासाठी माझ्या खास मैत्रिणीला – जेनेटला विचारायचं होतं. गुरुजींनी जेव्हा 'हुतू' पुकारलं, तेव्हा ती उभी राहिली होती... गुरुजी माझ्याशी असे वाईट का वागले, हे कदाचित तिला माहीत असणार. पण दामासिननं मला बघेपर्यंत मी झुडपामध्येच अवघडून बसले होते आणि माझं हुंदके देणं सुरूच होतं.

"इम्माकुली, तुला कुणी काही इजा केली काय?" तेरा वर्षांच्या माझ्या मोठ्या भावानं अधिकारवाणीनं विचारलं. दामासिन माझी नेहमीच काळजी घ्यायचा. माझी जर कोणी खोडी काढली, तर दोन हात करायची त्याची तयारी असे आणि म्हणूनच बुहोरोने जे ऐकवलं, ते सर्व मी त्याला सांगितलं.

"बुहोरो, चांगला माणूस नाहीये." माझा भाऊ म्हणाला, "पण त्याची फारशी फिकीर करू नकोस. पुढच्या वेळी ते हजेरी घेतील, तेव्हा मी करतो तसं कर. तुझ्या मैत्रिणींबरोबर तूही उभी राहा. तुझी मैत्रीण जेनेट उभी राहिली की तू उभी राहा."

"त्यानं जेव्हा हुतू म्हटलं, तेव्हा जेनेट उभी राहिली."

"मग काय, त्यानं हुतू पुकारलं की उभी राहा. आपले मित्र जे असतील, तेच आपण असणार. आपण सर्व सारखेच आहोत; हो की नाही?"

मला त्या वेळी लक्षात नाही आलं, पण दामासिनही रवांडाच्या वंशव्यवस्थेबद्दल माझ्याप्रमाणेच अनभिज्ञ होता... खरं तर हे जरा विचित्रच होतं, कारण आमच्या भागात उत्तम शिकवण मिळालेल्या मुलांत आमची गणना होत असे. शाळा सुटल्यावर दर दिवशी आम्हाला – मला व माझ्या भावांना – ९० मिनिटं मोकळा वेळ मिळे. त्यानंतर आम्ही हॉलमध्ये जमायचो आणि आईच्या देखरेखीखाली गृहपाठ करायचो. जेवणाच्या आधी एक तास वडील आमचा ताबा घेत. खोलीच्या मध्यावर वर्गातल्यासारखा फळा असायचा. ते आमच्या हातात खडूचे तुकडे द्यायचे आणि गणित, व्याकरण, भूगोल या विषयांची चांगली उजळणी व्हायची.

आमच्या माता-पित्यानी, आमच्या स्वतःच्या इतिहासाबद्दल मात्र आम्हाला कधीच शिकवलं नाही. रवांडामध्ये तीन जमातींचे लोक राहतात, हे आम्हाला ठाऊकच नव्हतं. बहुसंख्य हुतू, अल्पसंख्य तुत्सी आणि जंगलात राहणारे, पिग्मीसारख्या टोळ्यांचे आदिवासी म्हणजे त्वा. त्यानंतर आलेल्या जर्मन व बेल्जियम वसाहतवाल्यांनी रवांडामध्ये असलेली सामाजिक व्यवस्थाच बदलून टाकली, हे आम्हाला शिकवलंच नाही. राजेशाही पद्धतीनं तुत्सींच्या आधिपत्यातील राज्यकर्त्यांनी रवांडावर अनेक शतके राज्य केलं, तेव्हा सर्वत्र शांतता व सलोख्याचं वातावरण होतं. त्याऐवजी वंशभेदावर आधारित, भेदभाव करणारी वर्गव्यवस्था त्यांनी अस्तित्वात आणली.

बेल्जियनांनी अल्पसंख्य तुत्सी उमरावांच्या आधिपत्याला झुकतं माप दिलं. त्यामुळे तुत्सींना शिक्षणाच्या चांगल्या संधी उपलब्ध झाल्या अन् त्यांनी देशाचं व्यवस्थापन चांगल्या प्रकारे करून त्यांच्या बेल्जियन मालकांना मोठा फायदा करून दिला. दोन्ही जमातींतील फरक स्पष्ट करणारी, जातिनिहाय ओळखपत्रं देण्याची पद्धत बेल्जियनांनी सुरू करून, हुतू व तुत्सींमधील तेढ आणखी बळकट केली. अशा बेपर्वाईनं केलेल्या घोडचुकीमुळे हुतूंमधील राग सतत धुमसत राहिला आणि त्यामुळेच जातिसंहारासाठी पोषक वातावरण निर्माण झालं.

तुत्सींनी १९५९ मध्ये जेव्हा अधिक स्वातंत्र्याची मागणी केली, तेव्हा बेल्जियनांनी हुतूंना रक्तरंजित बंड करायला प्रोत्साहन दिलं, त्यामुळे राजेशाही उलथून पडली. पुढील काही वर्षे चाललेल्या विद्वेषाच्या हिंसाचारात एक लाखाहून अधिक तुत्सींना प्राण गमवावे लागले. बेल्जियमच्या सरकारनं १९६२ मध्ये काढता पाय घेतला, तोपर्यंत राज्याची सूत्रे पूर्णपणे हुतूंच्या हातात गेली होती आणि तुत्सींना दुय्यम नागरिकत्व प्राप्त होऊन हुतू क्रांतिकारकांकडून होणारा छळ, हिंसा व मृत्यू यांना सामोरं जावं लागलं. अनेक दशकं चाललेल्या मृत्यूच्या थैमानात हजारो तुत्सी मारले गेले. हिंसाचार अधूनमधून उफाळून येत असला, तरी भेदभाव ही नित्याचीच बाब होती. बेल्जियम सरकारच्या काळापासून जातिनिहाय ओळखपत्रं प्रचलित असल्यानं भेदभाव करणं सोपं होतं आणि तसा तो खुलेआम सुरू होता.

आमच्या आई-वडिलांना इतिहासाचं हे ज्ञान आम्ही लहान असेपर्यंत तरी आम्हा भावांना करून द्यायचं नव्हतं. भेदभाव, बेसुमार हत्या, वांशिक सूडभावना आणि जातिनिहाय ओळखपत्रं, यासंबंधी ते आमच्याशी कधीही बोलले नाहीत. माझ्या लहानपणीच्या आठवणींत या गोष्टींना कुठेच जागा नव्हती.

आमच्या घरात प्रत्येक व्यक्तीचं – मग तो कोणत्याही जातीचा, धर्माचा वा वंशाचा असेना – स्वागतच होत होतं. माझ्या आई-वडिलांसाठी तुम्ही तुत्सी की हुतू, हा भेदभाव नव्हता; त्यामुळे त्यांच्या वर्तनात जराही फरक होत नसे. तुम्ही चारित्र्यसंपन्न आणि एक चांगली व्यक्ती असाल, तर ते तुमचं हात पसरून स्वागत करतील. पण माझ्या आई-वडिलांना स्वत:ला जहाल मतवादी हुतूंकडून काही अत्यंत क्लेशदायी अनुभवांचा सामना करावा लागला होता. मागे वळून पाहताना मलाही एक प्रसंग अंधूकसा आठवतोय.

मी तेव्हा फक्त तीन वर्षांची होते आणि काय घडत होतं, ते मला समजत नव्हतं; पण रात्रीच्या वेळी आकाशात मोठा जाळ पसरला होता. माझ्या आईनं मला छातीशी घट्ट धरलं होतं आणि आम्ही आमच्या घरातून पळत बाहेर आलो, ते मला आठवतंय. १९७३च्या दंग्यात जेव्हा तुत्सींचा छळ चालला होता, त्यांना घरातून बाहेर काढलं जात होतं, रस्त्यांमध्ये त्यांचे खून पडत होते; त्या वेळची ही गोष्ट

आहे. आमच्या भागातील तुत्सींची घरं जहाल मतवादी हुतू, एकापाठोपाठ एक अशा पद्धतीनं जाळत होते. त्या ज्वाळा आमच्या बाजूनं पुढे सरकू लागल्या, तसे आम्ही सर्व कुटुंबीय खालच्या अंगाला असलेल्या किव्हू सरोवराकडे पाहत उभे राहिलो. आमचे शेजारी एक हुतू कुटुंब आणि आमचे चांगले मित्र 'रूतका मिझे' यांच्या घराकडे आम्ही धाव घेतली. सगळी जाळपोळ व हत्या थांबेपर्यंत त्यांनी आम्हाला लपायला जागा दिली. आम्ही जेव्हा घराकडे परतलो, तेव्हा आम्हाला फक्त धुमसणाऱ्या घराचे अवशेष पाहायला मिळाले.

माझ्या आई-वडिलांनी पुन्हा सर्व घर उभं केलं आणि काय घडून गेलं याची वाच्यता – निदान आम्हा मुलांसमोर तरी – कधी केली नाही. तुत्सीं विरुद्ध झालेल्या १९५९च्या हिंसाचारातही त्यांना असाच त्रास सहन करावा लागला होता, पण त्यांनी तरीही हुतूंबद्दल वावगा शब्द कधीही उच्चारला नाही. त्यांची मनं कलुषित झाली नव्हती; उलट त्यांचा विश्वास होता की, दुष्कृत्यं करण्याची प्रवृत्ती जाती-धर्मावर अवलंबून नसून अपप्रवृत्तींच्या प्रभावामुळे वाईट कृत्य करण्यास माणसं प्रवृत्त होतात. आई-बाबांनी ते ज्या राजकीय व सामाजिक वातावरणात राहत होते, त्याकडे दुर्लक्ष करून त्याऐवजी सर्व जण जन्मत: समान असतात, अशी शिकवण त्यांनी आम्हाला दिली. वाढत्या वयात आम्हा मुलांना आपण जन्मानं तुत्सी आहोत म्हणून फार शहाणे आहोत किंवा आपल्यात काही कमी आहे, अशा भावना निर्माण होऊ नयेत, असं त्यांना वाटत होतं.

मी कोणत्या जमातीची आहे, हे मलाच ठाऊक नव्हतं; त्यामुळे माझे गुरुजी बुहोरो माझ्यावर इतके का उखडले, हे मला न समजणं अगदी स्वाभाविक होतं. पण मी मात्र पुरती गोंधळून गेले होते.

त्या दिवशी दामासिननं त्याचे हात माझ्या खांद्यावर ठेवले आणि मला आपल्याबरोबर घरी घेऊन आला. काहीतरी वाईट घडलंय, याची आम्हा दोघांनाही जाणीव झाली; पण नक्की काय, ते उलगडलंच नाही. रात्री जेवताना मी वडिलांना जे घडलं होतं, ते सर्व सांगितलं. बाबा थोडा वेळ स्तब्ध झाले आणि मग त्यांनी मला विचारलं, "वर्गातून बाहेर काढल्यावर तू झुडपात बसून किती वेळ रडत होतीस?"

"बाबा, जवळजवळ सबंध दिवस."

बाबांनी हातातला काटा-चमचा खाली ठेवला आणि ते जेवायचे थांबले. ही लक्षणं त्यांना संताप आल्याची होती. "मी बोलतो उद्या बुहोरोशी." त्यांनी सांगितलं.

"पण बाबा, माझी जात कोणती हो?"

"हे बघ, त्याची काळजी आत्ता करू नकोस. मी तुझ्या शिक्षकांशी बोलल्यानंतर उद्या आपण यावर चर्चा करू."

खरं तर माझ्या मनात त्याना विचारायचं होतं की, ते मला आत्ताच का सांगत

नाहीत 'माझी जात कोणती?' पण मोठ्यांना उलट प्रश्न विचारायचे नाहीत, ही आम्हाला शिकवण होती. ते माझे वडील होते आणि त्यांनी सारवासारव केली होती, त्याला सबळ कारण असलं पाहिजे, हे मी ताडलं. पण मी उद्विग्न झाले होते. जातीपातीचा विषय निघाला की, प्रत्येक जण असा अस्वस्थ का होतो, हेच मला समजत नव्हतं.

दुसऱ्या दिवशी माझ्या शिक्षकांशी बाबा बोलले, पण त्यांच्यात काय बोलणी झाली किंवा माझी जात कोणती याबद्दल काहीच सांगितलं नाही. जरी त्यांनी तसं कबूल केलं होतं आणि पुढच्या आठवड्यात बुहोरोंनी पुन्हा जातिनिहाय हजेरी घेईपर्यंत ते मला समजलं नाही. माझ्या वडिलांनी त्यांची चांगलीच खरडपट्टी काढली असणार, कारण हजेरी घेण्यापूर्वी त्यांनी गोड आवाजात मला त्यांच्या टेबलाजवळ बोलवलं व माझ्याशी छान बोलले, ''इम्माकुली, मी जेव्हा तुत्सी म्हणून पुकारेन, तेव्हा तू उभी राहा.''

हं, म्हणजे मी तुत्सी आहे. छान! असा मनाशी विचार करीत, हसत मी जागेवर जाऊन बसले. तुत्सी म्हणजे काय, ते मला ठाऊक नव्हतं. पण त्यांच्यापैकी एक असण्यानं मला अभिमान वाटला, हे मात्र नक्की. वर्गामध्ये आम्ही 'तशा' थोड्याच जणी होतो, म्हणून मी अंदाज बांधला की, आम्ही कोणीतरी विशेष असणार. शिवाय हा शब्द ऐकायला छान व उच्चारायलाही गंमत वाटत होती. पण तुत्सी व हुतूमध्ये फरक काय होता, ते मी अजूनही समजू शकले नाही. 'त्वा' जात्याच ठेंगणे होते, त्यामुळे त्यांच्या खुजेपणानं वेगळे दिसायचे आणि फारच थोडे त्वा शाळेमध्ये जात, त्यामुळे मी फारच थोड्या त्वांना बघितलंय.

तुत्सी व हुतूंमधील फरक ओळखणं, तसं फार कठीण होतं. तुत्सी हे उंच, उजळ वर्णाचे व अरुंद नाकाचे आणि हुतू हे उंचीला कमी, जास्त काळे व पसरट नाकाचे असतात, असा समज होता. पण हे तितकंसं खरं नव्हतं. कारण अनेक शतकांपासून हुतू व तुत्सींमध्ये बेटीव्यवहार होत असल्याने त्यांच्या जनुकगुणांत सरमिसळ झाली होती. हुतू व तुत्सी हे 'किन्यरुवंडा' ही एकच भाषा बोलतात. आम्ही एकाच इतिहासाचे साक्षीदार होतो आणि आमची संस्कृतीही एकच होती. आमची गाणी समान होती. आम्ही मिळून शेतीभाती करीत होतो. एकाच चर्चमध्ये जात होतो, एकाच देवाची प्रार्थना करीत होतो. आम्ही एकाच गावात, एकाच रस्त्यावर आणि बऱ्याचदा सारख्याच प्रकारच्या घरांमधून राहत होतो.

एका लहान मुलीच्या नजरेतून (निदान माझ्या तरी) आमच्यामध्ये एकोपा होता, असं वाटायचं. माझी हुतू मैत्रीण जेनेट व मी एकमेकींच्या घरी अनेक वेळा जेवलोय. रवांडामध्ये निरनिराळ्या जाती होत्या, याची मला लहानपणी जाणीव करून दिली जायची, जेव्हा आठवड्यातून एकदा वर्गामध्ये जातिनिहाय हजेरी घेतली जायची

आणि मला उभं राहायला सांगितलं जायचं. खरं तर चीड यायची, पण मला त्याचं फारसं काही वाटायचं नाही; कारण भेदभाव या शब्दाचा अर्थ मला अजूनही उमजायचा होता.

ते अगदी मला हायस्कूलला जायचं होतं तोपर्यंत!

मी पंधरा वर्षांची होते आणि आमच्या साठ विद्यार्थ्यांच्या वर्गात, आठव्या इयत्तेची परीक्षा दुसऱ्या क्रमांकानं उत्तीर्ण झाले होते. मला चौऱ्याण्णव टक्के मार्क मिळाले होते. पहिल्या आलेल्या एका तुत्सी मुलापेक्षा दोनच टक्के कमी, पण इतर मुलांपेक्षा खूपच अधिक होते. त्या प्रदेशातील उत्कृष्ट शाळेत शिष्यवृत्ती व प्रवेश मिळवण्यासाठी नक्कीच पुरेसे होते. वर्षअखेरीस मी घरी गेले, तीच नव्या शाळेच्या गणवेशाची स्वप्नं रंगवीत आणि घरापासून वेगळं, दूर एका सुंदरशा शाळेत – जिथे सर्व विषय फ्रेंचमधून शिकवतात – तिथे राहताना कसं वाटत असेल, याचाच विचार करीत होते.

हायस्कूलनंतर युनिव्हर्सिटीमध्ये जाण्याचा माझा मनोदय होता आणि त्यानंतर... कोणाला काय कल्पना होती? मी कदाचित वैमानिक, प्रोफेसर किंवा मानसशास्त्रज्ञही होईन. (एव्हाना नन होण्याची बालपणीची मनीषा विरली होती.) माझ्या आई-वडिलांची शिकवणच होती की, कठोर मेहनत व पक्का निर्धार यामुळे मताबासारख्या खेड्यातील मुलगीही कोणीतरी महत्त्वाची व्यक्ती बनू शकते.

माझ्या महत्त्वाकांक्षा म्हणजे एका मूर्ख मुलीची स्वप्नं होती, हे मला कसं कळणार होतं? मला हे ठाऊक नव्हतं की, दर आठवड्याला घेतल्या जाणाऱ्या त्या हजेऱ्यांमध्ये एक महाभयंकर हेतू लपलेला होता. जातिनिहाय समतोल राखण्याच्या नावाखाली चालवलेल्या भेदभावाच्या रणनीतीतून तुत्सी मुलांना वेगळं काढायचं होतं.

सन १९७३च्या राज्यक्रांतीच्या वेळी सत्ता काबीज केलेला जुवेनल हब्यारीमाना या हुतू राष्ट्राध्यक्षाने अंगीकारलेली ही योजना होती : शाळांमधील विद्यार्थीसंख्या व चांगल्या सरकारी नोकऱ्या यामध्ये सरकारनं वांशिक टक्केवारीप्रमाणे समतोल राखायला हवा, असं फर्मान त्यानं काढलं होतं. रवांडामध्ये ८५टक्के हुतू, १४ टक्के तुत्सी व १टक्के त्वा होते. त्यामुळे बहुतेक नोकऱ्यांत व शाळांतील प्रवेशात हुतूंची वर्णी लागली. या योजनेमुळे मुख्यत: तुत्सींना हायस्कूल, युनिव्हर्सिटी आणि चांगल्या पगाराच्या नोकऱ्यांपासून वंचित ठेवून त्यांचं नागरिकत्व दुय्यम राहील अशी तजवीज केली.

मी हायस्कूलमध्ये जाणार होते त्याआधी काही आठवडे या वांशिक समानतेचा खरा अर्थ मला समजला. आम्ही रात्री जेवायला बसलो होतो, तेव्हा आमचा एक शेजारी घरी आला व त्यानं सांगितलं की, गावातील हॉलमध्ये शिष्यवृत्ती मिळालेल्यांची

यादी लावली आहे आणि त्यात माझं नाव नाहीये. मला चांगले मार्क असूनसुद्धा मी तुत्सी असल्यानं मला वगळून माझ्यापेक्षा कमी मार्क असलेल्या हुतूंना उपलब्ध जागांचं वाटप झालं होतं. सर्वाधिक गुण मिळवलेल्या त्या तुत्सी मुलालाही वगळण्यात आलं होतं.

माझ्या वडिलांनी टेबलापासून खुर्ची बाजूला सरकवली आणि खूप वेळपर्यंत डोळे गच्च मिटून घेतले. मला कल्पना होती की, माझे आई-वडील मला खासगी शाळेत पाठवू शकणार नाहीत, कारण खासगी शाळेची फी सरकारी शाळेपेक्षा दहापट अधिक होती. माझे दोन भाऊ आधीच बाहेरगावी शिकत होते आणि पैशाची चणचण जाणवत होती. शिवाय रवांडामधील खासगी शाळांची स्थिती चांगलं अनुदान मिळणाऱ्या सरकारी शाळांपेक्षा फार वाईट होती. तिथे चांगली गुणवत्ता असलेले शिक्षक नसत, अभ्यासक्रम खालच्या दर्जाचा आणि इमारती अस्वच्छ व घाणेरड्या दिसायच्या.

"इम्माकुली, तू काळजी करू नकोस. आम्ही तुझ्या शिक्षणासाठी दुसरा मार्ग शोधू." माझ्या वडिलांनी अखेर स्वत:ला सावरलं. जेवण अर्धवट सोडून ते टेबलावरून उठले आणि त्यांच्या झोपायच्या खोलीत गेले.

"निराश होऊ नकोस." मला कवटाळत आई म्हणाली, "आपण सर्वच यासाठी प्रार्थना करू या. चला, आता जेवून घ्या."

जेवणानंतर मी वडिलांच्या अभ्यासिकेत गेले, दार बंद केले व खूप रडले. माझं उच्च शिक्षणाचं स्वप्न साकार करण्यासाठी मी खूप मेहनत घेतली होती, पण सर्व मातीमोल झालं. भविष्यात काय वाढून ठेवलंय, या विचाराने मी भयभीत झाले. शिक्षण नसलेल्या एकट्या बाईला समाजात कसं वागवतात, ते मी पाहिलं होतं. तिला कसले अधिकार नसतात, भविष्य नसतं आणि मानही मिळत नाही. हायस्कूलचंसुद्धा शिक्षण नसल्यानं घरी राहून, मला कुणी बायको म्हणून स्वीकारेल याची वाट पाहण्यावाचून माझ्याकडे दुसरा पर्याय राहणार नव्हता. भवितव्य अंधकारमय दिसत होतं आणि मी फक्त पंधरा वर्षांचीच होते.

दुसऱ्या दिवशी सकाळच्या न्याहारीसाठी वडील टेबलावर नव्हते.

"ते आपल्याला आश्चर्यचकित करणार आहेत." माझ्या आईने स्पष्ट केलं. "एखाद्या खासगी शाळेत तुला प्रवेश मिळतो का, हे पाहण्यासाठी ते गेलेत."

"अगं आई, पण त्या किती महाग असतात आणि आपल्याला शक्य..."

"शूऽऽ" ती म्हणाली, "मी तुला म्हटलं होतं की नाही, आपण आशा सोडायची नाही."

नंतर समजलं. सूर्योदयापूर्वीच माझे वडील दोन गाई विकण्यासाठी घेऊन गेले होते, म्हणजे त्यांना मला खासगी शाळेत पाठवता आलं असतं. रवांडा संस्कृतीत

गाई बाळगणं, हे सामाजिक मानसन्मानाचं द्योतक आहे आणि ते फार महत्त्वाचं मानलं जातं... एक गाय विकणं म्हणजे उधळपट्टी आणि दोन विकणं म्हणजे आर्थिक संकटाला आमंत्रणच! पण मला चांगले शिक्षण मिळावं, हा वडिलांचा निर्धार होता. गाई विकून आलेले पैसे घेऊन ते दक्षिण दिशेला तीन तास ड्रायव्हिंग करीत गेले आणि तिथे नव्यानंच बांधलेल्या एका खासगी शाळेत माझ्या पहिल्या वर्षाची फी एकरकमी भरून परत आले. आपल्या भावना उघडपणे व्यक्त करणं, माझ्या वडिलांच्या आचार-विचारात बसत नाही; पण माझ्यावरचं प्रेम लपवणं त्यांना शक्यच नव्हतं.

काही आठवड्यांनंतर माझी सामानाची बांधाबांध झाली आणि मी जाण्यासाठी तयार झाले. जेनेटनं मला मिठी मारली. आम्ही दोघी रडलो आणि एकमेकींना खूप पत्रं लिहिण्याचं आश्वासन दिलं. डोळ्यांतले अश्रू आवरत आईनं माझे पटापट पापे घेतले. आम्हा भावंडांपैकी आता घरात फक्त व्हिएन्नी असणार होता. तो जो आपल्या खोलीत गेला, तो माझा निरोप घ्यायलाही बाहेर आला नाही. माझे वडील अन् मी जेव्हा जायला निघालो, तेव्हा पुष्कळसे शेजारी हात हलवून आम्हाला निरोप द्यायला घरातून बाहेर आले. मताबा सोडताना काही गमावल्याच्या वेदनांनी मला घेरलं, माझ्या घशात हुंदका अडकला; पण दुसरीकडे नवं जीवन सुरू करण्यासाठीही मी उत्सुक होते.

माझ्या नव्या शाळेत पुष्कळ गोष्टींची कमतरता होती. राहण्याची खोली छोटी होती. सिमेंटची जमीन होती आणि लाकडाच्या ब्लॉकनं बनवलेल्या खडबडीत भिंती छानशा रंगासाठी आसुसलेल्या होत्या. आम्हा दहा मुलींना एकमेकींना चिकटून सतरंजीवर झोपावे लागे आणि त्यामुळे खोलीचा इंचन् इंच व्यापला जाई. पाण्यासाठी नळ नव्हते. त्यामुळे रोज सकाळी बादल्या घेऊन दोन मैलांवर असलेल्या ओढ्यावरून आम्हाला धुणी-भांडी व स्वयंपाकासाठी पाणी आणावं लागे. मला माझ्या आईच्या हातच्या जेवणाची आणि माझ्या बिछान्याची फार उणीव जाणवायची.

मला कितीही त्रास सहन करावा लागला, तरी मी शाळा सोडणार नव्हते किंवा आई-वडिलांना घरी घेऊन जायला सांगणार नव्हते. त्या वर्षासाठी विषय निवडण्याची जेव्हा खरोखर वेळ आली, तेव्हा तर मी गणित व भौतिकशास्त्रासारखे अतिशय आव्हानात्मक विषय निवडले. मला फक्त माझ्या आई-वडिलांची मान अभिमानानं उंचवायची नव्हती, तर माझ्या भावांना – जे रवांडातील पारंपरिक माणसांसारखे 'बायकांची जागा स्वयंपाकघरात, शाळेच्या वर्गात नाही', असं म्हणून मला चिडवायचे त्यांना दाखवून द्यायचं होतं की, मुलीही काय करू शकतात!

दोन वर्षं गेली आणि शाळेतील अत्यंत हुशार विद्यार्थ्यांमध्ये माझी गणना होऊ लागली. हुशार विद्यार्थ्यांना पब्लिक स्कूलमध्ये प्रवेश देण्यासाठी सरकारनं विशेष

परीक्षा घेणार असल्याचं जाहीर केलं, तेव्हा त्या परीक्षेला बसायचं मी ठरवलं. अंतर्यामी मला वाटत होतं की, मी सर्वांत अधिक गुण मिळवून जरी परीक्षा उत्तीर्ण झाले, तरी तुत्सी म्हणून मला डावललं जाईल. तरीही मी खूप अभ्यास केला होता आणि सर्व पेपर्स मी उत्तम लिहिले होते, याबद्दल मला खात्री होती. पण बरेच आठवडे उलटून गेले तरी काही समजलं नाही, तेव्हा तो विषय मी मनातून काढून टाकला.

काही महिन्यांनंतर मी उन्हाळ्याच्या सुट्टीत घरी आले होते. तेव्हा उड्या मारत आणि मोठ्यानं ओरडत दामासिन घरात घुसला. ''इम्माकुली! इम्माकुली इलिबागिझा! मी आत्ताच यादी पाहून आलो... तू परीक्षेत पास झालीयेस, तुला 'लिसी दी नोट्रे डेम डी'आफ्रिका'मध्ये प्रवेश मिळाला आहे. रवांडामधील उत्तम शाळांपैकी ती एक आहे.''

आम्ही सर्व जण हॉलमध्ये बसलो होतो आणि सर्वांनाच अतिशय आनंद झाला. मी खुर्चीतून ताडकन उठले आणि 'हे देवा, तुझी मी आभारी आहे... फार आभारी आहे.' असं म्हणत हातानं क्रॉसची चिन्हं करीत विजयोत्सवात हर्षभरानं नाचले. आईच्या डोळ्यांत आनंदाश्रू होते आणि बाबा मोठ्यानं म्हणाले, ''हा माझ्या आयुष्यातील सोन्याचा दिवस आहे. यासाठी गेली दोन वर्षं, गुडघे टेकून मी देवाची प्रार्थना करीत होतो की, त्या शाळेत तुला प्रवेश मिळू दे. देवानं माझ्या प्रार्थनेला प्रतिसाद दिला.''

''मुलगी असूनही तू बुद्धिवान आहेस, असं मला वाटतं.'' एमेबल वरकरणी हसत होता, पण त्याला आतून किती आनंद झालाय, हे मला दिसत होतं.

दामासिनच्या चेहऱ्यावर ते नेहमीचं हास्य पसरलं होतं आणि माझ्याविषयीचा त्याचा अभिमान ओसंडून वाहत होता.

त्या रात्री आमच्या घरी जंगी पार्टी झाली. बऱ्याच दिवसांनंतर आमच्या इथे आनंदोत्सव साजरा होत होता. 'लिसी' ही मुलींची उत्कृष्ट शाळा होती. देशातील अनेक उच्चस्तरीय राजकारणी व्यक्तींच्या मुली या शाळेत शिकत होत्या. रवांडाच्या एखाद्या युवतीला जे उत्तम शिक्षण मिळू शकतं, ते मला मिळणारच होतं; पण आता त्यासाठी माझ्या आई-वडिलांना खासगी शाळांच्या फीसाठी झगडावं लागणार नव्हतं. यात एकच उणीव होती. ती म्हणजे, ही शाळा खूप दूरच्या गिसेंयी प्रांतात होती आणि ते मताबापासून चार तासांच्या अंतरावर होतं, तेसुद्धा खराब रस्त्यावर. त्यामुळे आई-बाबांना वरचेवर येऊन मला भेटणं कठीण होणार होतं. आणि ही शाळा तुत्सींशी हाडवैर असणाऱ्या हुतूंचं प्राबल्य असणाऱ्या प्रांतात होती.

''काळजी करू नकोस.'' दामासिन म्हणाला, ''ती मुलींची शाळा आहे आणि तुमच्या संरक्षणासाठी तिथे पुष्कळ पहारेकरी तैनात असतात. शिवाय माझी शाळा तिथून इतकी जवळ आहे की, निदान महिन्यातून एकदा तरी मी तुला भेटू शकेन.''

बघता क्षणीच 'लिसी' मला आवडली. सर्व इमारती सुंदर, प्रशस्त व स्वच्छ चमकत होत्या. वर्गांच्या भिंतींना उठावदार रंग दिले होते आणि सभोवतालच्या परिसरात रंगीबेरंगी फुलांची झाडं लावली होती. सर्व आवाराभोवती उंच संरक्षक कुंपण होतं. त्यामुळे मी सुरक्षित व निर्धास्त होते. खासकरून तेथील नन्सनी जेव्हा मला सांगितलं की, जेवणापूर्वी व नंतर आपणा सर्वांना मिळून प्रार्थना करावी लागेल, त्या वेळी मला आनंद झालाच आणि हे कळल्यानंतर बाबांनाही फार आनंद होईल, याची मला खात्री होती.

माझी सर्वांत प्रथम ज्या मुलीशी मैत्री झाली, ती एक हुतू होती आणि तिचं नाव होतं सारा. आम्ही इतक्या जवळ आलो, जशा काही बहिणी-बहिणी. रवांडाची राजधानी किगाली या ठिकाणी असलेल्या तिच्या घरी तिच्या कुटुंबाला भेटण्यासाठी ती मला घेऊन गेली. एका खेड्यातून आलेल्या माझ्यासारख्या मुलीला अशा मोठ्या शहराच्या भेटीनं प्रभावित केलं... खास करून आयुष्यात प्रथमच मला इतक्या जवळून विमाने पाहता आली. मी व सारा रात्री विमानतळावर गेलो. फ्लोरोसंटच्या प्रकाशात विमानतळ उजळून निघालं होतं आणि एक मोठं विमान खाली उतरताना धावपट्टीवरचे तांबडे, पांढरे, हिरवे दिवे चमचमत होते. त्या भल्यामोठ्या इंजिनांची घनगर्जना ऐकून मला फारच आश्चर्य वाटलं.

"ओह! अगं, बघ तर खरी त्यांच्याकडे!" मी आश्चर्यानं म्हटलं आणि साराची हसता-हसता पुरेवाट झाली. "मला वाटलं, मी आता सारं भरून पावले."

पहिल्या दिवशी मला आणखीन एक मैत्रीण भेटली, ती म्हणजे क्लेमेंटाईन. नितळ कांती व सुंदर डोळे असलेली ती रूपवान युवती अमेरिकन मासिकांच्या मुखपृष्ठावर दिसणाऱ्या मॉडेल गर्लसारखी वाटायची. नवीन विद्यार्थिनींच्या घोळक्यात मी उभी असताना तिनं मला हेरलं व माझ्याकडे आली. बहुतेक जणींपेक्षा मी उंच होते, पण ती जवळजवळ सहा फूट होती. आमच्या उंचीमुळे आम्ही तुत्सी आहोत, हे दोघींनीही ओळखलं.

"तुझ्यासारख्या सुंदर तुत्सी मुलीचा या उत्तरेत, सर्व बाजूंनी दुष्ट हुतूंनी वेढलेले असताना निभाव कसा लागणार?" क्लेमेंटाईन हसून म्हणाली, "आपण एकमेकींना धरून असलं पाहिजे आणि आपणच आपली काळजी घेतली पाहिजे." तिथेच आमची गट्टी जमली.

वैरभाव असलेल्या चेहऱ्याबद्दलचं क्लेमेंटाईनचं अनुमान बरोबर होतं. आवार सोडून बाहेर जाणं धोक्याचं होतं... आणि जेव्हा मला जावं लागलं, तेव्हा स्थानिक लोकांच्या नजरा माझ्यावर असल्याचं आणि 'तुत्सी' असं धमकावणीच्या सुरात त्यांनी म्हटल्याचं माझ्या कानावर पडलं होतं. स्थानीय चर्चमध्ये प्रार्थनेसाठी गावकरी व विद्यार्थी एकाच वेळी असणार नाहीत, याची काळजी प्रीस्ट व नन्स घेत असत.

येथील कुणीतरी कर्मचारी बरोबर न घेता शाळेचं पटांगण ओलांडून जाण्यावर आम्हाला पूर्ण बंदी होती. बाहेरचं वातावरण भीतिदायक होतं, पण शाळेच्या चार भिंतींच्या आत मला वांशिक भेदभाव कधीच जाणवला नाही. शिक्षकांनी कधीही जातिनिहाय हजेरी घेतली नाही आणि बहुसंख्य मुली जरी हुतू असल्या तरी आम्ही सर्व एकाच कुटुंबातील असल्याप्रमाणे एकमेकींवर प्रेम करीत होतो.

मी शाळेच्या आवारात राहत असे, पुष्कळ अभ्यास करीत असे आणि घरची आठवण येऊ न देण्याचा शक्यतो प्रयत्न करीत होते. मला आई-बाबांची आणि भावांची फार आठवण यायची. छोट्या व्हिएन्नीची भुणभुण हवीहवीशी वाटायची. माझ्या छोट्या भावाबद्दल सांगायचं म्हणजे, मी घर सोडल्यानंतर काही महिन्यांनी त्यानं मला अगदी भावपूर्ण आणि मन हेलावून टाकणारं पत्र लिहिलं होतं. त्यानं लिहिलं होतं : त्याला माझी फारच आठवण येत होती. मी गेल्यापासून त्याला झोप आली नाही आणि रात्री कधी कधी त्याला या खोलीतून त्या खोलीत भुतं फिरताना दिसायची. असं झालं की घाबरून तो घर सोडून धावत सुटे. त्या पत्रानं माझं हृदय विदीर्ण झालं... हे खरं आहे. घरात बऱ्याच वेळा माझी व व्हिएन्नीची धुसफूस चालत असे; पण आता मला कळून चुकलं, त्याच्या मनात मला किती महत्त्वाचं स्थान होतं. त्याला एकटं सोडून आल्याबद्दल मला फार अपराधी वाटू लागलं आणि यापुढे त्याची चांगली बहीण होण्याचा मनाशी निश्चय केला.

दिलेल्या शब्दाला जागून दामासिन महिन्यातून एकदा मला भेटत होता. गवतावर बसून आम्ही तासन् तास गप्पा मारायचो. जेव्हा अभ्यासावर बोलणं यायचं, तेव्हा तो मला छान सल्ला द्यायचा.

''इम्माकुली, प्रार्थना करीत जा. गृहपाठ करण्याआधी आणि परीक्षेची तयारी करण्याआधी नेहमी प्रार्थना करीत जा. त्यानंतर जेवढा जास्त करता येईल तेवढा अभ्यास कर.'' त्यानं सांगितल्याबरहुकूम मी करीत होते. खास करून गणिताच्या पेपरच्या आधी प्रार्थना करीत होते आणि शाळेमध्ये कायम विशेष प्रावीण्य मिळवीत होते.

जेव्हा दामासिन भेटायला आला होता, तेव्हा माझ्या सर्व मैत्रिणींना जाणून घ्यायचं होतं की ज्याच्याशी मी इतकं मग्न होऊन गप्पा मारत होते, तो रुबाबदार मुलगा कोण!

''तो माझा मोठा भाऊ दामासिन होता.'' मी मोठ्या अभिमानानं सांगायचे.

''नाही गं, तो भाऊ नक्कीच नव्हता. कोणाचंही आपल्या भावाबरोबर इतकं पटत नाही आणि तो बरोबर असताना तू तर आनंदात होतीस.''

दामासिनसारखा आवडता भाऊ मला आयुष्यात मिळाल्यानं मी स्वत:ला फार नशीबवान समजत होते.

■

उच्च शिक्षण

माझ्या पदवीच्या तिसऱ्या वर्षी युद्धाला तोंड फुटेपर्यंत 'लिसी'मधील आयुष्य छान चाललं होतं.

दि. १ ऑक्टोबर १९९०च्या दुपारी छान उन्हं पडली होती. मी व माझे सहाध्यायी 'समाज-शिक्षणा'चा वर्ग सुरू होण्याची वाट पाहत होतो. शिक्षकांना उशीर का झाला असावा, याचं आम्हाला आश्चर्य वाटत होतं. गाहिगी सर म्हणजे निश्चिंत, खेळकर प्रवृत्तीचे, किंबहुना मला भेटलेल्या व्यक्तींतील सर्वांत शांत गृहस्थ होते. पण ते जेव्हा आले आणि हातावर हात चोळत वर्गाच्या पुढील दरवाज्याशी अस्वस्थपणे येरझारा घालताना दिसले, तेव्हाच आमच्या लक्षात आलं की काहीतरी अभद्र घडलंय. एका विद्यार्थिनीनं विचारलंही की, काय झालं? पण आमच्याकडे न पाहता ते येरझारा घालतच राहिले.

मी तर्क करीत होते की, अशी कोणती वाईट बातमी सर आमच्यापासून लपवीत असतील? मला वाटलं, कदाचित ते सांगतील की, आज रात्रीचा सिनेमा नन्सनी रद्द केलाय. पण नाही... यापेक्षा काहीतरी फार भयंकरच असणार. शाळेमध्ये रेडिओवरील बातम्या आम्हाला ऐकू देत नसत, त्यामुळे घरच्यासारखीच इथेही मी बाहेरील जगात काय घडामोडी चालल्या आहेत, त्यापासून दूर होते.

"मला आत्ताच समजलं की, आपल्या देशावर हल्ला झालाय." गाहिगी सरांनी उदासपणे सांगितलं, "मला दुःख या गोष्टीचं आहे की, हे अत्यंत भयंकर असून याचे दूरगामी परिणाम आपणा सर्वांना भोगावे लागतील."

वर्गामध्ये एकदम शांतता पसरली आणि त्यानंतर सर्वांनीच एकदम गलका करीत प्रश्नांचा भडिमार केला. रवांडावर कोणी आणि कशासाठी हल्लाबोल केलं होतं, हे जाणून घ्यायची सर्वांनाच इच्छा होती.

"सध्या युगांडामध्ये वास्तव्य करून असणाऱ्या तुत्सी बंडखोरांच्या सैनिकांच्या एका गटानं सरहद्द ओलांडली आहे." त्यांनी सांगितलं, "ही खास करून रवांडाच्या निर्वासितांची मुलं असून, ती एकत्र येऊन आपल्या देशात परत येण्यासाठी लढा देत आहेत. येथून उत्तरेकडे असणाऱ्या प्रदेशात रवांडा सरकारचे सैनिक आणि

बंडखोर यांच्यात घनघोर युद्ध सुरू आहे.''

त्यानंतर घाबरून व चिडून विचारलेल्या प्रश्नांच्या सरबत्तीनं गाहिगी सर भंडावून गेले. ''त्या तुत्सींना काय हवंय? ते आमच्यावर का हल्ला करताहेत? ते जर शाळेपर्यंत पोहोचले, तर आमचं काय होईल?''

शरमेनं माझी मान खाली गेली होती आणि मला वाटत होतं की, आपण डेस्कखालून रांगत निघून जावं. वर्गामध्ये पन्नास मुली होत्या आणि त्यापैकी ४७ हुतू होत्या. मी इतकी खजील अन् माझ्याच विचारात गढून गेले होते की, इतर दोन तुत्सी मुलींकडे मान वर करून पाहूही शकले नाही. आयुष्यात प्रथमच तुत्सी असल्यामुळे मला अवघडल्यासारखं झालं आणि लिसीमध्ये आपण एकाकी पडलोय, असं वाटलं.

''हे बंडखोर सैनिक व 'रवांडीज पॅट्रिऑटिक फ्रंट' (आरपीएफ), मिळून लढा देत आहेत. देश सोडून गेलेल्या तुत्सी लोकांची ती संघटना आहे. आणि आपल्या सरकारनं त्यांच्या परतण्यावर बंदी घातली आहे. आता खरं तर ते परदेशी आहेत आणि इथे परत येऊन सरकार ताब्यात घेण्यासाठी ते लढा देत आहेत.''

'रवांडीज पॅट्रिऑटिक फ्रंट', म्हणजेच आरपीएफसंबंधी मला माहिती होती आणि मला हेही माहीत होतं की, ते केवळ हुतू सरकार उलथवून टाकण्यासाठी लढत नव्हते; ज्या देशात स्वातंत्र्य व समता आहे, अशा देशात त्यांना राहायचं होतं. बहुतेक आरपीएफ सैनिक – बंडखोर – हे देशाबाहेर हाकलून दिलेले तुत्सी होते किंवा त्या निर्वासितांची ती मुलं तरी होती.

सन १९५९ व १९७३ मध्ये उफाळलेल्या दंग्यांच्या वेळी, तसंच वेळोवेळी जेव्हा जेव्हा जहाल मतवादी हुतूंनी लाखो तुत्सींची निघृण हत्या आरंभली; त्या-त्या वेळी लाखो तुत्सींनी देशातून पलायन केलं. त्यांचे आणि त्यांच्या कुटुंबीयांचे जीव वाचवण्यासाठी ते परागंदा झाले. गाहिगी सर त्या बंडखोरांना परदेशी म्हणून संबोधित होते, कारण त्यांच्यापैकी बहुसंख्य जण शेजारच्या युगांडा वा झायरे या देशात लहानाचे मोठे झाले होते. पण त्याचं खरं कारण असं होतं की, राष्ट्राध्यक्ष हब्यारीमाना यांनी अशा परदेशस्थांना रवांडामध्ये प्रवेश करण्यास मज्जाव करण्याच्या योजनेचा जोरदार पाठपुरावा केला होता. त्यांनीच ही तुत्सींची परदेशी फौज तयार केली. रवांडाच्या तुत्सींची एक सबंध पिढी रवांडाबाहेरच वाढली, ज्यांनी आपल्या मातृभूमीमध्ये पाऊलही ठेवलं नव्हतं.

गाहिगींनी अशा गोष्टींचा उल्लेख टाळला, पण जेव्हा जेव्हा तुत्सींनी जहाल मतवादी हुतूंना प्रतिकार केला, तेव्हा तेव्हा काय घडलं, हे त्यांना पक्कं ठाऊक होतं. ''तुत्सींना हे फार त्रासदायक ठरेल. यातून मोठे हत्याकांड होईल. म्हणून आपण प्रार्थना करू या की, सरकार व बंडखोरांमध्ये शांततामय समझोता होईल

आणि रक्ताचे वाहणारे पाट रोखता येतील.''

आमचा अभ्यासवर्ग संपल्यातच जमा होता. तो हल्ला आणि तुत्सी हल्लेखोर येथपर्यंत पोहोचले, तर आपण काय करायचं याबद्दलच सर्व मुली चर्चा करीत होत्या. माझ्या दोन तुत्सी वर्गमैत्रिणींबरोबर मी शांतपणे दुसऱ्यांच्या नजरा टाळत बसून होते. माझ्या मनात दडलेल्या लाजेचं हळूहळू रागात रूपांतर झालं. तुत्सींना किती निर्दयपणे वागवलं जात होतं, त्यावर मी विचार करू लागले. आरपीएफच्या बंडखोरांबद्दल मला मनोमनी आपुलकी वाटू लागली आणि त्यांनी सरकारी सैनिकांचा नि:पात करावा व हा भेदभाव एकदाचा संपवून टाकावा, असं मला वाटू लागलं. पण दिवसअखेरीस मी जेव्हा माझ्या गावाचा आणि माझ्या कुटुंबाचा विचार करू लागले, तेव्हा माझ्या रागाचं रूपांतर भीतीत झालं. मी डोळे बंद करून घेतले आणि देवाची प्रार्थना केली. माझ्या कुटुंबीयांच्या सुरक्षिततेची देवाकडे याचना केली. त्यांच्यावाचून आपण जगू तरी कसे शकू, हेच मला कळत नव्हतं.

आमच्यापैकी बऱ्याच मुली उत्तरेकडच्या होत्या आणि तिथे लढाईचा जोर अधिक होता. शाळेच्या संचालकांनी ताज्या घडामोडी समजण्यासाठी आम्हाला रेडिओवरील बातम्या ऐकण्याची परवानगी दिली. पण राष्ट्रीय रेडिओ वृत्तांतून बहुतेक वेळा द्वेष पसरवणारा प्रचारच होत होता. निवेदक ठासून सांगत की, बंडखोर हे जंगलामधून प्राण्यांसारखं राहतात, नरमांस भक्षण करतात आणि माकडांबरोबर शारीरिक संबंध ठेवून असतात. त्यांनी सांगितलं की, हे बंडखोर आता इतके पाशवी झालेत की त्यांना शिंगं फुटलीयत. 'ही बंडखोर झुरळे फार लबाड आहेत. ती केव्हाही, कुठेही हल्ला करू शकतात.' म्हणून रवांडाच्या नागरिकांना सावध राहण्याचा सल्ला ते देत होते. या बातम्यांमुळे आधीच घाबरलेल्या मुलींच्या मनात चित्रविचित्र कल्पनांचे काहूर माजले. त्यांच्यापैकी एकीच्या डोक्यावर तर इतका परिणाम झाला होता की, तिनं मला ठार करायचंच बाकी ठेवलं.

माझ्या खोलीत राहणाऱ्या एकीला – दानिदाला – बंडखोर सैनिकांबद्दल केलेली भयानक वर्णनं शब्दश: खरी वाटली. त्या रात्री बाथरूमला बाहेर जाताना मी तिला बहुतेक जागं केलं. बाहेर थंडी होती, त्यामुळे मी डोक्याला स्कार्फ गुंडाळला होता आणि ऊब टिकून राहण्यासाठी ढगळ पायजमा घातला होता. माझा हा अवतार जरा भयानकच दिसत असावा, कारण मी जेव्हा खोलीत परत येण्यासाठी दरवाजा उघडला, तेव्हा दानिदानं माझ्याच तोंडावर दरवाजा दाणकन ढकलून दिला. संपूर्ण परिसर तिच्या किंचाळण्यानं दणाणून गेला.

''वाचवा, मला वाचवा! अरे देवा, वाचव रे!! तो आरपीएफचाच सैनिक आहे. तो आम्हाला मारायला आलाय. आम्हाला तो खाऊन टाकेल... त्याच्या डोक्यावर शिंगंही आहेत.''

मी दानिदाचा आवाज ओळखला व शांतपणे म्हटलं, ''दानिदा, मी सैनिक नाही, मी इम्माकुली आहे. मला शिंगंबिंगं काही नाहीत... मी स्कार्फ घातलाय.''

मी अंगणातील खडीवर दणकट पावले पडत असल्याचं ऐकलं आणि गर्रकन मागे वळले. शाळेचा तगडा पहारेकरी त्या अंधारात त्याच्या हातातील भाला सरळ माझ्या छातीवर रोखत माझ्यावर चाल करून येत होता. माझ्या पायांतलं त्राणच निघून गेलं आणि मी जमिनीवर कोसळले. माझ्यापासून काही इंचांवरच तो थांबला.

''ओह जीझस ख्राईस्ट! इम्माकुली, मी तुला जवळजवळ खतमच करण्याच्या बेतात होतो. कोण ते एवढ्या मोठ्यानं किंचाळतंय?'' त्यानं विचारलं.

तोपर्यंत खोलीतील प्रत्येक मुलगी ओरडू लागली होती आणि त्या गोंगाटात माझं बोलणं त्याच्या कानी पडावं, म्हणून मलाही मोठ्यानं ओरडावं लागलं.

मुलींची खात्री पटवण्याचा अनेक पहारेकरी अर्धा तास प्रयत्न करीत होते की, दार उघडण्यात काहीही धोका नव्हता; पण त्या काही बधल्या नाहीत. शेवटी शाळेच्या संचालिकेला पाचारण करून तिच्याकडील चावीनं दरवाजा उघडावा लागला. एकदा आत गेल्यावर तिनं आम्हाला लांबलचक भाषण दिलं; आमच्या भावनांना अशाप्रकारे मोकाट सोडल्याने काय भयंकर परिस्थिती उद्‌भवू शकते, याबद्दल तिनं आम्हाला सुनवलं.

पण शाळेतील तणाव फक्त आमच्या कल्पनांचा खेळ नव्हता. एका दुपारी आम्ही सहलीसाठी बाहेर पडलो होतो आणि स्थानिक हुतूंच्या एका घोळक्याजवळून जात होतो. त्यांच्यातील एक जण हातातील सुरा वर करून माझ्याकडे पाहून फिरवत होता. ''ती बघ – किती उंच आहे.'' तो गुरगुरला, ''तुलाच प्रथम खतम करू... आणि तुझे बंडखोर भाऊबंद जे करताहेत, त्याची किंमत तुला मोजायला लावू!''

माझ्या पोटात ढवळलं आणि मला वाटलं, आता उलटी होणार. शस्त्र उगारून प्रथमच मला कुणी धमकावलं होतं आणि यावर कशी प्रतिक्रिया द्यावी, तेच मला समजत नव्हतं. मी वसतिगृहाकडे धूम ठोकली आणि यापुढे शाळेच्या सहलीबरोबर जायचं नाही, असं ठरवलं. मी माझ्या उंचीला शिव्याशाप दिले आणि मला आश्चर्य वाटत होतं की, या माझ्या देशात उंच असणं, हा गुन्हा का असावा? मी काय करणं उचित होतं? मी उंची थोपवू शकत नव्हते आणि तुत्सी असणंही टाळू शकत नव्हते!

दुसऱ्या दिवशी दोन तासांच्यामध्ये क्लेमेंटाईन माझ्याजवळ आली आणि माझ्या कानात कुजबुजली, ''इम्माकुली, चल माझ्याबरोबर. त्या सुरा घेतलेल्या माणसासारखं कुणी आपल्याला शोधत आलं, तर काय करायचं, ते मी तुला दाखवते.''

एका बंदिस्त इमारतीमध्ये जिथे विविध उपयोगांची उपकरणं बसवली होती, तिथे ती मला घेऊन गेली. ''इथे पंधरा हजार व्होल्ट्सपेक्षा जास्त दाबाचा विद्युत प्रवाह आहे.'' ती समजावून सांगत होती, ''हुतूंच्या गुंडांनी जर शाळेवर हल्ला केला आणि

आपल्याला निसटून जाता येत नसेल, तर इथे यायचं आणि हा दांडा खाली ओढून त्यात हात घुसवायचे. एका झटक्यात आपण मरून जाऊ. इम्माकुली, त्यांच्या हातून हालहाल करून घेण्यापेक्षा, बलात्कार करून त्यांनी मारण्यापेक्षा, असं विजेच्या झटक्यानं मरून जाणं बरं. मरण्यापूर्वी त्यांनी माझ्या शरीराची विटंबना केलेली मला नकोय. असं आश्चर्यानं माझ्याकडे बघू नकोस. अशा दंग्याधोप्याच्या वेळी निसटून जाण्याचा मार्ग उपलब्ध नसल्यानं तुत्सी बायकांवर बलात्कार झाल्याच्या व त्यांना छळाला सामोरं जावं लागल्याच्या अनेक गोष्टी मी ऐकल्या आहेत.''

मी मान हलवून सहमती दर्शवली. जीवनाचा अशा प्रकारे शेवट करण्याबद्दल बोलणं चमत्कारिक होतं आणि आम्ही तेव्हा फक्त एकोणीस वर्षांच्या होतो. पण दुसऱ्या पर्यायांपेक्षा तोच बरा वाटत होता. याबद्दल कुणालाही काही कळू न देण्याबद्दल आम्ही आणाभाका घेतल्या आणि वचनबद्ध राहण्याचं ठरवलं. कारण शाळेच्या अधिकारी वर्गास आमच्या योजनेचा जर सुगावा लागला, तर ते इलेक्ट्रिक बॉक्सला ताबडतोब कुलूप ठोकतील, अशी भीती होती.

काय घडतंय, हे जाणून घेण्यासाठी आम्ही रेडिओवरच्या बातम्या ऐकत होतो, पण सरकारी स्रोत खोडसाळपणे चुकीच्याच बातम्या देत. आम्ही ऐकलं होतं की, आरपीएफचे बंडखोर लढाई करीत-करीत किगालीला पोहोचलेत आणि त्यांनी राष्ट्राध्यक्षांच्या निवासस्थानावरही हल्ला चढवलाय. राष्ट्राध्यक्षांनी राष्ट्रीय रेडिओवर जे भाषण दिलं, त्यात त्यांनी जनतेला घरी राहण्याबद्दल खास ताकीद दिली आणि बजावलं की, जोपर्यंत रवांडाचे सैनिक, बंडखोर झुरळांना चिरडून टाकीत नाहीत, तोपर्यंत घराबाहेर पडू नका. पण त्यानंतर बीबीसीच्या बातम्यांमधून आम्हाला समजलं की, आरपीएफचे सैनिक राजधानीच्या आजूबाजूलाही पोहोचले नव्हते. राष्ट्राध्यक्ष हब्यारीमानांनीच स्वत:ची शक्कल लढवली होती आणि आरपीएफनंच हल्ला केल्याचं रेडिओवर सांगून जनतेची फसवणूक केली होती. केवळ या सबबीवर की, त्यांचे नातेवाईक देशाबाहेर होते म्हणून हजारो तुत्सींना अटकेत टाकणं सोपं होतं. ज्यांचे भाऊबंद युगांडामध्ये होते, ते रवांडातील सर्व तुत्सी त्यांच्याशी संधान बांधून होते, यावर राष्ट्राध्यक्षांचा पूर्ण विश्वास होता व त्यामुळे ते धास्तावलेही होते.

बीबीसीचं वृत्त होतं की, अनेक निष्पाप तुत्सींना तुरुंगात डांबण्यात आलं होतं, त्यामुळे रवांडामधील सर्व तुरुंग भरून गेले होते आणि खऱ्याखुऱ्या गुन्हेगारांना ठेवायला जागा नव्हती. तुत्सी कैद्यांना उपाशी ठेवत होते, त्यांचा छळ सुरू होता आणि काहींना तर ठारही मारून टाकलं होतं.

मी नाताळच्या सुट्टीत घरी गेले, तेव्हा मला समजलं की, बाबांनाही तुरुंगात टाकलं होतं. मी मताबाला बसमधून उतरले आणि आमची फार पूर्वीपासूनची

शेजारीण – जिची अफवा पसरवण्याबद्दल ख्याती होती ती – मॅडम सिराके समोरच भेटली. "ये बेटा, माझ्या मिठीत ये. तुला बघून इतकं बरं वाटलं... आणि किती रोडावलीस! तिथल्या नन्स तुला खायला-प्यायला देतात की नाही?" आजीबाई रडत-रडत म्हणाल्या.

"हो – हो तर! त्या आम्हाला छान छान जेवू घालतात. पण तरी मी घरच्या जेवणासाठी भुकेली आहे."

"आणि तुला बघून तुझ्या बाबांना त्यांच्या बाबतीत घडलेल्या रामायणानंतर तर फार आनंद होईल."

"का, काय झालं?"

"मुली, तुला नाही समजलं?"

माझ्या छातीत धडधडू लागलं. लढाई सुरू झाल्यापासून त्यांची-माझी भेट नव्हती आणि गेले कित्येक आठवडे घरची काही वार्ताही कळली नव्हती.

"मला वाटलं, तुला नक्की ठाऊक असणार." मॅडम सिराके म्हणाली, "तुझ्या वडिलांना तुरुंगात टाकलं होतं."

जड अंत:करणानं मी झाडाच्या बुंध्यावरच बसले. मी कल्पनाच करू शकत नव्हते, की तुरुंगात टाकण्यासारखं बाबांनी काय केलं असणार... केवळ, तुत्सी असल्यामुळे असणार. मला आईचीच काळजी वाटली, कारण वडिलांच्या अटकेचा ताण आल्यानं तिचा अस्थमा उफाळून आला असणार. माझ्या घरापर्यंतचा तीस मिनिटांचा रस्ता मी धावत-पळतच पार केला आणि माझी प्रतीक्षा करत दारातच उभी असलेली आई मला दिसली.

"कशी आहेस गं बेटा?" तिनं विचारलं आणि मला मिठीत घट्ट कवटाळलं. वडिलांच्या अटकेसंबंधी ती काहीच बोलली नाही... तिने नेहमीच दु:खद गोष्टी आमच्यापासून दूर ठेवायचा प्रयत्न केला आणि त्यात कधीही बदल होणार नव्हता, हेही मला दिसत होतं.

"इम्माकुली, चल – तुला भूक लागली असेल. तू अंघोळ आटप. मी तोपर्यंत तुझ्यासाठी काही खायला करते. दामासिन अन् व्हिएन्ना कुठे बाहेर गेलेत आणि एमेबल अजून युनिव्हर्सिटीमधून यायचाय. तुझे बाबा कामात आहेत, पण मला माहिती आहे, तेही तुला भेटायला फार आतूर आहेत."

"सर्व जण छान आहेत ना? की, कुणाला काही झालं होतं?"

"सर्व जण अगदी मजेत आहेत."

"हे बघ आई, आता कृपा कर. मला आधीच समजलंय की, बाबांना तुरुंगात डांबलं होतं. त्यामुळे आता काही आडपडदा न ठेवता मला सर्व सविस्तर सांग बघू –"

आईला एकदम हायसं वाटलं. आता तिला स्वत:ला ती वाईट गोष्ट सांगायची

नव्हती. त्यामुळे खाली बसत तिनं मला सर्व हकिगत सांगितली.

युद्धाला नुकतंच तोंड फुटलं होतं आणि चार सरकारी सैनिक माझ्या वडिलांच्या कामाच्या ठिकाणी घुसले. बाबांचे हात पाठीमागे बांधले, किबुयेच्या तुरुंगात ओढत घेऊन गेले आणि त्यांच्या सहा तुत्सी मित्रांसह त्यांना तुरुंगात टाकलं. पहारेकऱ्यांना सक्त ताकीद होती की, त्यांना बरेच दिवस अन्नपाणी द्यायचं नाहीये. सरतेशेवटी बाबांनी तेथील एका पहारेकऱ्याला पैसे देऊन फितवलं आणि तेथून जवळच राहणाऱ्या माझ्या आत्याला – सिसिलीला – निरोप दिला. सिसिलीने वडिलांसाठी व त्यांच्या मित्रांसाठी जेवण नेलं आणि पैसे चारून ते आत पोहोचवण्याची तजवीज केली.

दोन आठवड्यांनंतर बाबांना समजलं की, त्यांना अटक करण्याचा हुकूम त्यांचा पूर्वीपासूनचा हुतू मित्र किबायी यानेच दिला होता, जो आता त्या जिल्ह्याचा प्रमुख (त्या भागाचा प्रभावी महापौर आणि शक्तिशाली राजकीय नेता) झाला होता. किबायी अन् बाबा वर्गमित्र होते आणि लंगोटीयार होते. आंतरराष्ट्रीय दबावामुळे राष्ट्राध्यक्ष हब्यारीमानांनी निष्कारण तुरुंगात टाकलेल्या हजारो तुत्सी कैद्यांच्या सुटकेला मान्यता दिली, त्यामुळे किबायी स्वत: तुरुंगात गेला आणि पहारेकऱ्यांना वडिलांना अन् त्यांच्या मित्रांना सोडण्यास सांगितलं. किबायीने वडिलांना अन्नपाणी न देण्यासाठी स्वत: पहारेकऱ्यांना फर्मावले होतं, त्यामुळे वडिलांना जिवंत पाहून त्याला आश्चर्यच वाटलं. हे सर्व काहीतरी गैरसमजातून घडलं, असं सांगत त्याने वडिलांची हात जोडून माफी मागितली आणि तो स्वत: फारच अस्वस्थ झाल्याचं छान नाटक केलं.

त्या रात्री जेवण झाल्यावर आम्ही असंच कोंडाळं करून बसलो होतो. तेव्हा बाबांवर ओढवलेल्या प्रसंगाचा विषय मी काढला, तेव्हा बाबाच म्हणाले, ''तो एक समजुतीचा घोटाळा होता. किबायी वरून आलेल्या हुकमांचे फक्त पालन करीत होता. त्यामध्ये वैयक्तिक असं काही नव्हतं. या गोष्टी अगदी राजकीय स्वरूपाच्या असतात आणि तुम्ही पोरांनी त्यात लक्ष न घातलेलं बरं. हा विषय आपण इथेच संपवू या.''

आमचे वडील इतके क्षमाशील असतील, यावर माझ्या भावांचा विश्वास नव्हता. किबायीला ते लहानपणापासून ओळखत होते आणि वडिलांशी तो असा वागला, याचा त्यांना फारच राग आला होता.

''बाबा, किबायी तुमचा मित्र होता. तो जर तुमचा शत्रू असता, तर काय झालं असतं याची कल्पना तर करा. तुम्ही त्यांची बाजू का घेताय? जे तुम्हाला मारायला टपलेत, त्यांना पाठीशी का घालताय? हे युद्ध संपेपर्यंत आपण देशाबाहेर जाऊ या. निदान आईला आणि इम्माकुलीला इथून दूर पाठवू. मला त्यांची फार काळजी वाटतेय.'' एमेबलने सांगितलंच.

''छे, छे, तुम्ही नसता त्रागा करताय... सर्व सुरक्षित आहेत. पूर्वी होती त्यापेक्षा

आता परिस्थिती बरी आहे आणि हे सर्व राजकारणापोटी आहे. तुम्ही मुलांनी काळजी करण्याचं काहीच कारण नाही. बघा, सर्व ठीक होईल.'' वडिलांनी आम्हाला भरवसा दिला.

आईनं माझ्या भावांना कळवळून सांगितलं की, इतर तरुण तुत्सींप्रमाणे पळून जाऊन तुम्ही आरपीएफमध्ये भरती होऊ नका. ''तुमच्यापैकी एका मुलाने जरी बंडखोरांशी हातमिळवणी करून लढाईत भाग घेतला तर लक्षात ठेवा – तुम्हाला या जगात आई दिसणार नाही. त्या धक्क्याने मी मरून जाईन. तुम्हाला आई जर नकोशी झाली असेल, तर आत्ताच निघा आणि बंडखोरांना सामील व्हा. पण तुमचं आईवर जर प्रेम असेल, तर तुमच्यापैकी प्रत्येकानं, आत्ता इथे मला वचन द्या – तुम्ही परागंदा होणार नाही आणि मला यातना देणार नाही. चला उठा, मला वचन द्या!''

आईने असा काही आकांत केला की, माझ्या भावांनी तिला पुन:पुन्हा वचन दिलं की, काही झालं तरी ते बंडखोरांना सामील होणार नाहीत.

मी लिसीला परत गेले. हायस्कूलचे शेवटचे महिने पुरे केले आणि युनिव्हर्सिटीची प्रवेशपरीक्षा देऊन टाकली. पुन्हा एकदा मला उत्कृष्ट मार्क मिळाले आणि मी सर्वप्रथम आले. पण प्रवेश मिळण्याची आशा कमी होती. वांशिक समानता आणण्यासाठी आरपीएफ लढा देत असले, तरी सद्य परिस्थितीत असं वाटत होतं की, माझी शैक्षणिक कारकीर्द आता संपुष्टात येणारेय.

'लिसी'मधील माझ्या मैत्रिणींचा मी निरोप घेतला आणि उन्हाळ्याच्या सुट्टीसाठी घरी येऊन दैवानं माझ्या पुढ्यात काय वाढून ठेवलंय, त्याची वाट बघत बसले. युद्धाचा जोर वाढतच होता. बंडखोरांची सरशी होतच होती आणि रवांडाच्या परदेशातील निर्वासितांना पुन्हा देशात आश्रय देऊन, हुतूंबरोबर सत्तेमध्ये सहभागी करून घेण्यासाठी दबाव वाढत होता.

या सर्व घटनांचा माझ्या आईच्या मनावर इतका जबरदस्त आघात झाला होता की, तिनं मांत्रिकाचा सल्ला घ्यायला सुरुवात केली. मला आठवतंय, अशीच एक जण घरी यायची आणि स्वयंपाकघरात बसून त्यांची बोलणी चालायची. आईनं तिला विचारलं होतं की, हे युद्ध संपून पुन्हा आपल्याला शांतता मिळेल की नाही?

''मला आत्ता आपल्याभोवती वादळ जमा झालेलं दिसतंय. पण हे छोटंसं वादळ आहे.'' त्या मांत्रिक बाईनं आईला सांगितलं, ''यानंतर मोठ्ठं वादळ येत आहे. ते एकदा आलं की, वीज कोसळून सर्व जमीन भाजून निघेल. ढगांच्या गडगडाटानं कानठळ्या बसतील आणि त्या महापुरात आपण सर्व वाहून जाऊ. वादळाचं थैमान तीन महिने चालेल आणि त्यात पुष्कळ जीवितहानी होईल. जे वाचतील, त्यांना आधारासाठी ओळखीचे कुणी नसेल. सगळे सगेसोयरे यमसदनास गेलेले असतील.''

■

विद्यापीठाकडे प्रस्थान

सन १९९१ मधील उन्हाळ्याच्या शेवटाला एक अशक्य कोटीतील गोष्ट घडली. बुटारे येथील नॅशनल युनिव्हर्सिटीनं मला शिष्यवृत्ती देऊ केली होती.

मी युनिव्हर्सिटीमध्ये जाण्याचं स्वप्न आयुष्यभर पाहत होते आणि अचानक, अकल्पितपणे ते सत्यात साकारलं – माझ्यासमोरील बरेच अडथळे पार करून!

माझ्या आई-वडिलांना जेव्हा ही बातमी समजली, तेव्हा ते इतके भारावून गेले होते की, त्यांना एका जागी स्वस्थ बसवत नव्हतं. सर्व जण खाण्या-पिण्याच्या तयारीला लागले. अशा प्रसंगी रवांडाच्या परंपरेनुसार दणदणीत पार्टी देऊन त्यांना ते सर्व साजरं करायचं होतं.

''आपल्या कुटुंबातील तू पहिली मुलगी, जी शिक्षणासाठी युनिव्हर्सिटीत जात आहे आणि हे रीतसर प्रत्येकाला ताबडतोब समजायलाच हवं!'' त्यांनी घोषणाच केली. बाबांची छाती अभिमानानं फुलली होती. दुसऱ्याच दिवशी सभोवतालच्या खेड्यांतील माझी आजी, आत्या, काका, चुलत भावंडं यांना ही बातमी कळवण्यासाठी त्यांनी माझी रवानगी केली.

भोजनाचा आस्वाद घेत, हसत-खिदळत, भविष्यात येऊ घातलेल्या चांगल्या गोष्टींच्या गप्पा मारत आम्ही रात्रभर जागे होतो. त्या रात्री माझे आई-बाबा मला खूप तरुण वाटले, जसं काही त्यांच्या खांद्यावरचं मोठं ओझं उतरलंय.

माझ्या आईला खूप आनंद झाला होता. ''इम्माकुली, तुझं भविष्य फार उज्ज्वल आहे.'' ती म्हणाली, ''आता तुझ्या आयुष्याला तू पाहिजे तसं वळण देऊ शकशील. आपली मान नेहमी ताठ ठेव आणि उगीच दुसऱ्याच्या ओंजळीनं पाणी पिऊ नकोस.''

वडिलांनी माझं अभीष्ट चिंतन केलं आणि वडीलकीच्या नात्यानं पुष्कळ सल्ला दिला. ''युनिव्हर्सिटीमधून बहुतेक करून मुलंच शिकत असतात आणि त्यांच्याएवढी तू हुशार असणं अपेक्षित नसतं. पण मला खात्री आहे की, कोणत्याही पुरुषाइतकीच; किंबहुना त्यांच्यापेक्षा थोडी सरसच तुझी प्रगती असेल. तू तुत्सी असल्यानं विद्यापीठात

प्रवेश मिळवणं म्हणजे एक लढाईच होती. पण तो मोठा अडथळा आता मागे पडलाय. आता सर्व तुझ्यावर अवलंबून आहे. अभ्यासासाठी भरपूर मेहनत घे आणि देवाची प्रार्थना करत जा. आणि आमची अशीच शिस्तप्रिय, सुंदर, दयाळू मुलगी मोठी होताना पाहण्याचे भाग्य आम्हाला मिळू दे.''

त्यांच्या त्या सुंदर भावपूर्ण शब्दांनी माझं मन भरून आलं. ''बाबा, काळजी करू नका.'' मी म्हणाले, ''मी तुम्हाला आणि आईला मान खाली घालण्याची वेळ येऊ देणार नाही. तुम्हाला अभिमान वाटेल, असंच मी वागेन.''

मला मानसशास्त्र व तत्त्वज्ञान हे विषय शिकायचे होते. त्यामुळे माणसाच्या हृदयातील व मनातील अंतर्गत घडामोडींच्या कार्यपद्धतीबद्दल समजून घेता आलं असतं; पण काही विशिष्ट अभ्यासक्रमांसाठी आणि जागा उपलब्ध असेल, त्यानुसार शिष्यवृत्ती दिल्या जात होत्या. कोणताही विषय मुख्य म्हणून निवडायची मुभा नव्हती. सरकारनं मला 'अप्लाइड सायन्स' हा विषय नेमून दिला होता, तेही छानच झालं. माझ्या भावांवर कुरघोडी करण्यासाठी 'लिसी'मध्ये असताना मी गणित व पदार्थविज्ञान हे विषय घेऊन प्रावीण्य मिळवलं होतं, त्याचा आता फायदा होणार होता. मी माझ्या बॅगा भरल्या आणि माझ्या गावापासून आग्नेय दिशेला, चार तासांच्या अंतरावर असणाऱ्या बुटारे शहराकडे प्रयाण केलं.

जेव्हा मी युनिव्हर्सिटीमध्ये आले, तेव्हा मला दिसलं की, 'लिसी'मधील माझ्या सहा मैत्रिणींना – क्लेमेंटाईन धरून – शिष्यवृत्ती मिळाली होती. माझी आणखी एक मैत्रीण सारा एक वर्ष आधीपासून तिथेच शिकत होती आणि माझ्या येण्याची वाटच पाहत होती. कारण आम्हाला एकाच खोलीत राहायचं होतं. आधीच्या होस्टेलमध्ये एकाच खोलीत दाटीवाटीनं दिवस काढल्यानंतर इथे फक्त एकाच मुलीबरोबर राहायची सोय म्हणजे एक खास पर्वणीच होती. क्लेमेंटाईन आमच्या खोलीत वरचेवर यायची आणि आम्ही ती पूर्वीची आठवण काढून हसायचो – युद्धाच्या सुरुवातीच्या काळात विजेच्या झटक्यानं मरून जाण्याचा आम्ही जो बेत केला होता, तो अमलात आणला नाही म्हणून किती बरं झालं; नाहीतर आपण या युनिव्हर्सिटीतील मजेला मुकलो असतो, हे आठवून हसू यायचं.

माझा अभ्यासक्रम मला आवडायचा आणि मी अभ्यासही खूप करीत होते. युनिव्हर्सिटीतील स्वातंत्र्य व मजा यांचाही उपभोग घेत होते. माझ्या शिष्यवृत्तीमधून मला महिन्याला वरखर्चाला तीस अमेरिकन डॉलर मिळत होते. माझ्या दृष्टीनं तर ते खूपच होते. आयुष्यात प्रथमच मी कुणावर अवलंबून नसल्याचं, मोठी झाल्याचं जाणवलं. शाळेसारखा गणवेश घालायची आता मला जरुरी नव्हती आणि मैत्रिणींबरोबर गावात जाणं, कपडे खरेदी करणं मला परवडण्यासारखं होतं. मी खूप आनंदात होते.

एकंदरीतच सहजीवनाचा आनंद होता. कॉफी शॉपमधील गप्पा-टप्पा, रविवारचा सिनेमा, दर दुसऱ्या शनिवारी कँपसमध्ये होणाऱ्या नाचात मी भाग घेत असे. मी नाट्य क्लबचीही सभासद होते. संगीताच्या आणि नृत्याच्या सर्व कार्यक्रमांत भाग घेत होते, जे पाहण्यासाठी बहुतेक प्रसंगी बुटारेच्या नगराध्यक्षांची उपस्थिती असे. खास करून धार्मिक नाटकांतून काम करणं मला आवडायचं. एकदा तर मला माझ्या आवडत्या व्हर्जिन मेरीची भूमिका करावयाची संधी मिळाली. या सर्वांतूनही प्रार्थना करण्यासाठी मी नेहमीच सवड काढीत असे. मला असंही लक्षात आलं की, जास्त श्रद्धेनं ध्यानधारणा करण्यानं मला चित्त अधिक एकाग्र करता आलं आणि त्याचा फार फायदा झाला. मी आठवड्यातून अनेक वेळा चर्चमध्ये जात होते आणि माझ्या मैत्रिणींचा एक प्रार्थना समूह जमवला होता.

मी इतकी व्यग्र होते की, घरच्या आठवणीनं उदास होण्यासाठी उसंतच नव्हती. पण बाबांच्या पत्रांतून त्यांचा उदासपणा जाणवायचा आणि आपण वरचेवर घरी जायला पाहिजे, ही जाणीव व्हायची. आता व्हिएन्नीही बोर्डिंग स्कूलमध्ये गेला होता. त्यामुळे परिस्थितीशी जमवून घेताना आई-बाबांना आणखीनच जड जात होतं. 'घरात एकही मूल नसलं की जरा विचित्रच वाटतं.' बाबांनी लिहिलं होतं, 'घर अगदी ओकंबोकं वाटतं. कधी कधी मी व तुझी आई एकमेकांकडे बघून म्हणतो, हसणं-खिदळणं कुठं गायब झालं? इम्माकुली, तुला मुलं होतील, तेव्हा त्यांच्याबरोबर मिळणाऱ्या प्रत्येक मिनिटाचा आनंद घे, कारण ती पटकन केव्हा निघून जातात, ते समजतच नाही....'

आमच्याच इथे शिकणाऱ्या जॉन नावाच्या एका मुलाशी माझा परिचय झाला. तो मताबातील माझ्या काही मैत्रिणींना ओळखत होता. तो माझ्यापेक्षा तीन वर्षांनी मोठा होता आणि रोजच माझ्यासमोर अचानकपणे दत्त म्हणून उभं राहण्याची त्याची एक विचित्र सवय होती. तो मला फिरायला न्यायचा, माझी पुस्तकं स्वतः सांभाळायचा आणि त्यानं त्याच्या मित्रांशीही माझी ओळख करून दिली होती. तो एक छान उमदा तरुण होता आणि खूप नम्र व विचारीही होता. आम्ही जंगलात दूर फिरायला जायचो आणि आयुष्यात आपल्याला कोणत्या गोष्टी महत्त्वाच्या वाटतात, यावर चर्चा करायचो. देव, कुटुंब व चांगलं शिक्षण हे अत्यंत महत्त्वाचं. आमची चांगली जोडी जमली आणि पुढील दोन वर्षांत आम्ही सहजीवनाचा गांभीर्याने विचार करू लागलो. जॉन हुतू होता, तो मुद्दा गौण होता; पण जॉन प्रोटेस्टंट होता आणि एका धर्मगुरूचा मुलगा होता, याची वडिलांना जरा काळजी वाटायची.

"तू कॅथॉलिक आहेस, याचा विसर पडू देऊ नकोस." बाबांनी मला बजावून सांगितलं. "जॉन चांगलाच मुलगा असावा आणि तुमच्या एकांतातील गाठी-भेटींनाही माझी हरकत नाही, पण तो तुझा पंथ बदलायचा प्रयत्न करणार

नसेल तर!'' बाबा इतर बाबतीत पुरोगामी विचारांचे होते, पण हाडाचे कॅथॉलिक होते.

माझी युनिव्हर्सिटीतील पहिली दोन वर्षं वाऱ्यासारखी निघून गेली. सर्व आलबेल होतं. माझी अभ्यासातील प्रगती उत्तम होती, कुटुंब स्वस्थ होतं आणि माझं आयुष्य आनंदमय व मजेत चाललं होतं. किंबहुना ते इतकं मजेत चाललं होतं की, कधी कधी बाहेर युद्ध सुरू आहे, याकडे लक्षही जायचं नाही. पण इतर वेळी ते विसरणंच शक्य होत नव्हतं.

शांततेसाठी बोलणी व्हायची, फिस्कटायची, युद्धविराम घोषित व्हायचे, पुन्हा मागे घ्यायचे. एकीकडे हे होत असलं, तरी बंडखोर तुत्सी आणि सरकारी सैनिक यांच्यात उत्तरेकडे घनघोर युद्ध सुरू होतं. मोठमोठ्या गावांतून आणि शहरांतून कडव्या विचारसरणीचे राजकीय पक्ष पुढे येत होते आणि एकमेकांचा खुनशी प्रतिकारही करीत होते. निरनिराळ्या पक्षांच्या युवा मंचांमध्ये बेरोजगार तरुणांचा भरणा होत होता, कारण त्यांना दुसरं काहीच काम नव्हतं. दारू आणि मादक द्रव्यं फुकटात मिळत होती, म्हणून रस्त्यावरचे गुंड त्यात सामील झाले होते.

राष्ट्राध्यक्ष हब्यारीमानांच्या पक्षानेही तरुणांची एक चळवळ उभी केली होती, जिला इंटराहामवे म्हणजे झुंडीने हल्ला करणारे म्हणत. हजारो बेघर तरुण या संघटनेकडे आकर्षित झाले आणि एखाद्या संसर्गजन्य रोगासारखी ती देशभर पसरली. ती हुतूंची एक अतिरेकी संघटनाच झाली, जिला सरकारी सैनिक लढण्याचं व ठार मारण्याचं प्रशिक्षण देत होते. ते झुंडीझुंडीनं फिरायचे आणि त्यांच्या अंगावर गडद तांबडा, पिवळा व हिरव्या रंगाच्या डिझाईनचा – त्यांच्या पक्षाच्या ध्वजासारखा मोठ्या प्रिंटचा ढगळसा शर्ट असायचा. त्यांनी त्यांची संघटना असल्याचा कितीही आव आणला, तरी मला मात्र ते रस्त्यावर मोकाट सुटलेले गुंड वाटायचे.

मी १९९३च्या ईस्टरच्या सुट्टीत इंटराहामवेंना प्रथम पाहिलं. मी जॉनबरोबर किगालीला गेले होते. सारा व तिच्या आई-वडिलांना भेटायला आम्ही चाललो होतो आणि ट्रॅफिकमध्ये आमची बस अडकली. आम्ही बस सुरू होण्याची वाट पाहत असताना मी खिडकीबाहेर नजर टाकली आणि पाहिलं की, तरुणांच्या एका घोळक्यानं एका मध्यमवयीन तुत्सी बाईला घेरलं होतं. ती बहुधा बाजारातून सामान घेऊन घरी जात असावी. त्या मुलांनी अगदी सहज त्या बाईच्या हातातील पर्स काढून घेतली, दागिने खेचून घेतले, हातातील सामान पळवलं आणि तिला धक्का देऊन खाली पाडलं. त्यानंतर बूट ओढून काढले आणि तिचा ड्रेस फाडून टाकला. माध्यान्हीची वेळ होती. रस्त्यावर रहदारी होती, पण तिच्या मदतीला धावून जाण्याची हिंमत कुणीही दाखवली नाही. प्रत्येकानंच दुर्लक्ष केलं.

मी जागेवरून पटकन उठले आणि त्यांना थांबवण्यासाठी खिडकीतून ओरडून

सांगायला सुरुवात केली. पण जॉननं मला खाली ओढलं. ''एक शब्दही बोलू नकोस.'' त्यानं आज्ञेच्या सुरात सांगितलं, ''इम्माकुली, या शहरात काय चाललंय, याची तुला सुतराम कल्पना नाहीये. त्या मुलांच्या फंदात पडू नकोस, ते तुला ठार मारतील.''

''जॉन, आपण काहीतरी केलं पाहिजे. निदान पोलिसांना तरी बोलावू.''

''पोलीस काही करणार नाहीत. ही इंटराहामवे सरकारचीच माणसं आहेत. त्यांच्याशी बिलकूल बोलू नकोस... त्यांच्याकडे पाहूसुद्धा नकोस... खास करून तू तुत्सी आहेस म्हणून....''

मला घृणा आली आणि असहाय वाटू लागलं. ती मुलं निघून गेली आणि त्या बिचाऱ्या बाईची उठून उभं राहायची धडपड मी फक्त बघत राहिले. फक्त आतल्या कपड्यांवर आणि शाल सावरत ती बाई रडत-कुढत अनवाणी दूर जात होती.

त्या बाईला रस्त्यापलीकडे जाताना पाहून माझ्या मनात विचार आला, 'या असल्या गुंडांच्या ताब्यात जर आपण सत्ता दिली, तर आपलं भवितव्य निश्चितच फार धोक्यात आहे.'

काही महिन्यांनंतर तर याहीपेक्षा भयंकर प्रसंग माझ्यावर ओढवला. एका नातेवाइकाच्या लग्नासाठी मी आणि दामासिन मताबाहून बसनं किगालीला जात होतो. तो प्रवास म्हणजे रणरणत्या उन्हात, धुळीनं भरलेल्या रस्त्यावरचा दूरचा प्रवास होता. आम्ही जवळजवळ मुक्कामाला पोहोचलो होतो, तोच आमची बस अचानक थांबली.

समोरचा रस्ता अडवला गेला होता आणि इंटराहामवेचे तीनशे गुंड समोर उभे होते. त्यांनी घातलेल्या त्या विदूषकी पोशाखामुळे ते सर्वच हास्यास्पद दिसत होते, पण त्यांचे ते विस्फारलेले डोळे मात्र भेसूर वाटत होते. ते फेर धरून ज्या तऱ्हेनं नाचत होते, येणाऱ्या-जाणाऱ्यांवर ओरडत शिवीगाळ करीत होते, त्यावरून ते दारू प्यायलेले किंवा ड्रग घेतलेले होते, असं दिसत होतं. गाडी तिथून पुढे न्यायला आमचा ड्रायव्हर फार घाबरत होता, म्हणून त्याने जाहीर केलं की, तो गाडी वळवून नेणार होता. तो म्हणाला, ''ज्यांना बसायचं ते बसू शकतात, लांबच्या मार्गाने जायला दोन तास लागतील; पण ज्यांना चालत जायचंय, ते उतरू शकतात.''

''आपण बसमध्येच थांबू या.'' दामासिन म्हणाला, ''हे लोक विवेकशून्य आहेत.'' मला कोणत्याही कारणास्तव बसमध्ये थांबायचं नव्हतं आणि मुख्य म्हणजे, त्या रासवटांच्या धमकावण्यांपुढे मान तुकवायला माझा सक्त विरोध होता.

''आपणाला उतरायलाच पाहिजे, नाही तर लग्नाची वेळ टळून जाईल.'' मी म्हणाले, ''इथून चर्चही अगदी जवळ आहे.''

बसमधील अर्ध्याअधिक लोकांबरोबर आम्हीही खाली उतरलो. उतरल्यावर

हातात धारदार सुरे घेतलेले अनेक इंटराहामवे दिसले. त्यांना ओलांडून जाणाऱ्या लोकांची ओळखपत्रं ते तपासत होते. रागाने माझा तिळपापड झाला व मी ओरडून विचारले, "यांना हा अधिकार कोणी दिला?"

दामासिनला काळजी वाटली. "इम्माकुली, मला वाटतं, आपण परत जाऊ या. या लोकांबद्दल मी फार भयानक गोष्टी ऐकल्यात. आपण घरी चालत परत जाऊ या."

"चालत? चालत घरी जायचं? इथपर्यंत यायला बसला चार तास लागले. घरी चालत पोचायला आपल्याला तीन दिवस लागतील. इथे असं पोलिसासारखं उभं राहून हे लोक आपल्याला उगाचच, आपण तुत्सी आहोत म्हणून धमकावू शकत नाहीत."

मला इंटराहामवेची जितकी भीती वाटली नाही, त्यापेक्षा दामासिनच्या चेहऱ्यावरील घाबरलेले भाव पाहून अधिक काळजी वाटली. त्याच्या चेहऱ्यावर नेहमीच हसरा व खेळकर भाव असे आणि माझ्या माहितीतीला तो सर्वांत शूर तरुण होता. पण आत्ता तो खरोखरच घाबरलेला वाटला. 'आता काय करायचंय,' असं मीच नेहमी त्याला विचारायचे; पण या वेळी आपणच पुढाकार घ्यावा, असं मला वाटलं.

"चल, आपण सरळ पुढे जाऊ." मी म्हटलं, "सर्व ठीक होईल."

"तुला कसं समजलं? तुला कशावरून वाटतं की, ते आपल्याला ठार करणार नाहीत? सरकारची त्यांना काहीही करायला परवानगी आहे. पोलीस त्यांना हातही लावणार नाहीत."

"आपण जेव्हा संकटात असतो, तेव्हा दामासिन; तू नेहमी म्हणतोस, त्याप्रमाणे करू या. चल, आपण देवाची प्रार्थना करू या. तो नक्कीच आपलं रक्षण करेल."

रस्त्याच्या कडेला उभं राहून आम्ही प्रार्थना केली. आमच्यापासून तीस फुटांवर त्या संतापलेल्या दहशतवाद्यांचा घोळका उभा होता. देवाला पुरेशी उसंतही न देता आम्ही त्याची करुणा भाकत होतो. कारण चर्चमध्ये सुखरूप पोहोचण्यासाठी त्याची आम्हाला फार जरुरी होती. रस्ता जिथे अडवला होता, तिकडे चालायला मी सुरुवात केली आणि मला येताना बघून त्यातल्या दोघांनी आपले धारदार सुरे स्वतःच्या मांड्यांवर घासले.

"इम्माकुली, नको गं... तू काय करते आहेस, तुला कळतंय का?"

"हो-हो रे, अगदी सहज वागतोय असं दाखव आणि तुझी जपमाळ खिशातून काढून हातात घे बरं."

आम्ही जसे इंटराहामवेकडे निघालो, तशी मी माझी जपमाळही हातात घट्ट धरली. त्यांच्यापैकी दहा-बारा जणांनी आमच्याभोवती कोंडाळं केलं, डोक्यापासून पायापर्यंत मला न्याहाळलं आणि आमच्याकडे ओळखपत्रं मागितली. मी त्यांच्या

नजरेला नजर भिडवली आणि सहज हसत ओळखपत्रं पुढे केली. माझा धीटपणा पाहूनच ते गोंधळून गेलेत, असं मला दिसलं. त्यांना समजेना की, ही तुत्सी बाई, त्यांना आणि त्यांच्या धारदार सुऱ्यांनाही घाबरत कशी नाही? त्यांनी आमची कार्डं परत दिली आणि आम्हाला जाऊ दिलं; पण दामासिनच्या डोळ्यांत मी जी भीती पाहिली, ती मी कधीच विसरू शकले नाही. त्याची इतकी घालमेल झालेली मी प्रथमच पाहिली आणि रवांडामध्ये काही अशुभ होऊ घातलंय याचं भय माझ्या मनात घर करून राहिलं.

आमचा रस्ता अडवला गेला होता, त्यानंतर एका महिन्यानं राष्ट्राध्यक्ष हब्यारीमाना टांझानियाला गेले आणि तुत्सी बंडखोरांबरोबर शांतता करारावर स्वाक्षरी केली. या करारान्वये यादवी युद्ध संपुष्टात येऊन देशाच्या राज्यकारभारात तुत्सींचा सहभाग असणार होता. ते ऐकून फार छान वाटलं. माझी कल्पना होती की, आता रवांडामध्ये शांतता नांदेल आणि तुत्सी व हुतू आता तरी एकोप्याने अन् समानतेने राहतील.

पण शांततेच्या या आश्वासनाने विरोधाच्या आणि क्रूर हिंसाचारी दहशतीच्या ज्वाळा उलट अधिक भडकल्या. ज्या वेळी करारावर सह्या झाल्या, त्याच वेळी कर्नल थिओनेस्टे बागोसोरा तिथून तडकाफडकी बाहेर पडला. रवांडाच्या सैन्यातील काही वजनदार अधिकाऱ्यांपैकी एक – अशी बागोसोराची ख्याती होती आणि हा भयानक दिसणारा कर्नल इंटराहामवेचा प्रमुख होता. राष्ट्राध्यक्ष हब्यारीमानांना आरपीएफचा प्रमुख पॉल कागामेबरोबर हस्तांदोलन करताना पाहून बागोसोराचं पित्तच खवळलं. त्याच्या मते, कागामे हा एक तुत्सी साप होता. तुत्सींबरोबर कधीच समझोता करणार नाही, अशी त्यानं प्रतिज्ञा केली आणि दुफळीला खतपाणी घालण्यासाठी रवांडाला परतायचा त्यानं निश्चय केला.

– आणि त्यानं केलंही तसंच.

■

परत घराकडे

कित्येक सकाळी द्वेषाच्या फुत्कारांनी मला जागं केलंय. मी स्वस्थ झोपलेली असताना अचानक आर.टी.एल.एम.च्या अभद्र हाका माझ्या खोलीत, खिडकीतून आत येत आणि माझ्या स्वप्नांवर धडकत. तुम्हाला सांगते, युनिव्हर्सिटीमधील माझ्या तिसऱ्या वर्षी आर.टी.एल.एम. रेडिओ स्टेशन दहशतवादी हुतूंमध्ये अतिशय लोकप्रिय झालं होतं. तुत्सींच्या विरोधात गरळ ओकणाऱ्या व कडवा द्वेष पसरवणाऱ्या यंत्रासारखंच ते होतं.

त्या स्टेशनवरून एक दुष्ट, अनोळखी आवाज नेहमी हुतूंच्या शक्तीला आवाहन करीत असे. तुमचे तुत्सी शेजारी, तुत्सी मित्र यांच्याविरुद्ध पेटून उठण्यासाठी 'हुतूशक्ती' हा परवलीचा शब्द होता. ''ही तुत्सी झुरळं आपल्याला खाऊन टाकण्यासाठी बाहेर पडलीत. त्यांच्यावर विश्वास ठेवू नका... आपण हुतूंनी पहिला वार करायला हवा. ते आपल्या सरकारचा ताबा घेऊ पाहताहेत. आपला छळ करू पाहताहेत. जर आपल्या राष्ट्राध्यक्षांच्या केसालाही धक्का लागला, तर सर्व तुत्सींना आपण जागच्या जागी नष्ट करायलाच पाहिजे. रवांडातून तुत्सी झुरळांचा नायनाट करण्यासाठी प्रत्येक हुतूनं सहभागी होणं जरुरीचं आहे. हुतूशक्ती! हुतूशक्तीचा विजय असो!!''

अशा प्रकारे जाग येणं चमत्कारिक होतं. पण ही जाहिरातबाजीच तितकी बालिश व हास्यास्पद होती. अशा बालिश, अपमानकारक आणि अवास्तव धमक्यांना कुणी फारसं महत्त्व देत असतीलसं वाटत नव्हतं; तरीही अशा बातम्यांमधून तुत्सींना उघडपणे धमकवण्याची परवानगी हे सरकार देत होतं, हे पाहून थरकाप होत होता आणि देशाच्या अनेक भागांतून तुत्सींच्या हत्या होत असल्याचं ऐकिवात आल्यानं मी जास्त अस्वस्थ झाले होते.

युनिव्हर्सिटी परिसरातील माझ्या इतर मैत्रिणींप्रमाणे मीही प्रसारमाध्यमाच्या निवेदनावर जास्त विसंबून राहायचं नाही, असं ठरवलं. ईस्टरचा सण जवळ येत होता आणि माझ्या कुटुंबासाठी तो नेहमीच महत्त्वाचा होता. आम्ही सर्व जण मिळून हा सण साजरा करतो. मित्र-मैत्रिणी, नातेवाईक यांच्या गाठीभेटी घेऊन आणि

शेजाऱ्यांना घरी बोलावून मौजमजा करीत असू. मी यापूर्वी ईस्टरचा हा मेळावा कधीच चुकवला नव्हता. पण माझी परीक्षा जवळ आली होती आणि त्यासाठी उत्तम तयारी करून घवघवीत यश संपादण्याचं मी ठरवलं होतं. म्हणून या वेळी होस्टेलमध्ये राहावं, असं मला वाटत होतं.

माझ्या आई-वडिलांकडे फोनची सुविधा नव्हती, म्हणून त्यांना सविस्तर पत्र लिहून मी या वेळी घरी का येऊ शकणार नाही, ते कळवलं. आपल्या मुलांनी प्रगती साधण्यासाठी अभ्यासावर जास्तीत जास्त लक्ष केंद्रित करावं, यावर त्यांचा नेहमीच भर असे. त्यामुळे माझ्या अनुपस्थितीचं त्यांना फारसं वाईट वाटणार नाही, अशी मला खात्री होती.

पण माझा अंदाज अगदी सपशेल चुकला होता.

उलटटपाली बाबांचं पत्र आलं. त्यात त्यांनी घरी येण्यासाठी मनधरणी केली होती. खरं तर सुट्टी सुरू होण्याची वाट न पाहता लगेचच ये, असा त्यांचा आग्रह होता. मी त्यांना त्यांच्याजवळ हवी होते. काहीही व्यत्यय न येता मी घरी अभ्यास करू शकेन, अशी ग्वाहीही त्यांनी दिली होती. त्यांनी मनापासून केलेल्या या विनवणीमुळे माझ्या डोळ्यांत पाणी तरळलं.

'माझ्या लाडक्या लेकीस,

मला वाटतंय, शाळेनं तुला आमच्यापासून हिरावून घेतलंय. तुझी आई व मी तुझ्या सुट्टीची फार आतुरतेनं वाट पाहत असतो, कारण त्यामुळे तू घरी असशील आणि आपणा सर्वांना एकत्र राहण्याचं सौभाग्य लाभेल. तुझं इथे येणं फार जरुरीचं आहे. आम्ही तुझे आई-वडील आहोत. आमचं तुझ्यावर प्रेम आहे आणि आम्हाला तुझी फार फार आठवण येत असते... याचा कधीही विसर पडू देऊ नकोस. त्यामुळे दोन दिवसांसाठी जरी येता आलं तरी दुसऱ्या कशातही वेळ न दवडता तू आम्हाला भेटायला नक्की यायला पाहिजेस. तू आमच्याजवळ असण्याची आम्हाला फार जरुरी आहे.'

पत्र वाचून संपवण्याच्या आधीच मी घरी जाण्याचा निर्णय घेतला होता. आई-बाबांबरोबर सहा दिवस राहून सप्ताहाच्या शेवटी परीक्षेची तयारी करण्यासाठी होस्टेलमध्ये परत यायचं, असं मी ठरवलं होतं. मी प्रवासाचा बेत आखत होते, त्याच वेळी साराच्या धाकट्या भावाने – ऑगस्टिनने येऊन मला विचारलं, माझ्याबरोबर येऊन ही सुट्टी त्यानं आमच्या कुटुंबीयांसमवेत घालवली, तर चालेल का? ऑगस्टिन माझ्या भावाचा – व्हिएन्नीचा चांगला मित्र होता आणि त्याच्या किगाली येथील शाळेचं सत्र संपल्यापासून तो आमच्याच वसतिगृहात राहायला

आला होता. अठरा वर्षांचा ऑगस्टिन उंच, रुबाबदार आणि स्वभावानं खूप गोड मुलगा होता. पण व्हिएन्नी सोडून तो सर्वांशी फार भिडस्तपणे वागायचा. मी त्याला म्हटलं, "अरे, आमचा पाहुणा म्हणून तू आमच्या घरी राहायला आलास ना, तर आम्हाला खूप आनंद होईल."

ऑगस्टिनला घेऊन मी मताबाला शनिवारी दुपारी पोहोचले आणि मी आल्यानं आई-बाबांना खूप आनंद झाला. एमेबल सोडून आम्ही सर्व कुटुंबीय जमलो होतो. एमेबलला सायन्समध्ये पदव्युत्तर शिक्षण घेण्यासाठी शिष्यवृत्ती मिळाली होती आणि देश सोडून तीन हजार मैल दूर असणाऱ्या सेनेगलला त्याने प्रयाण केले होते. दामासिन किगालीहून आला होता. इतिहास या विषयात मास्टर्सची पदवी संपादन केल्यानंतर तो तिथेच हायस्कूलमध्ये शिकवीत होता. बोर्डिंग स्कूलला सुट्टी असल्यानं व्हिएन्नीही घरी आला होता. दामासिनबरोबर गावातील खबरबात घेत, गप्पाटप्पा करत मैत्रिणींना भेटून आले आणि व्हिएन्नीबरोबर खट्याळपणे वादविवाद करीत माझा पहिला दिवस सरला. दुसरा दिवस ईस्टरचा रविवार! सर्वांबरोबर छान मेजवानी झाली. देवानं भरभरून दिल्याबद्दल आम्ही त्याचे आभार मानले अन् कुटुंबातील सर्वांसाठी आणि गावातील लोकांच्या कल्याणासाठी आम्ही त्याची प्रार्थना केली... आणि एमेबलसाठी – जो एकटाच आमच्यापासून दूर होता – आम्ही देवाची खास प्रार्थना केली. आजूबाजूला राजकीय तणावाचं वातावरण होतं, तरीही आमचा वेळ मजेत गेला. मला आई-वडिलांबरोबर शांत व सुरक्षित वाटलं, काहीही झालं तरी सांत्वन करायला आई होती आणि संरक्षण करायला वडील होते. निदान मला तरी तसं वाटलं होतं.

अगदी नेहमीसारखीच ती संध्याकाळ होती आणि यापुढे आमच्यासाठी हे जग कायमचंच बदलणार होतं, यावर विश्वास ठेवणं कठीण होतं. शाळा-कॉलेज, कामकाज, गावात काय काय चाललंय यावर चर्चा करीत आम्ही हॉलमध्ये बसलो होतो. आईनं पीकपाण्याबद्दल माहिती दिली, वडिलांनी त्यांच्या कॉफी को-ऑपरेटिव्ह तर्फे शिष्यवृत्ती देऊ केलेल्या मुलांबद्दल सांगितलं. ऑगस्टिन व व्हिएन्नी आपापसात विनोद करीत मौजमजा करीत होते. मी त्या सर्वांचा आनंद घेत होते, सुस्तावले होते, घरी असण्याने सुखावले होते.

एकटा दामासिनच असा होता, ज्याला कशातही रस नव्हता. खरं तर प्रत्येक आनंदाच्या प्रसंगी तो खूप खूश, उत्साही असायचा; पण सर्व संध्याकाळभर तो चिंताक्रांत व दुःखी होता.

"दामासिन, आज तुझं काय बिनसलंय?" मी विचारलं.

माझ्या भावानं मान वर करून माझ्याकडे पाहिलं आणि ज्या क्षणी आमचे डोळे एकमेकांना भिडले, त्याला राहवलं नाही. मला सर्व भडाभड सांगत त्यानं पोटातील

मळमळ बाहेर काढून टाकली. ''इम्माकुली, मी त्यांना पाहिलं... मी मारेकऱ्यांना पाहिलं. मी बॉनच्या घरी जात होतो, तेव्हा दूरवर आम्ही त्यांना पाहिलं. इंटराहामवेचे ते रंगीत कपडे त्यांनी घातले होते आणि त्यांच्या हातात बाँबगोळे होते. इम्माकुली, त्यांच्या हातात बाँबगोळे होते!'' त्याच्या घशाला कोरड पडल्याचं जाणवलं.

त्याचं बोलणं प्रत्येकाच्या कानावर पडल्यानं खोलीत शांतता पसरली. माझ्या आई-वडिलांनी एकमेकांकडे पाहिलं आणि दामासिनकडे नजर वळवली.

''तुझ्या मनातील भीतीमुळे तुला तसा भास झाला असावा.'' आपल्या मुलाची समजूत घालत बाबा म्हणाले, ''गावामध्ये भेडसावणाऱ्या गोष्टींवर खूप बोललं जातंय. प्रत्यक्षात काही धोका नसताना लोकांना सर्वच भीतिदायक दिसतंय.''

''नाही, नाही... या माझ्या कल्पनेतील गोष्टी नाहीत.'' दामासिन उभा राहिला आणि सगळ्याची घाई झाल्यासारखं म्हणाला, ''आणि मी फक्त इतकंच पाहिलं नाही. त्यांच्याकडे या भागातील सर्व तुत्सींची यादी आहे आणि त्यात आपलीही नावे आहेत. ज्यांना ठार करायचंय, त्यांची ती यादी आहे. त्या यादीतील प्रत्येकाला आज रात्रीत ठार मारण्याची त्यांची योजना आहे.''

दामासिन खोलीत येरझारा घालत होता आणि नंतर त्यानं बाबांना पटवून द्यायला सुरुवात केली. ''बाबा, कृपा करा. पण आपल्याला इथून बाहेर पडायला हवं. जोपर्यंत शक्य आहे तोवर आपण इथून निसटायलाच पाहिजे. आपण ही टेकडी सहज उतरून जाऊ शकतो. तिथे एखादी बोट घेऊ. किव्हू सरोवर पार करून मध्यरात्रीपर्यंत सुरक्षितपणे झायरेमध्ये पोहोचू. पण आत्ता आपल्याला निघायलाच हवं. फार उशीर व्हायच्या आत –''

दामासिनचा उद्रेक इतका अचानक आणि त्याच्या स्वभावात न बसणारा होता की, त्यानं आम्ही सर्व जण हबकलोच. मी माझ्या भावाला चांगली ओळखत होते. दुपारी त्यानं जे पाहिलं, त्यावर सबंध संध्याकाळ तो नक्की विचारच करीत असणार आणि जोपर्यंत निसटून जाण्याचा निश्चित मार्ग सापडत नाही, तोपर्यंत त्याला कोणाला काहीही सांगायचं नसणार.

''धीर धर दामासिन, एक मिनिट जरा शांत बस.'' बाबा म्हणाले, ''तुझ्या आईला आणि बहिणीला तू घाबरवत आहेस. आज तू जे पाहिलंस आणि ऐकलंस, ते आपण जरा नीट तपासून पाहू या. भीतीपोटी आणि घाबरलेल्या मनःस्थितीत घेतलेले निर्णय चुकीचे ठरू शकतात. काय काय घडलं, ते सर्व आपण काळजीपूर्वक पुन्हा एकदा पाहू. तू स्वतः ती यादी पाहिलीस का?''

माझ्या वडिलांनी घेतलेल्या शंकांमुळे दामासिन निराश झाला, पण स्वतःच्या डोळ्यांनी ती यादी पाहिली नसल्याचं आणि त्याच्या मित्रांनी त्याला तसं सांगितल्याचं त्यानं कबूल केलं. पण त्यांनी ज्या माणसांना पाहिलं, ते इंटराहामवेच होते, याबद्दल

त्याची खात्री होती.

"हे बघ, मी म्हणालो तसंच हे आहे." माझे बाबा म्हणाले, "प्रत्येक जण भावनाविवश झालाय आणि प्रत्यक्षात आहेत, त्यापेक्षा सर्व गोष्टी त्याला विकृत स्वरूपात दिसताहेत. अशी परिस्थिती मी पूर्वीही अनुभवलेली आहे. त्या मृत्यूच्या याद्या, मारणाऱ्यांच्या टोळ्या – या सर्वांच्या अफवा आपल्याला ऐकू येतात आणि थोड्याच दिवसांत आपल्या लक्षात येतं की, ती सर्व अतिशयोक्ती होती. अफवांवर विश्वास ठेवून कुटुंबासह पळून जाणाऱ्यातला मी नव्हे. हवालदिल झालेल्या लोकांना गोष्टी भडक दिसतात; म्हणून आपण आपलं घर – खूप कष्टानं जे मिळवलंय – ते सर्व सोडून कुठेही जाणार नाही."

"पण बाबा," मी मधेच तोंड घातलं. "दामासिन उगाच अस्वस्थ होणाऱ्यांपैकी नाही. तो चौकस आहे आणि सहज फसणाऱ्यांपैकी नाही. तो काय म्हणतोय, ते तरी आपण ऐकू या."

मला काळजी वाटू लागली. हे जर खरं असेल, जर इंटराहामवेकडे मारायच्या लोकांची यादी असेल आणि आज रात्रीच ते मारायला सुरुवात करणार असतील; तर कोणत्याही क्षणी ते इथे येऊन पोहोचतील.

"दामासिन म्हणतोय तसं जर आपण केलं तर?" मी वडिलांना विनवणी केली. "आपण रेडिओवर ज्या गोष्टी ऐकतोय, ती कदाचित माझी चूकही असेल. ते म्हणताहेत, सर्व तुत्सींना ठार केलं पाहिजे. कदाचित दामासिनचं बरोबरही असेल. आपण आत्ताच बाहेर पडणं हिताचं ठरेल."

"नाही इम्माकुली, आपण जायचं नाही. बऱ्याच गोष्टींत सरकार सुधारणा करतंय. लवकरच शांतता प्रस्थापित होईल. ते रेडिओवरचे लोक वेडे आहेत. कुणीही त्यांचं बोलणं गंभीरपणे घेत नाही. काळजी करू नकोस. आपण शांत राहून सुट्टीचा आनंद घेऊ या. ठार मारायच्या लोकांची यादीबिदी काही नाही आणि आपल्याला मारायलाही कुणी येणार नाही. मी मोठा आहे व मी जास्त पावसाळे पाहिलेत." थोडंसं हसल्यासारखं करीत वडील म्हणाले, "आता कृपा करून सर्व खाली बसा आणि आपण सर्व मिळून भोजनाचा आस्वाद घेऊ या."

वडिलांच्या त्या आश्वासक बोलण्यानं सर्व काही ठीक असल्याची मला तात्पुरती तरी खात्री वाटली आणि आम्ही सर्व भोजनासाठी जेवणाच्या टेबलापाशी गोळा झालो. मला जाणवत होतं की, वडिलांच्या वक्तव्याचा दामासिनवर काहीही परिणाम झाला नव्हता. जरी तो आपण भीत नसल्याचं दाखवत होता, पूर्वीसारखेच आहोत असं भासवत होता, गावातल्या लोकांबद्दल वात्रटपणे बोलत होता आणि व्हिएन्नीला मैत्रिणींवरून चिडवत होता... तो जसाजसा आम्हाला हसवण्याचा जास्त जास्तच प्रयत्न करत होता, तसतशी माझी खात्री होत गेली की, तो नाटक करतोय. माझ्या

भावाच्या त्या दिलखुलास, सुंदर हसण्यामागे त्याच्या मनातील भीती दडलेली होती.

आम्ही सर्वांनी एकत्र बसून भोजन केलेली ती शेवटची रात्र असणार होती, हे जर मला आधी ठाऊक असतं, तर किती बरं झालं असतं. उभी राहून मी सर्वांचे आभार मानले असते. टेबलाभोवती बसलेल्या प्रत्येकाला मी सांगितलं असतं की, मी त्यांच्यावर किती प्रेम करते आणि त्यांनी माझ्यावर केलेल्या प्रेमासाठी त्यांचे आभार मानले असते... पण मला त्याची कल्पना नव्हती!

झोपायला जाण्याआधी आम्ही नेहमीप्रमाणे सर्वांनी मिळून रात्रीची प्रार्थना म्हटली. आईनं आम्हाला शुभाशीर्वाद दिले आणि काहीही वाईट घडणार नाही असा भरवसा बाबांनी पुन्हा एकदा दाखवून शांत निद्रेसाठी प्रार्थना केली.

आई-बाबांच्या खोलीचं दार बंद झाल्याचा आवाज ऐकला आणि आम्ही चौघे जण – दामासिन, व्हिएन्नी, ऑगस्टिन व मी हॉलमध्ये जमलो आणि जवळजवळ एक तासभर दामासिननं जे पाहिलं, ऐकलं त्यावर चर्चा करीत बसलो होतो. दामासिनला वाटणाऱ्या भीतीची गांभीर्यानं दखल न घेण्याच्या वडिलांच्या आडमुठेपणानं आम्हाला काळजीत टाकलं होतं.

"मला तुमच्या वडिलांबद्दल जराही अनादर दाखवायचा नाही." ऑगस्टिन अगदी हळू आवाजात सांगत होता, "आणि मला हेही माहिती आहे की, लहानाने मोठ्यांच्या तोंडी लागायचं नसतं. पण मला वाटतं, तुमच्या बाबांचं चुकतंय. मी दामासिनशी सहमत आहे. इथे राहणं मला वाटतं, धोक्याचं ठरेल. तुमच्या कुटुंबाचं नाव जर त्या यादीत असेल, तर ते तुम्हाला सोडणार नाहीत आणि त्यांना थोपवणं आपल्या ताकदीच्या पलीकडचं आहे. मला वाटत नाही, इथून पाय काढण्यासाठी तुमच्या वडिलांच्या मतात फरक पडेल आणि म्हणून आपण निघालं पाहिजे – अगदी या घटकेला, तुमच्या आई-वडिलांना सोडून."

आम्ही सर्व जण शांत बसून होतो. माझी खात्री होती की, आम्हा प्रत्येकालाच वाटत असणार किव्हू सरोवराकडे पळत जाऊन होडीत उडी घ्यावी... पण आई-बाबांना न सांगता आणि त्यांना बरोबर न घेता जाणं शक्य नव्हतं. घरातील सर्व निर्णय बाबांनीच घेण्याची इतकी सवय झाली होती की, त्यांचं नेतृत्व मान्य करणं स्वाभाविक होतं आणि आम्हाला जाणवलं की, आता खूप रात्र झाली होती. व्हिएन्नी व ऑगस्टिन तर खुर्चीतच पेंगायला लागले होते. मी व दामासिननं ठरवलं की, सकाळपर्यंत थांबावं आणि वडिलांशी परत एकदा बोलावं. आम्ही सगळे त्यानंतर झोपायला गेलो.

माझी झोपायची खोली म्हणजे एक छोटं मंदिरच होतं. माझ्या बिछान्याच्या शेजारच्या टेबलावर माझं बायबल आणि जीझस व व्हर्जिन मेरीच्या मूर्ती होत्या. ही अशी जागा होती की, इथे मी देवाशी माझ्या आध्यात्मिक शक्तिनिशी तादात्म्य पावत असे. बिछान्याच्या बाजूला मी गुडघे टेकून बसले आणि माझ्या कुटुंबाचं

संकटापासून संरक्षण करण्यासाठी देवाची प्रार्थना केली.

तिथेच माझ्यासमोर मी दामासिनसाठी विकत घेतलेलं बर्थडे कार्ड ठेवलं होतं. त्याचा सत्ताविसावा जन्मदिन जवळ आला होता आणि त्यासाठी कितीतरी दिवसांपासून मी एक कविता लिहायचा प्रयत्न करीत होते. त्यामध्ये माझं त्याच्यावर किती प्रेम होतं आणि मला त्याचा किती अभिमान होता, हे सांगायचं होतं. आपलं एकमेकांवरील प्रेम उघडपणे प्रगट करणं आई-बाबांच्या संस्कारात नव्हतं, पण मी ते बदलायचं ठरवलं होतं. आणि दामासिनपासूनच सुरुवात करणं सार्थ ठरलं असतं – ज्याच्यावर माझं नितांत प्रेम होतं आणि ज्यानं मला कायम प्रोत्साहनच दिलं.

आम्ही लहान असताना मी जर मूर्खासारखी किंवा वेडीवाकडी वागले, तर दामासिन मला रागवायचा. त्याचे शब्द मला दुखवायचे आणि राग यायचा. पण त्यानंतर मी जेव्हा विचार करायची त्या वेळी त्याचं म्हणणं बरोबर होतं, हे मला पटायचं. लहान असतानासुद्धा दुसऱ्याला पटवून द्यायची कला त्याच्याकडे होती आणि वयाच्या मानानं त्याला जास्त समज होती. किशोरवयीन असताना मी देवापुढे प्रार्थना करायची की, मला त्याच्यासारखी विशाल व उदात्त मनाची बनव. त्याला गरिबांना स्वत:चे कपडे देताना आणि ज्यांना समाजानं वाळीत टाकलंय, अशा आजारी, गरीब आणि वेडसर लोकांचं तासन्‌तास सांत्वन करताना मी पाहिलंय.

दामासिन आमच्या गावचा 'हीरो' होता आणि त्या रात्री अंथरुणावर पाठ टेकताना मला जाणीव झाली की, माझ्या आयुष्यात दामासिनला किती उच्च स्थान होतं. मी पेन उचललं आणि त्या बर्थडे कार्डमधील कवितेत आणखी दोन-चार ओळी घातल्या. कार्डावरील त्या पंक्ती वाचताना तो कसा ओशाळेल आणि त्याला किती आनंद होईल, याचा विचार करून माझ्या ओठांवर हसू आलं. चेहऱ्यावर तेच भाव असताना मी दिवा बंद केला आणि झोपायचा प्रयत्न केला.

माझे डोळे मिटून काही मिनिटंच झाली असावीत असं वाटलं, तोच माझ्या खोलीचा दरवाजा धाडकन उघडला गेला. मी पटकन उठून बसले आणि पाहिलं, तर पहाट झाली होती. खोलीत पसरलेल्या धूसर प्रकाशात मला दामासिनचा घाबरलेला चेहरा दिसला आणि नाही-नाही त्या वाईट कल्पना डोक्यात आल्या.

"काय झालं दामासिन? मारेकरी इथपर्यंत पोहोचले काय?" मी कुजबुजले. माझा तो घाबरलेला आवाज मलाच क्षीणसा ऐकू आला.

माझा भाऊ काहीच बोलला नाही. त्याची दमछाक झाली होती. शेवटी तो जेव्हा बोलला, तेव्हा त्याचा आवाज एखाद्या खोल विहिरीतून यावा तसा आला.

"इम्माकुली, चल उठ. कृपा करून जागी हो. राष्ट्राध्यक्ष मरण पावलाय!"

"काय? राष्ट्राध्यक्ष मेला? म्हणजे तुला काय म्हणायचंय?" मी ओरडलेच. काय ऐकलं यावर माझा विश्वासच बसेना. रवांडामध्ये पुन्हा शांतता आणि समानता

आणण्याचं त्यानं वचन दिलं होतं. तो कसा काय मरू शकतो?

''मला म्हणायचंय, राष्ट्राध्यक्ष हब्यारीमाना मेला आहे. काल रात्री त्याचा खून झाला. आकाशात असतानाच त्याच्या विमानावर गोळ्या झाडल्या गेल्या.''

आणि त्याच क्षणी मी काही दिवसांपूर्वी रेडिओवर जे ऐकलं होतं, त्याची मला आठवण झाली. 'जर आमच्या राष्ट्राध्यक्षांना काही झालं, तर सर्व तुत्सींचा नायनाट करून टाका.'

मी बिछान्याबाहेर आले आणि अंगावर काहीतरी ओढण्यासाठी आजूबाजूला पाहिलं. माझ्या लांबलचक हिरव्या नाईट ड्रेसखालून मी जीनची पँट ओढली आणि माझी मलाच इतकी शरम वाटली; कारण हे सर्व मी माझ्या भावासमोर केलं, जे मी आयुष्यात कधीच केलं नव्हतं.

''राष्ट्राध्यक्ष मारला गेला... कुणीतरी राष्ट्राध्यक्षाला ठार केलंय!'' मती कुंठित करणाऱ्या अविश्वासानं मी स्वत:शी पुटपुटत राहिले. खोलीच्या खिडकीचा पडदा मी बाजूला सारला आणि बाहेर पाहिलं. मला नक्कीच कळत नव्हतं की, तो माझ्या मनाचा खेळ होता की काय, पण गावावर एक उदासवाणे पिवळसर धुके दाटत होते.

''बघ तर खरं – आकाशही बदलतंय.'' बिछान्यावर फतकल मारून दोन्ही हातांनी डोकं घट्ट पकडून मी म्हणाले, ''दामासिन, आपण सर्व मरणार. माझी खात्री आहे, ते आता येतील आणि आपल्याला ठार करतील.''

माझा भाऊ जवळ बसला. त्यानं त्याचे हात माझ्या खांद्यावर ठेवले. ''इम्माकुली, माझं ऐक – आपण काही मरणार नाही.'' तो ठामपणे म्हणाला, ''आपलं याच्याशी काही देणं-घेणं नाहीये. टांझानियातील शांततेची बोलणी संपवून राष्ट्राध्यक्ष परत येत होते, त्यांच्याबरोबर बुरुंडीचे राष्ट्राध्यक्षही होते. विमान किगालीला उतरत असताना पाडण्यात आलं, तिकडे किगालीमध्ये! त्यासाठी आपल्याला इथे कोणी दोषी धरणार नाही.''

दामासिनने माझ्यासमोर शूर असण्याचा आव आणला, पण नट म्हणून तो कुचकामीच ठरला. मला समजून चुकलं की, तो माझ्यापेक्षा स्वत:चीच समजूत काढत होता.

''कदाचित आता तो मेल्यामुळे परिस्थितीत सुधारणा होईल.'' तो पुढे म्हणाला, ''कितीतरी लोकांचा या शांततेच्या वाटाघाटींना आणि नेमस्त सरकार बनवण्याच्या योजनेला विरोध होता. त्यामुळे त्याच्या मृत्यूने कदाचित हा तणावही कमी होईल. इम्माकुली, इतकं घाबरून जाऊ नकोस. चल, बाहेर ये. तिथे सर्व जण रेडिओच्या बातम्या ऐकताहेत.''

माझा हात धरून तो मला बाहेर घेऊन आला. माझे आई-बाबा, व्हिएन्नी आणि ऑगस्टिन स्वस्थ बसून रेडिओच्या बातम्या ऐकत होते. बातमीदार सांगत होता की, राष्ट्राध्यक्षांचं विमान उडवून दिल्याबरोबर राजधानीत सर्व ठिकाणी रास्ता रोको आणि

सैन्यदलाची तपासणी नाकी उभारण्यात आली होती. त्याने हेही सांगितलं की, किगालीमध्ये त्या रात्रीत तुत्सींच्या वीस कुटुंबांना खलास करण्यात आलं होतं.

त्याला 'बातमीदार' म्हणायला माझी जीभ जरा कचरत होती. कारण तो तर मारेकऱ्यांचा भाट असल्यासारखाच बातम्या देत होता.

राष्ट्राध्यक्षांच्या खुनाचा सूड घेण्यासाठी त्यांच्या संरक्षक दलानेच तुत्सींची हत्या केली, असं सांगून तो हत्यांचं समर्थनच करीत होता, असं वाटलं. त्याच्या म्हणण्यानुसार, समस्त तुत्सी कुटुंबांना खेचून रस्त्यावर आणून त्यांची हत्या करणं उचित होतं.

नंतर त्यानं ज्या तुत्सींना कंठस्नान घातलं गेलं, त्यांच्यापैकी काहींची नावे सांगायला सुरुवात केली. त्यामधील पाचवे नाव माझ्या आईच्या काकांचं – त्वाझा यांचं होतं.

"त्यांनी त्वाझालाही मारलं?" आई रडत ओरडलीच आणि पटकन आपले डोळे हातांनी झाकून घेत अविश्वासानं मान हलवली. "काय केलं म्हणून त्वाझाला त्यांनी मारलं असेल? त्यानं कधीच कुणाचं वाईट केलं नाही."

आधीच्या रात्रीच निसटून जाण्याची असलेली संधी आम्ही दवडली होती, या दुःखद जाणिवेमध्ये आम्ही सर्व गुरफटले गेलो. बाबांनी भीतीचा पगडा कमी करण्याचा पुन्हा एकदा प्रयत्न केला. "राजधानीमध्ये लोकांच्या भावना फारच भडकलेल्या असतात आणि सरकारी सैन्य तिथेच असल्यामुळे हत्याही तिथेच होत आहेत." वस्तुस्थितीचे यथातथ्य वर्णन करावं तसं ते म्हणाले, "तुम्ही बघाल, एक-दोन दिवसांत सर्व सुरळीत होईल."

"मला वाटतं, मी घरी जावं." ऑगस्टिन म्हणाला. त्याचं कुटुंब किगालीला होतं. आम्ही त्याच्याकडे चमकून पाहिलं, कारण आत्ता बाहेर कुठेही जाण्यात फारच मोठा धोका होता. काहीएक मिनिटांतच रेडिओवर होत असलेल्या अनेक सूचनांनी आमचा संशय खरा ठरवला : "सर्वांनी घरातच राहावं. प्रवास करण्यास सक्त मनाई आहे. रस्त्यावर फक्त सैनिकच असतील. बाहेर पडू नका. प्रवासाच्या सरकारी सुविधा बंद करण्यात आल्या आहेत. घरं सोडून कुठेही जाऊ नका."

"त्यांना आम्हाला घरीच डांबून ठेवायचं आहे... म्हणजे त्यांना आपण कुठे आहोत, ते समजणार. त्यांना आम्हाला बसल्याजागीच गोळ्या घालायच्यात!" डोळे विस्फारत दामासिन उद्गारला, "आमची नावं त्या यादीत असतील तर त्यांना समजेल, आम्ही कुठे राहतो आणि त्यांना सहज कळेल, आम्ही इथेच असणार."

ती १९९४ च्या ७ एप्रिलची सकाळ होती. आम्हाला समजलं नव्हतं, पण निर्घृण हत्येला सुरुवात झाली होती.

■

घरच तुटलं

आई, बाबा, दामासिन, व्हिएन्नी, ऑगस्टिन व मी – आम्ही सर्वांनी एकमेकांच्या आधारे तो सबंध दिवस रेडिओच्या बातम्या ऐकत अंगणात बसून काढला. रवांडाबाहेरून येणाऱ्या बातम्यांनुसार, सर्वसामान्य हुतू नागरिकही आता सैनिकांबरोबर आणि इंटराहामवेबरोबर निरपराध तुत्सींची हत्या करीत होते आणि स्थानिक रेडिओवरून हुतूंना चिथावणी देत होते की, हातात धारदार सुरे घ्या आणि आपल्या तुत्सी शेजाऱ्यांवर हल्ले करा!

माझी अवस्था भांबावलेल्या लहान मुलीसारखी झाली होती आणि वडील पुढे काय सांगतील, याची मी वाट पाहत होते. माझी अटकळ होती की, त्यांनी आयुष्यात १९५९ पासून तुत्सींवर झालेले हल्ले आणि राजकीय उलथापालथ अनुभवली असल्यानं नक्की काय करायचं, ते त्यांना ठाऊकच असणार.

राष्ट्रीय नभोवाणीवरून सतत बजावत होते की, नागरिकांनी घरातच राहावं आणि आम्ही गुणी मुलांसारखं त्या सूचनांचं पालन करीत होतो. कुंपणाच्या पलीकडे काय चाललंय, हे नुसतं पाहण्यासाठीही आम्ही आमच्या घराचं दारसुद्धा उघडायला घाबरत होतो. आम्ही आपण होऊन स्वत:ला घरात कोंडून घेतलं होतं, कारण घरातून बाहेर पाऊल टाकणं म्हणजे स्वत:च्या मृत्यूला आमंत्रण देण्यासारखं होतं.

आमच्या घरी फोन नव्हता आणि असता, तरी काही उपयोग नव्हता. कारण देशातील सर्व टेलिफोन यंत्रणा बंदच होती. रेडिओव्यतिरिक्त आमचा जगाशी संबंध तुटला होता. कित्येक तास आम्ही त्या भयंकर बातम्या ऐकत होतो आणि शेवटी मला वाटलं, आता मला वेड लागणार! दुपारनंतर मी माझी पुस्तकं बाहेर काढली आणि परीक्षेसाठी अभ्यासाला सुरुवात केली.

"इम्माकुली, तुला हे कसं काय सुचतंय?'' दामासिननं विचारलं. "अभ्यासासाठी हे बळ तू कुठून मिळवलंस? परत गेलीसच, तर तिथे कॉलेज असेल यावर तुझा विश्वास आहे काय?''

तासाभरापूर्वी याच माझ्या भावाने माझी भीती घालवण्याचा प्रयत्न केला होता, पण आता तोच निराश झाला होता. आता कणखरपणे उभी राहायची माझी वेळ

होती. "काळजी करू नकोस," मी म्हटलं, "आपण यातून पार पडू. परिस्थिती फारच बिघडली, तर आपण सरहद्द ओलांडून जाऊ. आई-बाबा पूर्वी अशा संकटातून तरून गेलेत. विश्वास बाळग."

माझाच माझ्यावर विश्वास नव्हता, हे सत्य होतं. मी काही परीक्षेच्या तयारीसाठी अभ्यास करीत नव्हते, तर कुटुंबावर कोसळलेल्या या संकटापासून दूर राहायचा प्रयत्न करीत होते.

सबंध दिवसभरात एकच गोष्ट मनाला उभारी देऊन गेली. ती म्हणजे, आरपीएफच्या पॉल कागामेने दिलेला संदेश. युगांडामध्ये वास्तव्य करून असलेल्या तुत्सी बंडखोरांचा तो म्होरक्या होता. त्यांनी वचन दिलं होतं की, जर तुत्सींच्या हत्या थांबल्या नाहीत, तर रवांडावर बंडखोर चाल करून जातील आणि तुत्सी बांधवांच्या संरक्षणासाठी मरेपर्यंत लढत राहतील. कागामेच्या वक्तव्याने दिलासा दिला खरा, पण मला दुःख या गोष्टीचं झालं की, चांगली बातमीही सर्वंकष युद्धाची धमकीच असावी.

त्या रात्री आमच्यापैकी कोणीही काही मिनिटांपेक्षा जास्त झोपलं नाही.

दुसऱ्या दिवशी बीबीसीवर रवांडाची पंतप्रधान अगाथी युविलिंगीमाना हिची फोनवरून घेतलेली मुलाखत ऐकली. ती हुतू असली तरी नेमस्त होती. युनोचे शांतिदूत तिच्या रक्षणासाठी तैनात होते, तरी तिच्या निवासाच्या आजूबाजूला होत असलेले स्फोट ऐकू येत होते. ती सांगत होती की, तिचा नवरा व पाच मुले जमिनीवर पडून आहेत आणि तिथून बाहेर पडण्याचा कोणताही मार्ग उलपब्ध नव्हता. मुलाखत सुरू असतानाच टेलिफोनचा संपर्क तुटला, पण नंतर आम्हाला समजलं की, सैनिक तिच्या घरात घुसले आणि त्यांनी तिला व तिच्या नवऱ्याला ठार केलं. सुदैवाने त्यांची मुलं बचावली.

पंतप्रधानांच्या वक्तव्यानं आम्हाला फारच हादरा बसला आणि परिस्थितीत सुधारणा होईल, अशी आपल्याच मनाची फसवणूक करून घेणं आता शक्य नव्हतं. मारेकरी जर पंतप्रधानांना – जे हुतू होते – ठार करू शकतात तर आम्हाला मारण्यापासून त्यांना कोण थोपवू शकणार?

गेले चोवीस तास सततच्या मानसिक तणावानं आम्हा सर्वांवर गंभीर परिणाम केले. आई तर एका विचित्र तारेत असल्यासारखी वागू लागली. प्रत्येक खोलीतून फिरत-फिरत घरातील प्रत्येक सूटकेसमध्ये तिच्या हाताला जे लागेल ते भरू लागली. "या चीजवस्तू – ज्या मी एवढ्या मेहनतीनं मिळविल्या – त्या मी इथे सोडून जाणार नाही. त्या चोरांना काय आयत्याच चोरायला मिळतील!" ती आम्हाला उद्देशून म्हणाली, "मी त्या कुठे तरी चांगल्या लपवून ठेवणार आहे. पुढे कधी तरी आपण त्या न्यायला येऊ."

ती कुठे जायचा विचार करीत होती, मला काहीच समजत नव्हतं. आम्ही आत्ताच रेडिओवर ऐकलं होतं की, किव्हू सरोवरातून निसटून जाण्याचा आमचा भरवशाचा असा एकमेव मार्ग इंटराहामवेनं रोखून धरला होता. तिथे येणाऱ्या प्रत्येक तुत्सीला आणि मवाळ हुतूला ते ठार करीत होते.

भांबावलेल्या नकारात्मक मन:स्थितीत माझे वडील अडकून पडले होते. ''जर कत्तल अशीच सुरू राहिली,'' त्यांचा तर्क सुरूच होता, ''तर आरपीएफ हस्तक्षेप करून ती थांबवतील. आपल्या संरक्षणासाठी ते इथे मताबामध्ये थोड्याच दिवसांत येऊन धडकतील.''

''बाबा, तुम्ही काय विचार करताय?'' मी अविश्वास दर्शवत त्यांना विचारलं, ''आरपीएफ सध्या वरती, उत्तरेला युगांडाच्या हद्दीजवळ आहेत. त्यांच्याकडे वाहनं नाहीत. ते चालत पुढे येताहेत आणि पावला-पावलागणिक त्यांना सैन्यदल आणि इंटराहामवेशी दोन हात करावे लागतील. त्यांना इथे पोहोचायला थोडेथोडके नाहीत, अनेक आठवडे लागतील... जर ते पोहोचू शकले तर!''

मी वडिलांना असं उलट उत्तर फार कमी वेळा, अगदी एका हाताच्या बोटांवर मोजता येईल इतक्या वेळाच केलं असेल; पण आता सर्वच बदलू पाहत होतं. माझे आई-बाबा पार गोंधळून गेले होते आणि ऑगस्टिन व व्हिएन्नी इतके भेदरलेले अन् लहान होते की, त्यांच्यावर अवलंबून राहता येत नव्हतं. मी आयुष्यभर दामासिनचाच सल्ला घेत आले होते, पण आता तो त्याच्या खोलीत बसून भकास नजरेने भिंतीकडे पाहत होता.

''तुला खरंच असं वाटतंय की, आपण याच्यातून सहीसलामत बाहेर पडू?'' मी त्याला शोधत तिथे पोहोचले, तेव्हा त्यानं विचारलं. ''मी इथे पडून विचार करतोय की, मी पुढच्या वर्षी काय करीत असेन... पण मी ते नाही करू शकत. मला नाही वाटत, मी जिवंत असेन. माझं भविष्य इथेच संपलंय.''

''दामासिन, तुला यातून बाहेर पडायला हवं.'' मी जरा ओरडूनच म्हणाले. ''लढत द्यायला आपण अजून सुरुवातसुद्धा केलेली नाहीये, त्याआधीच तू हताश होऊन बसलाहेस. पुढच्या वर्षी तू काय करीत असशील, हे तुला पाहता येत नसलं, तरी मी पाहू शकते! मी जेव्हा युनिव्हर्सिटीची पदवीधर झालेली असेन, तेव्हा तू माझ्याबरोबर बुटारेला असशील आणि मी जेव्हा पदवी स्वीकारत असेन, त्या वेळी पहिल्या रांगेत बसून तू टाळ्या वाजवत माझा जयघोष करीत असशील. तेव्हा आता तयार हो आणि आई-बाबांना मदत कर.''

''तुझ्यासारखा विश्वास आणि धैर्य माझ्याकडे असतं, तर किती बरं झालं असतं.'' तो पुटपुटला आणि परत भिंतीकडे बघत राहिला.

आपण फार शूर आहोत, असं मला बिलकूल वाटत नव्हतं; पण कोणीतरी सर्व

कुटुंबाला एकत्र करून बळ द्यायला हवं होतं. आपलं कुटुंब निराशेनं खचून जाऊ नये, याच हेतूनं मी कणखर बनण्याचा प्रयत्न करीत होते किंवा तसं भासवत होते.

रात्र होत असताना आम्ही ऐकलं की, पंतप्रधानांच्या सुरक्षिततेसाठी तैनात केलेल्या दहा बेल्जियन सैनिकांनाही ठार करण्यात आलं होतं आणि रवांडामध्ये असलेल्या बेल्जियमच्या सर्व लोकांच्या जिवाला धोका होता. बेल्जियन आणि इतर परदेशी नागरिक जर रवांडा सोडून गेले, तर येथील सर्वंकष हत्या थांबणं, कोणाच्याही हातात राहणार नाही. लागोपाठ दुसऱ्या रात्रीही आम्ही कोणी झोपलो नाही.

पहाटे किंकाळ्या ऐकू येऊ लागल्या. इंटराहामवेच्या दोन डझन अतिरेक्यांनी आमच्या गावावर हल्ला केला, घरांवर पेटते हातगोळे फेकले. आत अडकलेल्या लोकांनी सुटकेचा प्रयत्न केला, तेव्हा धारदार सुऱ्यांनी त्यांना ठार करण्यात आलं.

आम्ही कुटुंबीयांनी जशा किंकाळ्या ऐकल्या, तसे आम्ही सर्व जण कुंपणाचा दरवाजा उघडून रस्त्यावर पळालो. आमच्या टेकडीवरील घरामुळे काही अंतरावरचं दिसत असे. गोंधळ कुठे चाललाय, याचा कानोसा आम्ही घेतला. खालच्याच बाजूला असलेल्या नदीपलीकडच्या तीरावर इंटराहामवे गटानं आमच्या शेजाऱ्यांपैकीच एकाला घेरलं होतं. कळपातील लांडग्यांसारखे आपल्या हातातील शस्त्रांची पाती नाचवत हळूहळू पुढे सरकत त्यांनी त्यांच्याभोवती फेर धरला होता. सर्वांनी त्यांच्याजवळ जाऊन क्रूरपणे घाव घालत त्यांचे तुकडे-तुकडे केले. एवढ्या लांबून असहायपणे पाहण्याशिवाय आमच्या हातात काही नव्हतं.

त्या भयानक दृश्यावरून आम्ही नजर वळवली. टेकडीच्या दुसऱ्या अंगानं आमचे डझनावारी तुत्सी शेजारी लगबगीनं आमच्याकडे येत होते. आपल्या कुटुंबाचं रक्षण करण्यासाठी पुरुषमंडळींनी हातात काठ्या व दगड घेतले होते; तर बायका, बाळांना कडेवर सांभाळत जरा मोठ्या मुलांवर 'पटापट चला, मागे रेंगाळू नका' म्हणून ओरडत होत्या.

"लिओनार्डऽऽ, लिओनार्डऽ" म्हणून त्यांनी बाबांना पाहिल्याबरोबर हाका मारल्या, "कृपा करून आम्हाला मदत कर. ते आम्हाला मारायला उठलेत. आम्ही काय करावं? कोठे जावं?"

माझे वडील गावातील एक आदरणीय व्यक्ती असल्यामुळे त्यांचा सल्ला विचारण्यासाठी आमच्या घरासमोर काही तासांतच दोन हजार पुरुष-स्त्रिया-मुलं जमली. इतके लोक बेघर झाले होते, यावर माझा विश्वासच बसेना. कुटुंबंच्या कुटुंबं चुलीभोवती बसून पुढे काय करायचं यावर चर्चा करीत होती आणि त्यांची मुलं अंगणात किंवा शेतीवाडीमधून पकडा-पकडीचा खेळ खेळत होती. काही अंतरावर बंदुकींचे आवाज येत होते आणि हातगोळे फेकल्याचं दिसत होतं म्हणून, नाहीतर

एवढा जनसमुदाय बघून कोणालाही वाटलं असतं, इथे गावकीची सहलच चाललीय की काय!

वडिलांची मदत मागायला व सल्ला विचारायला इतके लोक आले असल्यामुळे वडिलांना वस्तुस्थितीची जाणीव मात्र झाली. त्यांनी स्वत:चा तोल सावरला व ते कार्यरत झाले. "सर्व जण शांत व्हा," ते म्हणाले, "यातून आपण सर्वांनी मिळून काहीतरी मार्ग काढायचा प्रयत्न करू या."

त्या रात्री माझ्या वडिलांनी त्यांना माझ्या तब्येतीची काळजी वाटत असल्याचं सांगितलं. "इम्माकुली, तू बिलकूल झोपलेली नाहीयेस. घरामधील आम्ही सर्व आज रात्री बाहेर इतरांबरोबर थांबणार आहोत, तेव्हा तू तुझ्या खोलीत जाऊन थोडी झोप घ्यावीस, असं मला वाटतं."

"पण बाबा..." घरात जाऊन एकटीनंच झोपावं, हे काही पटलं नाही. मला भीती वाटत होती की, रात्री आमच्यावर हल्ला होणार.

माझी चलबिचल त्यांच्या लक्षात आली आणि ते हसले. "माझ्या लाडक्या मुली, काळजी करू नकोस. मी इथे आहे आणि मी तुझा सांभाळ करेन. बाहेर बरीच थंडी आहे आणि तुला विश्रांतीची जरुरी आहे. आता आत जा आणि जरा पड बघू –"

मला ठाऊक होतं की, इंटराहामवेपासून ते मला वाचवू शकणार नाहीत; पण मला त्यांचा अभिमान दुखवायचा नव्हता, त्यामुळे त्यांनी सांगितलं तसं मी केलं. माझ्या आईनं विश्वास दिला की, दारावर पहारा देत ती माझं रक्षण करेल.

माझ्या आई-बाबांचं प्रेम व सहानुभूती असूनही मी त्या रात्रीही झोपू शकले नाही. एक छोटा रेडिओ मी छातीशी धरला होता आणि पहाटेपर्यंत बटणं फिरवीत आमच्या आजूबाजूस काय घडत होतं, हे ऐकत होते. रात्र चढत गेली, तशा बातम्या अधिक वाईट होत गेल्या. रवांडाच्या प्रत्येक कानाकोपऱ्यामध्ये तुत्सींच्या हत्या मोठ्या प्रमाणात होत गेल्या. तुत्सी बंडखोर व सरकार यांच्यामधील बोलणी फिस्कटली होती आणि हत्या थोपवण्यासाठी, लढाई करीत राजधानीपर्यंत धडक देण्याचा आरपीएफनं निर्धार व्यक्त केला होता.

मध्यरात्री बाहेर जाऊन मी पाहिलं, तर आई पडवीतच झोपली होती. पुढच्या दारी पहारा देता-देता तिचा डोळा लागला होता. तिला जागं करण्यासाठी मी तिच्याजवळ गेले आणि माझ्या घशात हुंदका दाटून आला. तिच्या अंगाभोवती एक पांढरी चादर गुंडाळलेली होती आणि चांदण्या रात्रीच्या त्या गारठ्यात ती मला प्रेतासारखी भासली. त्या दृश्यानं मला भरून आलं व मी आत पळाले, बिछान्यावर अंग टाकलं आणि ही दु:स्वप्नं सुरू झाल्यापासून प्रथमच माझ्या डोळ्यांत अश्रू उभे राहिले.

'हे असं का घडतंय?' उशीत डोकं खुपसून मी रडले, 'आम्ही काय पाप केलं

म्हणून हे असं होतंय? तुत्सी असण्यात असा कोणता गुन्हा होता? देवा, तू आम्हाला हे का भोगायला लावतोयस?'

हे असं रडणं हे स्वार्थीपणाचं आहे, असं वाटून मी डोळे पुसले. मी मनाशी विचार केला. 'हे वेड्या मुली, नंतर रडत बस. ही दुर्घटना म्हणजे फक्त सुरुवात आहे आणि अश्रूंना वाट मोकळी करून देण्यासाठी पुढे पुष्कळ वेळ आहे.'

मी परत बाहेर गेले तेव्हा किव्हू तलावावर तांबडं फुटू लागलं होतं. मी झोपलेल्या आईजवळ जाऊन उभी राहिले. मी तिच्या पावलांवर हळूच थोपटलं आणि तिच्या केसांतून हात फिरवून ते मोकळे केले. आई सुंदरच होती आणि तिच्या रूपाचा मला अभिमान वाटायचा. आपण असं निजलेलं कुणी पाहणं तिला आवडलं नसतं, म्हणून मी तिच्या गालावर हळूच ओठ टेकवले व तिला हलकेच जागं केलं. "आई, ऊठ." मी हळुवारपणे म्हणाले, "इथे बाहेर फार गार आहे. आत गादीवर जाऊन झोप."

तिनं डोळे उघडताच तिथे भीती आणि गोंधळलेपण दिसलं. "दामासिन कुठाय? व्हिएन्नी कुठाय? इम्माकुली... इथे काळोखात तू एकटी काय करतेस? तू आत झोपली होतीस ना?" उठायचा प्रयत्न करीत ती म्हणाली.

"आई, तू इथे काय करत होतीस?"

"मला तुला एकटीला घरात सोडून जायचं नव्हतं आणि तुझ्या वडिलांपासून अन् माझ्या मुलांपासून जास्त लांबही राहायचं नव्हतं. प्रत्येक जण सुरक्षित आहे याची मला खात्री करून घ्यायची होती."

"सगळे अगदी सुरक्षित आहेत. बाबा आणि मुलं इतरांबरोबर बाहेर तळ ठोकून आहेत. आज बहुतेक सर्व सुरळीत होईल." मी म्हटलं खरं, पण तिच्या चेहऱ्यावर पसरलेल्या मूर्तिमंत भीतीने माझं हृदय पिळवटून निघालं. उभं आयुष्य तिनं आमच्यासाठी कष्ट उपसले, आमच्या सुरक्षिततेची रात्रंदिवस काळजी वाहिली आणि आत्ता यातून आम्हाला वाचवण्यासाठी ती असमर्थ होती याची तिला खंत वाटत होती. गेल्या काही दिवसांतच ती एकाएकी अनेक वर्षांनी म्हातारी झाल्यासारखी दिसू लागली होती.

माझ्या वडिलांना व भावांना शोधायला आम्ही बाहेर पडलो. ते निर्वासितांच्या गराड्यात होते. आम्ही बाहेर पडलो तेव्हा कल्पनाही केली नव्हती, असं दृश्य समोर होतं. आमच्या घरासमोर अदमासे दहा हजार तुत्सींनी तळ ठोकला होता. त्या मोठ्या जनसमुदायामधून माझे वडील फिरत होते. प्रोत्साहनाचे शब्द सांगून लोकांना अभिवादन करीत होते. ते रात्रभर जागेच होते आणि आत जाऊन जरा विश्रांती घ्यायचंही त्यांनी नाकारलं. मधेच एकदा घरात येऊन त्यांनी तोंड धुतलं, कपडे बदलले आणि परत त्या जमावाबरोबर बातचित करण्यासाठी बाहेर पडले. डझनावारी

लोक त्यांना हाका मारीत होते. भेटू इच्छित होते. पण तेथील प्रत्येकाशी बोलणं त्यांना शक्यच नव्हतं. शेवटी तेथील कड्यावरच्या एका उंचशा खडकावर चढून भयभीत समुदायाकडे तोंड वळवून ते उभे राहिले. ''मित्रांनो, माझ्या मित्रांनो!'' ते ओरडले आणि त्यांचा आवाज साऱ्या जनसमुदायावर पसरला.

''मला माहिती आहे, तुम्ही घाबरले आहात... पण घाबरू नका. ते लोक, ते मारेकरी मोजकेच आहेत; आपण पुष्कळ आहोत. ते काही आपल्यापेक्षा जास्त ताकदवान नाहीत. आपल्या हृदयात देवाचं प्रेम असेल, तर नक्कीच नाही. ते जर दुष्ट बुद्धीनं हे करीत असतील, केवळ वैरापोटी ते आपल्याला इजा करण्यासाठी आले असतील; तर आपण त्यांचा पराजय करू. प्रेम नेहमीच द्वेषावर विजय मिळवतं. स्वतःवर विश्वास ठेवा, एकमेकांवर विश्वास ठेवा आणि देवावर विश्वास ठेवा.''

माझं हृदय अभिमानानं फुलून आलं. काही तासांपूर्वी हाच गृहस्थ बावचळलेला अन् दुराग्रही होता, यावर विश्वास ठेवणं कठीण होतं आणि तोच आपल्या आंतरिक शक्तीनं तिथल्या कित्येक घाबरलेल्या, भरकटलेल्यांना जगण्याची उभारी देत होता.

''आपण त्यांच्याशी मुकाबला करू.'' बाबा पुढे सांगत होते. त्यांच्या वक्तव्यानं जनसमुदायात चैतन्य पसरलं. लोक त्यांच्या नावाचा जयघोष करू लागले. पण बाबांनी हात वर करून त्यांना शांत केले.

''मी म्हणालो त्याप्रमाणे हे मारेकरी जर केवळ द्वेषाने प्रेरित होऊन आले असतील, तर आपण त्यांना हुसकावून लावू. पण सरकारनं जर त्यांना पाठवलं असेल आणि हे हल्ले तुत्सींना नेस्तनाबूत करण्याच्या एका षड्यंत्राचा भाग असेल, तर आपण फार मोठ्या संकटात सापडलो आहोत. सरकारकडे बंदुका, हातगोळे आहेत... त्यांच्याकडे सैन्यदल व जोडीला इंटराहामवे आहे... आणि आपल्याकडे शस्त्रास्त्रं अजिबात नाहीत. सरकारनंच जर आम्हाला मारायचं ठरवलं, तर आपण फक्त प्रार्थना करू शकतो. आपल्याला मिळालेल्या वेळेचा उपयोग आपण पश्चात्तापानं मुक्त होण्यासाठी करू या. आपण केलेल्या पापांबद्दल क्षमा करण्यासाठी देवाची प्रार्थना करू या. जर आपल्याला प्राण गमवावेच लागले, तर आपण शुद्ध अंतःकरणानं देहत्याग करू या.''

घोषणा थांबल्या आणि जमावामध्ये शांतता पसरली. मला प्रथमतः वाटलं की, वडिलांनी उगीचच त्यांच्या चैतन्यावर, जगण्याच्या उमेदीवर घाला घातलाय; पण त्या हजारो लोकांनी शांतपणे प्रार्थनेला सुरुवात करून त्यांचा सल्ला स्वीकारल्याचं मला जाणवलं.

''आपण जगू किंवा मरू, ते महत्त्वाचं नाही... महत्त्वाचं हे आहे की, आपल्या घरावर या अशुभाची धाड पडली आहे आणि आपण तिचा मुकाबला करणार आहोत.''

हजारो डोळे त्यांच्यावर खिळले असताना त्यांनी त्यांचा उजवा हात डोक्याच्याही वर उंच उचलून धरला होता. मला दिसलं की, त्यांच्या हातात त्यांची ती लाल व पांढऱ्या रंगाची जपमाळ होती.

"या अशुभापासून आपले रक्षण करण्यासाठी आपण देवाला सांगू." हातातील जपमाळ हवेत हलवत ते मोठ्याने म्हणाले. त्यानंतर ते खाली उतरले आणि लोखंडी पातं असलेला एक लांब भाला त्यांनी डाव्या हातात धरला. तो भालाही त्यांनी आपल्या डोक्यावर उंच उचलला आणि पुन्हा बोलायला सुरुवात केली – "आपण देवाची मदत घेऊच, पण आपलं रक्षणही आपण करू. भाला घ्या, सशस्त्र व्हा; पण कोणाला ठार करू नका. आपण त्यांच्यासारखं वागणार नाही. आपण हत्या करणार नाही. पण आपण नुसतं हातावर हात ठेवून बसून राहणार नाही आणि शेळ्या-मेंढ्यांसारखी कत्तलही करून घेणार नाही. आपली सर्व ताकद पणाला लावा... आणि आता आपण प्रार्थना करू या."

वडिलांच्या भाषणानंतर काही तासांतच इंटराहामवेच्या पन्नासएक जणांनी हातात धारदार सुरे, चाकू घेऊन आमच्या घरासमोर जमलेल्या तुत्सी लोकांवर हल्ला चढवला. वडिलांनी शंभरएक तुत्सींना एकत्र केलं आणि ते मारेकऱ्यांच्या अंगावर धावून गेले. मारेकरी जसे हल्ल्याच्या टप्प्यात आले, तसे सर्वांनी त्यांच्यावर दगड भिरकावले अन् पाठलाग करीत त्यांना पळवून लावलं. पण हा तात्पुरताच विजय ठरला.

दूरवर, कानाकोपऱ्यातून होत असलेल्या भीषण हत्येच्या बातम्या रेडिओवरून सारख्या प्रसारित होत होत्या आणि तुत्सींच्या झुंडीच्या झुंडी आमच्या दाराशी येऊन थडकत होत्या. नव्याने येणारा प्रत्येक जण चित्रविचित्र भयकथा सांगत होता. त्यांनी सांगितल्यावरून आम्हाला कल्पना आली की, इंटराहामवेने आम्हाला चोहोबाजूंनी घेरलं होतं.

त्या हल्ल्यानंतर मी माझा स्कॅपुलर आणण्यासाठी माझ्या खोलीत गेले. स्कॅपुलर म्हणजे कॅथॉलिक लोक मानेभोवती गुंडाळतात असा एक दुपट्टा. माझ्यासाठी स्कॅपुलरला विशेष महत्त्व होते, कारण व्हर्जिन मेरींनी सांगितलेल्या वचनानुसार मृत्यूसमयी ज्यानं हे परिधान केलेलं असेल, त्याला अग्निपरीक्षेतून जावं लागत नाही. ती एक मुक्तीची, धोक्यापासून संरक्षणाची आणि शांतीचं व्रत घेतल्याची खूण समजली जाते. मी जेव्हा युनिव्हर्सिटीमध्ये प्रवेश घेतला, त्या वेळी तो खरेदी केला होता. माझं जर का काही बरं-वाईट झालं, तर तो स्कॅपुलरच मला लवकरात लवकर स्वर्गात घेऊन जाईल, अशा दृढ विश्वासानं मी तो घेतला होता.

इंटराहामवेचा पाठलाग करून आल्यावर बाबा त्यांच्या अभ्यासिकेत गेले. मीही तिथे गेले. काहीतरी शोधण्यासाठी ते डेस्कमध्ये उचकापाचकी करीत होते व

कुटुंबाचे मिळतील ते फोटो खिशात घालत होते.

"बाबा, हे बघा – मी तुमच्यासाठी काय आणलंय." स्कॅपुलर दाखवत मी म्हणाले.

त्यांना माहीत होतं, ते काय व कशासाठी आहे. "ते आपण घरातच ठेवू या का? म्हणजे कोणालाही ते जाळता येणार नाही." ते म्हणाले.

माझे डोळे अश्रूंनी डबडबले. "नाही बाबा, मी तो तुमच्यासाठीच घेतलाय. तुम्हीच तो घातला पाहिजे. या घरातील कोण स्वतःला संकटात घालतोय? या सगळ्यात कोण मारलं जाण्याची जास्त शक्यता आहे? घराची काळजी करू नका... तुमचं चैतन्य सध्या जास्त महत्त्वाचं आहे; ऐहिक गोष्टी नव्हे."

"ठीक आहे. इम्माकुली, मी समजू शकतो." माझ्याकडून स्कॅपुलर घेत आणि गळ्याभोवती गुंडाळत ते म्हणाले, "आता तुला देण्याजोगं माझ्याकडे काय बरं आहे? माझ्या एकुलत्या एक मुलीला मी काय बरं देऊ?" असं मोठ्याने म्हणत त्यांनी पुन्हा डेस्कमध्ये हात घातला. "ओह, हेच ते! तुला काय द्यायचं, ते मला बरोबर ठाऊक आहे."

त्यांनी आपल्या शर्टाच्या खिशात हात घातला आणि जमावाला दाखवलेली त्यांची ती लाल-पांढऱ्या रंगाची जपमाळ बाहेर काढली. त्यांनी माळेचे मणी माझ्या हातावर दाबले, आपल्या हातात माझा हात घेतला अन् म्हणाले, "इम्माकुली, ही नेहमी जवळ बाळग."

"मी बाळगेन – वचन देते."

आम्ही एकमेकांना भेटवस्तू दिल्या, तेवढ्यात आमचं पुढचं दार धाडकन उघडून शेजारची बाई ओरडत आत आली. "लिओनार्डऽऽ, लिओनार्डऽ, कृपा करून लवकर चल. ते परत आलेत... ते मारेकरी परत आलेत! पण आता ते पुष्कळ जण आहेत. बरेच जण आहेत."

बाबा त्यांच्या झोपायच्या खोलीत गेले. आपल्या गादीखाली लपवलेला भाला त्यांनी काढला आणि त्वरेनं दरवाजातून बाहेर पडले. शक्य तेवढ्या त्वरेनं मीही त्यांच्यामागून जायचा प्रयत्न केला, पण माझ्या पायात जणू मणामणाच्या बेड्या पडल्या होत्या. मला वाटलं की, आता आपण सर्व मरणार. मला दिसलं की, मारेकरी आमच्या घरापासून फक्त पाव मैलावर येऊन ठेपले होते.

"चला, आपण या दुष्टांबरोबर लढा देऊ या. या निरर्थक हत्या थांबवू या. ते आपल्याला मारतीलही, पण आपण शुद्ध अंतःकरणानं मरू या." इतर तुत्सींना त्यांच्याबरोबर नेण्यासाठी बाबांनी मोठ्यानं हाका मारण्याचा प्रयत्न केला, पण कोणीही पुढे आलं नाही.

वडील घामानं थबथबले होते आणि त्यांच्या संतप्त डोळ्यांतून अंगार फुलला

होता. हातातला भाला उंचावून शत्रूवर चाल करण्यासाठी ते एकटेच पळत-पळत पुढे गेले. आई त्यांच्यामागे धावली. तिचा निळा लांब ड्रेस मागे लोळत होता. तिने वडिलांच्या शर्टची मागची बाजू पकडली आणि आपल्या टाचा जमिनीत रुतवून वडिलांना थांबवण्याचा प्रयत्न केला... निरर्थक! वडील पुढे धावतच होते आणि आई त्यांच्या मागोमाग फरफटली जात होती. ती म्हणत होती, "लिओनार्डऽ थांब, तू एकटा त्यांच्याबरोबर लढू शकणार नाहीस. कुणा दुसऱ्यांना जाऊ दे. इथे इतकी तरुण मुलं आहेत, त्यांना लढू दे." तिनं करुणा भाकली. तिच्याकडे सगळे जण पाहत होते, पण तिला त्याची पर्वा नव्हती. गेली अठ्ठावीस वर्षं त्यांनी एकमेकांना साथ दिली होती... हा माणूस, ज्याच्यावर तिनं सर्वांत जास्त प्रेम केलं... निश्चितपणे मृत्यूकडे धावत होता आणि त्याला थोपवण्यासाठी ती शक्य ते सारे प्रयत्न करणार होती.

धावता-धावता वडिलांना धाप लागली आणि यापुढे आईला असं ओढत नेणं शक्य नव्हतं. ते थांबले. ते दम घेण्याचा प्रयत्न करीत असतानाच आई त्यांच्या शर्टला लोंबकळली. "तुम्हाला काय धाड भरलीय?" जमावातील तरुण तुत्सींकडे बघत ती ओरडली, "स्वत: लढायचं सोडून तुम्ही तुमच्यासाठी म्हाताऱ्या माणसांना कसं लढायला लावताय? तुमच्यासाठी माझ्या नवऱ्याचा बळी का देताय? मर्द व्हा, उठा आणि लढायला तयार व्हा."

लोकांनी तिला निरखून पाहिलं, पण कोणी उठलं नाही; कारण ते सर्वच घाबरले होते. आई बाबांकडे वळली. त्यांच्या कमरेभोवती तिनं हाताचा विळखा घातला व विनवलं, "जाऊ नकोस लिओनार्ड, कृपा कर."

"रोझ, माझं जरा ऐक." बाबांनी आईचे खांदे धरले. "आत्ता या लोकांसाठी इथे असणं, हे माझं कर्तव्य आहे आणि त्याचा अर्थ लढणं असा असेल, तर मला लढायला पाहिजे. मला जे उचित वाटतंय, ते मला करायला हवं. आता अशी धीर सोडून बसू नकोस. ज्यांची मुलं लहान आहेत, त्या बाळंतिणींना मदत कर. मी नक्की परत येईन."

माझ्या आई-बाबांमध्ये वादविवाद सुरू असतानाच मारेकऱ्यांनी काढता पाय घेतला. मला वाटतं, ते जसे घराजवळ आले, तसा त्यांना अंदाज आला की, घराजवळ किती तुत्सी जमा झालेत. त्यांच्याजवळ जरी बंदुका अन् हातगोळे असले, तरी दहा हजार तुत्सींसमोर त्या शंभर जणांचा निभाव लागणार नव्हता. पण आत्ताचं हे व्यस्त प्रमाण फार काळ आमच्या बाजूनं राहणार नव्हतं.

माझ्या आई-वडिलांची आमच्या घरासमोरील बाचाबाची संपल्यावर दामासिन मला भेटायला आला. त्याच्या डोळ्यांत अंगार होता आणि आवाज गंभीर होता. "इम्माकुली, या वेळी मारेकरी पळून गेलेत; पण ते परत येतील आणि जेव्हा ते

परत येतील, तेव्हा ते बरेच जण असतील. काठ्यांनी नि दगडांनी त्यांना पळवून लावता येणार नाही. जर त्यांनी तुला पकडलं, तर ते प्रथम तुझ्यावर बलात्कार करतील, नंतर तुला ठार मारतील. तुला इथून निघून जायला हवं. जा, तू पास्टर मुरिंझींकडे जा. हे सगळं संपेपर्यंत ते तुला लपवून ठेवतील.''

''नाही दामासिन, मी नाही जाणार. इथून जायचं म्हणजे मला आपल्या कुटुंबाला सोडून जावं लागणार. आपण सर्व जण जाणार असू, तरच मी जाईन. तुम्ही इथे मारले जाण्याची शक्यता असताना मला एकटीला कुठे तरी लपून जगता येणार नाही.''

अश्रूभरल्या डोळ्यांनी दामासिननं माझ्याकडे पाहिलं व तो निघून गेला आणि वडिलांना घेऊन आला. ते दोघे मिळून माझी मनधरणी करू लागले. ''तुझा भाऊ म्हणतोय ते बरोबर आहे, इम्माकुली.'' वडील म्हणाले, ''तू तरुण मुलगी आहेस आणि तू इथे थांबणं फार धोकादायक आहे. पास्टर मुरिंझींच्या घरी जा आणि काही दिवसांनी सगळं शांत झाल्यावर मी स्वत: तुला न्यायला येईन.''

ते येतील व परत घेऊन जातील, यावर माझा विश्वास नव्हता. कारण मनोमनी मला जाणवलं होतं की, ते वाचणार नाहीत. मी म्हणाले, ''पण त्याऐवजी मी तुमच्याजवळच राहीन.''

''नाही, तू लपून राहायचं आणि हे निर्वाणीचं सांगणं आहे.'' वडिलांनी चर्चाच थांबवली.

''आईचं काय? ती माझ्याबरोबर यायला हवी.''

''मी तिला आधीच तसं म्हटलं, पण ती तुझ्या भावांना सोडून यायला तयार नाही. तू तुझ्याबरोबर ऑगस्टिनला घेऊन जा. आमच्या इथे राहत असताना त्याला काही झालं, तर त्याच्या आई-वडिलांना तोंड तरी कसं दाखवायचं... काहीच कळत नाहीये.''

तासाभरातच मी व ऑगस्टिननं पास्टर मुरिंझींच्या घरचा रस्ता पकडला. माझ्या अंगावरचे कपडे, वडिलांनी दिलेली जपमाळ व मी तुत्सी आहे हे दर्शवणारं सरकारी ओळखपत्र – एवढंच माझ्याजवळ होतं.

थोड्या अंतरापर्यंत माझे वडील आमच्या मागोमाग चालत होते. त्यानंतर ते मागे वळले आणि मोठ्यानं म्हणाले, ''इम्माकुली, लक्षात ठेव – मी येईन आणि स्वत: तुला घेऊन जाईन.''

मी ऐकलेले तेच त्यांचे शेवटचे शब्द.

पास्टरच्या घरी जाण्याचा पाच मैलांचा रस्ता अरुंद, कच्चा व धुळीनं भरलेला होता. आम्ही जोरजोरात चालत होतो. ऑगस्टिन होता हुतू, पण तुत्सीसारखाच दिसायचा. मारेकरी आम्हाला वाटेतच आडवे येतील, अशी भीती आम्हाला पदोपदी

वाटत होती आणि तसंच झालं. पास्टरच्या घरापासून आम्ही मैलभर अंतरावर असतानाच ते सामोरे आले. हातात भाले, धारदार सुरे व चाकू घेतलेल्या निदान शंभर हुतूंचा घोळका समोरून येत होता.

ते जसजसे जवळ आले, तेव्हा ऑगस्टिन कुजबुजला, "मी जर पक्षी असतो, तर आत्ताच्या आत्ता मी घरी किगालीला उडून गेलो असतो!" छातीशी होणारी हृदयाची धडधड मला स्पष्ट जाणवत होती.

त्यातील काही जण आपले धारदार सुरे एकमेकांवर आपटत होते. त्याचा एक तिरस्कारी खणकार होत होता. काही आपली पाती रस्त्यावर घासत चालले होते आणि दगडावरील घर्षणानं त्यातून ठिणग्या उडत होत्या. मी माझी नजर खाली रस्त्यावर ठेवून होते, पण त्यांच्या हत्यारांच्या सावल्या मला दिसत होत्या.

कुणी तरी माझ्या पाठीत भाला खुपसला, तर किती मोठं भोक पडेल, असा विचार मनात डोकावला आणि डोळे मिटून मी त्या वेदनेची वाट पाहत राहिले. पण देवाचं कृपाछत्रच आम्हा दोघांवर होतं.

"इम्माकुली, तू इथे काय करत्येस?"

मी डोळे उघडले; तर समोर कागेयो – एक हुतूच – पण माझ्या वडिलांचे खास मित्र! त्यांच्या हातात मोठा भाला होता, पण डोळ्यांत दयेचे भाव होते.

आमच्या आजूबाजूला हुतू जमा झाले, पण कागेयो त्यांच्या अंगावर ओरडले, "या मुलांना जराही त्रास देऊ नका. ते माझे मित्र आहेत, त्यामुळे त्यांना कोणी हात लावला तर बघा."

हुतूंना खरं तर राग आला, पण ते पुढे निघून गेले.

"मुलांनो, काही काळजी करू नका. आम्ही पुन्हा शांतता प्रस्थापित करू." कागेयो म्हणाले आणि इतरांबरोबर निघून गेले.

जेवढं जोरात पळता येईल तेवढं आम्ही पळालो आणि पास्टरांचं घर गाठेपर्यंत थांबलोच नाही.

"आपण आता सुरक्षित आहोत." मी म्हणाले.

हे खरं ठरलं असतं, तर मला किती बरं वाटलं असतं.

■

पास्टरांच्या घरी

मी व ऑगस्टिन जेव्हा पास्टर मुरिंझींच्या घरी पोहोचलो, तेव्हा आम्हाला धाप लागली होती. गेले काही दिवस चिंताग्रस्त अवस्थेत काढल्यामुळे मी थकून गेले होते आणि मारेकऱ्यांपासून दूर जोरात धावल्यामुळे माझं डोकं गरगरत होतं. पास्टर मुरिंझी दरवाज्यात उभे राहून आमच्याकडे पाहत होते, तेव्हा मी त्यांना कसंबसं सांगितलं, "तिथे माणसं होती... भाले घेऊन... ते आम्हाला..." मी श्वासासाठी धडपडत होते.

प्रशस्त भला मोठा दरवाजा असणाऱ्या, आपल्या घराच्या पोर्चमध्ये, पास्टर मुरिंझी उभे होते. अनेक झोपड्या व पत्र्यांची खुराडी असणाऱ्या आमच्या गावात युरोपियन पद्धतीचं बांधकाम असणारं त्यांचं घर थोडं वेगळं, थोडं विसंगत होतं, असं मला वाटायचं. या घरात झोपण्याच्या पुष्कळ खोल्या होत्या आणि जेवणासाठी व बसण्या-उठण्यासाठी दोन प्रशस्त हॉल होते. भिंतींमधून पाण्याचे नळ घेतलेल्या बाथरूम होत्या. पुढे अनेक फुलझाडांनी बहरलेलं अंगण होतं. चांगली सावली देणारा एक मोठा वृक्षही होता. त्यामुळे उन्हापासून फुलांचे छान संरक्षण होत असे.

पास्टरांनी आमचं मनापासून स्वागत केलं. मला अजून धाप लागलेलीच होती. मी त्यांच्याशी हस्तांदोलन केले.

"इम्माकुली, तुला पुन्हा पाहून फार बरं वाटलं. फार दिवसांनी भेटलीस." ते हसून म्हणाले.

पास्टरांच्या दहा मुलांपैकी छोट्या मुलाशी माझी लहानपणापासून चांगली मैत्री होती. त्यामुळे पुष्कळ वेळा मी त्यांच्या घरी जात असे. अनेक वर्षांपासून त्यांचे माझ्या वडिलांबरोबर व्यावहारिक संबंध होते. त्यामुळे त्यांनाही आमच्या घरी अनेकदा आलेलं मी पाहिलं होतं. शिवाय माझ्या मित्राचे – जॉनचे ते काकाच असल्यानं मला कुणी परके नव्हते. मला अचानक आठवलं, एकदा माझी आत्या मला या प्रॉटेस्टंट पास्टरांबद्दल सांगत होती. माझ्या वडिलांनी (कट्टर कॅथॉलिक) केलेल्या उत्तम कामासंबंधी आणि समाजात त्यांना असलेल्या मानसन्मानासंबंधी पास्टरांना आकस होता. पण माझ्याशी ते फार चांगलं वागत आणि मीही त्यांना

नेहमीच मान देत असे व त्यांच्याशी अदबीने वागत असे. तेव्हा हेच लक्षात ठेवून राहायचं, असं मी ठरवलं.

"पास्टर मुरिंझी, माझ्या वडिलांनीच मला इथे यायला सांगितलं." अजूनही त्यांचे हात माझ्या हातात असताना मी म्हणाले, "ते असंही म्हणाले की, परिस्थितीत सुधारणा झाली की, ते मला न्यायला येतील. त्यांनी वचन दिलंय की, ते स्वत: मला न्यायला येतील."

पास्टर काही म्हणाले नाहीत, पण त्यांचे डोळे बरंच काही सांगून गेले... तुझे वडील तुला न्यायला कधीच येणार नाहीत... तुला ते पुन्हा दिसणारही नाहीत.

पास्टर महाशयांच्या नजरेतील तो विखार मी तिथेच झटकून टाकला. कारण माझ्या कुटुंबावर येणाऱ्या संकटाचा जर मी विचार करीत बसले, तर मी तिथेच कोसळले असते. त्यांनी आम्हाला हॉलमध्ये नेण्याआधी मी ऑगस्टिनची ओळख करून दिली. हॉलमध्ये पुष्कळ पाहुणेमंडळी एकमेकांशी चर्चा करीत होती. अर्थात मला तसं वाटलं, पण आम्ही आत गेल्याबरोबर सर्व जण गप्प झाले.

तिथे माझ्या प्रथम दृष्टीस पडलेली व्यक्ती म्हणजे माझे प्राथमिक शाळेतील शिक्षक बुहोरो. त्यांनी जातिनिहाय हजेरी घेताना मला वाईट वागणूक दिली होती, तरी मी त्यांच्याबद्दल मनात आकस धरला नव्हता. मी ओळखत होते, अशी व्यक्ती दिसल्यामुळे मला आनंदच झाला, हायसं वाटलं. मन:पूर्वक हसून पुढे गेले आणि मी हस्तांदोलनासाठी हात पुढे केला.

त्यांनी माझ्या हाताकडे पाहिलं, नंतर मान वर करून माझ्या डोळ्यांत पाहिलं आणि तोंडाने 'चक्' असा तुच्छतापूर्वक आवाज करून पाठ फिरवली. मला धक्काच बसला. असं शत्रुत्वाच्या भावनेनं, अनादरानं व उद्धटपणे माझ्याशी कुणीही, कधीही गैरवर्तन केलं नव्हतं. आणि ज्यांना मी प्राथमिक शाळेपासून ओळखत होते, त्यांच्याकडून असं घडावं? काय झालं त्याचं तेथील उपस्थितांपैकी सर्व साक्षीदार होते : 'हे, तू तुत्सींतील घाणेरडी – मला स्पर्शही करू नकोस.' हे असंच त्याच्या देहबोलीतून दिसत होतं.

मी आजूबाजूला पाहिलं. माझी अपेक्षा होती की, खोलीतील इतर बुजुर्गांमधून कुणीतरी माझ्या बाजूनं उभं राहील आणि बुहोरोंना समज देईल; पण कुणीही दखल घेतली नाही – पास्टर महाशयांनीही नाही! फक्त एकटा ऑगस्टिनच पुढे आला, बुहोरोंपुढे चालत गेला व त्यांच्याशी हस्तांदोलन न करता माझ्याजवळ येऊन उभा राहिला.

मला बऱ्याच दिवसांपासून माहिती होतं की बुहोरो हुतू होते, पण आत्ता नुकतंच लक्षात आलं की, ते जहाल मतवादी हुतू असून तुत्सींना पाण्यात पाहत होते. जहाल मतवादी... त्या शब्दाचा मला फार तिटकारा होता. बुहोरोंनी पुन्हा एकदा मी

तुत्सी असल्याचं दाखवून मला मान खाली घालायला लावली. मला इतकं अपमानित व अस्वस्थ वाटू लागलं की, खोलीत जमलेल्या इतर पाहुण्यांना बळेबळेच अभिवादन करून मी लज्जेपोटी हॉलमधून काढता पाय घेतला.

प्राथमिक शाळेतील सर्वांत जवळची असलेली माझी मैत्रीण जेनेटला स्वयंपाकघरात बघून मला हायसं वाटलं. ती एका दुसऱ्या मुलीबरोबर बोलत बसली होती. मी धावतच तिच्याकडे गेले आणि ओरडलेच, "जेनेटऽ, तुला इथे बघून मला इतकं छान वाटतंय! माझे गेले काही दिवस फार भयानक होते. जग इतकं बिघडलंय ना, सर्व गावभर लोकांना ठार मारताहेत आणि आम्हाला अगदी कुत्र्यासारखं वागवतायत. मी देवाची खरंच आभारी आहे, तू मला इथे भेटलीस. माझ्या मैत्रिणीचा चेहरा बघायला इतकं छान वाटतंय!"

मी माझे हात तिच्या अंगाभोवती लपेटले व तिला घट्ट अलिंगन दिलं. पण तिचं शरीर आक्रसून गेलं. मी मागे सरून तिच्या चेहऱ्याकडे पाहिलं, तेव्हा मला तिथे मैत्रीचा अभाव दिसला. खरं तर तिची नजर माझ्या नजरेला भिडण्यास उत्सुक नव्हती.

मला वाटलं, तिला धक्का बसला असावा. मला एकदम तिच्या प्रकृतीविषयी काळजी वाटली आणि वाटलं, आपलंच चुकलं. ती कशी आहे, हेही आपण विचारलं नाही.

"जेनेट, तुझी तब्येत ठीक नाही का? मीही बरेच दिवस झोपलेली नाही गं! पण आता आपण एकमेकींना भेटलोय ना! मला वडिलांनीच पास्टर मुरिंझींकडे यायला सांगितलंय... पण मला इथे चैन नाही पडणार. तूही इथे भेटायला आली आहेस, हे केवढं भाग्य आहे! मी तुझ्याबरोबरच तुझ्या घरी येईन आणि पुन्हा सर्व सुरळीत होईपर्यंत आपण एकमेकींबरोबर राहू."

जेनेट खाली वाकली व आपली पर्स उचलून उभी राहिली. "इम्माकुली, तू काय विचार करते आहेस, हे मला माहीत नाही." आत्ताही माझ्याकडे न पाहताच ती म्हणाली, "पण मी तुला आमच्या घरात नक्कीच थारा देणार नाही आणि माझे वडीलही नाही."

"पण... जेनेट?"

ती दुसऱ्या मुलीकडे वळली व म्हणाली, "बरंय, मी येते." असं म्हणून घरातून बाहेर पडली अन् तिनं मागंही वळून पाहिलं नाही.

मी लटपटत्या पायांनी हॉलमध्ये आले व भिंतीच्या आधारे उभी राहिले. इतक्या जवळच्या माझ्या मैत्रिणीनं मला का अव्हेरलं? एके काळी आम्ही एकमेकींवर बहिणीसारखं प्रेम केलं होतं. आता ती इतकी कशी निर्दय बनली? इतक्या चटकन मन इतकं घट्ट करणं तिला कसं शक्य झालं?

ऑगस्टिन लेचिमला घेऊन माझ्याकडे आला. लेचिम हा पास्टर मुरिंझींचा सर्वांत लहान मुलगा आणि माझा आतापर्यंतचा एकमेव पुरुषमित्र. प्राथमिक शाळेपासून आम्ही एकमेकांना ओळखत होतो. तो दामासिनचाही जिवलग मित्र होता, म्हणून बऱ्याचदा आमच्याकडे असायचा. आम्ही मित्रमंडळी गेली कित्येक वर्षं जेव्हा छोट्या-मोठ्या सहलींना जायचो, त्या-त्या वेळी तोही असायचा. त्यामुळे आमच्यात जरा वेगळे संबंध जुळले होते. खरं तर माझ्या विसाव्या वाढदिवशी त्यानंच मला माझ्या आयुष्यातलं पहिलं चुंबन दिलं होतं. ती आमच्या प्रणयाची जशी पहिली सुरुवात, तशीच शेवटही ठरली. कारण आम्हीच ठरवलं की, आपली सुंदरशी मैत्री निष्कलंक राहावयास हवी आणि त्यामुळेच सभोवताली चाललेल्या मारेकऱ्यांच्या नंग्या नाचात शेतात लपून राहण्याऐवजी माझ्या खांद्यावर असलेल्या त्याच्या आश्वासक बाहूंमुळे मी त्या मोठ्या घरात उभी राहू शकले.

"इम्माकुली, इकडे ये. अशी अस्वस्थ होऊ नकोस. आज प्रत्येक जणच विचित्र वागतोय." माझ्या खांद्यावर प्रेमानं थोपटत लेचिम म्हणाला, "ये, मी तुला माझ्या बहिणीच्या खोलीत घेऊन जातो. तुला मुलींबरोबर राहणं आवडेल आणि ऑगस्टिन मुलांच्या खोलीत राहील."

लेचिम भेटल्यामुळे मला फार आनंद झाला आणि त्याची बहीण दुसेंगेशीही माझी चांगली ओळख होती. त्याच्याप्रमाणेच त्याची बहीणही कनवाळू व मनानं फार चांगली होती. आम्हा दोघींचं एकमेकींशी छान पटायचं. मला वाटतं, याचं मूळ कदाचित त्यांची आई तुत्सी असण्यात असावं – जी काही वर्षांपूर्वीच ख्रिस्तवासी झाली. लेचिम व दुसेंगे हे दोघंही हुतू म्हणून ओळखले जायचे. कारण त्यांचे वडील हुतू होते. पण रवांडामध्ये तुत्सींना काय भोगावं लागतं, हे त्यांची आई तुत्सी असल्यामुळे त्यांना ठाऊक होतं.

आम्ही खोलीकडे जसे जाऊ लागलो तसा ऑगस्टिन रडू लागला. "मला घरी जायचंय... मला माझ्या आई-वडिलांना, बहिणीला भेटायचंय. इथून बाहेर पडून मला किगालीला जायचंय."

"चल," त्याचा हात हातात घेऊन मी म्हटलं, "असं करू नकोस. हिंमत बाळग. तू आत्ता लगेच कुठेही जाऊ शकणार नाहीस. बाहेर फारच धोका आहे. आपण देवाचे आभार मानू या, कारण आपण इथे फार सुरक्षित आहोत. तू तुत्सीसारखा दिसत असलास तरी तू हुतू आहेस आणि ते सिद्ध करायला तुझ्याकडे तुझं ओळखपत्रही आहे. तुला कोणीही इजा करणार नाही."

"नाही इम्माकुली, तू चुकते आहेस. हॉलमधील लोक कुजबुजत असताना मी ऐकलंय. त्यांना वाटतंय की, मी तुत्सी-बंडखोर सेनेचा प्रतिनिधी आहे आणि या लोकांवर नजर ठेवण्यासाठी आरपीएफनं मला पाठवलंय. माझ्या ओळखपत्राला

त्यांच्या मते शून्य किंमत आहे. ते बनावट आहे, असं त्यांचं म्हणणं आहे. मी कोण आहे, हे इथे कोणालाच माहीत नाही. ते मला मारून टाकणार आहेत. मला माहिती आहे, ते मला मारून टाकणार आहेत!...'' माझा हा छोटा मित्र इतका हबकला होता की त्याचे हात कापत होते, त्याच्या गालांवर अश्रू वाहत होते.

''ऑगस्टिन, असा घाबरू नकोस. आपण बरोबर असलो की, आपल्याला एकमेकांची काळजी घेता येईल आणि आपल्याला काही होणार नाही.''

हे सर्व सांगायला मला कुठून बळ आलं, मलाच समजलं नाही. कारण मी स्वत:च फार घाबरलेली होते आणि मलाच सुतराम कल्पना नव्हती की, आम्ही जगू की मरू! पण देव आपल्याला नक्की मदत करेल यावर विश्वास ठेवायलाच पाहिजे होता; नाहीतर हा त्रास, दु:ख, ही फसवणूक कशासाठी सहन केली असती?

दुसेंगे तिच्या खोलीत नव्हती, म्हणून मी डोळे मिटून शांत पडून राहिले. गेल्या काही दिवसांत खरं तर मला जराही झोप नव्हती, पण तरीही डोळा लागत नव्हता. ज्यामुळे मला पास्टर महाशयांकडे यावं लागलं, त्या साऱ्या घटनांची माझ्या मनात उजळणी सुरू झाली. मला दिसलं की, माझे कुटुंबीय रेडिओसमोर बसले होते आणि काय करावं, हे न समजल्यानं हवालदिल झाले होते. माझं रक्षण करण्यासाठी बाहेर झोपलेल्या माझ्या आईचा पांढराफटक चेहरा माझ्या नजरेसमोर आला. भयभीत झालेल्या हजारो लोकांना प्रोत्साहित करण्यासाठी उभं राहून भाषण देणारे माझे बाबा मला आठवले आणि पास्टरांच्या घरी येताना वाटेवर कुऱ्हाडी, भाले, सुरे धरलेले मारेकऱ्यांचे हातही आठवले.

मी आठवणींमध्ये गुरफटून गेले असतानाच दामासिनचा उत्तेजितसा आवाज ऐकू आला व मी चमकून उठून बसले. मला वाटलं, ते माझं स्वप्नरंजन होतं. पण नाही; ते तसं नव्हतं. मी निश्चित माझ्या भावाचा आवाज ऐकत होते. खोलीबाहेर तो कुणाशी तरी बोलत होता. काही सेकंदांतच तो खोलीत माझ्यासमोर उभा होता.

''दामासिन, काय झालं? आई-बाबा कुठे आहेत?''

''इम्माकुली, मला माहीत नाही. आमची ताटातूट झालीय आणि त्यांनाही पळून जावं लागलं.''

''का? काय झालं?''

''त्यांनी ते जाळून टाकलं?''

''काय? कुणी काय जाळून टाकलं?''

''मारेकरी... त्यांनी आपलं घर जाळून टाकलं... सारी राख-रांगोळी झाली!''

मी दु:खानं बिछान्यावर कोसळलेच. माझ्या बाबांनी घर नुकतंच बांधलं होतं. ते त्यांनी माझ्या आईसाठी स्वत:च्या हातांनी बांधलं होतं. ते त्यांचं निवृत्तीनंतरचं अभेद्य असं निवासस्थान होतं... आणि तेच जळून खाक होताना पाहून त्यांचं मन तडफडलं असणार.

“बाबांना घराबद्दल ठाऊक आहे?”

“अर्थात! त्यांना ठाऊक आहेच... त्यांच्या डोळ्यासमोरच मारेकऱ्यांनी ते जाळलं.” दामासिन म्हणाला आणि त्यानंतर मी तिथून निघाल्यापासून काही तासांतच तिथे काय काय घडलं, याची इत्थंभूत माहिती त्यानं मला दिली. सकृत्दर्शनी असं जाणवलं की, हे सरकारचंच कारस्थान होतं. मात्र यावर बाबांचा विश्वास नव्हता म्हणून ते गाडी घेऊन मि. किबायी – त्या भागाचा मुख्य अधिकारी – याला भेटायला गेले आणि तुत्सींसाठी संरक्षण मागितलं.

“पण किबायीने तर बाबांना तुरुंगात टाकलं होतं आणि उपाशी ठेवायचा प्रयत्न केला होता.” मी मधेच म्हटले. “ते मदत करतील, असं कसं वाटलं बाबांना?”

“बाबा म्हणाले, त्यांना दुसरा कुठलाच पर्याय नव्हता.” दामासिनने पुढे सांगायला सुरुवात केली. “आपलं घर मारेकऱ्यांनी वेढलं होतं, आणखी काही येत होते. बाबांकडे मदत मागायला जे लोक येत होते, त्यांची जबाबदारी आपल्यावरच आहे, असं त्यांना वाटलं; म्हणून संरक्षणाची याचना करण्यासाठी ते किबायीकडे गेले. त्यांनी किबायीला सांगितलं की, घरासमोर हजारोंनी तुत्सी जमा झालेत व त्यांच्या रक्षणासाठी शक्य होईल तेवढे जास्तीत जास्त सैनिक पाठवावेत.”

दामासिनने किबायी काय म्हणाला, तेही सांगितलं. तो बाबांना म्हणाला की, तुम्ही काही काळजी करू नका आणि त्यांच्याबरोबर घरापर्यंत दोन सैनिक पाठवले. पण घरी पोहोचल्यावर सर्व विपरीत घडलं.

“ते सैनिक बाबांची थट्टा करू लागले. त्यांच्याकडे पाहून ते हसू लागले आणि म्हणाले, तू इतका कसा मूर्ख? तुझ्या त्या झुरळांना संरक्षण देण्यासाठी त्यांनी आम्हाला पाठवलं आहे, असं तुला वाटलं तरी कसं? या सर्व झुरळांचा खात्मा करायला हवा.”

त्याच वेळी व्हिएन्नीही खोलीत आला. माझ्या दोन्ही भावांना विलक्षण धक्का बसला होता. दामासिन गर्भगळीत झाला होता, तर व्हिएन्नीच्या चेहऱ्यावर भकास, भेसूर भाव होते. जे घडलं ते सारं सांगताना दामासिनचा आवाज थकून गेला होता.

“मारेकऱ्यांना प्रोत्साहन देण्यासाठी सैनिकांनी हवेत गोळीबार केला आणि मारेकरी आपले धारदार सुरे पाजळत, जनावरासारखे चीत्कार करीत धावत येऊन तुटून पडले. घराजवळ जमलेल्या तुत्सींनी इतक्या मोठमोठ्याने किंचाळायला सुरुवात केली... असं वाटत होतं की, कावळ्यांचा मोठा थवाच्या थवा कोकलतोय. हजारोंची भीतीपोटी त्रेधातिरपीट उडाली आणि मिळेल त्या वाटेनं ते सैरावैरा धावू लागले.

“आई-बाबा अन् व्हिएन्नी घरापासून दूर झाले. मारेकरी आमच्यावर चालून येत नाहीत याची खात्री करून मीही त्यांच्या मागोमाग सटकलो. सैनिक मारेकऱ्यांकडे

वळले आणि त्यांनी ओरडून सांगितलं, हे घर झुरळांनी भरलंय... त्याला धुरी द्या! वाट कशाची पाहताय? तुमचं काम तुम्हाला अजून पुरं करायचंय! या झुरळांना ठेचून टाकायची हीच वेळ आहे!

"त्यानंतर मारेकऱ्यांना आणखीनच ऊत आला. ते घरात घुसले. जे मिळेल त्याची तोडफोड केली आणि गाडी पेटवून दिली. जे तोडता आलं नाही, ते लुटून नेलं... आणि त्यानंतर घराला चूड लावली. पाच मिनिटांत सगळ्याची राखरांगोळी झाली. बाबा जमिनीवर कोसळले. समोर जे चाललं होतं, त्यावर त्यांचा विश्वासच बसला नाही... ते निपचित होऊन पडले. त्यांनी लोकांना परिस्थिती सुधारेल, म्हणून सांगितलं होतं; पण त्यांचा अंदाज किती चुकीचा होता, ते त्यांना समजलं होतं आणि आता काही करणं व्यर्थ होतं. त्यांचं उभं आयुष्य आगीच्या भक्ष्यस्थानी पडलं होतं, ज्वाळांनी घेरलं होतं.

"रस्त्यापासून खालच्या अंगाला त्यांनी त्यांची मोटरसायकल लपवून ठेवली होती, तिथपर्यंत जाण्यासाठी आम्ही त्यांना मदत केली. त्यांनी आईला मागे बसायला लावलं. मारेकरी बेताल झाले होते. त्या गडबडीत आम्हाला काही बोलता आलं नाही. ना विचार करायला वेळ मिळाला, ना एकमेकांचा निरोप घेता आला. बाबांनी फक्त मोठ्यानं सांगितलं की, पास्टर मुरिंझींकडे जा पळा आणि तुमच्या बहिणीला भेटा... मला तुमच्या आईला इथून दूर घेऊन जायला हवं. तुम्हीही लपा... नंतर आपण एकमेकांना भेटू!

"त्यांचा शर्ट धरून आई रडत होती. तिने आमच्याकडे पाहिलं आणि म्हणाली, 'माझ्या लेकरांनो... अहो, माझ्या मुलांचं काय होईल हो!' मोटरसायकलच्या इंजिनाच्या आवाजात आम्हाला तेवढंच ऐकू आलं. त्यानंतर ते दिसेनासे झाले."

"पण ते कुठे गेले?" हे विचारताना हृदयात कालवाकालव झाली.

"मला नाही माहीत... कदाचित सेसिलआत्याकडे गेले असतील किंवा एखाद्या चर्चमध्ये आश्रयाला गेले असतील. इतका गोंधळ होता ना... अक्षरश: चेंगराचेंगरी सुरू होती. हजारो तुत्सी जिवाच्या आकांतानं पळत होते... कुणी डोंगराकडे, कोणी जंगलात, दलदलीत तर कोणी स्टेडियममध्ये. पण इम्माकुली, मी तुला सांगतो, ते जिथे जातील, तिथे मारेकरी असतीलच. ते सगळीकडे आहेत आणि आता तर आपल्याला लपायला घरही नाही."

माझी तर दातखिळीच बसली होती. पण मला दिसत होतं की, माझ्या भावांची उमेद वाढवण्यासाठी काही करायला पाहिजे. "हे बघा, आपण आपलं ते घर गमावलं असेल; पण आपण जिथे एकत्र असू, ते आपलं घरच असेल ना –" जास्तीत जास्त इच्छाशक्ती एकवटून मी म्हटलं, "आपण एखाद्या दुसऱ्या शहरात जाऊ... आपण किगालीला जाऊ आणि सर्व नव्यानं उभारू."

"इम्माकुली, तुला काय झालंय तरी काय?" माझ्या खोट्या आशावादानं आधीच त्रासलेला दामासिन फणकाऱ्यानं पुढे म्हणाला, "इथे सगळीकडे कत्तली सुरू आहेत. पायाखाली प्रेतं तुडवत आम्ही इथे पोहोचलो. त्यांतील बहुतेक आपल्या ओळखीच्या लोकांची होती. यातून आता आपली सुटका नाही."

त्याच्या चेहऱ्यावरील असे भाव मी कधीच पाहिले नव्हते. त्यात निर्भर्त्सना होती, की घोर निराशा होती, की संताप होता, हे नक्की सांगणं मला कठीण होतं. त्याच्या पुढच्या शब्दांनी मला चाबकासारखं फटकारलं. "सर्व गोष्टी सुरळीत होतील, असं सारखं-सारखं आम्हाला का सांगते आहेस?"

अपराधीपणाच्या भावनेनं मला वेढलं. माझे भाऊ, आई-वडील ज्या भीषण परिस्थितीतून जात होते, त्याला माझा आशावाद कारणीभूत होता काय? त्यांच्या नशिबाला मी जबाबदार होते काय? वेळीच निघायला बाबा तयार झाले नव्हते आणि हे सर्व इतक्या झटपट झालं; त्यात आम्ही दुसरं काय करणार होतो? मी निराश होऊन बसायला पाहिजे होतं की, खचून जायला पाहिजे होतं की, स्वत:ला भावनांच्या गर्तेत लोटून द्यायला पाहिजे होतं? त्यामुळे परिस्थिती नक्की आणखी बिघडली असती. जगण्यासाठी माणसाला आशेच्या संजीवनीची जरुरी असते.

माझ्या तत्त्वात बिलकूल बसत नाही की, देवाने आम्हा तुत्सींना केवळ कत्तल करून घेण्यासाठी जन्माला घातलंय. पण हा दामासिन बघा – ज्याच्यावर मी जिवापाड प्रेम केलं, तो माझ्याकडे रागानं आणि निराशेनं पाहत होता. अश्रूंनी भरलेल्या डोळ्यांनी मी म्हणाले, "मी क्षमा मागते, पण आपल्याकडे आता फक्त आशा उरलीय. म्हणूनच आपण ओंशा बाळगू या. आत्ताच आपण निराश होण्यात अर्थ नाहीये. तुला आठवतंय, तू मला वचन दिलंस की, पुढच्या वर्षी माझ्या पदवीदान समारंभासाठी तू स्वत: हजर राहणार आहेस. आपण याच्यातूनही ते नक्की प्राप्त करू."

"तुला नक्की तसं वाटतंय?" माझ्या भावानं विचारलं. त्याच्या चेहऱ्यावर ते नेहमीचं छान हसू पसरलं, पण नजरेत कुठेतरी न पटल्याचे भाव होते.

ती रात्र तरी निर्विघ्नपणे पार पडेल की नाही, हेही मला ठाऊक नव्हतं, पण आवाजात जास्तीत जास्त ठामपणा आणायचा प्रयत्न करीत मी म्हणाले, "नक्की दामासिन, आपण नक्की तडीस नेऊ."

"ठीक आहे, तू सोडणार नसशील, तर मीही आशा सोडणार नाही." तो म्हणाला आणि त्यानंतर व्हिएन्नीकडे वळला.

"तू ऑगस्टिनबरोबरच राहा, कारण तो फारच घाबरला आहे आणि काही झालं, तरी हे घर सोडून जाऊ नकोस... इम्माकुलीलाही सोडू नकोस. बाहेर सगळीकडे मारेकरी आणि बलात्कारी टपूनच बसलेत. मला वचन दे, तू एवढं नक्की करशील."

“मी वचन देतो.” आमचं शेंडेफळ म्हणालं.

नंतर दामासिननं जाहीर केलं, “मी इथे राहणार नाहीये. मला माहिती आहे की, पास्टरांना बाबा आवडत नाहीत आणि मीही आवडत नाही, हेही मला ठाऊक आहे. शिवाय बऱ्याच जणांनी मला इथे येताना पाहिलंय आणि त्यामुळे तुझा ठावठिकाणा त्यांना समजेल.”

इथेच राहण्यासाठी मी त्याला पुष्कळ समजावलं, पण त्याचा विचार पक्का होता. त्याचा जिवलग मित्र बॉन जवळच राहायचा, म्हणून दामासिन त्याच्याकडेच राहणार होता. बॉन हुतूच असल्यामुळे दामासिनला बरेच दिवस लपवून ठेवणंही त्याला शक्य होतं.

दामासिनला सोडायला पोर्चपर्यंत गेले खरी, पण त्याच्याशी काही बोलणं फारच दु:खदायक होतं. ‘आपण लवकरच भेटू या’ किंवा ‘आपण काही आठवड्यांनी भेटणारच आहोत,’ असं म्हटल्याशिवाय आम्ही एकमेकांचा निरोप कधीच घेतला नव्हता. पण आत्ता माझ्या भावाचा तो सुंदर, रुबाबदार चेहरा पाहणं कदाचित शेवटचंच ठरू शकेल, या जाणिवेने माझ्या तोंडून निरोपाचा शब्दही निघू शकला नाही.

माझ्या भावानं, माझ्या जिवलग मित्रानं, त्याचे हात माझ्या हातात दिले आणि त्याचा तो मृदू पिसासारखा हलका स्पर्श जाणवला. मी त्यांना घट्ट पकडण्याचा जोरदार प्रयत्न केला, पण त्याच्या हातांचं वजनच मला जाणवत नव्हतं... जसं काही त्यांतून प्राण निघून गेल्यासारखं मला वाटलं. माझं काळीज फुटणारसं मला वाटलं.

आम्ही शांतपणे एकमेकांकडे बघत राहिलो. दामासिननं त्याचे हात सोडवून मागे घेतले, विषण्णपणे हसला आणि गेटमधून बाहेर पडला.

■

मुलांना निरोप

दामासिन गेल्यानंतर थोड्याच वेळात पास्टर मुरिंझींच्या दारावर थाप पडली. व्हिएन्नीच्या हायस्कूलमधील एक टीचर झिमा यांचा आवाज मी ऐकला. त्यांना पास्टर मुरिंझींना भेटायचे होते. दबक्या आवाजात काहीतरी बोलणं झालं आणि दरवाजा पुन्हा बंद झाला. मी तशीच मागे गेले आणि पाहिलं, तेव्हा मला पास्टरांच्या अंगणातील त्या उंच झाडाच्या सावलीत झिया एकटेच बसलेले दिसले. त्या अंधूक प्रकाशातही त्यांच्या चेहऱ्यावर पसरलेलं दुःख सहज दिसत होतं.

त्यांचा आवाज घाबरलेल्या लहान मुलासारखा होता – ''ते काय करतील? आपल्याला ठार मारतील, असं वाटतं तुला?''

त्यांचं दाराजवळचं बोलणं जेव्हा ऐकलं होतं, तेव्हा मलाच खोटी आशा वाटली होती की, मला दिलासा व बळ देणारं असं काहीतरी ते बोलतील. पण खरं तर त्या दोन्हीची त्यांनाच जास्त जरुरी होती.

झिमानं मला सांगितलं की, त्याची बायको व मुले एका दूरच्या खेड्यात त्याच्या बायकोच्या माहेरी गेलीत. ती सुरक्षित आहेत की नाहीत, हे समजायला काहीच मार्ग नव्हता आणि अनिश्चिततेनं तो हवालदिल झाला होता.

''ती भयानक दृश्ये माझ्या नजरेसमोरून हलतच नाहीत.'' तो म्हणाला, ''मला दिसतंय की, माझ्या बायको-मुलांची निर्घृण हत्या होतेय, माझ्यासमोर त्यांचे तुकडे-तुकडे होताहेत आणि ते थांबवण्यासाठी मी काहीच करू शकत नाहीये. मला फक्त एवढंच माहिती आहे की, ते तिथे आत्ता रक्ताच्या थारोळ्यात पडून आहेत.''

मी माझ्या परीनं त्यांना शांत करण्याचा प्रयत्न केला, मी तरी दुसरं काय करणार? सर्व गोष्टी सुरळीत होतील म्हणून किती वेळा आणि कोणाला मी सांगू, जिथे मलाच स्वतः काय होणार हे माहीत नव्हतं!

त्यानं एक दीर्घ निःश्वास टाकला. ''मी जाणार तरी कुठे? तिथे तर सर्वांकडे धारदार सुरे आहेत, मी काही जणांकडे बंदुकाही पाहिल्या.''

''या कत्तली थांबेपर्यंत इथेच थांबा. मग तुम्हाला तुमची बायको-मुलंही भेटतील.'' त्यांच्या मनाला उभारी यावी म्हणून मी म्हटलं.

त्यानं नकारार्थी मान हलवली व उभा राहिला. ''मी इथे राहणार नाहीये आणि बेटा, दुसरीकडे जाण्यासारखी कोणतीही जागा, खरं तर नाहीये.''

''मी तुमच्यासाठी प्रार्थना करेन.''

''इम्माकुली, मी तुझा फार आभारी आहे.''

माझा निरोप घेऊन तो अंगणातून पुढे गेला, जिथे पास्टर मुरिंझी वाट पाहत उभे होते. झिमाला इथे राहता येणार नाही, असं त्यांनी सांगितलं असावं. पास्टरांनी दरवाज्याकडे बोट दाखवलं आणि एक शब्दही न बोलता झिमा बाहेर पडताना दिसला. नंतर मला समजलं की, पास्टरांच्या घरापासून थोड्याच अंतरावर त्या बिचाऱ्याची खांडोळी केली गेली.

दोनएक तास झाले असतील... त्या छोट्या बेडरूममध्ये मी एकटीच होते, तेव्हा पास्टर मुरिंझी गुपचूप आत आले. त्यांच्याबरोबर पाच तुत्सी बायका होत्या. त्या कुठे राहतात, हे मला ठाऊक होतं; पण मी व्यक्तिशः कोणाला ओळखत नव्हते.

बायकांना खोलीत घेऊन आले, तेव्हा पास्टर फार व्यथित झाल्यासारखे वाटले. ''त्वरा करा, चला लवकर! चटकन आत या आणि शांत राहा.'' ते इतक्या हळू आणि घायकुतीला येऊन बोलत होते की, ते काय म्हणताहेत, ते अगदी अस्पष्ट ऐकू येत होतं.

''इथे थांबा आणि शांत राहा.'' जाताना दरवाजा बंद करून घेत ते म्हणाले. आणि तिथे उरलो आम्ही सहा तुत्सी बायका, एकमेकींना जराही न ओळखणाऱ्या. पण आमच्यात दोन गोष्टींत साधर्म्य होतं. पहिलं म्हणजे, आमच्या सर्वांच्या मागे शिकारी कुत्रे लागले होते आणि दुसरं म्हणजे, आम्हाला लपायला दुसरी जागा नव्हती. आम्ही एकमेकींकडे नुसत्या बघत उभ्या राहिलो. इतक्या घाबरलेल्या होतो की, एकमेकींची ओळख करून घेणं शक्य नव्हतं; तर गप्पा मारणं तर बाजूलाच राहिलं. बाहेर काय चाललंय, हे आम्हाला ठाऊक नव्हतं. पण पास्टरांच्या अस्वस्थपणामुळे परिस्थिती पार बिघडलेली होती, हे अनुमान काढता येत होतं.

अचानक बाहेर किंकाळ्या उठल्या. रक्त गोठवणारे चीत्कार ऐकून अंगावर काटा उभा राहिला.

त्यानंतर भेसूर, क्रुद्ध आवाजातील आरोळ्या उठल्या – ''मारा, मारा त्यांनाऽऽ त्या सगळ्यांना मारून टाका.''

पुन्हा चीत्कार आणि मदतीसाठी आक्रोश! आणि त्या पाठोपाठ पुन्हा त्या तशाच घोषणा – ''मारा, त्याला!! माराऽऽ मारा त्याला!!''

आम्ही घाबरून गेलो. बऱ्याच जणी जमिनीवर लोळण घेत कॉटखाली घुसल्या. मी इतकी थरथरत होते की मला वाटलं, पायाखालची जमीनच हादरतेय. लपण्यासाठी जागा शोधावी म्हणून मी खोलीभर नजर फिरवली. छतामध्ये मला एक छोटीशी फट दिसली, जिच्यातून सरकत-सरकत आत जाणं शक्य होतं.

"आपण तिथे वरती लपू शकतो." मी कुजबुजले आणि त्या फटीखाली खुर्ची सरकवून वर गेले. त्यानंतर मी एकीला ओढून घेतलं. आम्ही दोघींनी इतरांना वर घेतलं आणि पास्टर येण्याची वाट पाहत बसलो. त्या छोट्या जागेत आम्ही कशाबशा कोंबून बसलो होतो. आमचे कपडे घामानं ओले चिंब झाले होते व जीव गुदमरला होता. दोन तासांनी पास्टर परत आले. आत येऊन आश्चर्यचकित होत, विचार करीत उभे राहिले आणि स्वत:शीच पुटपुटले, "या गेल्या कुठे? मी इथेच तर त्यांना सोडून गेलो होतो... अरे देवा!"

मी जर इतकी घाबरलेली नसते ना, तर हसलेच असते! "आम्ही इथे वरती आहोत." मी हळूच सांगितलं आणि त्या फटीतून डोकं बाहेर काढलं.

पास्टरांनी मान हलवली आणि आम्हाला ताबडतोब खाली बोलवलं. त्यांना काहीतरी सांगायचं होतं. त्यांच्या चेहऱ्यावर अजूनही तेच अस्वस्थ भाव होते. "मला माहिती आहे की, तुम्ही फार घाबरलेल्या आहात आणि ते अगदी साहजिक आहे." ते म्हणाले, "बाहेर परिस्थिती हाताबाहेर गेलीये. मारेकरी प्रत्येकाच्या घरात जाताहेत. आज ते माझ्या घरात आले नाहीत, पण केव्हाही येऊ शकतात. तुमच्या बाबतीत काय करायचं, तेच मला कळत नाही. मला यावर विचार करायला पाहिजे."

आम्ही गर्भगळीत झालो होतो, हे त्यांनी पाहिलं होतं. कारण थोड्याच वेळात त्यांनी एक तोडगा काढला. "काळजी करू नका – मी तुम्हाला बाहेर काढणार नाहीये." त्यांनी आम्हाला विश्वास दिला. "पण तुम्ही अगदी काळजीपूर्वक ऐका. उद्या सकाळी लवकर बाहेर कुणीही उठायच्या आत मी तुम्हाला दुसऱ्या खोलीत घेऊन जाईन. या हत्या थांबेपर्यंत तुम्ही तिथेच राहायचंय. मी घरातल्या सर्वांना सांगणारेय की, मी तुम्हाला बाहेर पाठवून दिलंय. मला फक्त एकट्यालाच माहीत असेल की, तुम्ही इथे आहात. त्यामुळे उगाच गप्पागोष्टी करू नका. अन्यथा, आपण सर्वच मारले जाऊ. मी पूर्वीची अशी हत्याकांडं पाहिलीयत. एकदा का ही रक्ताची चटक लोकांना लागली की, मग तुम्ही कुणावरही विसंबून राहू शकत नाही, अगदी तुमच्या स्वत:च्या मुलांवरही. एकालाही सुगावा लागला, तरी तुम्ही संपलात म्हणून समजा आणि देवाला स्मरून सांगतो की, मला तुमचं रक्त या घरात सांडायला नको आहे किंवा माझ्या हातावरही."

त्यानंतर माझ्याकडे वळून पास्टरांनी जे सांगितलं, त्या शब्दांनी माझं काळीज कापून निघालं. "तुझा भाऊ व त्याचा मित्र इथे राहू शकणार नाहीत. त्यांनी हे घर सोडलंच पाहिजे आणि स्वत:चं रक्षण स्वत:च केलं पाहिजे. पुरुषमाणसांना घरात ठेवून घेणं माझ्यासाठी फार धोक्याचं आहे. तुम्हा इतक्या बायकांना दडवणंच माझ्यासाठी खूप आहे."

ते माझ्या नजरेला नजर भिडवू शकले नाहीत, कारण आम्हा दोघांनाही मनोमनी कळून चुकलं होतं की, व्हिएन्नी आणि ऑगस्टिनना बाहेर पाठवायचं म्हणजे प्रत्यक्ष मृत्यूच्या तोंडी देण्यासारखंच होतं.

"अहो, नको हो... पास्टर मुरिंझी, असं करू नका हो...."

त्यांनी त्यांचं बोट ओठांवर धरलं आणि संभाषणच थांबवलं. "इम्माकुली, त्यांना जावंच लागेल आणि काही तासांनी मी जेव्हा तुम्हाला नेण्यासाठी येईन, त्या वेळी तू त्यांना दरवाज्यापाशी नेऊन बाहेर जायला सांगशील. आणि एक गोष्ट – तुला कुणीही पाहणार नाही, याची पूर्ण काळजी घे."

पास्टर खोलीतून बाहेर पडल्याबरोबर मी त्यांना मनातल्या मनात दूषणांची लाखोली वाहिली. एकीकडे आम्हाला संरक्षण देऊन आपण संत असल्यासारखं हे लोक दाखवतात आणि दुसऱ्याच क्षणी व्हिएन्नी अन् ऑगस्टिनला मृत्यूच्या दाढेत कसं काय लोटू शकतात?

जो माणूस आम्हाला वाचवत होता, त्याला दोष द्यायचा नव्हता; पण माझा नाइलाज होता... याहीपेक्षा काही अभद्र घडेल, अशी मला शंका आली. पूर्वीही अशाच हत्याकांडात काही हुतू पुरुषांनी तुत्सी बायकांना आसरा देऊन तुत्सी पुरुषांना मृत्यूच्या हवाली केलं होतं. तुत्सी बायका रूपाने सुंदर असतात, म्हणून त्यांनी असं केलं, असंही म्हणतात. एकदा पुरुष मारले गेले की, अनायसेच त्यांना बायकांवर हक्क सांगता यायचा. आणि अशा आणखी एका मार्गाने तुत्सींची – विशेषत: तुत्सी बायकांची – ससेहोलपट होत होती. सहा-सहा बायकांना ठेवून घेण्यात पास्टरांच्या मनातही असा काही विपरीत हेतू होता, असं माझ्या मनात यायला लागलं.

आम्ही त्या रात्री झोपायचा प्रयत्न केला, पण विश्रांती घेणं कठीण होतं. कारण पुढे काय वाढून ठेवलंय याची आम्हाला सुतराम कल्पना नव्हती. जेव्हा जेव्हा मी डोळे मिटले, त्या-त्या वेळी व्हिएन्नी व ऑगस्टिन माझ्या डोळ्यांसमोर उभे राहायचे. घरातून बाहेर पडल्या-पडल्या तळपत्या धारदार सुरे नाचवत उन्माद चढलेल्या त्या मूर्खांच्या आरडाओरडीने त्यांचा घास घेतला, असं चित्र दिसायचं. ती कोवळी पोरं... अनुक्रमे फक्त २० व १८ वयाची... मी त्यांना बाहेर कसं जाऊ देऊ? त्यांना असं वाऱ्यावर सोडणं, ही माझीच घोर फसवणूक ठरणार होती.

त्यांच्याबरोबरच जायचं असं मी ठरवलं... पण पुन:पुन्हा माझा बेत बदलत होता. आमच्यावर हल्ला झाला, तर मी त्यांना कसं वाचवणार? माझ्यामुळे कदाचित त्यांचा वेग मंदावेल. बाईमाणूस बरोबर आहे म्हटल्यावर त्यांच्याकडे जास्त लक्ष जाईल आणि त्यामुळे सर्व जणच भक्ष्यस्थानी पडणार होतो.

आणि त्यानंतर निरोप घेते वेळीचे दामासिनचे शब्द कानात घुमले. 'काहीही झालं तरी ही जागा सोडून जाऊ नकोस.'

मी अस्पष्टशी कण्हले, पण ते इतरांची भीती जागृत करायला पुरेसं स्पष्ट होतं.

"काळजी करू नकोस. तुझा भाऊ आता मोठा आहे; लहान राहिलेला नाही." माझ्याबरोबरच इथे लपलेल्यांपैकी एकीने 'थेरेसे'नं म्हटलं. गेला तासभर माझी

चाललेली घालमेल ती पाहत होती. "ते दोघंही चांगले सशक्त आहेत. ते त्यांची काळजी घेतील. तू जर त्यांच्याबरोबर गेलीस, तर तुझ्यावरच बलात्कार होईल. त्यांना जाऊ दे... तोच उत्तम मार्ग आहे. माझ्यावर विश्वास ठेव; मीही एक आईच आहे. तू आमच्याबरोबर राहणंच जास्त श्रेयस्कर आहे."

मला वाटलंही – कदाचित तिचंच बरोबर असेल, पण त्यामुळे परिस्थितीत काही बदल झाला नाही. मला काळजी वाटतच राहिली की जर व्हिएन्नी गेला, तर माझ्या कुटुंबापैकी पुन्हा कोणीच भेटणार नाही.

उजाडायला दोन तास असताना पास्टर गुपचूपपणे खोलीत घुसले आणि कडक शब्दांत, पण कुजबुजत्या आवाजात त्यांनी आम्हाला उठवलं. "चला, उठा. आपल्याला निघायला पाहिजे. चला, चला लवकर!" त्यांनी माझ्याकडे पाहिलं आणि म्हणाले, "जा, तुझ्या भावाला निरोप दे आणि ताबडतोब मागे ये."

त्या खोलीत जाऊन व्हिएन्नी आणि ऑगस्टिनना उठवणं माझ्या आयुष्यातील सर्वांत कष्टप्रद गोष्ट होती. माझ्या डोळ्यांतून अश्रूंचा पूर वाहत होता. देवाची दया होती, कारण अंधारामुळे माझा अवघडलेपणा, माझं दुःख आणि माझ्या डोळ्यांतील भीती दिसत नव्हती.

मी माझा हात व्हिएन्नीच्या पाठीवर ठेवला, तोंडातून फुटणाऱ्या हुंदक्यांवर ताबा ठेवत सावकाश व हलकेच त्याला उठवलं. "उठा, सकाळ झालीये... पास्टरांनी सांगितलंय, आपण सगळे इथे राहू शकणार नाही. पुरुषांनी... तुम्हाला जायला हवं... काळजी करू नका. तुम्हाला बाबा भेटतील... आणि पुढे काय करायचं, ते सांगतीलही."

माझी मलाच घृणा वाटली आणि हृदय पिळवटून निघालं.

व्हिएन्नी व ऑगस्टिन खडबडून उठले.

"काय? इम्माकुली, कुठं जायचं म्हणत्येस? दामासिनशिवाय आम्ही कुठेच जाणार नाही. आम्ही गेलो तर त्याचं काय होईल?" डोळे चोळत-चोळत माझा धाकटा भाऊ म्हणाला.

त्याचे शब्द माझं काळीज चिरत गेले. त्याला त्याच्या भावाच्या सुरक्षिततेची काळजी पडली होती आणि मी मात्र त्याला संकटात लोटत होते. एखाद्या आईनं आपल्या तान्ह्याला लांडग्यांच्या कळपापुढे टाकावं, तसं मला झालं.

"दामासिनला काहीही इजा होणार नाही." माझ्या आवाजावर नियंत्रण ठेवत मी म्हणाले, "तो कुठेतरी नक्की सुरक्षित असेल. चला, तुम्हाला निघायला हवं."

मी त्या मुलांना अंधाऱ्या हॉलमधून पुढच्या दरवाजापर्यंत गडबडीनं घेऊन आले. व्हिएन्नीला घट्ट आलिंगन दिलं व पुन:पुन्हा त्याचे पापे घेत म्हटलं, "व्हिएन्नी, हिंमत बाळग. आपण लवकरच भेटू."

ते दरवाज्यातून बाहेर पडले आणि दाट अंधारानं त्यांना पोटात घेतलं.

■

भाग दुसरा

अज्ञातवासात

स्नानगृहातील वास्तव्य

क्लिएन्री व ऑगस्टिन यांना निरोप देऊन मी दार लावून घेतलं आणि इतर तुत्सी बायकांना जाऊन मिळाले.

पास्टर मुरिंझींच्या हातात बॅटरी होती आणि तिच्या उजेडात अंधाऱ्या हॉलमधून ते आम्हाला त्यांच्या स्नानगृहामध्ये घेऊन गेले. भिंतीवर पडणाऱ्या प्रकाशझोताचा मागोवा घेत आमची नजर एका दरवाज्यावर स्थिरावली. हा दरवाजा बहुधा अंगणामध्ये उघडणारा असावा, असं अनुमान मी काढलं.

अंदाजे चार फूट लांब व तीन फूट रुंद असणाऱ्या स्नानगृहाचा दरवाजा लोटत त्यांनी आम्हाला आमचं नवीन घर दाखवलं व म्हणाले, ''यापुढे तुम्हाला इथे राहावं लागेल.'' बाथरूमच्या भिंतींना खालच्या अर्ध्या भागात लावलेल्या ग्लेज्ड टाइल्स प्रकाशाच्या झोतात चमकत होत्या. एका कोपऱ्यात शॉवरचा स्टँड होता व दुसऱ्या कोपऱ्यात टॉयलेट. वॉशबेसिन बसवण्याजोगी ती बाथरूम मोठी नव्हती आणि छताजवळ हवा येण्यासाठी खिडकीवजा एक झरोका होता, त्यावर लाल रंगाचा पडदा होता, त्यामुळे स्नानगृह आणखीनच छोटं वाटत होतं.

या जागेत आम्ही सहा जणी कशा सामावू, हेच मला समजत नव्हतं; पण पास्टरांनी आम्हाला दारातून आत घुसवलं आणि आम्ही एकमेकींना खेटून उभ्या राहिलो. ''इथे असताना तुम्ही बिलकूल आवाज करायचा नाही – म्हणजे एकदम गप्प, चिडीचूप!'' ते म्हणाले, ''तुम्ही जर का आवाज केलात, तर मरण ओढवलंच समजा. त्यांना जर तुमचं बोलणं ऐकू गेलं, तर ते तुम्हाला शोधून काढतील आणि नंतर ठार मारतील. तुम्ही इथे आहात, हे कोणालाही समजता कामा नये – अगदी माझ्या मुलांनाही. आलं तुमच्या ध्यानात?''

''हो पास्टर.'' आम्ही एका आवाजात पुटपुटलो.

''आणि टॉयलेटचा फ्लश किंवा शॉवर वापरू नका.'' हातातल्या बॅटरीचा झोत टॉयलेटच्या बाजूस टाकून त्यांनी दाखविलं व म्हटलं, ''भिंतीच्या दुसऱ्या बाजूला आणखी एक टॉयलेट आहे व त्यांची सांडपाणी वाहून न्यायची जोडणी एकत्र आहे. त्यामुळे फ्लश करणं तुम्हाला जेव्हा अत्यंत जरुरीचं असेल, तेव्हा पलीकडच्या

बाथरूमचा जेव्हा कुणी वापर करेल, त्याचा कानोसा घ्या व नेमक्या त्याच वेळी फ्लश करा. तुमच्या लक्षात आलं?''

''हो पास्टर.''

बॅटरी बंद झाली आणि त्यांचे शेवटचे शब्द अंधारातच आमच्या कानी पडले. ''मला वाटतंय की, अजून एक आठवडा त्यांच्या हत्या सुरूच राहतील. कदाचित काही दिवस कमी. आणि तुम्ही जर नीट काळजी घेतलीत, तर तुम्ही तरून जाल. मारेकरी तुमच्यापर्यंत पोहोचलेच, तर मला भयंकर मनस्ताप होईल... मला पक्कं माहिती आहे, ते काय करतील.''

त्यांनी दरवाजा बंद केला आणि आम्हाला अंधारातच सोडून निघून गेले. आम्ही एकमेकींना चिकटून उभ्या होतो. आमच्या श्वासांचे, घामाचे आणि अंगाचे उग्र वाफारे एकात एक मिसळून गेले होते आणि त्यामुळे आम्हाला भोवळ येईलसं वाटलं.

आम्ही बसायचा प्रयत्न केला, पण एकाच वेळी सर्वांनी हालचाल करण्याएवढी जागा मोठी नव्हती. आमच्यातील उंच असलेल्या चौघींनी भिंतीला आपल्या पाठी दाबल्या व हळूहळू घसपटत खाली फरशी गाठली, नंतर छोट्यांना मांडीवर ओढून बसवलं. रात्रीचे तीन वाजून गेले होते, तरी आम्ही जाग्याच होतो. मात्र, एकमेकींशी बोलायला काही धजावलो नाही. जेवढं नीट बसता येईल, तेवढं आम्ही बसलो होतो आणि बाहेरच्या रातकिड्यांचे व आमच्याच श्वासोच्छ्वासांचे आवाज ऐकत होतो.

मी मनातल्या मनात प्रार्थना म्हटली – व्हिएन्नी, ऑगस्टिनचे रक्षण करण्यासाठी, आई-वडील व दामासिनला सुरक्षित ठेवण्यासाठी – देवाची करुणा भाकली. आम्हाला इथे बाथरूममध्ये आसरा दिल्याबद्दल देवाचे आभार मानले. देवानंच पास्टर मुरिंझींना आम्हाला इथे आणण्याची बुद्धी दिली होती, याबद्दल मला नक्कीच विश्वास होता आणि गेल्या कित्येक दिवसांनंतर मला आज सुरक्षित वाटलं. या घरात इतक्या वेळा येऊनही मी कधी हे बाथरूम पाहिलं नव्हतं, म्हणजे इतरांच्याही ते लक्षात येण्यासारखं नाही, अशी माझी खात्री झाली.

मी देवाकडे याचना केली की, त्यानं पास्टर मुरिंझींवर कृपादृष्टी ठेवावी; कारण आम्हाला मदत करण्यासाठी त्यांनी स्वत:चा जीव धोक्यात घातला होता. पण माझं मन प्रार्थनेतून उडालं. माझ्या भावाला व मित्राला त्या रात्री त्यांनी कसं बाहेर काढलं, हे आठवून माझ्या मनात तिडीक उठली आणि पास्टरांना क्षमा करण्याची संधी देवानं मला यथावकाश द्यावी, म्हणून देवाची प्रार्थना केली.

ढगाच्या आडून चंद्र बाहेर आला आणि लाल पडद्याच्या फटीतून प्रकाशाचा अंधूकसा कवडसा आत आला. माझ्या सहचऱ्यांचे चेहरे नीट न्याहाळण्यासाठी मला तो पुरेसा होता. माझ्या शेजारी बसलेल्या सावळ्या, मोहक चौदा वर्षांच्या अथानशियाच्या मोठ्या व सुंदर डोळ्यांवर चंद्रकिरण पडला होता. तिच्या मांडीवर बारा वर्षांची बीटा

बसली होती. बीटाच्या अंगावर अजूनही शाळेचाच गणवेश होता. ती खूप घाबरलेली व गर्भगळीत झालेली होती. मी तिला माझ्या मांडीवर घेतलं. हात तिच्याभोवती लपेटले व तिला झोप येईपर्यंत थोपटलं.

आमच्यापैकी सर्वांत वडील असणारी थेरेसा माझ्यासमोर बसली होती. ती अंदाजे बावन्न ते पंचावन्न वर्षांची असावी आणि रवांडामध्ये विवाहित स्त्रिया घालतात तसा पारंपरिक, साडीसारखा तिचा पेहराव होता. आम्हा सर्वांपेक्षा ती अधिक चिंताग्रस्त वाटली. कदाचित तिच्या सहा मुलांपैकी क्लेन व सॅन्डा या दोन मुलीच तिच्याबरोबर असल्यामुळे असेल. क्लेन खूप गोरी होती आणि माझ्याच वयाची असली तरी कावरीबावरी, डोळ्यांतील भाव हरवल्यासारखी दिसत होती. ती डोळ्याला डोळाही भिडवू शकत नव्हती. तिची धाकटी बहीण सॅन्डा फक्त सात वर्षांची होती. आम्हा सर्वांमध्ये अगदी लहान. ती छानशी गोड व आश्चर्य वाटण्याएवढी शांत होती. जेव्हा आम्ही सर्व थरथर कापत होतो, तेव्हाही ती घाबरलेली नव्हती वा एकदाही रडली नव्हती. मला वाटतं, आम्ही त्या बाथरूममध्ये होतो, तेव्हा ती मानसिक धक्क्यातच असावी.

पास्टरांच्या त्या वारंवार गप्प राहण्याच्या सूचनांचा आम्ही धसकाच घेतला होता. दाटीवाटीत गैरसोईनं आम्ही अस्वस्थ मन:स्थितीत कसंबसं बसलो होतो. जोराने श्वास घ्यायला किंवा बसलेली स्थिती बदलायलाही आम्ही घाबरत होतो. पहाटेचा धूसर प्रकाश खोलीभर पसरला आणि आम्ही काळजीपूर्वक एकमेकींपासून थोड्याशा वेगळ्या-वेगळ्या झालो. आळीपाळीनं उभं राहून हातपाय ताणून जरा सैलावून घेतले. जमिनीवर पुन्हा पहिल्या स्थितीत बसण्यापूर्वी आम्ही अशी दोन-तीन मिनिटांची उसंत घेत होतो.

सकाळ झाली. अंगणातल्या मोठ्या झाडांवर बसून पक्षी गाऊ लागले. मला खरं तर त्यांचा हेवा वाटला. मनात आलं, 'तुम्ही पक्षी म्हणून जन्मलात आणि तुम्हाला किती स्वातंत्र्य आहे... नाही तर आम्हा मानवांकडे बघा – आम्ही आमची काय अवस्था करून घेतलीये!'

आम्ही खूप थकून गेलो होतो. भुकेलेले, सांधे जखडलेले आणि उबून गेलेले! बाथरूममधील आमचा पहिला दिवस क्लेशदायक आणि घुसमटीत गेला. झोप येणं अशक्यप्राय होतं. मला जरा जरी डुलकी लागली तरी कुणाचं कोपर माझ्या बरगडीत घुसायचं किंवा माझ्याच पायांत गोळे आल्यानं लगेच जाग यायची.

त्या संध्याकाळी पास्टर मुरिंझी बाहेर कुणाशी तरी बोलत होते, ते आमच्या कानांवर आलं... "नाहीऽ नाहीऽऽ नाही हो," ते म्हणाले, "तुम्ही कशासंबंधी बोलताय, मला काहीच उलगडा होत नाहीये. मी अंतर्बाह्य एक सभ्य हुतू आहे आणि मी तुत्सींना कधीच लपवणार नाही. इथे कुणी तुत्सी नाहीत, ते काल रात्रीच

निघून गेलेत.''

आम्ही डोळे विस्फारून एकमेकींकडे पाहिलं. आम्ही घाबरून गेलो होतो.

''मला सरकारशी कोणतंही वैर नकोय.'' पास्टर पुढे सांगत होते, ''तुम्ही लोक मला ओळखता. तुम्ही हे घर वाचवलं पाहिजे... मी चांगला हुतू असल्यामुळे ते तुत्सी बंडखोरच कदाचित माझ्यावर हल्ला करतील.''

पास्टर ज्याच्याशी बोलत होते, ती व्यक्ती निघून गेली आणि आम्ही निर्धास्त झालो. केवळ आम्हाला वाचवण्यासाठी पास्टर मुरिंझी खोटं बोलले होते. माझी खात्री झाली की, ते आम्हाला मारेकऱ्यांकडे सोपवणार नव्हते. आता त्यांच्याकडे दुसरा पर्यायच उपलब्ध नव्हता. जर त्यांनी आम्हाला यानंतर मारेकऱ्यांच्या हवाली केलं, तर आम्हाला लपवून ठेवल्याचं मारेकऱ्यांना समजणारच आणि ते आम्हाला ठार मारतीलच; पण मवाळपणा व त्यांच्या जमातीशी द्रोह केल्यामुळे त्यांनाही ठार मारलं असतं.

मी सुटकेचा निःश्वास टाकला आणि माझ्या मांडीवर पहुडलेल्या छोट्या बीटाला कवटाळलं. मी लहानपणी जेव्हा घाबरलेली असे, त्या वेळी माझी आई मला कधी कधी कसं कवटाळत असे, त्याची मला आठवण झाली... आईच्या आठवणीनं मला भरून आलं. आयुष्यात पहिल्यांदाच आई-बाबा आणि भावांचा ठावठिकाणा मला माहीत नव्हता. मला गुंगी आली आणि स्वप्नात मला व्हिएन्नी, ऑगस्टिन व दामासिन हे तिघं पास्टरांचं दार ठोठावताना दिसले. त्यांच्यामागे आमचं घर जळत होतं. माझे आई-बाबा मोटरसायकलवर बसलेत आणि बाबांना आई विचारत होती, 'माझ्या मुलांचं कसं होईल हो?'

मी स्वप्नरंजनातच होते, तेव्हा पास्टर मुरिंझींनी दरवाजा उघडला आणि एक शब्दही न बोलता, उकडलेले बटाटे व वाटाणे असलेली थाळी आत सरकवली. उशीर झाला होता. रात्रीचे अंदाजे अकरा वाजले असावेत. गेले दोन दिवस आम्हाला खायला-प्यायला मिळालं नव्हतं. आम्ही त्या थाळीवर तुटून पडलो आणि आमच्या घाणेरड्या बोटांनीच ते अन्न उचलून तोंडात कोंबलं.

पाच मिनिटांनी काटे-चमचे घेऊन पास्टर आले, तोपर्यंत आम्ही सारं अन्न फस्त केलं होतं. त्यांनी थाळीकडे पाहिलं आणि आमच्याकडे केविलवाणा कटाक्ष टाकला. त्यानंतर त्यांनी एक पातळशी गोधडी खोलीत टाकली. ''तुम्ही लांब पल्ल्याचा प्रवास करून आला आहात, आता थोडी विश्रांती घ्यायचा प्रयत्न करा.'' ते म्हणाले आणि त्यांनी दार लावून घेतलं.

दुसऱ्या दिवशी झोपून उठल्यावर आम्ही आळीपाळीनं आमचे दुखरे स्नायू – हातपाय ताणून घेतले. इंचभर हलणंही कष्टप्रद झालं; कारण आम्ही एकमेकींशी बोलू शकत नव्हतो. आम्ही लगेचच खुणांची भाषा बनवली. ती संक्षिप्त हालचालींची

भाषाच बाथरूममधील उर्वरित वास्तव्यात आम्हाला उपयोगी पडली.

या युद्धानंतर आम्ही भोगलेल्या यातनांच्या कितीतरी गोष्टी मला सांगता येतील, असा विचार करीत मी माझ्या अवघडलेल्या पायांतील वेदनांची थट्टा करीत राहिले. 'ऐका, मला काय काय सहन करावं लागलं, असं सांगून मी माझ्या मित्रांपुढे बढाया मारीन. एका छोट्याशा बाथरूममध्ये माझ्याबरोबर अडकून पडलेल्या परक्या पाच जणींबरोबर मी एक पूर्ण रात्र व एक दिवस काढलाय. बघा, मी किती शूर आहे!'

मी माझ्या स्वप्नरंजनात जराशी रंगून जाते न जाते तोच घरच्या आठवणींनी भानावर येत होते. आमच्या जळत्या घरापासून दूर पळून जात असलेले माझे आई-बाबा, दामासिनचं शोकाकुल मन:स्थितीत निघून जाणं, लपायला कुठेही जागा नसल्यानं व्हिएन्नी व ऑगस्टिनचं उघड्यावर भटकणं... या अशा आठवणी मला वास्तवाची जाणीव करून देत. देवाचे आभार आहेत – रवांडापासून दूर, दुसऱ्या देशांत एमेबल सुरक्षित होता. पण आमच्या घरात आश्रयास आलेल्या त्या हजारो निर्वासित तुत्सींचं काय? त्यांना आसरा मिळाला असेल की, तेही कुठेतरी रक्तबंबाळ अवस्थेत मरणाची वाट पाहत पडले असतील? तिथे हजारो लोक निश्चितपणे खूप दु:ख सहन करीत असताना आपण मात्र स्वत:चीच कीव करीत बसणं मला स्वार्थी व मूर्खपणाचं वाटलं.

पाठ टेकण्याची माझी वेळ आली, त्याच वेळी बाहेर गोंगाट ऐकू आला. डझनावारी – कदाचित शंभरएक जणांचे आवाज बाहेरून ऐकू येत होते. काही घोषणा देत होते. काही जण ओरडत होते, तर काही ताल धरून गात होते. मारेकरी आल्याचं आम्ही ताबडतोब ताडलं.

"जंगलात, तळ्यात, टेकड्यांवर आपण त्यांची हत्या करू; चर्चमधून त्यांना शोधून काढू; जगाच्या पाठीवरून त्यांना नामशेष करू या." मी माझ्या चवड्यांवर उभी राहिले आणि खिडकीच्या पडद्यामधील छोट्या छिद्रातून डोकावून पाहिलं. तेवढ्यात सर्व बायकांनी मला धरलं आणि खाली खेचलं. अथानसियाने जोरात मान हलवली आणि हळूच कुजबुजली, "खाली उतर! ते आपलाच शोध घेताहेत. त्यांनी तुला बघायच्या आत खाली उतर."

त्यांच्याकडे दुर्लक्ष करून मी त्यांचे हात झटकले व त्या छिद्रातून निरखलं. मला लगेचच माझ्या निर्णयाचा पश्चात्ताप झाला; कारण मी जे पाहिलं, त्यानं जागीच थिजून गेले!

घराभोवती हजारो लोक जमले होते. त्यांपैकी बऱ्याच जणांनी झाडाच्या साली गुंडाळल्या होत्या, केळीच्या वाळलेल्या पानांचे शर्ट घातले होते, तर काहींनी त्यांच्या डोक्यावर बोकडांची शिंगं बांधली होती. त्यांनी जरी राक्षसासारखे पोशाख केले होते, तरी त्यांचे चेहरे सहज ओळखू येत होते आणि त्यांचे डोळे खुनशी दिसत होते.

ते हर्षवायू झाल्यासारखे हाकारे घालत होते. आपले भाले, धारदार सुरे आणि चाकू हवेत नाचवीत उड्या मारीत होते. तोंडानं रक्त गोठवणारी, नरसंहाराची, हत्येची गाणी म्हणत होते : "ठार करा, ठार करा; सर्वांना ठार करा; मोठ्यांना मारा, लहानांना मारा, तरुणांना अन् म्हाताऱ्यांना मारा; साप लहान असला तरी तो सापच असतो. मारून टाका. कुणीही सुटता कामा नये. मारा, सगळ्यांना ठार करा."

घोषणा देणारे कुणी सैनिक नव्हते किंवा कित्येक दिवस आम्हाला त्रास देणारे प्रशिक्षित मारेकरी नव्हते. ते सर्व माझे शेजारी होते – ज्यांच्याबरोबर मी लहानाची मोठी झाले, ज्यांच्याबरोबर शाळेत गेले. काही जण तर आमच्याकडे जेवलेही होते.

मला कनंगा दिसला. या तरुणाला मी लहानपणापासून ओळखत होते. त्याला हायस्कूलमधून काढून टाकल्यामुळे त्याला सुधारण्याचे बाबांनी खूप प्रयत्न केले होते. मला फिलिपही दिसला. कुणाकडे मानही वर करून न बघणारा हा मुलगा मारेकऱ्यांच्या संगतीत आत्ता अगदी रंगून गेला होता. त्या समूहाच्या अग्रस्थानी गावातलेच दोन शिक्षक होते, जे दामासिनचे मित्रही होते. त्या घोळक्यात मताबाचे दहा-बारा प्रतिष्ठित नागरिकही होते. ज्यांना-ज्यांना मी ओळखलं, त्या सर्वांमध्ये मारेकऱ्यांचे भूत संचारलं होतं आणि तुत्सींना ठार करण्याच्या घोषणा देत ते ओरडत होते. त्या घोळक्याचे म्होरके पास्टरांच्या घरात घुसले आणि एकाएकी सर्व दिशांनी घोषणा ऐकू येऊ लागल्या –

"शोधा, त्यांना शोधून काढा. त्या सगळ्यांना ठार मारून टाका."

माझं डोकं गरगरू लागलं. मी मागे बायकांच्या अंगावर कोसळले. मला गुदमरल्यासारखं झालं. "देवा, आम्हाला वाचव..." मी कुजबुजले. पण प्रार्थनेसाठी मला कुठलेही शब्द आठवत नव्हते. मी वेडीपिशी झाले. भीतीनं माझ्या मनाचा ताबा घेतला होता.

त्या वेळी पहिल्यांदाच सैतान माझ्या कानाशी कुजबुजला, 'तू देवाचा धावा कशासाठी करत्येस? तिकडे बाहेर नजर टाक... शेकडो लोक तुझा शोध घेताहेत. ते हजारो आहेत आणि तू एकटी. तू बहुतेक वाचू शकणार नाहीस. तू नाहीच जगू शकणार. ते आता घरात घुसलेत आणि खोलीन् खोली धुंडाळताहेत. ते जवळ आलेत... अगदी इथेच येऊन ठेपलेत. ते तुला शोधून काढणार. तुझ्यावर बलात्कार करणार आणि तुझे तुकडे-तुकडे करून तुला मारून टाकणार.'

माझ्या हृदयात धडकी भरली. कुणाचा असेल हा आवाज? नकारात्मक विचारांना पायबंद घालण्यासाठी मी माझे डोळे शक्य तेवढे गच्च मिटून घेतले. बाबांनी दिलेली लाल व पांढऱ्या मण्यांची जपमाळ हातात पकडली आणि सर्व शक्तिनिशी देवाची प्रार्थना करू लागले. 'देवा, बायबलमध्ये तू सांगितलंस की, तू कुणासाठीही कोणतीही गोष्ट करू शकतोस आणि ते तू माझ्यासाठी करण्याची गरज आहे. कृपा

कर देवा, ते मारेकरी जेव्हा पास्टरांच्या खोलीत पोहोचतील, तेव्हा त्यांना आंधळं बनव, त्यांना बाथरूमचा दरवाजा सापडू देऊ नकोस. आम्हाला त्यांच्या नजरेपासून दूर ठेव. तू डॅनिअलला सिंहाच्या गुहेत वाचवलं होतंस. त्याला फाडण्यापासून तूच सिंहांना परावृत्त केलंस, तसंच या मारेकऱ्यांना आमचे लचके तोडण्यापासून परावृत्त कर. डॅनिअलला वाचवलंस, तसंच आम्हाला वाचव.'

मी नेहमी प्रार्थना करीत असे, त्यापेक्षा आत्ता जास्त निग्रहाने प्रार्थना म्हटली, तरीही ती नकारात्मक शक्ती माझ्या आत्म्याला शेवाळ्यासारखी चिकटून होती. माझ्या कानात तो शंकासुर रुंजी घालत होता. नक्कीच माझ्या खांद्यावर त्या सैतानाने बसकण मारली असणार. मला अक्षरशः जाणवलं की, भीती माझ्या नसानसांतून वाहतेय आणि माझं रक्त उकळतंय. तो आवाज मला वाकुल्या दाखवीत होता. 'इम्माकुली, तू आता मरणार आहेस. तू स्वतःची तुलना डॅनिअलशी करतेस? स्वतःबद्दल केवढी ही आत्मप्रौढी?... डॅनिअल मनानं निर्मळ होता व देवाचा लाडका होता. तो ईश्वराचा एक प्रेषित, एक संत होता. तू कोण आहेस? तू एक यःकश्चित नगण्य व्यक्ती आहेस. कष्ट, पीडा, यातना सहन करण्याचीच तुझी योग्यता आहे. तू मरून जाण्याच्याच लायकीची आहेस.'

मी जपमाळ अगदी गच्च पकडून ठेवली, जणू काही ही जपमाळ म्हणजे देवापर्यंत पोहोचवणारी नाळ होती. मी माझ्या मनात अंतःकरणापासून देवाचा धावा करीत होते : 'हो, मी आहे नगण्य; पण तू क्षमाशील आहेस. मी मनुष्यप्राणी आहे; दुबळी आहे. पण देवा, कृपा कर. मी तुझ्या क्षमेची याचना करतेय. मला पामराला क्षमा कर आणि आम्ही त्यांना सापडण्याआधी मारेकऱ्यांना परत पाठव.'

माझं कपाळ ठणकू लागलं. माझ्या कानात अभद्र आवाज घुमत होता आणि डोळ्यांपुढे भीतिदायक, नाही-नाही त्या आकृत्या नाचत होत्या. 'सगळीकडे प्रेतांचा खच आहे; आयांनी त्यांच्या अर्भकांची हत्या होताना पाहिलंय; त्यांच्या गर्भाशयातून आतले जीव उचकटून टाकले गेले आणि तुला वाटतंय, तू वाचशील? आयांनी त्यांच्या अर्भकांच्या प्राणांची देवाकडे भीक मागितली होती. पण देवानं त्यांची याचना धुडकावली... जिथे निरपराध बालकांची हत्या केली गेलीये, तिथे तो तुला काय म्हणून वाचवेल? तुला जराही लाजलज्जा नाही. तू पक्की स्वार्थी आहेस. ऐक इम्माकुली, तुला त्यांचं बोलणं ऐकू येतंय का? बाहेर मारेकरी बसलेत, तुला मारण्यासाठीच ते इथे आलेत.'

माझं डोकं ठणकत होतं. पण 'मारा, त्यांना मारा' अशा मारेकऱ्यांच्या आरोळ्या मी ऐकल्या. मारेकरी हॉलमध्ये पोहोचले होते.

'नाही! देव म्हणजे प्रेम,' मी त्या आवाजाला प्रत्युत्तर दिलं. 'देवाला मी आवडते आणि तो मला भीती दाखवणार नाही. तो मला टाकून देणार नाही. असं बाथरूमच्या

फरशीवर पडल्या-पडल्या, तो मला मरू देणार नाही... असं शरमेनं मला घेरलेलं असताना तो मला मरू देणार नाही.'

मी माझ्या मनात देवाची प्रतिमा साकार करायची धडपड करीत होते. माझ्या नजरेसमोर दोन देदीप्यमान स्तंभ प्रकट झाले... जणू काही दोन प्रचंड मोठे पाय! एखादं घाबरलेलं मूल आईला बिलगावं, तसं मी माझ्या हातांनी ते पाय पकडले. माझ्या अंत:करणातील दुष्ट शक्तीला दूर सारून तुझा प्रकाश व शक्ती माझ्यामध्ये ओतप्रेत भर, अशी मी देवाची याचना केली : 'देवा, मी तुझे पाय पकडले आहेत आणि तूच मला वाचवणार आहेस, यात मला जराही संदेह नाही. तू त्या मारेकऱ्यांना परत पाठवेपर्यंत मी तुझे पाय सोडणार नाही.'

माझी प्रार्थना आणि मला ऐकू येणारी ती अशुभ कुजबुज – जी मला खात्री होती त्या राक्षसाचीच होती – यांचा जोरदार झगडा होत होता. मी माझ्या प्रार्थनेत जराही खंड पडू दिला नाही... आणि ती कुजबुजही काही कमी झाली नाही.

संध्याकाळी पास्टरांनी दरवाजा उघडला तेव्हा त्यांना दिसलं की, आम्ही सर्व एखाद्या संमोहनावस्थेमध्ये आहोत. मी घामानं नखशिखांत भिजून, थकून गेले होते. मी माझ्या दोन्ही हातांत जपमाळ गच्च धरून ठेवली होती आणि भोवतालच्या परिस्थितीचा मला पूर्ण विसर पडला होता. इतरांकडे भकास नजरेने पाहत मी अजूनही एका प्रार्थनेनंतर दुसरी प्रार्थना म्हणत होते. थेरेसेनं एका हातानं डोळे झाकले होते व दुसऱ्या हातानं डोक्यावरती बायबल धरलं होतं. छोटी बीटा गुडघे दुमडून बसली होती व आपले हात समोर धरून प्रार्थना करीत होती.

पास्टरांनी आम्हाला हाका मारल्या, पण त्या आम्हाला कुणालाच ऐकू आल्या नाहीत. शेवटी त्यांनी आम्हाला हलवून अर्धवट बेशुद्धावस्थेतून जागं केलं. मी गोंधळून डोळ्यांची उघडझाप करीत त्यांच्याकडे पाहिलं. आमच्याकडे पाहून ते हसत होते, याचं मला आश्चर्यच वाटलं.

"हे बायांनो, तुम्ही हे काय करताय? कृपा करून काळजी करू नका. मारेकरी, सात तासांपूर्वीच निघून गेले. तुम्ही अजूनही प्रार्थना करताय, यावर माझा विश्वासच बसत नाहीये!"

माझ्यासाठी ते सात तास काही मिनिटांसारखे जरी होते, तरी मी पूर्ण थकून गेले होते. इतक्या वर्षांत इतकं एकरूप होऊन मी देवाची प्रार्थना कधीच केली नव्हती किंवा दुष्ट शक्तींच्या अस्तित्वाची जाणीव मला इतक्या प्रखरतेनं कधीच झाली नव्हती. त्या मारेकऱ्यांच्या डोळ्यांत मला ते दुष्टभाव दिसले होते आणि सर्व घराचा शोध घेतला जात असताना त्या दुष्ट शक्ती माझ्या आवतीभोवतीच असल्याचं मला जाणवलं होतं आणि मी तो अशुभ आवाज ऐकला होता. त्यांनी आम्हाला निश्चितपणे जाणीव दिली की, थोड्याच वेळात आमची कत्तल होणार होती. त्या विषारी

कुजबुजीच्या थापांवर मी जेव्हा जेव्हा विश्वास टाकला, त्या प्रत्येक वेळी मी भीतीला बळी पडले आणि माझी कवटी फुटेल की काय, असं मला वाटलं. केवळ देवाच्या सकारात्मक शक्तींवर लक्ष केंद्रित केल्यामुळे मी मारेकऱ्यांच्या त्या पहिल्या हल्ल्यातून तरून जाऊ शकले. माझे बाबा नेहमी सांगायचे की, देवाची प्रार्थना जास्त झाली, असं कधीच होत नाही आणि त्यांचं म्हणणं किती बरोबर होतं, ते आता पटतंय.

या युद्धातून सहीसलामत बाहेर पडण्यासाठी मला अंतर्यामीची लढाई जिंकावी लागेल, हे मी समजून गेले होते. माझ्यामधील चांगुलपणा, साहस, माझी निष्ठा, विश्वास, धीटपणा या सर्वांना त्या अपप्रवृत्तींपासून धोका होता. मला माहीत होतं की, जर माझा विश्वास डळमळीत झाला, तर मी तग धरू शकणार नाही. लढण्याचं बळ मिळवण्यासाठी मी फक्त देवावर भिस्त ठेवून होते.

मारेकऱ्यांनी बसवलेल्या त्या धडकीमुळे आम्ही सर्व पार गळून गेलो होतो. पास्टर मुरिंझींनी आमच्यासाठी थाळी भरून अन्न आणलं, पण आम्ही इतके थकलो होतो की, भूक असूनसुद्धा आम्ही काही खाऊ शकलो नाही. ते मध्यरात्री जेव्हा परत आले, तेव्हा थाळीत अन्न तसंच पडून होतं.

त्या रात्रीत पास्टर पुन्हा एकदा आले. बाहेर जोराचं वादळ सुरू होतं. घराच्या पत्र्यावर पावसाचे मोठे थेंब जोरजोरात आदळत होते. त्यामुळे कुणी ऐकेल, ही भीती नसल्यामुळे ते नि:शंकपणे बोलू शकले : ‘‘आज नशीब आपल्या बाजूनं होतं. त्यांनी सर्व घर शोधलं, प्रत्येक खोलीन् खोली धुंडाळली. त्यांनी अंगणंही पाहिली, गोठ्यामागील शेणाचे ढिगारेही तपासले. छताच्या आत रांगून आले, फर्निचरखाली बघितलं... इतकंच काय, मी तुत्सींच्या अर्भकांना बॅगांमधून ठेवलेलं नाही ना, म्हणून माझ्या सूटकेसेसमधून धारदार सुरेही भोसकून पाहिले. ते पिसाळलेल्या जनावरांसारखे वेडे झाले होते. त्यांचे डोळे लाल, तारवटलेले दिसत होते... ते बहुधा चरस, गांजा पिऊन आले असावेत. माझ्या खोलीत पोहोचले, पण तिथे सर्व व्यवस्थित पाहून त्यांना नासधूस करावीशी वाटली नाही. जाताना त्यांनी बजावलं, आत्ता शयनगृहाला हात लावलेला नाहीये, पण पुढच्या वेळी हिचीही झडती घेऊ.’’

‘‘पुढच्या वेळी!’’ आम्हाला धापच लागली.

पुन्हा त्याच यमयातना सोसण्याची मी कल्पनाच करू शकत नव्हते. मला खात्री होती की, देव आम्हाला अशा प्रसंगातून दोनदा जायला लावणार नाही.

‘‘ते पुन्हा कधी येतील, काहीच सांगता येत नाही.’’ पास्टर म्हणाले, ‘‘ते कधीही येतील आणि तुम्ही हाती लागलात, तर ईश्वरच जाणे... काय होईल!’’

त्यांचं ते शेवटचं वाक्य माझ्या कानात घुमत राहिलं आणि ती रात्र व दुसरा सबंध दिवस मी टक्क जागी होते.

दुसऱ्या दिवशी संध्याकाळी पास्टर मुरिंझी आले. ते घाबरलेलेच होते. ‘‘माझ्या

एका मित्रानं सांगितलं की, त्या मारेकऱ्यांच्या म्होरक्याच्या मते, कालच्या टीमने काम बरोबर केलं नाही.'' ते जरा नाराजीनेच म्हणाले, ''काही दिवसांपूर्वी तुमच्यापैकी काहींना या घरात पाहिलं गेलंय आणि अशीही अफवा पसरलीय की, तुम्ही इथेच लपलेल्या आहात. जास्त काटेकोरपणे शोध घेण्यासाठी मारेकऱ्यांची एक वेगळी टोळी पाठवण्यात येणार आहे.''

माझं शरीर शक्तिहीन झाल्यानं मी कण्हू लागले. मारेकऱ्यांच्या आणखी एका शोधमोहिमेतून जाण्याचं त्राणच माझ्यात शिल्लक नव्हतं. 'देवा, त्यांना आमच्याकडे पाठवून एकदाचा सोक्षमोक्षच का नाही लावून टाकत?' मी देवाची याचना केली – 'हे सर्व आम्हाला का सहन करायला लावतोयस? आम्हाला का असं छळतोयस?'

पुन्हा आमची सुटका कशी होणार? पूर्वी एवढं मोठं वाटणारं घर आता माझ्यासाठी एक अंधारकोठडी झालं होतं. मला सुटकेचा एकच मार्ग दिसत होता. तो म्हणजे, स्वर्गात जाणे. 'हे देवा,' मी नि:शब्दपणे प्रार्थना केली, 'मला आता लढण्याची इच्छाच शिल्लक उरलेली नाहीये. मी हार पत्करायला तयार आहे... कृपा करून मला शक्ती दे आणि जे माझ्या आवतीभोवती फिरताहेत, त्या राक्षसांपासून माझं रक्षण कर. त्या मारेकऱ्यांना पुन्हा आंधळं कसं करायचं, त्याचा मार्ग मला दाखव.'

मी मान वर केली व डोळे उघडले. दरवाज्यासमोर पास्टर उभे असलेले पाहिलं आणि माझ्या मनात एक स्वच्छ प्रतिमा तरळली. ''मला एक कल्पना सुचलीये.'' मी शांतपणे पण आग्रही स्वरात त्यांना सांगितलं, ''तुम्ही तुमचं ते कपड्यांचं कपाट या बाथरूमच्या दरवाज्यासमोर सरकवाल का? बाथरूमचा दरवाजा पूर्णपणे झाकून टाकण्याजोगं ते पुरेसं उंच व रुंद आहे. त्या मारेकऱ्यांना जर दरवाजाच दिसला नाही, तर ते आम्हाला कधीच शोधू शकणार नाहीत; म्हणजेच ते आमच्याबाबतीत आंधळेच होतील.''

पास्टरांनी क्षणभर विचार केला व मानही हलवली. ''नाही, त्यामुळे काही फरक पडणार नाही; उलट गोष्टी बिघडतील. त्यांनी जर कपाटामागे पाहिलं व त्यांना तो दरवाजा दिसला, तर ते तुम्हाला अधिक निष्ठुरपणे वागवतील.''

''अहो, नाही हो पास्टर. कृपा करून तुम्ही तेवढं कराच.'' देवानंच मला तसा कौल दिला होता, याबद्दल माझी खात्री होती. मला मनोमनी खात्री होती की, जर दरवाज्यासमोर कपाट असेल, तर आम्ही नक्की वाचू. पण पास्टर ढिम्म होते. म्हणून मी जे उभ्या आयुष्यात केलं नव्हतं, ते केलं. मी गुडघे टेकले व त्यांच्या पुढ्यात नतमस्तक झाले. ''कृपा करा, मी तुमच्यापुढे भीक मागतेय.'' मी म्हणाले, ''तुम्ही जर ते कपाट हलवलं नाहीत, तर पुढच्या वेळी ते येतील, तेव्हा आम्ही त्यांना नक्की सापडू. त्यांच्या रागाची काळजी करू नका... ते आम्हाला एकदाच

मारू शकतात... कृपा करून आमच्यासाठी तेवढं कराच. तुम्ही हे केलंत, तर देव तुमच्यावर नक्की कृपादृष्टी ठेवेल.''

मी गुडघे टेकून याचना करीत होते म्हणून म्हणा किंवा माझं बोलणं बाहेर ऐकू जाईल या भीतीपोटी म्हणा; मला नक्की नाही सांगता येत, पण त्यांनी शेवटी मान्य केलं. ''ठीक आहे. इम्माकुली, हळू बोल. मी आत्ताच ते हलवतो आणि त्याची मदत होईल, अशी आशा करतो. पण मी मात्र त्याबद्दल साशंक आहे.''

ते दिसेनासे झाले आणि काही क्षणांतच बाथरूमच्या दरवाज्यासमोर कपाट हलवल्याचा आवाज ऐकू आला. इतर बायकांनी माझ्याकडे पाहिलं व कुजबुजल्या, ''ही फारच छान कल्पना होती. कोणी तुझ्या डोक्यात भरवली?'' पास्टरांचे ते कपाट पूर्वी कधीही पाहिल्याचंही मला आठवत नव्हतं; पण माझी खात्री होती की, जेव्हा मी देवाकडे मदतीची याचना करीत होते, तेव्हाच ते कपाट हलवण्याची कल्पना माझ्या मनात साकारत होती.

''देवानं!'' मी साधाच प्रतिसाद दिला.

■

माझ्याच रागाविरुद्ध लढाई

त्यानंतरचे अनेक दिवस तुलनात्मकरीत्या शांततेत गेले. अगदी केव्हा तरी ती ओंगळ गाणी म्हणत फिरणाऱ्या मारेकऱ्यांचे आवाज ऐकू यायचे आणि ते बाहेरच्या अंगणात वावरताहेत, ते कळायचं. आम्ही दिवसभर शांतपणे प्रार्थना करीत असायचो व एकमेकींबरोबर चिन्हांच्या भाषेत संवाद साधायचो. साधारण दर बारा तासांनी जरा हातपाय हलवून घ्यायची चैन आम्ही उपभोगायचो. त्या व्यतिरिक्त आम्ही अगदी कमीत कमी हालचाली करायचो आणि रात्रंदिवस एकाच स्थितीत बसून राहायचो.

पास्टर मुरिंझींच्या सूचनेबरहुकूम दुसऱ्या बाथरूममध्ये कोणी फ्लश करीत असेल, तेव्हाच आम्ही आमचं टॉयलेट फ्लश करून घ्यायचो. टॉयलेटचा वापर करणं, हे एक आव्हानच होतं. तिथली जागा इतकी कमी होती की, आमच्यापैकी कुणाला तरी एकाला टॉयलेट सीटवर बसावं लागे. त्यामुळे आमच्यापैकी दुसऱ्या कुणाला टॉयलेट वापरायची असेल, त्या वेळी सर्वांना जागा बदलाव्या लागत आणि त्यात आवाज होण्याचा व आम्ही सापडले जाण्याचा धोका होता.

आश्चर्याची गोष्ट म्हणजे, ते टॉयलेट त्या छोट्या जागेच्या मध्यभागी होते. तरीही आम्ही त्या बाथरूममध्ये असतानाच्या दिवसात ते कुणी वापरलेलं प्रत्यक्ष पाहिल्याचं मला बिलकूल आठवत नाही आणि कधी घाण वास आल्याचंही स्मरत नाही. आमच्या मासिक पाळ्या – ज्या एकापाठोपाठ एक सुरूच होत्या आणि आम्ही सतत केलेल्या टॉयलेट पेपरच्या मागणीनं पास्टरांना जरा गोंधळातच टाकलं होतं – अशा गोष्टींनी आम्हाला जराही अवघडलेपणा आला नाही. हेही तितकंच खरं आहे की, आम्ही अशा गोष्टींकडे दुर्लक्ष करायला व वैयक्तिक चैन सोडून द्यायला शिकलो होतो. कारण जिवंत राहण्याच्या तुलनेत या गोष्टी अगदी नगण्य होत्या.

पास्टर जेव्हा केव्हा खायला आणत, तेव्हा आम्ही खाऊन घेत असू; कारण त्याला काही वेळ काळ नसे. काही वेळा ते पहाटे तीन-चार वाजता येत असत, तर काही दिवस येतही नसत. (आम्हाला खायला देताना किंवा आम्हाला काही सांगायचं असेल, तेव्हा त्यांना ते कपाट हलवावं लागे. कपाट हलवताना जराही

आवाज होऊ नये म्हणून त्यांना फार काळजी घ्यावी लागे. त्या कपाटाखाली एक जाडसं घोंगडं होतं, त्यामुळे आवाज थोडा दबतही असे आणि देवाची आमच्यावर कृपादृष्टी होती, याचं पुन:प्रत्यंतर आलं.) त्यांनी जास्तीचं जेवण बनवलं, तर कुणाच्या तरी लक्षात येईल याची चिंता होती. त्यामुळे मुलांनी थाळीत टाकलेले तुकडे किंवा नोकरांनी कचऱ्याच्या डब्यात झाकलेलं अन्न ते उचलून आणीत. कधी कधी त्यांनी आणलेलं अन्न उकिरड्यावरचं वाटायचं. त्यामुळे आम्ही कितीही भुकेल्या असलो तरी अन्नाला शिवायला मन धजावत नसे. (घरी मी जेवणाच्या बाबतीत किती चोखंदळ होते, हे आठवून माझंच मला हसू यायचं.) ते आमच्यासाठी पिण्याला पाणीही घेऊन येत होते, याबद्दल आम्ही कृतज्ञ होतो.

बघायला गेलं तर खोटं वाटेल, पण काही दिवसांच्या शांततेमुळे आमच्या सतर्कतेत थोडी ढिलाई आली होती. पास्टरांनी आम्हाला झापलं आणि वास्तवाची जाणीव करून दिली.

असेच एका रात्री ते आले व म्हणाले, ''मारेकरी आजूबाजूला फिरताहेत, घराघरात घुसून नासधूस करताहेत; सापडणाऱ्या प्रत्येक तुत्सीला मारून टाकताहेत. ते थोड्याच वेळात इथेही येतील किंवा उद्या-परवापर्यंत येणारही नाहीत. पण ते परत येतील हे नक्की, तेव्हा तुम्ही अगदी गप्प बसा बघू.'' त्यांनी आम्हाला खडसावलंच.

त्या बाथरूममध्ये मनाला थोडीफार शांती मिळेल, या आमच्या कल्पनेला तडा गेला. मारेकरी केव्हाही परत येण्याच्या भीतीपोटी आमच्या मनावर व शरीरावर सतत ताण असायचा. बाहेर कुत्रा भुंकला अथवा जमीन हादरली की, मला पराणीनं टोचल्यासारखं व्हायचं. एका वेळी फारच कमी झोपता येत असल्यामुळे माझी त्वचा कोरडी पडून सुरकुतली होती आणि मला डोकेदुखीचा सतत त्रास होत होता.

मानसिक पीडेचा पगडा जबरदस्त होता. माझ्या विचारांनीच मला बंदीवान केलं होतं. इथे आल्यापासून ज्या काळ्याकुट्ट भीतीनं व कुशंकांनी मला घेरलं होतं, त्यांची तीव्रता जराही कमी झाली नव्हती. त्या माझ्या मनात घर करून बसल्या होत्या आणि माझ्या निष्ठांना हादरवीत होत्या. जेव्हा मारेकरी निघून गेल्याचं समजायचं, तेव्हा देवाच्या विचारांपासून माझं मन विचलित व्हायचं आणि नकारात्मक शक्ती माझ्या मनाचा ताबा घेत. तरीही जेव्हा जेव्हा मी प्रार्थना केली, तेव्हा लगेचच मला माझ्या आसपास देवाचं अस्तित्व असल्याची जाणीव झालीय आणि माझी भीती पळून गेलीय.

त्यामुळे जागेपणीच्या प्रत्येक क्षणी मी प्रार्थना करण्याचा निश्चय केला, अगदी पहाटे चार किंवा पाच वाजता जाग आल्यापासून माझी पहिली प्रार्थना नेहमीच देवाचे आभार मानण्यासाठी असे. त्यानं हे पास्टरांचं घर बांधून घेतलं, म्हणून या हत्याकांडात आम्हाला आश्रय मिळाला; त्यानंतर त्या परमात्म्याचे, या घरामध्ये एक

वाढीव बाथरूम बनवणारा रचनाकार दिल्याबद्दल आणि आमच्या लपायच्या जागेला बरोबर झाकणारं अगदी त्याच मापाचं कपाट खरेदी करण्यासाठी पास्टरांना प्रवृत्त केल्याबद्दल मी आभार मानत असे.

पूर्ण भक्तिभावाने असे आभार प्रदर्शित करून झाल्यावर मी माझी जपमाळ पकडून प्रार्थना करायचे. तिच्या लाल व पांढऱ्या मण्यांवर मी अनेक कॅथॉलिक प्रार्थनांची उजळणी करीत असे. कधी कधी मी इतक्या उत्कटतेनं प्रार्थना करायचे की मी घामेघूम होत असे. त्यात तासन् तास निघून जात... जपमाळेनं पठण व प्रार्थना केल्यानंतर थोडा बदल म्हणून मी बायबलमधील मला आवडणाऱ्या उताऱ्यांवर चिंतन करीत असे.

माझ्या निष्ठांना तडा जातोय, असं जाणवल्यानं मी मार्कच्या दोन वचनांवर (कवनांवर) तासन् तास लक्ष केंद्रित करीत असे, ज्यामध्ये निष्ठांच्या माहात्म्याविषयी विस्तारानं लिहिलं आहे व जी मला मुखोद्गतही आहेत. यांपैकी पहिले वचन आहे – "तू ज्या गोष्टींच्या प्राप्तीची इच्छा धरशील व त्यासाठी प्रार्थना करशील, त्या तुला प्राप्त होणार आहेत याचा विश्वास बाळग, म्हणजे त्या तुला प्राप्त होतील, असे मी तुला सांगत आहे." (मार्क ११.२४)

त्यानंतर मी दुसऱ्या वचनावर लक्ष केंद्रित करीत असे, "मी तुला प्रतिज्ञापूर्वक सांगतो, जो कोणी समोरच्या डोंगराला सांगतो की, तुला येथून हलवून समुद्रात फेकतो आणि त्याच्या मनात याबद्दल जराही संदेह नसेल आणि तो जे बोललाय तसेच होईल, असा त्याचा दृढ विश्वास असेल, तर तो म्हणतो तसेच होईल."

प्रार्थनेचा किंवा ईश्वरचिंतनाचा जर क्षणभरही विसर पडला, तर ते म्हणजे त्या सैतानाला आमंत्रण देऊन त्याच्या त्या दुधारी – संशय व स्वत:ची अनुकंपा – सुऱ्यानं मला भोसकून घेण्यासारखं होतं. त्यासाठी प्रार्थना हेच माझं चिलखत होतं व ते मी हृदयाशी घट्ट कवटाळून धरलं होतं.

नकळत आमच्याकडून चूक घडेल व आम्ही आवाज करू, याची पास्टरांना नेहमी काळजी वाटत असे. त्यामुळे ते अगदी क्वचितच कुणाला त्यांच्या रूममध्ये प्रवेश देत. पण जेव्हा कधी त्यांच्या मुलांपैकी कुणी अथवा त्यांच्या नोकरांपैकी कुणी त्यांना भेटायला खोलीत येत, तेव्हा ते जाईपर्यंत आमची पाचावर धारण बसलेली असे. आम्ही इथे आल्यानंतर आठवड्याभरानं पास्टर व त्यांचा मुलगा सेमबेबा यांच्यामधील संवाद आम्ही ऐकला :

"बाबा, तुम्हाला या हत्याकांडाबद्दल काय वाटतं? आम्ही हुतूंनी जे करायला पाहिजे, तेच आम्ही करतोय ना? म्हणजे मला म्हणायचंय, आम्हाला शाळेत शिकवलं होतं की, शंभरएक वर्षांपूर्वी तुत्सींनी आमच्याशी असंच वर्तन केलं होतं, म्हणून आता त्यांना जे मिळतंय, ते योग्यच आहे; बरोबर?"

"सेमबेबा, तू काय बोलतोयस हे तुलाच समजलेलं नाहीये. तू नीघ बरं आता, मला झोपायचंय." पास्टरांनी सांगितलं.

"त्या तुत्सींना नेहमीच वाटत आलंय, 'तेच सर्व श्रेष्ठ आहेत.' ...आम्हा हुतूंना ते नेहमीच कमी लेखत आलेत. तुम्हाला नाही वाटत, जर त्यांच्या हातात आजही सत्ता असती, तर त्यांनी आम्हाला ठार केलं असतं? त्यामुळे त्यांना ठार करणं म्हणजे स्वत:चा बचाव करणं, असं तुम्हाला नाही वाटत?"

त्याचा आवाज इतका सुस्पष्ट होता की, तो कपाटाजवळच उभा असावा, हे मी सांगू शकत होते आणि ते हलविल्याचं कदाचित त्याच्या लक्षात येईल की काय, या विचारानं मी घाबरलेच. त्याचबरोबर मी इतकी चवताळलेली होते की, त्याच्या अंगावर जोरात ओरडावं, या माझ्या ऊर्मीला थोपवून धरण्यासाठी मला महत्प्रयत्न करावे लागले... त्याच्या शब्दांनी माझा राग उफाळून आला होता.

मला हेही समजत होतं की, तो त्याचा एकट्याचा दोष नव्हता. त्याच्या अज्ञानाचे कारण 'तुत्सींचा द्वेष करण्याचं शिक्षण' त्याला शाळेमध्येच मिळालं होतं. तीच शाळा, जिथे मीही शिकले. छोट्या हुतूंना अगदी लहानपणापासून शिकवलं जायचं की, तुत्सी नीच असून विश्वासास अपात्र होते आणि पूर्वी ते रवांडात नव्हते. दैनंदिन जीवनात हुतूंनी तुत्सींना वेगळं पाडलेलं पाहिलंय – प्रथमत: शाळेच्या पटांगणात व पुढे नोकरी-व्यवसायाच्या ठिकाणी! आम्हाला मानवजातीपासून वेगळं पाडण्यासाठी आमच्याकडे साप व झुरळं म्हणून पाहण्याची शिकवण त्यांना दिली जायची. त्यामुळे आम्हाला इतक्या सहजासहजी मारून टाकण्यास ते प्रवृत्त होतात, यात बिलकूल आश्चर्य नव्हतं. सापांना ठारच मारायचं असतं आणि झुरळांचा नायनाटच करून टाकायचा असतो.

यापूर्वी अनेक वेळा अशा गोष्टी घडताना जगाने पाहिल्या होत्या. नाझी जर्मनीमध्ये हे घडून गेल्यानंतर जगातील मोठ्या आणि शक्तिमान राष्ट्रांनी शपथेवर सांगितलं, 'असे पुन्हा होणे नाही!' पण हेच पाहा ना! केवळ तुत्सी म्हणून जन्मलो, या कारणास्तव आम्हा सहा अगदी निरुपद्रवी, हातपाय जखडून अंधारात पडलेल्या बायकांना ठार करण्यासाठी लक्ष्य केलं होतं. ही इतिहासाची पुनरावृत्ती का होतेय? या वाईट प्रवृत्तींनी पुन्हा कसं डोकं वर काढलंय? लोकांच्या मनात आणि हृदयात विष कालवत फिरणाऱ्या या सैतानाला इतका उशीर होईपर्यंत असं मोकाट का सोडलं गेलंय?

त्यांचं संभाषण आम्ही ऐकत असणार हे पास्टरांना नक्की ठाऊक होतं, कारण ते मुलाला रागावून म्हणाले, "मूर्ख आहेस... सेमबेबा, तू अगदी मूर्ख मुलगा आहेस. अत्यंत अटळ कारणाव्यतिरिक्त केलेला रक्तपात केवळ अक्षम्य आहे. आता माझ्या खोलीतून नीघ बघू. तुझं बोलणं ऐकायचा मला तिटकारा आलाय."

''मी तुत्सींचा द्वेष करतोय, हे तुम्हाला मूर्खपणाचं वाटतंय बाबा? मग त्यांना लपवून ठेवणं अधिक मूर्खपणाचं आहे, असं नाही तुम्हाला वाटत? तुम्ही तेच करीत असल्याचं लोक म्हणताहेत आणि ते तुम्हालाही ठाऊक असेल, असं मला वाटतं. हे खरं आहे काय? तुम्ही तुत्सींना घरी आसरा दिलाय काय?''

माझे प्राण कंठाशी आले. माझा राग मावळला आणि पुन्हा एकदा भीतीने मला घेरलं.

''सेमबेबा, तुझी मूर्खासारखी बडबड खूप ऐकली. मी कुणाही तुत्सीला घरात लपवलेलं नाहीये आणि तुझ्या या सूडाच्या भावनेनं पेटलेल्या शब्दांनी मला यातना होताहेत... तुझी स्वत:ची आई तुत्सी होती. तुझ्या मावश्या, मामा आणि तुझी मामे-मावस भावंडं या सर्वांना शोधून-शोधून ठार मारलं जातंय आणि तुला हे सर्व ठाऊक असावं, अशी मला आशा आहे. आता माझ्या खोलीतून चालता हो आणि पुन्हा येऊ नकोस. चल, नीघ.''

सेमबेबाच्या त्या भयानक भेटीतून आम्ही पुरते सावरलो नव्हतो, तोच जवळच हातगोळे फुटल्याचा आवाज ऐकू आला. त्या कर्णभेदी कडकडाटाने इमारती कोसळल्यासारखं वाटलं. प्रत्येक पडझडीनंतर ते गाण्याचे आवाज उठत होते – ''त्यांना मारा, लहान असो वा मोठा... सर्वांचे कोथळे बाहेर काढा.''

घराजवळ बंदुकीचे आवाज ऐकू आले आणि त्या गाण्याचा आवाज इतका मोठा होत गेला की, मारेकरी आमच्या बाजूलाच येत असल्याची जाणीव झाली. मी मनातल्या मनात प्रार्थना म्हटली आणि क्षणार्धात आम्ही गडगडणाऱ्या ढगांचा आवाज ऐकला. पाठोपाठ जोराचा पाऊस सुरू झाला. माझा तर्क होता की, पावसापासून बचाव करण्यासाठी सर्व जण आपापल्या घरी गेले असावेत, कारण त्यानंतर रात्रभर आम्ही फक्त छताच्या पत्र्यावर पडणाऱ्या पावसाचा आवाज ऐकत होतो.

त्या रात्री पास्टर आमच्यासमोर आले. त्यांचा चेहरा निस्तेज, डोळे तांबरलेले व ते थकल्यासारखे दिसले. मला प्रथमत: वाटले, ते सेमबेबाच्या संशयामुळे काळजीत असावेत. पण खरं कारण त्याहूनही अधिक गंभीर होतं. ते बाहेर फिरत होते व ज्या भयानक संकटाने आम्हाला घेरलं होतं, त्याचं गांभीर्य त्यांनी स्वत: अनुभवलं होतं. त्यांनी आम्हाला सांगितलं की, जहाल मतवादी इंटराहामवे, सैनिक व अनेक हुतू नागरिक त्यांच्या समोरील तुत्सींचं प्रत्येक घर भुईसपाट करीत होते.

''बाहेर परिस्थिती हाताबाहेर गेलीये.'' ते म्हणाले, ''खूप वाईट, अत्यंत खराब परिस्थिती आहे. मी १९५९ व १९७३ मध्ये झालेल्या हत्याही पाहिलेल्या आहेत; पण आत्ता जे चाललंय, त्याच्यापुढे त्या अगदीच नगण्य होत्या. एक लक्षात घ्या, कत्तली सोडून सर्व बंद आहे... शाळा आणि बाजार बंद आहेत. माणसंही कामावर

जात नाहीयेत. सर्व काम तडीस जाईपर्यंत देशाचे सर्व व्यवहार बंद ठेवण्यात आले आहेत.''

''सर्व काम तडीस जाईपर्यंत म्हणजे काय? असं कोणतं काम आहे?'' मी विचारलं.

पास्टर जरा थांबले. ''तुत्सींना ठार मारणं. सर्व तुत्सींना कंठस्नान घातल्याशिवाय काम संपणार नाही. सरकारचा तो मुख्य उद्देश आहे आणि तो साध्य करण्यासाठी त्यांनी सर्वांना वेठीला धरलंय. जे कधीही पाहायला लागू नये, अशी माझी इच्छा होती, तेच आज पाहण्याचं नशिबी आलंय.''

माझ्या पोटात गोळा उठला. माझ्या कुटुंबाचा विचार माझ्या मनात आला आणि पास्टरांचा आवाज ऐकू येऊ नये म्हणून कानात बोळे घालावेत, असं मला वाटलं.

''त्यांनी हजारो लोकांना मारलंय,'' ते पुढे सांगत होते, ''किंवा दहा हजार... कदाचित लाखही असतील! किती गणती, कोण जाणे! संरक्षणासाठी कित्येक तुत्सी चर्चमध्ये घुसले – इतके की दरवाजेसुद्धा बंद करता येईनात. मारेकऱ्यांना चर्चमध्ये नेहमीच बंदी असते, पण या वेळी तसं नव्हतं. लोक आत असतानाच त्यांनी चर्चना आगी लावल्या आणि ज्यांनी बाहेर पडायचा प्रयत्न केला, त्यांना गोळ्या घालून ठार केलं.''

''अरे देवा, किती भयंकर!'' मी म्हणाले, ''रेडिओवर तर संरक्षणासाठी सर्वांना चर्चमध्ये नाही तर स्टेडियममध्ये जायला सांगत होते.''

''तसं त्यांनी सांगितलं होतं, पण ते कुणाच्या संरक्षणासाठी नव्हतं. बंदुका व हातगोळे देऊन मारेकऱ्यांनाही तिथे पाठवलं होतं. माझ्या घराच्या उंचीचे प्रेताचे ढीग झाले आहेत... त्यांची दुर्गंधी असह्य झालीये.''

''पास्टर, कृपा करून पुरे झालं! आणखी काही सांगू नका...'' मी विनवलं.

माझ्या मनात माझ्या घरच्यांसंबंधी त्यांच्याकडून जाणून घ्यायचं होतं, पण ते काय सांगतील ते ऐकण्याची माझी तयारी नव्हती. आणखी एखादा शब्दही ऐकणं मला असह्य होतं.

''या गोष्टी सांगताना मला वाईट वाटतंय, पण काय घडतंय हे तुम्हाला समजायलाही हवं.'' ते म्हणाले, ''सबंध रवांडामध्ये अजूनही जिवंत सोडलेल्या तुत्सी कदाचित फक्त तुम्हीच असण्याचा संभव आहे. आज मी जे पाहिलं, ते जर तुम्ही पाहिलं असतंत ना, तर मला नाही वाटत तुम्हाला जगावंसं वाटलं असतं!''

इतर बायका रडू लागल्या, पण मी नाही. त्या क्षणी माझ्या डोळ्यांत अश्रू नव्हते, मला दुःखही वाटलं नाही; मला राग आला. यापूर्वी मला कधीच एवढा राग आला नव्हता. कल्पनाही करू शकत नव्हते, इतकी मी रागावले होते. मला पास्टरांचा राग आला होता. आमच्या परिवारांना लपायलासुद्धा कुठे जागा नव्हती,

जे सर्व उघड्यावर होते, त्या आम्हाला पास्टर अगदी बारकाव्यांसह अशा भयानक बातम्या सांगत होते, त्यामुळे मी त्यांच्यावर चिडले होते. मी सरकारवर भडकले होते, ज्यांनी हा वंशसंहार मोकाटपणे लादला होता. मी जगातील श्रीमंत देशांवर रागावले होते, कारण या हत्या थांबवण्यासाठी कोणी काहीच करत नव्हतं. पण सर्वांपेक्षा जास्त मी हुतूंवर... अगदी सर्व हुतूंवर रागावले होते. आणि पास्टर जसजसे तुत्सींवर होत असलेली अघोरी कृत्ये घोळवून-घोळवून सांगत होते, तसतसं माझ्या रागाचं रूपांतर ज्वलंत तिरस्कारात होत गेलं.

यापूर्वी मी कधीही, कोणाच्याही बाबतीत हिंसक कृत्य केलं नव्हतं; पण त्या क्षणी मला वाटलं, माझ्याकडे बंदूक असायला हवी होती, म्हणजे समोर येणाऱ्या प्रत्येक हुतूवर गोळी घालता आली असती. नाही, बंदूक नाही... मला मशिनगन, आग ओतणारे हातगोळे पाहिजे होते! मला सगळ्यांना ठार करायचं होतं, अगदी तुत्सींनाही... मला रॅम्बो बनून सर्व देशाला आग लावायची होती. माझ्याकडे जर अणूबॉंब असता, तर मी तो रवांडावर टाकून द्वेषानं पछाडलेल्या त्या प्रत्येक नालायकाला नष्ट करून टाकलं असतं.

मी पास्टरांकडे पाहिलं आणि त्यांनाही मारून टाकावंसं वाटलं. इतका पराकोटीचा तिरस्कार करण्याची क्षमता माझ्यामध्ये होती, यावर माझा विश्वासच बसला नसता आणि त्यामुळेच माझ्या लक्षात आलं की, त्यावर काबू मिळवण्यासाठी मला जबदरस्त प्रार्थना करावी लागणार होती.

पास्टर मुरिंझींनी त्यांचं बोलणं थांबवलं होतं, पण आम्ही मात्र आणखी भयंकर बातम्या ऐकाव्या लागतील याची वाट पाहत त्यांच्याकडे बघत बसलो. यापेक्षा त्यांनी आम्हाला मरेपर्यंत चाबकानं फोडून काढलं असतं, तरी तो त्यांचा दयाळूपणाच ठरला असता. पण खात्री पटल्याशिवाय त्यांच्या शब्दावर विश्वास ठेवणं मला शक्य नव्हतं. ते जसे जायला निघाले, तेव्हा मी त्यांना त्यांच्या खोलीतील रेडिओ सुरू करायला सांगितला, त्यामुळे आम्हाला बातम्या ऐकायला मिळाल्या असत्या. त्यांनी तेवढं केलं आणि नंतर दार बंद करून गेले.

काही मिनिटांनंतर आम्ही एका सरकारी मंत्र्याला नॅशनल रेडिओवरून भाषण देताना ऐकलं. "मी रवांडातील सर्व हुतूंना आवाहन करतोय... आपल्या एका समान शत्रूशी लढण्यासाठी एकत्र येण्याची हीच वेळ आहे. आपले आपापसातील राजकीय मतभेद बाजूला ठेवून प्रथम आपलं रक्षण केलं पाहिजे. हे तुत्सी सर्प आपल्याला डंख मारण्याचा प्रयत्न करताहेत... आपणच त्यांना प्रथम ठेचू या. जिथे जिथे तुत्सी दिसतील, तिथेच त्यांना मारून टाका... एकालाही सोडू नका. जख्ख म्हातारे आणि अर्भकांनाही ठार करा... त्या सर्वांची जात सापाची आहे. आरपीएफचे बंडखोर जर आपल्या देशात परत आलेच, तर त्यांच्या दृष्टीस तुत्सींची फक्त प्रेतं दिसू द्यात.

मी हुतूंना त्यांचं कर्तव्य म्हणून सर्व तुत्सींना ठार मारण्याची कळकळीची विनंती करतोय.''

आता माझी खात्री पटली की, पास्टर खोटं बोलत नव्हते आणि मला हेही समजलं की, या सरकारवर विश्वास टाकण्यात बाबांनी फार मोठी चूक केली होती. ज्या लोकांवर त्यांनी भरवसा ठेवला, त्या लोकांनीच ही वंशसंहाराची आखणी केली आणि रवांडाच्या सर्वसामान्य नागरिकांकडून त्याची पूर्तता करून घेत होते. रवांडाच्या संस्कृतीची मला कल्पना होती. सामान्यत: शांतताप्रिय असणारे हुतू जेव्हा त्यांच्या पुढाऱ्यांनी रेडिओवर दिलेली भाषणं ऐकतील, तेव्हा ते आज्ञाधारकपणे आपले धारदार सुरे घेऊन मोहिमेवर निघतील.

एका तासानंतर पास्टरांनी बीबीसीच्या बातम्या लावल्या आणि त्यावरील निवेदनावरून आम्हाला समजलं की, देशाच्या दूरवरच्या उत्तरेकडील भागातून यशस्वीरीत्या लढाया करीत आरपीएफचे क्रांतिकारी सैनिक राजधानी किगालीपर्यंत पोहोचले होते. त्यामुळे वंशसंहारामागे असणारे जहालमतवादी हुतू सरकार कोसळण्याचा धोका निर्माण झाला होता. त्या बातम्यांमुळे आमचं हृदय उचंबळून आलं. आरपीएफ किगालीला पोहोचू शकले, म्हणजे लढाया लढत काही आठवड्यांत ते दक्षिणेला आमच्या भागापर्यंतही पोहोचतील आणि आमची सुटका करतील. हे सर्व लवकरात लवकर घडावं, एवढीच आशा मी करीत होते. कारण फार उशीर होणं आमच्या दृष्टीनं घातक ठरलं असतं.

■

क्षमा अंगीकारण्यासाठी धडपड

शोधाशोध करण्यासाठी जेव्हा मारेकरी दुसऱ्यांदा घरामध्ये आले, तेव्हा मी प्रार्थना करण्यात मग्न होते. आत्ता माध्यान्हीनंतरची वेळ होती आणि मी पहाटेपासून जपमाळ घेऊन देवाची प्रार्थना करीत होते. 'या जगातील सर्व पापीजनांना क्षमा करावी.' कितीतरी प्रयत्न करूनही मी मारेकऱ्यांसाठी मात्र प्रार्थना करू शकले नाही. सर्वांसाठी प्रार्थना करणंच खरं तर देवाला अपेक्षित असतं, पण तसं करणंच मला जड जात होतं आणि इतर कोणत्याही गोष्टीपेक्षा मला देव माझ्या बाजूने हवा होता.

तडजोड म्हणून मी रोजच जपमाळेने शक्य तितक्या निष्ठापूर्वक अनेक वेळा प्रार्थना करीत होते. 'हेल मेरीज' व 'आवर फादर' यांच्या प्रार्थनांमध्ये १२ ते १३ तास निघून जात आणि त्यानंतर मी जेव्हा 'लॉर्ड्स प्रेअर'पर्यंत पोहोचत असे – ज्यामध्ये तुमच्या मार्गात अडथळे निर्माण करणाऱ्यांनाही क्षमा करण्याचं आवाहन केलं आहे – तेव्हा मी मारेकऱ्यांचा वेगळा असा विचार करीतच नसे. कारण मला ठाऊक होतं की, मी त्यांना क्षमा नाही करू शकणार!

दुसऱ्या वेळी झालेल्या शोध सत्रात मारेकऱ्यांच्या कलकलाटानं माझ्या प्रार्थनेत व्यत्यय आला आणि एका संतप्त आवाजाने मला स्वप्नातून जागं केल्यासारखं झालं. त्यानंतर माझ्या डोक्याच्या बाजूलाच चार-पाच दणके दिल्याचं मी ऐकलं आणि मला परिस्थितीचं पूर्ण भान आलं. माझ्या लक्षात आलं की, ते सर्व जण पास्टरांच्या बेडरूममध्येच होते. ते पास्टरांच्या सामानची उचकापाचकी करीत होते, गाद्या उचलून तपासत होते, खुर्च्या उलट्या-सुलट्या करीत होते आणि भिंतीवरील वस्तू खेचून काढत होते.

"त्यामध्ये बघा," त्यांच्यापैकी एक जण ओरडला, "आता त्याच्या खाली बघा. ती पेटी बाजूला सरकवा. सगळ्याचा शोध घ्या."

माझा श्वासोच्छ्वास त्यांना ऐकू जाईल, या भीतीनं मी माझ्या हातानं तोंड झाकलं. माझ्यापासून ते फक्त काही इंचांवर होते... ते कपाटापुढेच उभे होते... कपाट! मी देवाचे पुन्हा आभार मानलेच; पण माझे प्राण कंठाशी आले होते.

त्यांचं ते हसणं मला ऐकू येत होतं. लोकांना ठार मारतानाही त्यांना आनंदाच्या उकळ्या फुटत होत्या! मी त्यांना शिव्याशाप दिले आणि इच्छा व्यक्त केली की, नरकात जाऊन ते चांगले भाजून निघावेत.

तेवढ्यात कपाट दारावर आदळलं. मी माझ्या कानात बोटं घातली आणि प्रार्थना म्हटली, 'हे देवा, कृपा कर. तूच ते कपाट इथे हलवून घेतलंस. आत्ताही ते तिथेच राहू दे. त्यांना ते इथून हलवू देऊ नकोस. परमेश्वरा, तूच आम्हाला वाचव.'

माझं डोकं ठणकायला लागलं व ती अमंगळ कुजबुज पुन्हा एकदा माझ्या डोक्यात थयथयाट करू लागली : 'आता तू त्या देवाला का हाका मारतेस? त्या मारेकऱ्यांच्या मनात जेवढा द्वेष भरलाय, तेवढाच तो तुझ्याही मनात नाही काय? तिरस्कार जपण्यात ते जितके दोषी आहेत, तेवढीच तूही दोषी नाहीस काय? त्यांना मेलेलं पाहण्याची तुझीच इच्छा होती ना? खरं तर तुलाच वाटत होतं की, स्वत: तूच त्यांना ठार मारावं. तू तशी प्रार्थनाही केली होतीस की, देवानं त्यांना यातना द्याव्यात आणि त्यांना नरकातून होरपळून काढावं.'

दरवाज्याच्या दुसऱ्या बाजूला मला मारेकऱ्यांचं अस्तित्व जाणवत होतं, म्हणून मी देवाची करुणा भाकली, 'देवा, इथून निघून जाण्यासाठी त्यांना प्रवृत्त कर. आम्हाला वाचव रे त्यांच्यापासून....'

'देवाला हाका मारू नकोस, इम्माकुली.' तो आवाज घुमला. 'त्याला ठाऊक आहे, तू खोटारडी आहेस. तू देवावर प्रेम करतेस अशी प्रार्थना करताना तू प्रत्येक वेळी त्याला फसवते आहेस. त्याच्याच कल्पनेनुसार आपणा सर्वांना तोच जन्माला घालतो; नाही का? मग फक्त देवावर प्रेम करून त्याच्याच लेकरांचा तू द्वेष कसा करू शकतेस?'

माझे विचार खुंटले. मला ठाऊक होतं की, माझ्या डोक्यावर स्वार झालेल्या सैतानाचंच म्हणणं खरं होतं... प्रत्येक वेळी मी देवाची प्रार्थना करीत असताना देवाशी प्रतारणा करीत होते. या जातिसंहारास जबाबदार असणाऱ्या लोकांवर मी इतकी चिडले होते की, मला श्वास घ्यायलाही त्रास होत होता.

एवढ्या वेळात पास्टरांच्या बेडरूममध्ये चाळीस-पन्नास माणसं तरी गोळा झाली होती. ती बोंबलत होती आणि टिंगलटवाळ्या करीत होती. ते नीच झिंगल्याचं जाणवत होतं आणि या वेळी त्यांच्या गाण्यातील घाणेरडेपणा तीव्र झाला होता. "मारा, तुत्सी लहान असो वा मोठा, सर्वांचे कोथळे बाहेर काढा. एकेकट्याला गाठून ठार करा. सर्वांना ठार करा...."

मी प्रार्थना करू लागले. त्यांना कपाटापासून दूर ठेवण्यासाठी, घरातून पूर्णपणे हाकलवून देण्यासाठी देवाला विनवलं.

त्या कर्कश गाण्यांमधून तो अमंगळ आवाज मला वाकुल्या दाखवीत होता.

'त्याचा काही उपयोग होणार नाही... देवाला हाका मारू नकोस. इथे त्या मारेकऱ्यांना कोणी पाठवलं, असं तुला वाटतं? त्यानंच पाठवलं आहे. तुला कुणीही वाचवू शकणार नाही. खोटं बोलणाऱ्यांना देव पाठीशी घालत नाही.'

मी मारेकऱ्यांसाठी प्रार्थना करायला सुरुवात केली, पण ताबडतोब थांबले. देवाचं संरक्षण मिळवण्यासाठी मी अधीर झाले होते. मला मनोमनी वाटत होतं की, ते मरून जायच्याच लायकीचे होते. ज्यांनी हजारोंचे बळी घेतलेत आणि कैक जणींवर बलात्कार केलेत; त्यांना पापभीरू म्हणण्याचे ढोंग मी करू शकत नव्हते. अनेक निष्पाप लोकांबरोबर त्यांनी निष्ठुर व भयंकर वर्तन केलंय, त्याकडे मी दुर्लक्ष करू शकत नव्हते.

'अशक्यप्राय गोष्टींची माझ्याकडून का अपेक्षा करतोयस?' मी देवाला विचारलं. 'जे मला मारू पाहताहेत, ज्यांनी कदाचित याआधीच माझ्या कुटुंबाची हत्या केलेली असेल; त्यांना मी कशी काय क्षमा करू? या मारेकऱ्यांना मी क्षमा करणं सुसंगत नाहीये; त्याऐवजी त्यांनी ज्यांचे तुकडे करून ठार केलं आणि ज्यांच्यावर बलात्कार झाले, त्या बळी पडलेल्यांसाठी मला प्रार्थना करू दे. अनाथ बालकांसाठी व विधवांसाठी मला प्रार्थना करू दे. त्यांना न्याय मिळवून देण्यासाठी मला प्रार्थना करू दे. हे देवा, मी तुला त्या दुष्ट लोकांना शासन करायला सांगेन... पण त्यांना क्षमा करणं मला शक्य नाही. मला ते केवळ अशक्य आहे.'

सरतेशेवटी मारेकरी निघून गेल्याचं मी ऐकलं. प्रथम ते खोलीतून बाहेर पडले, नंतर घरातून आणि त्यानंतर लगेचच तिकडे लांब दूरच्या रस्त्यावरून चालत गेले. मग त्यांच्या गाण्यांचा आवाजही अस्पष्ट होत गेला.

मी पुन्हा प्रार्थनेस सुरुवात केली. आम्हाला वाचवल्याबद्दल व ते कपाट बाथरूमच्या समोर ठेवण्याची कल्पना सुचविल्याबद्दल देवाचे आभार मानले. 'ती तुझी फारच कल्पक योजना होती. तू फारच चाणाक्ष आहेस.' मी मनात म्हटलं आणि पुन्हा एकदा त्या परमेश्वराचे आभार मानले. ते मारेकरी आता कोणत्या मोहिमेवर गेले असतील, याचं मी आश्चर्य करीत होते आणि त्यानंतर लगेचच मी माझ्या मित्रमैत्रिणींसाठी, कुटुंबीयांसाठी प्रार्थना सुरू केली. 'देवा, माझ्या आईची काळजी घे. ती आमची खूप काळजी करते. माझ्या वडिलांचं रक्षण कर. ते फार हेकेखोर आहेत....'

याचा काहीच उपयोग झाला नाही. माझ्या प्रार्थना मलाच पोकळ वाटल्या. माझ्या मनात द्वंद्व सुरू होते. मनात द्वेष भरलेला असताना प्रेमाचं प्रतीक असलेल्या त्या देवाची प्रार्थना करणं मला शक्य नव्हतं.

त्या मारेकऱ्यांना क्षमा करावी, म्हणून मी पुन्हा एकदा देवाची आराधना करण्याचा प्रयत्न केला. पण आत कुठेतरी खोलवर मला वाटत नव्हतं की, त्यांची त्यासाठी

जराही लायकी होती. मला त्याचा फार त्रास झाला... मी स्वत:हून त्यांच्यासाठी प्रार्थना करण्याचा प्रयत्न केला; पण मला जाणीव होत होती की, आपण सैतानासाठी प्रार्थना करतोय. 'देवा, कृपा करून माझ्या हृदयाची कवाडं खुली कर आणि क्षमा कशी करायची, ते मला शिकव. माझ्यात भरलेला द्वेष चिरडून टाकण्याचं बळ माझ्याकडे नाहीये... आम्हा सर्वांशी ते इतकं वाईट वागलेत... माझ्यात द्वेष इतका ठासून भरलाय की, त्याखाली मी चिरडून जाईन. देवा, माझ्या हृदयाला तुझा स्पर्श कर आणि क्षमा कशी करावी, ते मला शिकव.'

मी त्या पेचप्रसंगावर मात करायचा प्रयत्न कित्येक तास करीत होते. मी त्या रात्री उशिरापर्यंत प्रार्थना तर केलीच, पण त्यानंतर सबंध दुसरा दिवस, नंतर तिसरा आणि त्यानंतर आणखी काही दिवस! सबंध आठवडाभर प्रार्थना करीत होते. केव्हा तरी अन्नपाणी घेतलं न घेतलं! मी किती वेळ व कधी झोपत होते, हेही आठवत नव्हतं आणि सरत्या वेळाचं भानही राहिलं नव्हतं.

एका रात्री घरापासून थोड्याच अंतरावरून मला किंकाळ्या ऐकू आल्या आणि त्यानंतर फक्त छोट्या मुलाचं रडणं! मारेकऱ्यांनी बहुधा आईला ठार मारून तिच्या मुलाला रस्त्यावर फेकून दिलं असावं. सर्व रात्रभर ते मूल रडत होतं. सकाळपर्यंत रडण्याचा आवाज क्षीण होत गेला व अधूनमधूनच ऐकू आला आणि रात्रीपर्यंत सर्व शांत झालं. मला जवळच कुत्र्यांचं गुरगुरणं ऐकू आलं आणि त्या बालकाच्या आयुष्याचा ज्या प्रकारे शेवट झाला, तो विचार मनात येऊन माझं अंग शहारलं. त्या बालकाच्या निष्पाप आत्म्याचा स्वीकार करण्यासाठी मी देवाची प्रार्थना केली आणि त्यानंतर देवालाच विचारले, 'त्या अर्भकाबरोबर असं वर्तन करणाऱ्या लोकांना मी क्षमा कशी काय करू?'

मला देवाने दिलेलं उत्तर अगदी स्पष्टपणे ऐकू आलं, जसं काही आम्ही एकाच खोलीत समोरासमोर बसून गप्पा मारतो आहोत : 'तुम्ही सर्वच माझी लेकरं आहात आणि ते छोटं बाळ आता माझ्याजवळ आहे.'

ते एक सरळ साधंच वाक्य होतं, पण कित्येक दिवस देहभान हरपून मी जी प्रार्थना करीत होते, त्याचं ते उत्तर होतं.

मारेकरीही मुलंच होती. होय, त्या रानटी लोकांना त्यांच्या गैरवर्तनाबद्दल कडक शिक्षा व्हावयास हवी, हे खरंय; पण तरीही ती मुलंच होती. ती निष्ठुर, दुष्ट प्रवृत्तीची व धोकादायक होती – जशी कधी कधी मुलं वागतात; पण तसं असलं, तरीही ती मुलंच होती! त्यांना ते दिसत होतं, पण त्यांच्याकडून किती भयंकर नुकसान होत होतं, याचं गांभीर्य त्यांच्या लक्षात येत नव्हतं. त्यांनी आंधळेपणानं पुढचा-मागचा विचार न करता दुसऱ्यांना इजा केली होती. त्यांनी आपल्याच तुत्सी भावा-बहिणींना इजा केली होती; त्यांनी देवाला दुखवलं होतं... आणि यामुळे ते स्वत:चंच किती

जबरदस्त नुकसान करताहेत याची त्यांना कल्पना नव्हती. देशभर पसरलेल्या दुष्ट प्रवृत्तीमुळे त्यांची मनं कलुषित झाली होती, पण त्यांचा आत्मा कलंकित नव्हता. त्यांनी क्रूर कर्मं केली असली तरी तीही देवाचीच लेकरं होती आणि अशा एखाद्या लेकराला मी क्षमा करू शकत होते, जरी ते सोपे नव्हतं... विशेषकरून, जेव्हा ते लेकरू मला ठार मारायचा प्रयत्न करीत होतं.

देवाच्या नजरेत ते मारेकरी देवाच्या कुटुंबाचेच सदस्य होते आणि त्याचं प्रेम व क्षमा मिळण्यासाठी तेही पात्र होते. आणि मला समजत होतं की, त्याच्या लेकरांवर प्रेम करण्यास जर मी नाखूश असेन, तर मी देवाकडे प्रेमाची याचना करू शकले नसते. त्याच क्षणी मी मारेकऱ्यासाठी त्यांच्या पापांना क्षमा व्हावी म्हणून देवाकडे प्रार्थना केली. या पृथ्वीवरील त्यांच्या जीवनाचा शेवट होण्यापूर्वी त्यांनी केलेल्या त्यांच्या भयंकर चुकांची त्यांना जाणीव व्हावी... मृत्यूसमयी त्यांच्या पापांचा हिशोब चुकता करण्याआधी त्यांना मार्गदर्शन करावं, म्हणून मी देवाची प्रार्थना केली.

मी माझ्या बाबांची जपमाळ हातात घेतली व देवाकडे मदतीची याचना केली आणि त्याच क्षणी त्या परमेश्वराचा आवाज पुन्हा ऐकू आला : 'त्यांना क्षमा कर. ते काय करताहेत याची त्यांना जाणीव नाहीये.'

मारेकऱ्यांना क्षमा करण्याच्या मार्गातील एक महत्त्वाचं पाऊल मी त्या दिवशी उचललं. माझ्या मनातील राग विरघळत होता... मी माझं हृदय परमेश्वरासमोर उघडं केलं होतं आणि त्याने मला आपल्या अमर्याद प्रेमाचा स्पर्श केला होता. प्रथमच मला मारेकऱ्यांची दया आली. 'ते करीत असलेल्या पापांबद्दल त्यांना क्षमा कर व तुझा सुंदर प्रकाश पाहण्यासाठी त्यांच्या आत्म्याला प्रवृत्त कर,' अशी मी प्रार्थना केली.

त्या दिवशी मी स्वच्छ मनानं, शुद्ध अंत:करणानं देवाची प्रार्थना केली. बाथरूममध्ये राहायला आल्यापासून प्रथमच मी शांतपणे झोपी गेले.

■

भरवशाचा मित्रच उरला नाही

त्या बाथरूममध्ये मला माझी स्वत:ची अशी जागा मिळाली – 'माझ्या हृदयातील एक विशिष्ट कोपरा!' जाग येताच मी तिथे प्रवेश करीत असे आणि झोपेपर्यंत तिथेच माझं वास्तव्य असे. ते माझं पवित्र उद्यान होतं, जिथे मी देवाबरोबर संवाद साधत होते. त्याच्या वचनांवर चिंतन करीत होते; माझी आध्यात्मिक उन्नती साधण्यासाठी प्रयत्न करीत होते.

जेव्हा मी ध्यानस्थ होत होते, तेव्हा माझ्या निष्ठांच्या उगमापर्यंत पोहोचत होते व माझ्या आत्म्याच्या गाभ्याला पुष्टी देत होते. जेव्हा माझ्या सभोवती विघातक शक्तींचं थैमान असे, तेव्हा मी माझ्या त्या विश्वात आसरा घेत होते, जे प्रत्येक भेटीगणिक सुंदर व अधिक स्वागतार्ह होत होतं. मी शरीरानं जरी अशक्त झाले असले, तरी परमेश्वराच्या घनिष्ठ सान्निध्यानं माझ्या आत्म्याचं पोषण झालं.

प्रार्थनेच्या माध्यमातून मी माझ्या त्या विशिष्ट कोशात शिरत असे. एकदा आतमध्ये प्रवेश केल्यावर मी अथकपणे प्रार्थना करीत असे आणि जपमाळेच्या साह्यानं माझे विचार व प्रेरणांना ईश्वरचरणी एकाग्र करीत असे. जपमाळेतील मण्यांमुळे मला धर्मवचनांवर लक्ष केंद्रित करण्यास व देवाची वचनं मनामध्ये सतत जागृत ठेवण्यासाठी मदत होत असे. मी न बोलता प्रार्थना करीत असे, पण तोंडानं उच्चार केल्यासारखं करीत होते; त्यामुळे स्वत: प्रार्थना करीत असल्याची माझी खात्री पटायची... नाही तर शंका उपस्थित होऊन मनामध्ये नकारात्मक विचार आले असते.

क्षमा, निष्ठा किंवा आशा यांसारख्या एकेका शब्दावर त्यांचा खरा अर्थ शोधण्यासाठी मी तासन् तास चिंतन करीत होते. 'शरण जाणं', यावर मी अनेक दिवस चिंतन केलं आणि स्वत्वाचा संपूर्ण त्याग करून त्या परमशक्तीच्या स्वाधीन होणं, हा त्याचा अर्थ मला उमगला. मी स्वत:ला ईश्वराच्या चरणी अर्पण केलं. मी जेव्हा प्रार्थना करीत नव्हते, तेव्हा मला त्या तेजापासून दूर गेल्याचं जाणवायचं आणि त्या बाथरूममधील उदास जग उबग आल्यासारखं वाटायचं.

आमच्या अज्ञातवासाच्या पहिल्या महिनाअखेरीस एका रात्री उशिरा पास्टर

मुरिंझी एका थाळीत तुकडे घेऊन आले. आम्हाला त्यांनी जेव्हा प्रथम आसरा दिला, तेव्हा ती त्यांची दयाळूपणाची कृती होती. पण ती दयाबुद्धी अलीकडे क्षीण होताना दिसत होती. त्या रात्री त्यांच्या चेहऱ्यावर नेहमी दिसणारे दयेचे व चिंतेचे भाव नव्हते; त्या जागी रागीट भाव होते. माझ्याकडे बोट दाखवून ते वसकन म्हणाले, ''तुझे बाबा फार वाईट तुत्सी होते!''

''काय? तुम्हाला म्हणायचंय तरी काय?'' त्यांनी माझ्या वडिलांना दूषणं दिली, त्यापेक्षा त्यांनी वडिलांचा उल्लेख करताना भूतकाळ वापरला म्हणून माझं चित्त विचलित झालं. माझ्या कुटुंबातील कोणी व्यक्ती मेली असेल, असे मानायलाच मी तयार नव्हते. ''पास्टर, माझे बाबा फार चांगले आहेत, कदाचित मला आत्तापर्यंत भेटलेल्या कुणापेक्षाही सर्वांत उजवे!''

''नाही इम्माकुली, ते नतद्रष्ट तुत्सी होते, नराधम होते... यादवी युद्धाच्या योजनेसाठी ते आरपीएफच्या बंडखोरांना मदत करीत होते.'' त्यांनी इतर बायकांकडे पाहिले व माझ्याकडे बोट दाखवून म्हणाले, ''जर त्यांनी तुम्हाला पकडलं व ठार मारलं, तर ते केवळ या इम्माकुलीमुळेच असेल. तिच्या वडिलांच्या उचापतींमुळेच मारेकरी तिच्या मागावर आहेत!'' ते माझ्याकडे रोखून पाहत होते व त्या वेळी इतर बायकाही माझ्याकडेच पाहताहेत, हेही मला जाणवलं.

''तुमच्या घरात त्यांना सहाशे बंदुका मिळाल्या.'' माझ्याकडे वळून ते पुढे म्हणाले, ''तिथे त्यांना हातगोळे, तसेच हुतू लोकांना ठार मारण्याची यादीही मिळाली. तुम्हा तुत्सींना शोधून-शोधून ठार मारलं जातंय, याचं कारणही हेच आहे. जर हुतूंनी प्रथम कारवाई केली नसती, तर आत्तापर्यंत आम्हाला तुत्सी लोकांनी ठार केलं असतं.''

ते जे सांगत होते, त्यावर माझा विश्वासच बसत नव्हता. जहालमतवादी हुतू, ज्या विकृत स्वरूपात खोट्या बातम्या पसरवीत होते, त्यामुळे पास्टर मुरिंझी आपली सारासार विचारशक्ती गमावून बसले होते. ते माझ्या वडिलांचे कित्येक वर्षांपासून मित्र होते आणि माझ्या वडिलांनी गरीब व कमनशिबी लोकांचं जीवन सुधारण्यासाठी स्वत:ला वाहून घेतलं होतं, हेही त्यांना ठाऊक होतं. बाबांनी तुत्सी, हुतू व त्वा या सर्वांसाठीच शाळा व प्रार्थनामंदिरं बांधली होती; तरीही पास्टर त्यांच्यावर शस्त्रं लपविल्याचा व खुनाचे कट रचल्याचा आरोप कसं काय करू शकतात? आमच्या घरासमोर जमलेल्या निराश, निराधार तुत्सींना मारावयास आलेल्या हुतूंवरही हत्यारे चालवू नका, म्हणून वडिलांनीच त्यांची मनधरणी केली होती ना?

पास्टर मुरिंझींनी मला सांगितलं की, त्यांना ही माहिती सरकारी सूत्रांकडून मिळाली होती. रवांडातील इतर अनेकांप्रमाणे त्यांनीही सत्तेवर असलेल्या लोकांनी

जे सांगितलं, त्यावर आंधळेपणानं विश्वास ठेवला होता.

माझं मन खचून गेलं. मला खात्री होती की, कोणीतरी माझ्या बाबांना प्रथम ठार करून मगच त्यांच्याबद्दल अशी धादांत खोटी माहिती पसरवली असणार... नाहीतर कोणीही असं करायला धजलं नसतं. वडिलांच्या केलेल्या हत्येचं समर्थन करण्यासाठीच त्यांना नराधम ठरवण्यात येत होतं. पण मी त्या दिशेनं विचारच करू शकत नव्हते. माझ्या घरातील कोणी व्यक्ती मृत्यू पावली आहे, असं मानायलाच मी तयार नव्हते... आत्ता तरी नव्हते! अजून माझ्यात ते बळ नव्हतं!

मी पास्टरांवर इतकी रागावले होते की मला ओरडावंसं वाटत होतं. पण ते कसं शक्य होतं? मृत्यूपासून त्यांनीच आम्हाला वाचवलं होतं. जरी त्यांच्या आत्ताच्या वागण्यात जराही सहानुभूती नव्हती, तरी त्यांच्या दयाळूपणावर आमचं अवघं अस्तित्व निर्भर होतं... आम्हाला अगदी सरळ दिसत होतं की, ते आत्ता आमच्याकडे संकटात सापडलेले, मदतीची जरुरी असलेले शेजारी म्हणून पाहत नसून ते आत्ता आम्हाला मारेकऱ्यांच्या नजरेतून पाहत होते... माणसं म्हणून नव्हे, तर झुरळं! ज्यांना हे युद्ध संपण्याआधीच नष्ट करणं रास्त होतं.

माझ्या सद्वर्तनी वडिलांना जेव्हा पास्टरांनी दूषणं दिली, तेव्हा माझा राग उफाळून आला होता. मी स्वत:वर ताबा ठेवू शकले नाही... माझ्या बाबांनी आधीच पुष्कळ अपमान सहन केला होता! पास्टरांनी आम्हाला बाथरूममध्ये बंद करून ठेवल्यापासून पहिल्यांदाच माझा आवाज चढला : "जर माझ्या वडिलांकडे इतक्या बंदुका होत्या, तर आमच्या घरी आश्रयासाठी आलेल्या हजारो तुत्सींना त्यांनी त्या वाटून का नाही टाकल्या? माझ्या बाबांकडे जर एवढी शस्त्रास्त्रं होती, तर आमचं घर बेचिराख करणाऱ्या मारेकऱ्यांना ते का थोपवू शकले नाहीत? त्यांनीच हुतूंना मारायचा कट रचला होता, तर त्या हुतूंनी आमच्या कुटुंबीयांना लपायला भाग पाडण्याआधी किंवा त्यांच्या आयुष्याची धूळदाण करण्याआधीच त्यांनी मारेकऱ्यांना कंठस्नान घातलं असतं! पास्टर, मला एक सांगा, त्यांनी त्यांच्या बायकोला व मुलीला त्या मारेकऱ्यांपासून, त्या बलात्काऱ्यांपासून वाचवण्यासाठी बंदूक का नाही चालवली?"

माझ्या आक्रोशानं पास्टर मुरिंझींना धक्काच बसला (आणि इतर बायकांनाही... त्यांचे डोळे विस्फारले. आमचे आयुष्य ज्याच्या मुठीत होतं, त्या गृहस्थांना मी दिलेल्या उघड आव्हानावर त्यांचा विश्वासच बसेना.) त्यांनी मला गप्प राहायची खूण केली... नंतर त्यांनी मला सांगितलं की, फादर क्लेमेंटच्या चर्चमध्येही बंदुका मिळाल्या. ते दयाळू, वयोवृद्ध धर्मगुरू... ज्यांच्याकडे मी लहानपणी मला 'नन' करा म्हणून सांगायला गेले होते. मला भेटलेल्यांमध्ये फादर क्लेमेंट अत्यंत मृदू स्वभावाचे होते. ते संपूर्ण शाकाहारी होते. कुठल्याही प्राण्याला इजा झालेली त्यांना

पाहावयाची नाही. त्यांना हिंसेचा तिटकारा होता व बंदुकीचाही ते धिक्कार करीत असत. पास्टरांचे दावे इतके निखालस खोटे होते की, त्यांना आव्हान देण्याशिवाय मला गत्यंतरच नव्हतं.

"पास्टर, त्या शस्त्रास्त्रांपैकी तुम्ही स्वत: काही पाहिलीत काय?"

"नाही... पण मला फार महत्त्वाच्या व्यक्तींकडून समजलंय आणि ते सर्व प्रामाणिक आहेत, खोटं बोलणार नाहीत."

एक सुशिक्षित माणूस इतका भाबडा असावा, यावर माझा विश्वास नव्हता. विशेषत: देशामध्ये अशा घडामोडी होत असताना! "याचा अर्थ, माझ्या बाबांवर तुम्ही जे दोषारोप केलेत, त्याबद्दल तुमच्याकडे कोणताही सबळ पुरावा नाहीये. हो ना?"

त्यांनी त्यांच्या खिशातून एक कोरा कागद काढला व सांगितलं, "आरपीएफच्या क्रांतीसाठी ज्यांनी बंदुका व पैसे दिले, त्यांना ते असे कागद देत असत. आणि हा तुमच्या घरी मिळाला." समोर बंदूक धरावी, असा तो कागद माझ्यापुढे धरत ते म्हणाले.

"हा तर एक कोरा कागद आहे."

"पण क्रांतिकारी असा कोराच कागद वापरत असत."

त्यांच्याशी आणखी काही बोलत बसणं मला शक्यच नव्हतं. "ठीक आहे. एखाद्या माणसाला दोषी ठरवण्यासाठी तुम्ही जर असल्या प्रकारचा पुरावा ग्राह्य मानत असलात, तर इथे आजूबाजूला इतक्या सहजपणे लोकांच्या हत्या का होताहेत, ते समजून येतंय."

तो छोटासा कागदाचा तुकडा पास्टरांनी परत आपल्या पाकिटात ठेवला व ते जायला निघाले. "थांबा –" मी त्यांना म्हटलं, "तुमच्याजवळ एखादं बायबल असेल, तर मला उसनं द्याल काय? मी माझं घरीच विसरले."

त्यांना शरमल्यासारखं झालं. त्यांना ठाऊक होतं, माझं घर जळून खाक झालंय आणि एक बायबल आणून द्यायचं त्यांनी मान्य केलं. माझ्यावर फार मोठे उपकार झाले होते... देवाच्या सुंदर वचनांनी मला माझं मन शुद्ध करावयाचं होतं.

इतर बायकांनी माझ्याकडे असं पाहिलं की, मी अक्कलच गहाण टाकली होती. त्यांना वाटलं की, मी निष्कारण व आतताईपणे पास्टरांच्या सहनशक्तीस व सत्तेस आव्हान दिलं होतं. तसं मी केलंही असेल, पण मला त्याची पर्वा नव्हती. माझ्या वडिलांचा बचाव करणं माझ्या कर्तव्यबुद्धीला बंधनकारक वाटलं आणि त्या घटकेला मला पास्टर संरक्षक न वाटता एका जेलरसारखे वाटले.

याव्यतिरिक्त पास्टर मुरिंझी वडिलांबद्दल इतक्या सहजपणे वाईट-साईट बोलत होते की, त्याचाच स्पष्ट अर्थ असा होता की, त्यांच्या मते आमचे दिवस भरले होते;

आम्ही थोड्याच दिवसांचे सोबती होतो.

रवांडाचे लोक फारच आत्ममग्न अन् आतल्या गाठीचे असतात. ते आपल्या भावना उघडपणे प्रकट करीत नाहीत. 'या जातिसंहारातून वाचून मी त्यांच्यासमोर बरोबरीच्या नात्यानं एक दिवस उभी राहीन,' असं त्यांना वाटलं असतं, तर त्यांनी त्यांच्या मनातील भावना माझ्यापुढे कधीच व्यक्त केल्या नसत्या.

मी जेव्हा माझ्या मनात राग उत्पन्न करणाऱ्या त्या नकारात्मक शक्तीपासून सुटका करून घेण्यासाठी प्रार्थना करीत होते, तेव्हाच पास्टर मुरिंझींच्या बेडरूममधील रेडिओ सुरू झाला.

रवांडाचा नवा राष्ट्राध्यक्ष भाषण देत होता आणि त्यानं आमच्या प्रदेशाचा – किबुयेचा – उल्लेख केला, तसे आम्ही आमचे कान टवकारले. त्याचा आवाज प्रफुल्लित वाटला... कदाचित युद्ध संपलं असेल काय? शेवटी एकदाची या बाथरूममधून सुटका होऊन आमच्या कुटुंबाचा शोध घेणं शक्य होईल काय? आता आपल्याला चांगली बातमी ऐकायला मिळणार, असे वाटून आम्ही सहाही जणींनी एकमेकींकडे औत्सुक्याने पाहिलं. पण ते भाषण ऐकताना आमचा थरकाप उडाला आणि आमच्या आशा धुळीला मिळाल्या.

"किबुये प्रांतातील निष्ठावान हुतूंचं त्यांनी केलेल्या उत्कृष्ट कामगिरीबद्दल मी स्वत: अभिनंदन करू इच्छितो." राष्ट्राध्यक्ष म्हणाले, "इतर कुठल्याही भागापेक्षा किबुये प्रांतात आमच्या तुत्सी-शत्रूंना अधिक संख्येनं ठार करण्यात आलंय." मला तर घृणा वाटू लागली. या देशाला ग्रासून टाकलेल्या वेडाचाराकडे जगाचं लक्ष नव्हतं काय? कुणीतरी येऊन आम्हाला मदतही करणार नव्हतं काय?

किबुयेमध्ये केलेल्या चांगल्या कामावर राष्ट्राध्यक्ष एवढे खूश होते की, अन्न व बिअर घेण्यासाठी त्यांनी हजारो डॉलर्स पाठवण्याची घोषणा केली. त्यामुळे मारेकऱ्यांना यथायोग्य विजयोत्सव साजरा करता येणार होता. "तुम्ही हे काम संपविल्यावर, शत्रूचा संपूर्ण नायनाट केल्यावर, आपल्यासाठी स्वर्ग इथेच अवतरणार. कामं मिळवण्यासाठी या झुरळांबरोबर स्पर्धा करावी लागणार नाही. ही लहान-लहान झुरळं नसतील, त्यामुळे शाळांतून आपल्या मुलांना पुष्कळ जागा उपलब्ध असतील." हे थेट प्रक्षेपणच होतं, कारण लोकांच्या टाळ्या व घोषणा आम्हाला ऐकू येत होत्या.

"तुम्ही किबुयेमध्ये फार चांगलं काम करीत आहात. आपले बहुसंख्य शत्रू ठार झालेत, पण आपल्याला सर्वांना ठार करायचंय. चला, आपण ते काम पूर्ण करू या!"

आम्ही निराश होऊन एकमेकींकडे पाहिलं. आमच्या भागातील जवळजवळ सर्व तुत्सी मेलेत, असं खरंच त्यांना म्हणायचंय काय? किबुयेमध्ये जवळजवळ अडीच लाख तुत्सी होते... हे कसं शक्य आहे? आमच्या कुटुंबाचं काय? माझे आई-बाबा,

व्हिएन्नी, ऑगस्टिन कुठे होते? ओह, खरंच, माझा आवडता दामासिन कुठाय? मी देवाला विचारलं, तू माझी परीक्षा घेतोयस काय?... आणि प्रार्थना करण्यासाठी मी पुन्हा हात जोडले खरे, पण सैतानाच्या त्या आरोळ्या कानावर आदळत असल्यानं देवाशी संवाद साधण्यासाठी माझ्या मनाचा तो शांत कोपरा गाठणं मला कठीण गेलं.

रेडिओवरील राष्ट्राध्यक्षांच्या भाषणानंतर आम्हाला खिडकीतून लोकांचे आवाज ऐकू आले. त्यापैकी एक माझ्या पूर्वीपासूनच्या मैत्रिणीचा – जेनेटचा होता. बाथरूमच्या भिंतीपलीकडील अंगणात ती उभी होती आणि माझ्यासंबंधीच बोलत होती. "इम्माकुली?" तिनं विचारलं, "ती अजून कुणाला सापडली नाहीये." मला वाटलं होतं, ती माझी मैत्रीण होती, पण ती खोटारडी निघाली. केवळ तिला सुरक्षित वाटावं म्हणून मी आवडल्याचं ती ढोंग करीत होती. तिचे वडील माझ्या कुटुंबाला मारण्याचा कट रचत होते आणि हे तिला ठाऊक होतं... "मारेकऱ्यांनी तिचा शोध घेऊन तिला ठार केलं तरी मला काही पर्वा नाही."

'अरे देवा, हे आणखी काय नवीन? जेनेट असं कसं म्हणू शकते? आम्ही या आधी भेटलो, तेव्हा ती बेचैन होती. पण मी कल्पना केली होती की, कदाचित ते सर्व युद्धाच्या मानसिक तणावामुळे आणि तिच्या वडिलांच्या दबावामुळे असण्याची शक्यता होती. पण इथं आत्ता ही माझी जुनी व जिवलग मैत्रीण म्हणतेय की, इम्माकुली जगली किंवा मेली, तरी तिला कसलीही पर्वा नव्हती.'

जेनेटने मला दूर लोटल्यानं मला अतिशय एकाकी वाटू लागलं आणि माझ्या एखाद्या खास मैत्रिणीजवळ मन मोकळं करावंसं वाटलं. मी या वेळी माझ्या होस्टेलच्या खोलीत असते, तर फार चांगलं झालं असतं. सारा व क्लेमेंटाईनबरोबर मी हास्यविनोद केले असते, माझं दुःख त्यांना सांगून मन हलकं झालं असतं. त्यांनी माझे हात आपल्या हातात घेत माझं सांत्वन केलं असतं. सैतानही माझे विचार चोरून ऐकत असावा, कारण जेनेटने माझी मैत्री झिडकारल्याचं मी ऐकत होते तोच पास्टरांच्या रेडिओवरून आणखी एक निवेदन ऐकू आलं... माझ्या कॅंपसमध्येही शेकडो विद्यार्थी मृत्युमुखी पडल्याचं घोषित केलं गेलं. तिथेही कत्तल सुरू होती.

"बुटारेमध्ये आम्ही सर्व जमीन भाजून काढली... युनिव्हर्सिटीतील पाचशेहून अधिक साप व त्यांचे देशद्रोही हुतू मित्र यांना आम्ही मारून टाकलंय." निवेदक बढाया मारीत होता.

माझ्या युनिव्हर्सिटीतील मैत्रिणींचा विचार माझ्या मनात आला आणि मी दुःखी झाले. त्यांतील काही जणी हायस्कूलपासूनच्या माझ्या मैत्रिणी होत्या. त्यांपैकी बहुतेक जणी ईस्टरच्या सुट्टीत कॅंपसवरच राहिल्या होत्या, हे मला नक्की ठाऊक होतं. ज्यांच्याबरोबर मी हास्य-विनोद केले; सुख-दुःखं वाटली; जोडीने प्रार्थना

केल्या; ज्यांच्याबरोबर मोठ्ठं होण्याची, प्रेमात पडण्याची, स्वत:चं घरकुल-मुलंबाळं असण्याची स्वप्नं पाहिली – त्या सर्व सुंदर मुलींचा विचार माझ्या मनात आला. आमची मैत्री आयुष्यभर कायम राहील, याची आम्हाला खात्री होती... पण आता सर्वच संपलं होतं. त्यांची जीवनज्योतच मालवली गेली होती. त्यांचा छळ तरी झालेला नसू दे, यासाठी मी प्रार्थना केली. नंतर मला जाणवलं, 'ईस्टरच्या सुट्टीत घरीच ये, म्हणून विनवणारं वडिलांचं ते सुंदर पत्र मला मिळालं नसतं, तर मीही मैत्रिणींबरोबर तिथेच असते.'

माझ्या अंत:करणात कळ उठली. मी ज्यांच्या-ज्यांच्यावर प्रेम केलं, त्या सर्वांनाच मी पारखी झाले होते काय? मी डोळे बंद केले आणि देवाची प्रार्थना केली की, तू मला असा एखादा तरी संकेत दे, ज्याने तू माझ्याजवळच आहेस याची मला खात्री वाटेल. आता तोच एक माझा तारणकर्ता होता, ज्याच्यावर माझा पूर्ण विश्वास होता. पण संकेत मिळण्याऐवजी कोणी तरी मदतीसाठी आक्रोश करताना मी ऐकलं.

''पास्टर मुरिंझी, देवाचे आभार आहेत – तुम्ही इथे आहात! कृपा करून मला वाचवा. ते माझ्या मागावर आहेत... ते मला मारायला येताहेत.''

मी त्या बाईचा आवाज ओळखला. ती सोनी होती. तिचा नवरा १९७३च्या हत्याकांडात मारला गेला होता. ती एक दयाळू आणि वयोवृद्ध बाई होती. मी शाळेच्या बसमधून उतरताना ती मला नेहमी एखादं फळ आणि माझ्या भावांसाठी एखादी छोटी भेटवस्तू देऊन माझं स्वागत करायची. ती मला आजीसारखीच होती आणि त्या क्षणी उभं राहून तिला मोठ्याने हाक मारावी अन् लपण्यासाठी आपल्याबरोबर बोलावून घ्यावं, असं वाटलं.

पण त्यानंतर पास्टरांचंच बोलणं माझ्या कानावर आलं, ''इथून ताबडतोब निघून जा – मी दिलगीर आहे. तू इथे आत येऊ शकत नाहीस.''

''पास्टर, कृपा करा... माझ्यावर दया करा. तुम्ही देवमाणूस आहात. माझा जीव वाचवा. मी कुणालाही सांगणार नाही. मी अगदी गप्प बसून राहीन. पास्टर, मला मरायचं नाही हो. मी एक गरीब म्हातारी आहे. मी कधी कुणालाही दुखावलं नाहीये.''

''तू या देशाची शत्रू आहेस आणि मी तुला आश्रय देऊ शकत नाही. मी एक चांगला हुतू आहे. तू निघून जा बघू.'' आणि त्यांनी पुढचं दार धाडकन लावून घेतलं.

दूरवरून शिकारीची गाणी गात येणाऱ्या मारेकऱ्यांचे आवाज माझ्या कानी आले. गरीब बिचारी सोनी पुन्हा ओरडू लागली. आपल्या फेंगड्या पायांना थरथरत्या काठीचा आधार देत परत मागे फिरणारी सोनी माझ्या मनश्चक्षूंसमोर उभी राहिली... मारेकऱ्यांनी गाठण्याआधी ती फार अंतर जाऊ शकली नाही.

मला रडावंसं वाटलं, पण अश्रू सुकले होते. दु:खाच्या सततच्या माऱ्यानं माझ्या हृदयाचा दगड झाला होता. आता मला पास्टरांचा रागही येईनासा झाला. सोनी आली त्या वेळी मारेकरी कदाचित अगदी जवळ पोहोचले असावेत आणि तिला परत पाठवण्यावाचून त्यांच्यापुढे दुसरा पर्यायही नसावा.

मी डोळे बंद केले. सोनीच्या दयाळू आत्म्याचा स्वीकार करून तिला स्वर्गामध्ये निश्चितपणे जागा देण्यासाठी मी देवाला विनवलं आणि त्याची आमच्यावर कृपादृष्टी आहे, याचे शुभसंकेत देण्यासाठी पुन्हा एकदा विनवलं.

पास्टरांनी दार उघडलं व एक शब्दही न बोलता माझ्या हातात बायबल ठेवलं, ज्याची मी पूर्वी मागणी केली होती.

मी ताबडतोब ते उघडलं आणि स्तोत्र-संहिता ९१ वर नजर टाकली.

'मी हे स्पष्टपणे सांगतोय की तोच फक्त माझं आश्रयस्थान, माझ्या सुरक्षिततेचं ठिकाण आहे. तोच माझा देव आहे आणि माझा त्याच्यावर पूर्ण विश्वास आहे. कारण कोणत्याही पेचप्रसंगातून तोच तुमची सुटका करतो व कोणत्याही भयंकर पीडेपासून तुमचं रक्षण करतो. तो तुम्हाला त्याच्या पंखाखाली घेऊन तुमचा बचाव करेल. तुम्हाला आश्रय देईल. त्याने विश्वासपूर्वक दिलेली अभिवचनं तुमचं चिलखत आहे. आता यापुढे तुम्हाला काळोखाचं भय नको की, दिवसा धोक्याची भीती नको. ना अंधारातील पीडा, ना दिवसाच्या संकटांची भीती.'

'जरी माझ्या आजूबाजूला हजारो धारातीर्थी पडताहेत, माझ्याभोवती हजारो लोक मरणाच्या दारात आहेत, तरीदेखील सैतान मला स्पर्श करू शकणार नाही.'

■

अनाथ बालकांचा मेळावा

एक महिन्याहून अधिक काळ लोटला आणि आम्हाला वाटलं की, आपण काही पुन्हा मोकळं आकाश पाहू शकणार नाही. दिवसा किंवा रात्री – कोणत्याही वेळी-अवेळी कुठलीही पूर्वसूचना न देता, त्यांना मनाला येईल तेव्हा मारेकरी येत होते. कधी डझनावारी, तर कधी शेकड्यानं. पास्टरांच्या घरात घुसत होते. येत होते, जात होते. त्यांना जेव्हा हुकूम मिळे अथवा पूर्वसंकेत मिळत किंवा कधी नुसताच कंटाळा आला होता म्हणून; नाहीतर नवीन तुत्सींना शोधून त्रास देऊन ठार मारायचं असेल, तरीही येत होते. कारण काही असो; ते वरचेवर येत होते आणि आम्ही सापडेपर्यंत किंवा युद्ध थांबेपर्यंत ते येतच राहणार, हेही आम्ही जाणून होतो.

पास्टरांच्या रेडिओवरील निवेदनं निराशाजनक होती. राज्याच्या नेत्यांनी रवांडाच्या एकूणएक रेडिओ स्टेशनवरून मृत्यूच्या यंत्रणेचा जोरदार प्रचार चालवला होता.

''दिसताक्षणीच काहीही विचारपूस न करता तुत्सींना ठेचून टाका, तुम्हाला कोणी काही विचारणार नाही आणि तुमचं ते कर्तव्यच आहे.'' निवेदक प्रत्येक हुतूला आवाहन करीत होते. आणि या कामात अडथळा येऊ नये, म्हणून देशाचं कामकाज अजूनही पूर्णपणे बंद ठेवलं होतं. काही शेतकऱ्यांनी जेव्हा कुरकुर केली की, त्यामुळे त्यांच्या पिकाकडे दुर्लक्ष होऊन पिकं मरून जाताहेत, तेव्हा त्या सरकारी अधिकाऱ्यानं खुलासा केला की, त्यासाठी कुणाला (हत्या करण्यापासून) एखादा दिवस रजा घ्यावी लागली तरी चालेल, पण शेतावर काम करीत असतानाही त्यांनी आपलं शस्त्र जवळ बाळगावं.

''तुम्ही जराही बेफिकीर राहू नका! हे तुत्सी साप गवतामध्ये, झुडपामध्येही लपून बसलेले असतात.'' त्यानं फर्मावलं, ''म्हणून त्यांची खांडोळी करण्यासाठी आपले धारदार सुरे नेहमी सज्ज ठेवा. स्वत:च्या बंदुकीनं जर त्यांना गोळ्या घातल्यात, तर जास्त चांगलं. तुमच्याकडे जर बंदूक नसेल, तर सरकार ती तुम्हाला देईल. शेतात काम करीत असताना तुम्हाला झुडपामध्ये जर तुत्सी बाई तिच्या मुलाला दूध पाजताना आढळली, तर ती सुवर्णसंधी सोडू नका; बंदूक उचला, तिला गोळी घाला आणि तुमचं कर्तव्यच पार पाडलंत, हे समजून पुन्हा कामाला लागा.

माझा धाकटा भाऊ व्हिएन्नीचा पहिला धार्मिकविधी : अगदी डाव्या बाजूस, दहा वर्षांची मी मध्ये व्हिएन्नी आणि त्याच्या उजवीकडे आई.

आमच्या घरासमोर माझं कुटुंब :
(डावीकडून) बाबा, आई, एमेबल, दामासिन, मी आणि व्हिएन्नी

माझ्या भावांसोबत :
(डावीकडून) व्हिएन्नी,
आमचा मित्र क्लॉईड,
मी आणि एमेबल,
खाली बसलेला दामासिन.

सतरा वर्षांची मी
व्हिएन्नीबरोबर.

किव्हू सरोवराच्या सान्निध्यात विरंगुळ्याचे क्षण उपभोगणारा व्हिएन्नी.

१९९४च्या हत्याकांडानंतर मी माझ्या गावाला भेट दिली.
आमच्या घराच्या पाठीमागून दिसणारे किव्हू सरोवराचे विहंगम दृष्य.

माझी मैत्रीण मिमीबरोबर :
हॅट घातलेली मी,
संहारात मिमी मारली गेली.
पाठीमागे माझ्या बाबांची
पिवळी मोटारसायकल.

आम्ही 'स्काउट'मधील मैत्रिणी सहलीसाठी गेलो असताना : रेघांचा शर्ट घातलेली मी, उजव्या बाजूस दूर उभी असलेली माझी मैत्रीण क्लेमेंटाइन, ती युनिव्हर्सिटीमध्ये झालेल्या संहारात मारली गेली.

दामासिनची बास्केटबॉल टीम : कॅप्टन दामासिन (हातात बॉल घेतलेला.)

दामासिन : 'सुपरस्टार ॲथलीट'

दामासिनचे हायस्कूल ग्रॅज्युएशन :
बाबा डावीकडून दुसरे, हातात 'सर्टिफिकेट' घेतलेला दामासिन;
मी उजवीकडून चौथी; व्हिएन्नी उजवीकडून पहिला आणि त्याच्या बाजूला एमेबल.

मी बुटारे युनिव्हर्सिटीत : त्यानंतर काही महिन्यांतच हत्याकांड चालू झाले.

बुटारे युनिव्हर्सिटीत मला भेटण्यासाठी दामासिन आला असताना.

डावीकडून पहिली, माझी आई आणि बाजूला तिच्या मैत्रिणी.
संहारात आईबरोबर त्यातील एक मारली गेली .

कॅथलिक शाळांच्या संचालकांच्या आंतरराष्ट्रीय परिषदेमध्ये :
रवांडाच्या शैक्षणिक प्रणालीवर विचार-विनिमय करताना उजव्या बाजूचे माझे बाबा.

हत्याकांडानंतर दहा वर्षांनी,
मी पास्टर मुरिंझींच्या
'त्या' बाथरूममध्ये बसले,
जिथे इतर सात जणींबरोबर
मी ९० दिवस काढले.

एवढ्याशा बाथरूममध्ये
आम्ही सर्व जणी कशा
काय राहू शकलो, या विचाराने
मी पुरती अचंबित झाले.

हेच ते कपाट, ज्याने बाथरूमचा दरवाजा झाकता आला आणि आम्ही वाचलो.

हत्याकांडानंतर १० वर्षांनी पास्टर मुरिंझींसमवेत.

Muhirwa J. D. 6 06-05-94

Chers (parents, frère) et soeur,

Mes salutations filiales et fraternelles ! Voilà que nous vivons un cauchemar sans précédent. Peut-être c'est pour que le Rwanda soit sauvé. Après un mois sans nous revoir, je tiens à vous tenir au courant de la volonté de Dieu: On n'est plus ensemble. Soit je vais à l'extérieur des frontières du Rwanda, soit je vais au ciel car je m'y suis préparé. La certitude est que nous nous reverrons. Les circonstances sont ainsi. A toi Immaculée Rosa signalera tout. A mon père et à ma mère aussi. En tout cas l'extermination d'une ethnie par une autre n'est possible que si seul Dieu le veut! Sois courageuse car il semble que et notre Papa, et notre maman ont été tués. Même Vianney. Vous je tâcherai de te contacter! Gros bisous !!

मृत्यूच्या आदल्या रात्री लिहिलेले, दामासिनचे हृदयद्रावक पत्र.

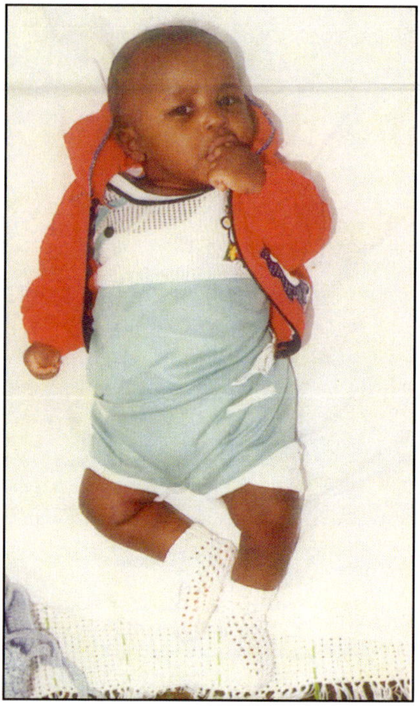

माझी चुलत बहीण मुवरा,
आमच्यात सर्वांत लहान;
आठ महिन्यांची असतानाच
हत्याकांडात मारली गेली.

फ्रेंच कॅम्पमध्ये भेटलेले माझ्यासारखेच हत्याकांडातून वाचलेले सुहृद नातेवाईक : (डावीकडून) माझी चुलत बहीण जेनेटी, तिची मैत्रिण रिबेका चुलत बहीण कन्सोली, आत्या जेनी आणि चुलत बहीण चंटल.

हत्याकांडात उद्ध्वस्त झालेल्या आमच्या घराचे भग्न अवशेष.

मोडतोड केलेल्या बाबांच्या गाडीच्या सांगाड्यात उभा असलेला : भाऊ एमेबल.

फ्रेंच कॅम्पमधील सैनिकांसोबत, खाली उजवीकडे बसलेली मी.

किगालीमधील 'मदर टेरेसा' अनाथाश्रमाला भेट : जे हत्याकांडानंतर माझे दुसरे घरच बनले.

माझा छानशा नवरा ब्रायन, १९९८ मध्ये रवांड पद्धतीने आमचा विवाह साजरा झाला.

आमची मुले – आमचा आनंद : ब्रायन आणि मी, निकी आणि ब्रायन (ज्यु.) समवेत.

माझा भाऊ एमेबल आणि मी, त्याच्या विवाहप्रसंगी.

२००५ सप्टेंबरमध्ये युनो-न्यूयॉर्क येथे, रवांडाचे अध्यक्ष पॉल कागामे यांच्याबरोबर गप्पागोष्टी करताना. कागामेनी यांनी १९९४मध्ये आर.पी.एफ.चे नेतृत्व करून हत्याकांड थांबवले.

आणि हो, त्या अर्भकाला ठार मारायला विसरू नका. सापाचं पिल्लू सापच असतं, तेव्हा त्यालासुद्धा ठार करा.''

स्थानिक अधिकाऱ्यांनी खेडोपाड्यातील पेट्रोल पंपांवर धारदार सुऱ्यांचं वाटप केलं आणि नागरी सेनेतील लोकांनी घरोघरी जाऊन बंदुका व हातगोळ्यांचं वाटप केलं. एका रात्री तर पास्टर मुरिंझी जेव्हा अन्नाची थाळी घेऊन आले, तेव्हा त्यांच्या खांद्यावर बंदूक लटकत होती. ''काळजी करू नका. तुम्हाला ठार मारण्याचा माझा विचार नाहीये.'' बंदूक स्वत:समोर धरत त्यांनी सांगितलं, ''आज काही सरकारी सैनिक आले आणि देऊन गेले. जर मी नकार दिला असता, तर मी मवाळ हुतू असल्याचा आरोप करून त्यांनी मलाच ठार केलं असतं.'' बंदूक परत खांद्यावर ठेवत त्यांनी वचन दिलं, ''अत्यंत निकडीचं झाल्याशिवाय मी हिचा वापर करणार नाही.''

असं दिसत होतं की, आता प्रत्येक हुतूकडे धारदार सुरा किंवा बंदूक होती, त्याबरोबरच त्यांचा तुत्सींविरुद्ध वापर करा, असा हुकूमही होता... आणि त्यांना थांबवण्यासाठी जगामधून कुणीही बोटदेखील उचलत नव्हतं. कुठूनही मदत येत नव्हती, हे आम्हाला रेडिओवरील बातम्यांवरून समजलं होतं. पण मला हे समजत नव्हतं की, जगातले इतर देश – विशेषत: स्वत:ला सुसंस्कृत म्हणवणारी पश्चिमी राष्ट्रं – आमच्याकडे अशी कशी पाठ फिरवू शकतात? त्यांना ठाऊक होतं की, आमची कत्तल होत होती, तरीदेखील त्यांनी काहीच कसं नाही केलं?

हत्याकांड सुरू झाल्यावर उलट युनोने तर आपली शांतिसेनाही काढून घेतली. एकच शूरवीर निघाला. युनोच्या शांतिसेनेचा अधिकारी कॅनेडियन जनरल रोमाओ डाल्लेरी. यानं मात्र त्या आज्ञेचं पालन केलं नाही. आपल्या दोनएकशे सैनिकांसह तो इथेच राहिला. तो शूर व चारित्र्यसंपन्न होता, पण मारेकऱ्यांच्या त्या अफाट जनसमुदायापुढे तो एकाकी पडला. या हत्या रोखण्यासाठी कुणीतरी, अगदी कुणीही रवांडाला सैन्य पाठवावं म्हणून त्यानं हात जोडून केलेली विनंती आम्ही रेडिओवरून अनेकदा ऐकली होती. पण कुणीही त्याला प्रतिसाद दिला नाही. बेल्जियम – आमच्या देशाचा, पूर्वी वसाहत असतानाचा अधिपती – त्यानं तर सर्वप्रथम आपलं सैन्य या देशातून काढून घेतलंच, पण तोपर्यंत इथे जातिसंहार सुरू होता, याची साधी नोंदही युनोनं घेतली नव्हती. प्रत्येक तुत्सी पुरुष-स्त्री-मुलं ठार झाल्याखेरीज आमचे राजकारणी थांबणार नाहीत, याची सर्व माहिती त्यांना नसणं कसं शक्य होतं? राजकारण्यांची काय योजना होती, ते काय करीत होते, हे रेडिओवरून ऐकणं कुणालाही सहज शक्य होतं.

रेडिओवरील प्रसारणात समाविष्ट न केलेल्या जातिसंहाराच्या काही योजनांचे तपशील पास्टर आम्हाला कधी कधी सांगत असत. ''एकदा सर्व तुत्सींना मारून टाकलं की, ते असे बदल घडवून आणणार आहेत की, तुत्सी जमात इथे कधी

अस्तित्वात होती, हेच समजणार नाही. त्यांच्या अस्तित्वाच्या सर्व खुणा ते पुसून टाकतील.'' त्यांनी आम्हाला वस्तुस्थिती सांगितली. ''आपल्या गावातील सरकारी अधिकारी – ज्यांना मी स्वत: ओळखतो – त्यांना हुकूम दिले गेलेत की, तुत्सींसंबंधीची सर्व कागदपत्रं नष्ट करून टाका. आत्तापर्यंत शाळेतील व कचेऱ्यांतील बहुतेक सर्व नोंदी त्यांनी जाळून टाकल्यात आणि आता जन्म-मृत्यू व विवाहांचे दाखले नष्ट करण्याचं काम सुरू आहे. प्रत्येक गावात व खेड्यापाड्यांत तीच परिस्थिती आहे. रवांडाच्या जमिनीवर तुत्सींची एकही पाऊलखूण शिल्लक उरणार नाही याची खात्री करून घ्या, असा हुकूम आहे.''

आम्ही एकच चांगली बातमी ऐकली, ती युद्धासंबंधी होती. एकीकडे हुतू सरकार सांगत होतं की, आरपीएफच्या सर्व तुत्सी क्रांतिकारी सैनिकांना ते ठार करीत होते; तर दुसरीकडे बीबीसी व इतर विदेशी केंद्रांवरून आम्हाला समजत होतं की, रवांडाच्या काही भागात आरपीएफ विजयपथावर होते. क्रांतिकारी सेना तुत्सींना वाचवण्यासाठीच लढा देत असल्याचं सांगून तुत्सींना प्रोत्साहित करण्यासाठी आरपीएफचा नेता पॉल कागामे यानं केलेलं भाषणही कधी कधी ऐकायला मिळत होतं. किगालीजवळ व तेथूनही पुढे उत्तरेला म्हणजे आमच्या मताबापासून खूपच दूर क्रांतिकारी लढत होते, हे जरी आम्हाला ठाऊक होतं; तरीदेखील तो आमचा आदर्श नेता होता. कागामेच्या शब्दांमुळे आमची परिस्थिती बदलली नाही, पण तुत्सी सैनिक एक दिवस आमची सुटका करतील, अशी एक छोटीशी आशा मात्र मनात उत्पन्न झाली.

युद्ध जसंजसं लांबत गेलं, तसंतसं आमचं काय करावं या विचारानं पास्टर जास्तच हैराण झाले. ''युद्ध जर आणखी काही महिने सुरू राहिलं, तर तुम्हाला पोसण्यासाठी माझ्याकडे अन्नधान्य असणार नाही. तुम्हाला ठेवून घेणं मला अशक्य होईल.'' ते चिंतातूर वाटले.

त्यांच्या खांद्यावर लटकलेल्या बंदुकीचं मला स्मरण झालं आणि अन्नधान्य संपल्यावर ते काय करू शकतील, यावर मी विचार करू लागले. ते हत्यार उचलतील, असा विचारही मी करू शकत नव्हते. स्वत:चा जीव धोक्यात घालून त्यांनी आम्हाला वाचवलं, त्यांच्याबद्दल तर शक्यच नाही. पण ऑगस्टिन व व्हिएन्नीला त्यांनी ज्या तऱ्हेनं घरातून हाकलून लावलं, त्यावरून ते कधी मध्यरात्रीही आम्हाला बाहेर काढू शकले असते, याची मला खात्री होती. मला हेही ठाऊक होतं, की चोहीकडे मारेकऱ्यांचा सुळसुळाट होता आणि या बाथरूमबाहेर आमचा एक तासभरही निभाव लागला नसता.

पास्टरांनीही या गोष्टीवर खूप विचार केला असावा. सरतेशेवटी त्यांनीही ठरवलं, आता परमेश्वराच्या मदतीची जरुरी होती. एका रात्री त्यांनी आम्हाला 'युद्धामध्ये सरकारी सैनिकांना यश मिळो' अशी प्रार्थना त्यांच्याबरोबर करायला सांगितली. आम्ही त्यांच्याकडे बघतच राहिलो, 'ते काय करायला सांगताहेत, याची

त्यांना जाणीवच नव्हती की काय?' आमच्या यातनांबद्दल त्यांना काहीच वाटत नव्हतं, यावर माझा विश्वासच बसत नव्हता.

काही असलं, तरी आम्ही धर्मसंकटात सापडलो होतो... आम्ही तरी दुसरं काय करणार? आम्ही हात जोडले व त्यांच्याबरोबर प्रार्थना करीत असल्याचं ढोंग केलं. प्रत्यक्षात मी प्रार्थना केली की, हजारोंच्या संख्येनं मारल्या गेलेल्या तुत्सींच्या आत्म्यांना शांती मिळावी. नंतर देवाची ती कृपादृष्टी मारेकऱ्यांवर पडावी व त्याच्या प्रेमानं त्यांचं हृदयपरिवर्तन व्हावं म्हणून प्रार्थना केली. 'हे देवा, तुझ्या अगाध प्रेमाचा त्यांना स्पर्श होऊ दे, त्यानंतरच ते त्यांचे धारदार सुरे टाकून देतील आणि गुडघे टेकतील. हे देवा, हत्या थांबवण्यासाठी त्यांना प्रवृत्त कर. त्यांना क्षमाही कर.'

आणि मी यासाठीही प्रार्थना करीत राहिले की, पास्टर आमच्याशी फार निष्ठुरपणे वागू नयेत; आम्ही त्यांच्या नजरेस पडताच त्यांचं मन कठोर होऊ नये आणि आम्हीही माणसंच आहोत याची जाणीव त्यांना असावी.

त्यांच्याबरोबर आम्ही केलेली प्रार्थना आटोपते आहे तोच पास्टरांनी आम्हाला धक्काच दिला. युद्ध संपल्यावर आमचं काय करायचं, ते त्यांनी विशद करून सांगितलं. ''एकदा हे हत्याकांड संपल्यावर रवांडामध्ये एकही तुत्सी शिल्लक उरणार नाही. त्यामुळे दुसऱ्या कुणाच्याही दृष्टीस न पडता मला तुम्हाला लपून-छपून दुसऱ्या देशात पाठवावं लागेल आणि तुम्हालाही अशा ठिकाणी जावं लागेल, जिथे कोणी तुम्हाला ओळखत नाही. युद्धकाळामध्ये मीच तुम्हाला लपवलं होतं, हेही तिथे कुणी शोधू शकणार नाही.'' आणि त्यांची 'ती' योजना म्हणजे, 'किव्हू सरोवरामध्ये जवळजवळ पन्नास मैल आत एका बेटावर वसाहत करून असणाऱ्या 'आबाशी' टोळीच्या पुरुषांबरोबर आमची लग्नं लावून द्यायची.' ती त्यांनीच स्पष्ट करून सांगितली.

या गोष्टीवर आमचा विश्वासच नसल्यासारखं आम्ही एकमेकींकडे पाहिलं. आबाशी म्हणजे एका निबिड जंगलामध्ये वास्तव्य करीत असलेली एक आदिवासी जमात, जिचा बाहेरच्या जगाशी अजिबातच संबंध नव्हता. तिथे शाळा, चर्च अथवा व्यवसाय-व्यवहाराची काहीच कामं नव्हती. लंगोटीशिवाय त्यांच्या अंगावर कपडाही नसतो. मिळेल ते ओरबाडून किंवा जंगलातील प्राण्याची हत्या करून ते गुजराण करतात. रवांडातील आई-वडील आपल्या व्रात्य मुलांना 'थांब, तुला आबाशीकडे पाठवते,' अशी भीती दाखवतात... हे म्हणजे आम्हाला भूतपिशाचांबरोबर सोडण्यासारखं होतं. 'तुझं लग्न आबाशी पुरुषाशी होईल,' असं एखाद्या स्त्रीला म्हणणं म्हणजे तिला शिवी-शाप देण्यासारखं होतं.

'तुमच्यासाठी आता दुसरं काय उरलंय? चर्चा करण्याजोगं आणखी काहीच नाहीये, हेच अखेरचं सांगतोय' अशा आविर्भावात पास्टर बोलले आणि आम्हाला आमच्या भविष्याचा विचार करण्यासाठी सोडून निघून गेले.

पास्टर ज्या तऱ्हेने आमचा विचार करीत होते, ते मला तिरस्करणीयच वाटलं, पण मी त्यांची मन:स्थिती समजू शकत होते. तुत्सींना मारण्याचं हे जे सत्र जहालमतवादी हुतूंनी आरंभलं होतं, ते एकदा तडीस गेलं की, रवांडामध्ये आम्हीच शेवटचे जिवंत तुत्सी असणार होतो आणि या धगधगत्या मातृभूमीमध्ये आम्ही अनाथ असणार होतो.

पण आम्ही अनाथ आहोत, असं मला बिलकूल वाटलं नाही. मी कित्येक आठवडे देवाची प्रार्थना करीत होते आणि माझं देवाबरोबरचं नातं मी पूर्वी कल्पनाही केली नव्हती इतकं दृढ झालं होतं. जगाला कधी ठाऊक नसेल, अशा त्या अत्यंत शक्तिशाली व दयाळू राजाची मी कन्याच असल्याचं मला जाणवत होतं. दर दिवशी मी त्या परमेश्वराशी संवाद साधण्यासाठी जेव्हा माझ्या हृदयातील त्या खास जागी जाऊन विसावत असे, तेव्हा माझी सर्व विचारसरणी मी त्याच्या चरणी अर्पण करीत असे. ती जागा स्वर्गाचाच एक छोटासा हिस्सा होता, जिथे जाऊन मी त्या परमात्म्याशी संवाद साधत असे आणि ते पवित्र चैतन्य माझ्या मनाशी हितगुज करीत असे. त्यानंच मला वचन दिलं होतं की, जोपर्यंत मी त्याच्या कृपाछत्राखाली आहे, तोपर्यंत मी उघड्यावर पडणार नाही, एकाकी होणार नाही आणि मला कोणीच त्रास देणार नाही.

त्या घाणेरड्या फरशीवर मी दगडासारखी तासन् तास स्तब्ध बसत होते आणि त्याच्या शक्तीची शुद्धता आजमावत असे. त्या वेळी त्याच्या प्रेमाचा स्रोत एखाद्या पवित्र नदीप्रमाणे माझ्या सर्वांगातून वाहत असे. त्यामुळे माझ्या आत्म्याचे शुद्धीकरण होत असे. कधी कधी मला वाटत होतं की, मी शरीराच्यावर हवेत तरंगत होते; देवाच्या शक्तिशाली पंज्यांमध्ये सुरक्षितपणे विसावले होते. मी माझ्या मनामध्ये पूर्वी कधीही न ऐकलेल्या अगम्य भाषेत मला बोलताना ऐकलंय... मला लगेचच जाणवलं की, मी देवाची थोरवी व प्रेम याबद्दल स्तुतिस्तोत्र म्हणत होते.

मी जागेपणी दिवसाचे पंधरा-वीस तास प्रार्थना व चिंतन करीत देवाच्या सतत संपर्कात राहत होते आणि मी जी काही थोडा वेळ झोपत होते, त्यामध्येही मला जीझस व मेरी यांची स्वप्नं पडत.

जातिसंहारामध्येही मला मुक्तीचं साधन गवसलं होतं. मला ठाऊक होतं की, ही बाथरूम, युद्ध, हा जातिसंहार या सर्वांना माझं देवाबरोबरचं तादात्म्य पार करेल. मला हेही ठाऊक होतं की, हे दृढ नातं प्रत्यक्ष जीवनाच्याही पलीकडचं आहे.

मी माझं अंत:करण देवापर्यंत घेऊन गेले आणि ते त्यानं त्याच्या स्नेहानं व क्षमाशीलतेनं ओतप्रोत भरलं. त्या बाथरूममधील वास्तव्य हे वरदान ठरलं आणि त्यासाठी मी त्याची अत्यंत आभारी होते. बाहेरच्या रक्तलांच्छित संहारामध्ये माझे आई-वडील जरी मृत्युमुखी पडले होते, तरी मी कधीच अनाथ होणार नव्हते. या

बाथरूममध्ये माझा पुनर्जन्म झाला व त्या प्रेमळ पित्याची – परमेश्वराची मी कन्या झाले होते.

आम्ही जेव्हा इथे आलो, तेव्हा पास्टर मुरिंझींच्या दहा मुलांपैकी एक मुलगा लेचिम व मुलगी दुसेंगे दोघंच त्यांच्याजवळ राहत होती. पण युद्ध जसं लांबलं, तशी त्यांची इतर मुलंही घरी परतली आणि घर भरून गेलं. आमच्या देखभालीकडे लक्ष पुरवणं त्यांना एकट्यांना जमेना... त्यामुळे अंदाजे पाच आठवडे आमच्या अस्तित्वाचं गुपित सांभाळल्यावर या जगात त्यांचा ज्यांच्यावर सर्वांत अधिक भरवसा होता, त्या लेचिम व दुसेंगेवर त्यांनी आमची जबाबदारी सोपवली.

लेचिम उमद्या स्वभावाचा चांगला मुलगा होता आणि दुसेंगे ही तर माझी जिवलग मैत्रीण. ती फार दयाळू मुलगी होती. बऱ्याचदा त्यांचं बोलणं माझ्या कानावर पडलं होतं आणि तुत्सींवर जे अत्याचर होत होते, त्यांनी ते पुरते घाबरून गेले होते, हे स्पष्ट जाणवत होतं.

पास्टरांनी आम्हाला सांगितलं की, ते आम्हाला भेटण्यासाठी त्यांना घेऊन येत होते आणि त्यांनी जेव्हा दरवाजा उघडला, तेव्हा त्या मुलांच्या नजरेत मला फक्त दया व कारुण्य भरलेलं दिसलं. दुसेंगेनं मला आपुलकीनं अभिवादन केलं आणि लेचिमने माझा हात हातात घेऊन घट्ट पकडून ठेवला. ''ओह, इम्माकुली!'' एवढंच कुजबुजला आणि पुढे त्याच्याच्यानं बोलवेना. मी नजरेआड गेले, त्या दिवशीच आम्ही एकमेकांना शेवटचं पाहिलं होतं. त्यानंतर जे काही भयंकर घडलं, त्याचं वर्णन करण्यासाठी आमच्याकडे शब्द नव्हते. त्यानं माझा हात दाबला व म्हणाला, ''तू इथेच लपून आहेस, यामुळे मला इतका आनंद झालाय... आम्ही सर्व जण तुझ्यासाठी सर्व काही करू शकतो, याबद्दल आम्ही देवाचे आभारी आहोत. आम्ही तुला अगदी सुरक्षित ठेवू.''

त्याच्या त्या प्रेमळ शब्दांनी मला आमच्या पूर्वीच्या निष्पाप मैत्रीची पुन्हा आठवण झाली. देवाने घडवून आणलेल्या गोष्टींमध्ये कुठलाही योगायोग नव्हता, हे मला आत्ता उमजत होतं... काही वर्षांपूर्वी त्यानंच मला व लेचिमला एकत्र आणलं आणि आता केवळ त्याच्या घरी असल्यामुळेच माझा जीव वाचणं शक्य होतं.

त्यांच्यापैकी कुणालाच माझे कुटुंबीय किंवा माझा मित्र जॉन यांच्या ठावठिकाण्याबद्दल काहीच ठाऊक नव्हतं. पण माझ्या जुन्या मित्रांना नुसतं भेटूनही मला मोठा दिलासा वाटला. (युद्ध सुरू झाल्यापासून फोनसेवा खंडित होती. त्यामुळे देशादेशांमध्ये एकमेकांशी संपर्क साधणं कठीण होतं.) लेचिम व दुसेंगेमुळे त्या बाथरूममधील जीवन निश्चित सुसह्य वाटू लागलं आणि कधीमधी तुरळक प्रसंगी एकत्र चहाचा अनोखा आनंदही उपभोगता आला.

पास्टर मुरिंझींनी आमची अनाथ म्हणून वासलात लावली असली, तरी त्यांच्या

मुलांनी मात्र आम्हाला दत्तक घेतलं होतं.

मे महिन्याच्या मध्यावर एका रात्री बऱ्याच उशिरा बाथरूमचं दार उघडलं आणि इंटराहामवेचे दोन तरुण एकाएकी आमच्यावर कोसळले. आता कोणत्याही क्षणी आपल्यावर वार होणार, असं वाटून आम्ही भीतीनं मागे सरकलो. पण तेवढ्यात पास्टरांनी हलक्या आवाजात 'गप्प राहा आणि काळजी करू नका' म्हणून सांगितलेलं आमच्या कानी पडले.

थोड्याच वेळात आमच्या लक्षात आलं की, ते मारेकरी नसून आमच्या अज्ञातवासीय क्लबमध्ये येण्यासाठी धडपडणाऱ्या दोन तुत्सी बायका होत्या.

श्वासोच्छ्वास शाबूत असलेल्या आणखी दोन जिवंत तुत्सी बायका पाहून आम्ही आनंदलो. पण त्यांना 'बसा' म्हणून सांगण्यासाठीही आमच्याकडे जागा नव्हती. पास्टरांनी त्यांना आत ढकललं आणि त्या आमच्या अंगावर कोसळल्या. "जरासुद्धा आवाज करू नका" असं पुन्हा एकदा बजावून त्यांनी दरवाजा लावून घेतला. खिडकीतून झिरपणाऱ्या प्रकाशात त्या मुलींचे चेहरे अंधूकसे दिसत होते. आम्ही आमच्या खुणांच्या भाषेत त्यांच्याशी बोलण्याचा प्रयत्न केला, पण ती ठाऊक नसल्यामुळे आम्ही काय म्हणतोय, हे अर्थातच त्यांना समजत नव्हतं. त्या कुठून आल्या आणि बाहेरच्या जगात काय सुरू होतं, हे जाणून घेण्यासाठी आम्ही दबक्या आवाजात काही मिनिटं संवाद साधण्याचा धोका पत्करला.

त्यांची नावं होती मलाबा व सोलंगे. मलाबा जवळपास माझ्याच वयाची होती. मी मोठी होत असताना तिला दोन-तीनदा पाहिलं होतं, पण फारशी ओळख नव्हती. सोलंगे किशोरवयीन होती. यापूर्वी मी तिला कधी भेटलेही नव्हते. मरियन ही पास्टरांची मोठी मुलगी रवांडाच्या उत्तरी भागात राहत होती. हे हत्याकांड सुरू झाल्यापासून तिनं या दोन मुलींना आपल्या घरी लपवलं होतं. उत्तरेकडे क्रांतिकारकांविरुद्ध घनघोर युद्ध सुरू होतं आणि हुतू अतिरेकी तुत्सी हेरांचा शोध घेत होते. दयाळू व कृपावंत अशी मरियनची ख्याती होती आणि त्यामुळेच अतिरेक्यांना तिचा जबरदस्त संशय होता. अनेक वेळा तिच्याही घराची झडती घेतली गेली होती. त्यामुळे आज ना उद्या मलाबा व सोलंगे त्यांच्या हाती लागतील, अशी भीती तिला वाटत होती.

मलाबासाठी खोटं ओळखपत्र मिळवण्यात मरियनला कसंबसं यश आलं आणि मग मारेकरी घालतात तसा त्यांना पोशाख चढवून तिनं दोघींचं वेषांतर केलं. इंटराहामवेने तुत्सींना मारण्यासाठी म्हणून तिला दिलेले धारदार सुरे, बंदुका व हातगोळे आपल्या गाडीत ठेवून त्या मुलींना तिनं शेजारी बसवलं आणि सभोवती युद्ध जोरात सुरू असतानाही दक्षिणेला वडिलांकडे जाण्याचा धोकादायक प्रवास सुरू केला. वडिलांच्या घरी सर्वांना सुरक्षित आसरा मिळेल, अशी तिला आशा

होती. मलाबा व सोलंगेनं आम्हाला सांगितलं की, इंटराहामवेच्या मारेकऱ्यांनी थोड्या थोड्या मैलांच्या अंतराने रस्त्यात अडथळे उभे केले होते आणि प्रत्येक ठिकाणी गाडी थांबवून ओळखपत्राची मागणी करीत होते. सोलंगेजवळ ओळखपत्र नव्हतं, त्यामुळे प्रत्येक थांब्यावर त्या बायकांना वाटायचं की, आता हे आपल्याला मारून टाकणार. ओळखपत्र नसणं किंवा तुत्सी असणं म्हणजे मृत्यूलाच आमंत्रण होतं. ''एका माणसाने त्याचं तुत्सी ओळखपत्र दाखविल्यामुळे तिथेच त्याच्यावर सुरा चालवला.'' सोलंगे किनऱ्या आवाजात कुजबुजली खरी, पण स्वत:च्या डोळ्यांनी जे पाहिलं, त्यावर अजूनही विश्वास बसत नसल्यामुळे ती नाराजीनं मान हलवीत राहिली.

''ओळखपत्र विसरलेल्या हुतूंनाही त्यांनी तिथल्या तिथेच मारून टाकलं.'' मलाबा म्हणाली, ''त्यांनी हत्या केलेल्या एका माणसाला तर मीच ओळखत होते. तो हुतू होता, हे मला माहीत होतं, पण त्यांना ठाऊक नव्हतं ना! तो त्यांच्यापेक्षा थोडा उंच होता. बस्स, तेवढं कारण पुरे होतं. त्यांनी त्याला तुत्सींचा हेर ठरवलं आणि मारून टाकलं. त्यानंतर त्यांनी दुसऱ्या एका हुतूची हत्या केली. कारण काय? तर, त्यानं त्यांच्याबरोबर हुज्जत घातली... तो इतकंच म्हणत होता की, त्यांनी चालवलेली तुत्सींची हत्या, ही चुकीची गोष्ट होती.''

प्रवासाला निघण्यापूर्वी मरियनने या मुलींना सांगितलं होतं की, जर त्यांना जिवंत राहायचं असेल, तर मारेकऱ्यांसारखं वागता यायला हवं होतं. त्यामुळे प्रत्येक वेळी जेव्हा जेव्हा त्यांना तपासणी नाक्यावर अडवलं, तेव्हा त्या आपल्या हातातील बंदुका व सुरे हवेत हलवून दाखवीत होत्या.

''आम्ही वेडपट बायकांसारखे किंचाळलो.'' सोलंगे म्हणाली, ''आम्ही ओरडायचो 'हुतूशक्ती! हुतू सत्ता! सगळ्या झुरळांना मारून टाका!! तुत्सी कुत्र्यांना गोळ्या घाला!!!' आम्हाला असली कृत्यं करताना पाहून मारेकरी खूश व्हायचे... हे चांगलं काम असंच सुरू ठेवा म्हणून सांगायचे आणि हात हलवून पुढे जाऊ द्यायचे. तुत्सींना मारण्याची नुसती इच्छा दाखवणं म्हणजे पारपत्र होतं... देश खरोखरच वेडा झाला होता आणि त्यातील बहुतेक तरुण प्यायलेले किंवा मादक पदार्थांच्या सेवनानं झिंगलेले होते. आमच्यासमोर दोन तपासणी नाक्यांवर जीपमधून आलेल्या सैनिकांनी मारेकऱ्यांचं मनोधैर्य बळकट करण्यासाठी दारू व मादक द्रव्यांचं वाटप करताना आम्ही प्रत्यक्ष पाहिलं.''

दोन्ही बहिणींनी आम्हाला सांगितलं की, दक्षिणेकडच्या रस्त्यावरून येताना त्यांनी पुष्कळ प्रेतं ओलांडली; पण ती प्रेतं होती, हे समजायला बराच वेळ लागला. ''ती इतकी होती की, त्यांचे उंचच्या उंच ढीग रचून ठेवले होते आणि गाडीतून जाताना ते सर्व जुन्या कपड्यांचा ढिगारा किंवा कचरा ठेवल्यासारखं दिसत होतं.

मग आम्ही जरा जवळून पाहिलं... गाडी थांबवली. खिडकीची काच खाली केली, तेव्हा सर्व प्रकार आमच्या लक्षात आला. घोंघावणाऱ्या माश्यांचा आवाज गाडीच्या इंजिनापेक्षा जोरात ऐकू येत होता. शेकडो कुत्री तिथं प्रेतं खात होती... तुकड्यांसाठी मारामाऱ्या करीत होती... ते सर्व फारच ओंगळवाणं होतं. कुजलेल्या मांसाची दुर्गंधी सर्व देशभर पसरलीय.'' सोलंगे म्हणाली. तिचा चेहरा पांढराफटक पडला होता आणि सांगताना ती थरथरत होती. ''माझ्या डोक्यातून ती दृश्यं जातच नाहीयेत... मी डोळे मिटले तरी मला फक्त ती प्रेतंच दिसत राहतात!''

आम्ही या आधी अशा भयंकर गोष्टी रेडिओवरून व पास्टरांकडून ऐकल्या होत्या म्हणून; नाहीतर त्यांनी जे सांगितलं, त्यावर विश्वास ठेवणं जरा कठीणच होतं. यावरून हे सूचित होत होतं की, आता परमेश्वराला अवतार घ्यावा लागणार आणि सर्वप्रथम रवांडामध्ये उतरावं लागणार.

'आमच्या कुटुंबाबद्दल त्यांना काही माहिती होती काय?' असं आम्ही त्यांना विचारलं, पण त्यांना त्यांच्याच कुटुंबाबद्दल काही ठाऊक नव्हतं. मरियन मलाबाची धर्ममाता होती. त्यामुळे हत्याकांडाला सुरुवात झाल्याबरोबर त्या तिच्या आश्रयाला गेल्या.

आमच्या मांडीवर स्थिरावल्यावर मलाबा रडू लागली. ''मरियनने जर आम्हाला घरात घेतलं नसतं, तर आम्ही त्या प्रेतांच्या एखाद्या ढिगाऱ्यात पडलो असतो आणि कुत्र्यांनी आमचे लचके तोडले असते.''

नुसत्या कल्पनेनंच माझ्या अंगावर काटा आला. 'माझे आई-बाबा, भाऊ कुठे असतील?' हा विचार लाखो वेळा माझ्या मनात आला आणि मनातल्या मनात मी देवाला विनवलं की, त्यांच्यावर कृपादृष्टी असू दे. 'हे देवा, आता तूच माझं सर्वस्व आहेस आणि तुलाच मी काही सांगू शकते. इतरांची काळजी घेण्यासाठी मी आता तुझ्यावरच अवलंबून आहे.' त्या रात्री बाथरूममध्ये नेहमीपेक्षा खूप गर्दी झाली. माझ्या मांडीवर ती सात वर्षांची गोड सॅन्डा झोपली होती. मी तिला जोजवत होते, तेव्हा माझ्या मनात विचार आला, 'आमच्यापैकी प्रत्येक जण आपल्या कुटुंबापासून तोडला गेला होता किंवा आमची कुटुंबं तोडली गेली होती म्हणा ना.' सॅन्डाच्या केसांतून हात फिरवत असताना माझ्या मनात विचार आला – 'मला जोजवण्यासाठी आत्ता इथे माझी आई हवी होती.'

पहाटेपूर्वी माझा डोळा लागला आणि माझ्या आयुष्यातील सर्वांत भावनाविवश करणारं स्वप्न मला पाहायला मिळालं. माझ्यासमोर जीझस उभा राहिलेला मी पाहिला. त्याचे बाहू पसरलेले होते, जसा काही तो मला त्याच्या बाहुपाशात घेणार होता. त्याच्या कमरेभोवती फक्त एक कपडा गुंडाळलेला होता व त्याचे लांब केस खांद्यावर रुळत होते. त्याला इतका रोडावलेला पाहून मला कसंनुसं झालं. त्याच्या बरगड्या दिसत होत्या आणि खप्पड गालांचं बोळकं झालं होतं. पण त्यानं

माझ्याकडे पाहिलं, तेव्हा त्याच्या डोळ्यांत ताऱ्यांची चमक होती. त्याचा आवाज वाऱ्याच्या झुळकेसारखा हळुवार होता :

"तू जेव्हा ही खोली सोडून जाशील, तेव्हा तू ज्याला ओळखतेस, तू ज्याच्यावर प्रेम केलंस, तो प्रत्येक जण मेलेला असेल आणि त्याचं अस्तित्वच नसेल." तो म्हणाला, "तू घाबरू नकोस, हे सांगायला मी इथे उभा आहे. तू एकटी नसशील... मी तुझ्याबरोबर असेन. मीच तुझं कुटुंब असेन. शांत राहा आणि माझ्यावर विश्वास ठेव; कारण मी नेहमीच तुझ्याबरोबर असेन. इम्माकुली, कुटुंबासाठी फार काळ दुःख करीत बसू नकोस. ते आता माझ्याबरोबर आहेत आणि आनंदात आहेत."

मी जागी झाले. मन आनंदी व शरीर हलकंफुलकं झालं होतं. जीझस स्वप्नात येणं, ही एक सुखद अनुभूती होती. त्या ऊबदार तेजोवलयात मी न्हाऊन निघाले आणि असा चांगला संदेश पाठविल्याबद्दल देवाचे आभार मानले.

पण जसजसा दिवस सरत चालला, तशी माझ्या अंत:करणात कालवाकालव होऊ लागली. माझं कुटुंब मरण पावल्याचं जीझसनं सांगितलं होतं... आणि ते सर्व जिवंत असावेसं मला राहून-राहून वाटत होतं. मला माझ्या आई-बाबांना भेटायचं होतं. त्या रात्री व्हिएन्नीला जाऊ दिल्याबद्दल मला किती वाईट वाटतंय, हे त्याला सांगायचं होतं आणि चेहऱ्यावर हास्य पसरलेल्या दामासिनला डोळे भरून पाहायचं होतं. मी केलेल्या एवढ्या प्रार्थनेनंतरही देवानं त्यांना का वाचवलं नाही?

मी डोळे मिटले आणि स्वत:लाच समजावलं. जर ते केवळ एक स्वप्न असेल, तर माझं कुटुंब जिवंतही असू शकेल... आणि ते जर स्वप्न नसेल, तर देवानंच नेहमी माझी काळजी वाहण्याचं वचन दिलं होतं आणि देवानं आपलं वचन न पाळल्याचं माझ्या ऐकिवात नव्हतं.

त्या स्वप्नानंतर थोड्याच दिवसांनी बाथरूमच्या खिडकीबाहेर नुकत्याच अनुभवलेल्या हत्येसंबंधी बोलताना मी काही लोकांचे आवाज ऐकले. त्यांच्यापैकी एक जण ती गोष्ट सांगण्यासाठी पुढे सरसावला. त्यांनी पकडलेल्या एका तुत्सीची, जो हत्याकांड सुरू झाल्यापासून लपून बसला होता, ती गोष्ट होती : "त्या मुलाकडे युनिव्हर्सिटीची मास्टर्सची पदवी होती आणि मारेकरी त्याला त्याबद्दल खिजवत होते... तू इतका हुशार आहेस, तर सांग, 'तुला का पकडलं आहे?' त्यांच्यापैकी एका मारेकऱ्यानंच उत्तर दिलं, 'त्याला मास्टर्सची पदवी असणाऱ्याचा मेंदू पाहायचा होता.' इतकं बोलून त्यानं त्याच्या कुऱ्हाडीनं मुलाच्या डोक्यावर घाव घातला आणि कवटीच्या आत डोकावून पाहिलं."

माझं अंत:करण पिळवटून निघालं. या भागात मास्टर्सची पदवी संपादन केलेली तुत्सी मुलं फार नव्हती... ते... माझा भाऊ दामासिनबद्दलच बोलत होते, याची मला खात्री होती!

अरे देवा, तो दामासिन असू नये म्हणून मी प्रार्थना केली आणि पास्टर मुरिंझी जेवण घेऊन येण्याची वाट पाहत थांबले.

सरतेशेवटी कित्येक तासांनंतर त्यांनी जेव्हा दार उघडलं, तेव्हा मी जे ऐकलं, ते सर्व त्यांना सांगितलं आणि ते लोक दामासिनच्या हत्येबद्दलच बोलत होते काय, असं स्पष्टच विचारलं.

माझ्या प्रश्नाने मी त्यांना चकित केलं होतं आणि माझ्याही लक्षात आलं की, ते माझ्या नजरेला नजर देण्याचं टाळत होते.

''नाही, नाही... तसं काही नाहीये.'' ते म्हणाले, ''ते अनेक तरुणांची हत्या करताहेत, त्यामुळे ते तुझ्या भावाबद्दल बोलत होते, असं समजायचं कारण नाही. इम्माकुली, मी तुझ्या कुठल्याच भावाबद्दल काही ऐकलेलं नाहीये.''

ओह पास्टर! तुम्हाला जरा सफाईदारपणे खोटं बोलता आलं असतं, तर बरं झालं असतं, असं मला वाटलं. त्यांच्या चेहऱ्यावरचे भावच मला सांगत होते, दामासिन मारला गेलाय. पण खरं काय ते मला कसं समजणार? मी ओठ चावला आणि मला माहिती दिल्याबद्दल व आमचं सर्वांचं रक्षण करीत होते म्हणून त्यांचे आभार मानले. त्यांनी मान डोलावली व ते लगबगीने निघून गेले.

इतर बायकांनी मला धीर देत म्हटलं, ''हे बघ, काळजी करू नकोस. तुझा भाऊ सुरक्षित आहे. ती माणसं कुणाबद्दल बोलत होती, ते समजायचा आपल्याकडे काहीच मार्ग नाहीये.'' मी जरा हसून वरकरणी त्यांचं म्हणणं मला पटल्याचं दाखवलं. 'खरं तर अजूनही माझा सुंदरसा दामासिन जिवंत असण्याची खूपच शक्यता होती आणि लवकरच त्याचा हसरा चेहरा मला पाहायला मिळेल व त्याचे ते आचरट विनोदी किस्से मला ऐकायला मिळतील' असं वाटलं.

पण माझ्या डोक्यातील विचारांवर विश्वास ठेवायला मन तयार नव्हतं. मी प्रथम मुसमुसत रडत होते, पण नंतर हुंदके अनावर झाले आणि मी ढसढसा रडू लागले. मी माझ्या गालावर थापडा मारल्या, स्वतःला चिमटे घेऊन पाहिले – केवळ या आशेवर की, त्या वेदनेनं माझं मन विचलित होईल आणि माझे अश्रू थांबतील. पण कशाचाही परिणाम झाला नाही. मला ठाऊक होतं की, माझा आवाज बाहेर ऐकू जाईल म्हणून इतर बायकांना भीती वाटत होती. पण मलाच स्वतःला आवारता येत नव्हतं. माझं रडणं थांबवण्यासाठी मी माझा हात चावला, पण तरीही माझ्या गालांवरून अश्रू वाहत राहिले आणि माझ्या हुंदक्यांचा आवाज वाढत गेला. परिस्थिती आणखी बिघडली, कारण लहान मुलीही रडू लागल्या. मोठ्या बायका न बोलता हवेत हात हलवून मला माझा आकांत थांबवण्यासाठी विनंती करीत होत्या.

एका तासानंतर मी थांबले आणि त्या बाथरूममध्ये पुन्हा कधीही रडले नाही.

■

विविध भाषांची देणगी

बाथरूममधील सात आठवड्यांच्या वास्तव्यानंतर आम्ही इतक्या हडकुळ्या झालो होतो की, आम्हाला पाहून कोणालाही भीतीच वाटावी. आमची हाडं वर आली होती आणि त्वचा लोंबत होती. कडक जमिनीवर बसणं कठीण जात होतं. कारण स्नायू व चरबी झिजल्यामुळे आमच्या ढुंगणावर मांसच उरलं नव्हतं. आमच्याबरोबर आणखी दोघी जणी आल्या होत्या, तरी आता बाथरूम दिवसेंदिवस मोठी वाटू लागली होती. आम्हाला मिळणाऱ्या तुटपुंज्या अन्नामुळे आम्ही रोडावलो होतो, अशक्त झालो होतो. त्यामुळे आमचं डोकं सतत गरगरल्यासारखं राहायचं. माझ्या कपड्यांवरून मला अंदाज आला होता की, मी जवळजवळ चाळीस पौंड वजन गमावलं होतं (आणि मी इथे आले, तेव्हा ११५ पौंड वजनाची होते.)

आमची त्वचा फिकुटली होती, ओठ फुटले होते आणि आमच्या हिरड्या सुजल्यामुळे ठणकत होत्या. दु:खात आणखी भर म्हणजे, इथे आल्यापासून ना कपडे बदलले गेले, ना अंघोळ मिळाली. त्यामुळे आमच्या अंगावर उवांचा सुळसुळाट झाला होता. कधी कधी ते लहानगे किडे आमच्या रक्तावर ताव मारून इतके माखलेले असत की, त्यांच्या झुंडी आमच्या चेहऱ्यावरून फिरताना नजरेस पडत.

आमचे दर्शन फार प्रेक्षणीय (?) नसेल, पण आत्ताएवढी सुंदरता मला माझ्या आयुष्यात कधीच अनुभवता आली नव्हती. प्रत्येक दिवशी जाग येताच, जीवनाचं दान दिल्याबद्दल मी देवाचे आभार मानत असे आणि प्रत्येक सकाळी मला जाणवायचं की, त्याचं माझ्यावर प्रेम होतं व तो माझी काळजी घेत होता. इतक्या हालअपेष्टांमधून व इतक्या दीर्घ काळपर्यंत त्यानं मला जिवंत ठेवलंय, ते त्या रक्तपिपासू मारेकऱ्यांच्या कुऱ्हाडीच्या घावाने मरण्यासाठी नाही, याची मला पूर्ण कल्पना होती. मला हेही माहीत होतं की, दिवसाआड येणाऱ्या क्षुल्लक आजारांनी तो मला मरू देणार नाही. बाथरूममध्ये असताना मी दोनदा आजारी पडले आणि खरं तर दोन गोळ्या घेऊन मला एक दिवसात बरं वाटलं असतं... जर माझ्याकडे गोळ्या असत्या, तर! पहिल्या आजारपणात मला एकशे पाच डिग्री ताप होता; माझं

शरीर थरथर कापत होतं; माझी शुद्ध हरपली होती. दुसऱ्या आजारपणात, लघवीमार्गात जंतुसंसर्ग झाल्यामुळे मला खूपच त्रास झाला. आयुष्यात कधीही तेवढा झाला नव्हता. एक थर्मामीटर आणि त्यांच्या शुभेच्छा याशिवाय देता येण्यासारखं पास्टरांकडे दुसरं काही नव्हतं. एखादं औषधही त्यांना देता आलं नाही.

परमेश्वराची प्रार्थना करणं, एवढी एकच गोष्ट माझ्या हातात होती व ती मी करीत होते. जेव्हा वेदना व ताप असह्य झाला, तेव्हा परमेश्वराला त्याचे ते कृपाळू हात माझ्यावर ठेवायला सांगून मी झोपी गेले. त्यानंतर दोन्ही वेळा मला वेदना व तापाचा त्रास झाला नाही आणि मी ताजीतवानी राहून संपूर्ण बरी झाले. त्याच्या प्रेमामुळेच मी बरी झाले होते.

नाही, कोणतंही आजारपण माझं काहीही वाकडं करणार नव्हतं. मला जिवंत ठेवण्यामागे देवाचा विशिष्ट हेतू होता, याची मला खात्री होती आणि तो हेतू उघड करून दाखवण्यासाठी मी दर दिवशी त्याची प्रार्थना करीत होते. सर्वप्रथम त्यानं माझ्या भविष्यकाळाचा संपूर्ण पट माझ्या नजरेसमोर उलगडवून दाखवावा, अशी अपेक्षा मी करीत होते – जसा काही ढगांच्या जबरदस्त कडकडाटात आणि विजेच्या प्रकाशझोतात दाखविल्यासारखं! पण नंतर माझ्या लक्षात आलं की, जोपर्यंत एखाद्या गोष्टीचा अर्थ उमजण्यासाठी आपली संपूर्ण तयारी झालेली नसते, तोपर्यंत देव तशी एखादी गोष्ट उलगडवून दाखवत नाही. त्याऐवजी आपल्याला जेवढं आणि जेव्हा पाहणं जरुरीचं असतं, तेवढंच तो दाखवतो. आपली आंतरिक दृष्टी व हृदय त्याच्यासमोर उघड होण्याची तो वाट पाहतो... आणि ज्या वेळी आपण त्या स्थितीला पोहोचतो, त्याच वेळी तो आपल्या पायांना योग्य मार्ग दाखवतो. पण तोपर्यंत चालत राहणं, हे संपूर्णपणे आपल्यावरच अवलंबून असतं.

एक दिवस मी पास्टर मुरिंझींचे युद्ध परिस्थितीवर चाललेलं बोलणं ऐकत होते आणि देवानं मला योग्य मार्ग दाखवला. रवांडामध्ये युनोची शांतिसेना येणार असल्याचं ऐकून पास्टरांना फार हुरूप आला होता. त्यामुळे त्यांना वाटलं होतं की, युद्ध ताबडतोब थांबेल. जातिसंहाराच्या पहिल्याच दिवशी हुतू सैनिकांकडून दहा बेल्जियन शांतिसैनिक मारले गेल्याचं पाहून युनोनं आपली बहुतेक सर्व शांतिसेना रवांडातून काढून घेतली होती. हत्याकांड सुरू झाल्यावर खरं तर सर्वच पश्चिमी राष्ट्रांनी आपल्या नागरिकांना रवांडा सोडायला सांगितलं होतं आणि तुत्सींना स्वत:चा मुकाबला करण्यासाठी त्यांच्या दैवावर सोडून दिलं होतं. जातिसंहार सुरू झाल्यापासून जवळजवळ एकही परदेशी नागरिक रवांडामध्ये उरला नव्हता. त्यामुळे आमच्या सरकारला स्पष्ट संदेशच मिळाला की, त्यांनी जातिसंहार जरी सुरू ठेवला तरी जगाला त्याचं काहीच सोयर-सुतक नव्हतं. तुत्सींच्या जीवाची कोणालाच पर्वा नाही, हे पाहून हत्या सुरूच राहिल्या.

युनोकडून नव्या फौजा पाठवण्याची निव्वळ शक्यता, या गोष्टीलाही फार महत्त्व होतं... त्यामुळेही वंशसंहार थांबू शकणार होता! पण पास्टर म्हणाले की, त्यामध्येही एक अडचण होती : "आरपीएफमधील तुत्सींना युनोनं फौजा पाठवू नये असं वाटत होतं, कारण त्यांना युद्ध सुरूच ठेवायचंय. त्यांना वाटतंय की, युद्ध जिंकून ते सत्ता काबीज करू शकतील." त्यांनी चडफडत सांगितलं, "ते फार माजलेत. त्यांची मागणी आहे की, युनोला फौजा पाठवायच्याच असतील तर त्यांचे शांतिसैनिक इंग्लिश बोलणारे असावेत... ही त्यांची हिंमत बघा!"

आरपीएफमधील बहुतेक सैनिक निर्वासित म्हणून युगांडात वाढले होते. जी ब्रिटिशांची वसाहत होती आणि ते सर्व इंग्रजीच बोलतात. पास्टरांनीच ही गोष्ट आम्हाला सांगितली. ही परिस्थिती रवांडापेक्षा अगदी निराळी होती. रवांडा ही बेल्जियम वसाहत असल्यामुळे इथे फ्रेंच भाषा बोलली जाते. त्यामुळे हायस्कूलमध्ये आमच्यापैकी बहुतेकांना फ्रेंच ही द्वितीय भाषा म्हणून शिकवली गेली.

"आरपीएफना फ्रेंच येत असली तरी ते बोलण्याचं टाळतात." पास्टर मुरिंझी सांगतच होते, "त्यांचा असा दावा आहे की, फ्रान्सच्या सैन्यदलानेच इंटराहामवेच्या मारेकऱ्यांना प्रशिक्षण दिलंय. म्हणून ते फ्रेंच भाषेचाही तिरस्कार करतात... आरपीएफनं जर हे युद्ध जिंकलं, तर ते आपणा सर्वांना त्यानंतर इंग्रजी शिकायला लावतील."

देवानंच माझ्या डोक्यात प्रकाश पाडला.

खरं म्हणजे तो एक जबदरस्त तडाखाच होता, तोफेच्या आवाजासारखा! त्या क्षणीच माझी बालंबाल खात्री झाली की, आरपीएफ ही लढाई जिंकणार. याचाच अर्थ होता की, जातिसंहारानंतर मला इंग्रजी बोलणारे लोक भेटतील आणि आम्हाला काय काय भोगावं लागलं, ते सर्व मलाच त्यांना सांगावं लागेल. मला अंतर्यामी जाणीवही झाली होती की, मी युनोमध्ये काम करीत होते, जिथे जवळजवळ प्रत्येक जण इंग्लिशमध्येच बोलत होता. मला एकदम अगदी स्पष्टपणे जाणवलं की, मी या बाथरूममधील पुढील सर्व काळ इंग्रजी भाषा शिकण्यासाठी व्यतीत करणार होते. मला वाटलं की, मोठी लॉटरी जिंकण्यासाठी जे विशिष्ट नंबर असावेत, त्याचं दान देवानं माझ्या पदरात टाकलं होतं. मला आता इतकीच गोष्ट करायची होती की, ते आकडे जेव्हा काढले जातील, त्या वेळी मी संपूर्ण सज्ज राहायचं होतं. या माझ्या विधिलिखिताला सामोरं जाण्यासाठी मला तयारी करावयाची होती.

ही अशी अगदी परकी भाषा शिकण्यासाठी मला पुष्कळ तास अभ्यास करावा लागणार होता आणि त्या दबावामुळे प्रार्थनेला कमी वेळ मिळेल, हेही मला उमजलं. त्यामुळे मला चिंता वाटत होती की, त्या टपून बसलेल्या सैतानाला अनायसे संधी मिळणार होती : 'पुन्हा माझ्या डोक्याशी भुणभुण करावयाची; माझ्या मनात भीती व संशयाचे जाळं पसरायची आणि मला निराशेच्या व अंधकाराच्या

गर्तेत ढकलून द्यायची.'

मला शक्य होती तीच एक कृती मी केली. मी काय करावं ते सरळ देवालाच विचारलं : 'कृपाळू परमेश्वरा, इंग्लिश शिकण्याची ही कल्पना तूच मला सुचवलीस, तेव्हा मी अभ्यास करीत असताना त्या सैतानाला दूर ठेवण्यासाठी तूच मला मदत कर आणि या बाथरूममध्ये बंदिस्त असताना नवी भाषा कशी शिकावी, यासाठी तूच कृपा करून मला मार्गदर्शन कर.'

मी माझ्या या शिकायच्या योजनेबद्दल इतर बायकांना काही सांगण्याची तसदी घेतली नाही... मी ज्या तऱ्हेने प्रार्थना करीत होते, ते पाहून त्यांचा आधीच समज झाला होता की, हिचा स्क्रू जरा ढिलाच झालाय. जीव वाचवण्यासाठी आम्ही झगडत असताना मी जर त्यांना सांगितलं असतं की, एका परकीय भाषेवर प्रभुत्व मिळवायचा माझा विचार होता, तर त्यांनी कदाचित पास्टरांना बोलावून आबाशी टोळीवाल्यांकडे आत्ता लगेचच माझी पाठवणी करायला सांगितलं असतं. म्हणून मी माझी स्वप्नं माझ्याजवळच ठेवली.

दुसऱ्या दिवशी पास्टरांनी जेव्हा आमच्यासाठी जेवण आणलं, तेव्हा मी त्यांना विचारलं, "तुमच्याजवळ इंग्लिश-फ्रेंच डिक्शनरी तसंच इंग्रजीमध्ये लिहिलेली काही पुस्तकं असल्यास ती मला उसनी म्हणून द्याल काय?" जसं काही मी सुग्रास भोजनच मागितलं होतं, अशा दृष्टीनं त्यांनी माझ्याकडे पाहिलं.

मी कुजबुजले, "मी माझं मन कशात तरी गुंतवायचा प्रयत्न करतेय. गेले दोन महिने आम्ही नुसते भिंतीकडे पाहण्यात घालवले आणि आम्ही एकमेकींबरोबर काही बोलूही शकत नाही." एखाद्या वेडगळ माणसाला वेंगाडावं, असं करून त्यांनी मान हलवली आणि ते मागे वळले.

"मी जर इंग्रजी शिकले, तर युद्धानंतर मी युनोच्या शांतिसेनेला सांगू शकेन की, तुम्ही किती शौर्यानं आमचे प्राण वाचवलेत." मी पुन्हा री ओढली.

नुसत्या त्या कल्पनेनं पास्टर मुरिंझी सुखावले आणि त्यांनी स्वतःच्या संग्रहातून ती शोधून ठेवण्याचं आश्वासन दिलं. मी खरंच नशीबवान होते. रवांडामध्ये फारच थोड्या लोकांकडे स्वतःची अशी इंग्रजी पुस्तकं होती. पास्टरांकडे मात्र दोन इंग्लिश पुस्तकं आणि फ्रेंच-इंग्लिश डिक्शनरी मिळाली. "इम्माकुली, माझ्याकडची पुस्तकं तुला समजायला जड जातील आणि नवशिक्यांसाठीची पुस्तकं माझ्याकडे नाहीत." ते म्हणाले.

मी त्यांच्याकडे पाहून हसले. हे युद्ध किती लांबेल, ते समजायला काहीच मार्ग नव्हता. पण मलाही लहान मुलांच्या गतीनं शिकायचं नव्हतं, आयुष्याच्या नव्या वाटेवर मोठमोठ्या ढांगा टाकत जायचं होतं.

"पास्टर, काही हरकत नाही." मी प्रतिसाद दिला. "मला नवशिक्यासाठीची

पुस्तकं नकोच आहेत, कारण मी जरा घाईतच आहे. माझ्यासाठी तुमच्याकडचं सर्वांत मोठ्ठं आणि अतिशय अवघड, समजायला कठीणसं पुस्तक घेऊन या.''

माझी योजना ऐकून पास्टर फारच उत्साहित झाले होते. युनोच्या शांतिसेनेतील लोकांना कसं ओळखायचं, हेही त्यांनी स्पष्ट केलं. ''युनोचे सैनिकच फक्त निळ्या हॅट्स वापरतात.'' दोन जाडी इंग्रजी पुस्तकं व डिक्शनरी माझ्या हातावर ठेवत ते म्हणाले.

मी ताबडतोब ती पुस्तकं उघडली आणि त्यातील त्या अतर्क्य शब्दांवरून अधाश्यासारखी नजर फिरवली. ती पुस्तकं म्हणजे जसं काही सोन्याच्या लगडी होत्या, अशा तऱ्हेनं हातात घट्ट धरून ठेवली... असं वाटलं की, एखाद्या अद्ययावत विद्यापीठाची शिष्यवृत्तीच मला मिळाली आहे!

मी एक दीर्घ श्वास घेतला आणि माझ्या प्रार्थनेला प्रतिसाद दिल्याबद्दल व इंग्रजी शिकण्यासाठी आवश्यक ती साधनं पुरविल्याबद्दल त्या परमेश्वराचे आभार मानले. मला प्रार्थनेसाठी जरी कमी वेळ मिळणार होता, तरी अभ्यास करतानाही देव माझ्यासमवेत असणार, हे मला ठाऊक होतं. मी ही भाषा शिकावी, अशी त्याची योजना होती आणि त्यामागची त्याची शक्ती माझ्या नसानसांतून स्रवत होती.

स्वत:विषयी दया अथवा संशय व्यक्त करण्यात मी मुळीच वेळ दवडणार नव्हते. देवानं मला ही मौल्यवान वस्तू भेट म्हणून दिली होती आणि त्याच्या या दयाळूपणाचा मी जास्तीत जास्त चांगला उपयोग करणं, हीच त्याची खरी परतफेड होती. मी सर्वांत मोठं पुस्तक उघडलं आणि वाचायला सुरुवात केली.

बाथरूममधील माझ्या उर्वरित वास्तव्यात प्रार्थना करणं, देवाचं मनन करणं आणि जास्तीत जास्त अभ्यास करणं यासाठीच मी माझा सर्व वेळ उपयोगात आणणार होते. मी एका वेळी एकच इंग्रजी शब्द शिकत होते. इंग्रजी पुस्तकातील एक नवा शब्द बघायचा आणि त्याचा फ्रेंचमधील पर्यायी शब्द पाहण्यासाठी डिक्शनरीचा वापर करावयाचा, त्याचा मग अर्थबोध लावीत असे. प्रथमत: यासाठी खूप वेळ लागत असे, पण ते सर्व मोहात पाडणारं होतं... आणि मजाही वाटत होती.

मी पहिली गोष्ट केली – ती म्हणजे, मला बाहेरच्या जगात पुन्हा प्रवेश करताना ज्या महत्त्वाच्या इंग्रजी शब्दांची फार जरुरी होती, ते मुखोद्गत करणं. मला लक्षात आलं की, इंग्रजीतील 'I' ला फ्रेंच 'Je' म्हणतात आणि हा शब्द ध्यानात ठेवणं माझ्यासाठी फार महत्त्वाचं होतं. मला हे सांगता येणं जरुरीचं होतं – ''मी तुत्सी आहे; मला मदत पाहिजे. मी तीन महिने लपून काढले... मी माझ्या कुटुंबाच्या शोधात आहे किंवा मी काम करू इच्छिते.''

इंग्रजी शिकणं सुरू केलं, त्या पहिल्या दिवशी मी त्या पुस्तकाचं पहिलं पान

अनेकदा वाचलं. मला फार फार वाटत राहिलं की, त्या पुस्तकाचं नाव निदान ते कशावरती होतं, ते आठवावं. पण ते आता सारं फार अंधूक झालंय. मला इतकं मात्र नक्की आठवतंय की, बाहेर इतका काळोख झाला की, मला अक्षरं दिसेनात आणि त्यानंतर मी ते पुस्तक छातीशी नुसतं घट्ट धरून होते. आवाज न करता, मी ओठांतल्या ओठांत पहिलं इंग्रजी वाक्य पुटपुटले, 'मी इम्माकुली आहे. देवा, तुझे फार उपकार आहेत.'

दर दिवसाअखेर मी पार थकून जात होते, पण अंतर्यामी आनंदित होत होते. ही नवी भाषा मला अद्यापि आत्मसात झाली नव्हती; पण माझ्या नव्या आयुष्याची देवानं केलेली रचना या भाषेमधूनच माझ्यापुढे साकारेल, हे मला माहीत होतं. जसजसे दिवस सरत होते, तसतसा माझ्याकडे पुष्कळ शब्दसंचय झाला होता. माझी गोष्ट इंग्रजीमधून सांगण्यासाठी त्यांची खूप जरुरी होती. सुटका, लपून राहणं, युद्ध, प्रार्थना, नोकरी व देव हे शब्द माझ्या वाढत्या इंग्रजी शब्दभांडारामधील परवलीचे शब्द होते... आणि प्रत्येक नवा शब्द हा रत्नाप्रमाणे मौल्यवान होता. तसेच पूर्वी व नंतर हे शब्दही मी माझ्या शब्दकोशात भरून ठेवले, कारण तोपर्यंत माझ्या लक्षात आलं होतं की, माझ्या सबंध आयुष्याचा उल्लेख यापुढे जातिसंहारापूर्वी व जातिसंहारानंतर असा होणार होता.

एका सकाळी डिक्शनरी चाळताना मला इंग्रजी व्याकरणासंबंधीचा उल्लेख सापडला. नियम! मला अत्यानंद झाला. हे म्हणजे अगदी स्वर्गातील प्रसादासारखंच होतं. इंग्रजी भाषेची सर्व रहस्यं जाणून घ्यायची किल्लीच माझ्या हाती आली होती. इंग्रजी क्रियापदं, नामं, विशेषणं, उभयान्वयी अव्यय, भूत-वर्तमान-भविष्यकाळ... सर्व काही! इतर बायका झोपलेल्या असतील किंवा शून्यात नजर लावून बसलेल्या असतील, तेव्हा मी नव्या जगाचा शोध घेत होते. माझ्या प्रार्थना आणि माझं वाचन यात माझा सर्व दिवस व्यतीत होत होता. खिडकीतून येणाऱ्या अंधूक प्रकाशात मी मध्यरात्रीपर्यंत वाचत बसे, अगदी डोळे मिटायला लागेपर्यंत वाचत राही. वाचायला मिळणाऱ्या प्रत्येक सेकंदासाठी मी देवाचे आभार मानले.

मी हा प्रयत्न सुरू केल्यापासून पास्टरांनी दिलेली दोन्ही पुस्तकं मी तीन आठवड्यांत अथपासून इतिपर्यंत वाचून काढली होती. आता मी पुढल्या वर्गात जाण्यासाठी तयार झाले होते. मला आता इंग्रजी लिहायला शिकायचं होतं. पास्टरांकडून मी एक पेन व पेपर उसने घेतले आणि पत्राचा मसुदा लिहायला सुरुवात केली.

मी ज्या माणसाला पत्र लिहायला घेतलं होतं, तो खरं तर माझ्यासमोर अजून अस्तित्वात नव्हता. पण तो जो होता, त्याच्यावर माझा पूर्ण विश्वास होता – आमचा त्राता! आमची सुटका होईल, याची मला इतकी खात्री होती की, माझ्या काल्पनिक

हीरोला मी सर्व अंगविशेष व स्वभाववैशिष्ट्यं दिली; ज्यायोगे आमची भविष्यातील भेट जास्त अस्सल वाटावी. तो उंचनींच, छोटी मिशी असलेला, काळ्या अंगकांतीचा युनोचा सैनिक होता. त्याच्या बोलण्याचा ढंग ब्रिटिश वळणाचा होता. त्यानं कडक इस्त्रीचा, स्वच्छ निळा युनिफॉर्म घातला असून डोक्यावरची निळी टोपी उजव्या कानावर खाली ओढली होती. तो मोकळ्या मनाचा असून त्याच्या चेहऱ्यावर प्रेमळ भाव व सात्त्विक हास्य होतं. आम्ही भोगलेल्या हालअपेष्टांचे वर्णन करणारं माझं पत्र वाचून त्याचे पिंगट रंगाचे डोळे अनुकंपेनं भरून आले होते. मारेकऱ्यांची जी प्रतिमा माझ्या मनात भरली होती, त्याच्या अगदी विरुद्ध असं त्याचं हे काल्पनिक चित्र माझ्या नजरेसमोर होतं.

मी लिहिलेलं ते पत्र म्हणजे, माझ्या नव्या आयुष्याची रूपरेषा बनण्यातील एक महत्त्वाची पायरी होती. माझ्या मनात मी माझी सुटका करणाऱ्याची प्रतिमा – तो दयाळू अंत:करणाचा, दुसऱ्याची काळजी घेणारा – अशीच चितारली होती. कारण अशाच माणसाने आमची सुटका करावी, अशी माझी इच्छा होती. एकदा मला कुणीतरी सांगितलं होतं की, भविष्यात जे काही घडावं, अशी आपली मनीषा असते त्यासाठी मनानं त्याचं चित्र मनश्चक्षूंपुढे उभं ठेवणं महत्त्वाचं असतं. कारण तसं करण्यानं ते खरं होण्यासाठी मदत होते आणि देवाचे आभार... कारण त्या विचारसरणीवर माझा खूप विश्वास होता.

देवानं माझ्या मनात बीज रोवलं होतं. त्यानंच मला इंग्रजी शिकण्यास सांगितलं होतं आणि तिच्या सरावामुळे जातिसंहाराच्या पलीकडे एक संपन्न व आकर्षक आयुष्य माझी वाट पाहत असल्याचं मला दिसत होतं. मला माहीत होतं; जर मी पूर्ण विश्वासानं, निर्मळ अंत:करणानं व सद्भावनेनं ते कल्पिलं असेल आणि परमेश्वराच्या मते ते माझ्यासाठी उचित असेल, तर माझ्या मनातील त्या योजनेला नक्कीच मूर्त स्वरूप प्राप्त होईल. त्याच वेळी मला जाणवलं की, आपलं विधिलिखित कसं असावं, याबद्दल मी स्वप्न पाहू शकते, ते चित्र माझ्या डोळ्यांसमोर उभे करू शकते. मी प्रतिज्ञा केली की, मला जे हवं होतं ते स्वप्नात रंगवण्याचा माझा नेहमीच प्रयत्न राहील आणि मी फक्त सुंदर गोष्टींचं स्वप्न रंगवेन – जसं प्रेम, स्वास्थ्य व शांती; कारण आपल्या लेकरांसाठी अशाच प्रकारचं सौंदर्य सर्वत्र असावं, अशीच परमेश्वराची इच्छा असते.

जूनच्या सुरुवातीला माझा गतकाळच समोर उभा ठाकला. माझा मित्र जॉन व माझ्यामध्ये गेल्या दोन वर्षांत गाढ प्रेमसंबंध जुळले होते. आणि माझं युनिव्हर्सिटीमधील शिक्षण पूर्ण झाल्यानंतर लग्न करण्याचंही आम्ही ठरविलं होतं. ईस्टरच्या आधी आमच्यामध्ये बराच बेबनाव निर्माण झाला होता. (आमच्या कुटुंबांची रीतसर ओळख करून घेण्यासाठी ठरवलेली एंगेजमेंट पार्टी रद्द करायला लावून त्यानं मला

चांगलेच तोंडघशी पाडलं होतं.) तरीही मला अजून वाटत होतं, 'आमच्यात समझोता होईल.'

हत्याकांड सुरू झाल्यापासून आमच्यात काहीच संपर्क नव्हता, पण बाथरूममधील माझ्या वास्तव्यात माझ्या मनात बऱ्याचदा त्याचा विचार यायचा आणि तो सुरक्षित असावा, त्याला काहीही इजा होऊ नये, म्हणून मी देवाची प्रार्थना करीत असे. मला कल्पना होती, 'तो हुतू असल्यामुळे त्याला बहुधा धोका नसावा आणि स्वत:च्या मर्जीनं तो कुठेही संचार करू शकत असेल.' बऱ्याच वेळा मला असंही वाटायचं, 'तो माझा शोध घेत असणार; मी जिवंत आहे की मारली गेलीये याची काळजी करीत असणार किंवा मी कुठे तरी लपून असेन आणि तो माझी सोडवणूक करण्यासाठी येईल म्हणून वाट पाहत बसलेली असेन... तो नक्की माझा शोध घेत असणार!' पण बिलकूलच अपेक्षा केली नव्हती आणि अशा क्षणी या व इतर अनेक प्रश्नांची मला उत्तरं मिळाली!

एका सकाळी घराच्या पुढील अंगणात चाललेली मोठी गडबड व गलका आमच्या कानी आला. आमच्या मनात लगेचच विचार आला की, आमचा शोध घेण्यासाठी मारेकऱ्यांची आणखी एक टोळी आली असावी... पण माझ्या ताबडतोब लक्षात आलं की, हा गडबड, गलका वेगळाच होता. त्या नेहमीच्या शिव्या, धमक्या व संतापी आरोळ्या या वेळी ऐकू आल्या नाहीत. त्याऐवजी स्वरा-सुरांमधून एक प्रकारचा आनंद, खरंतर जल्लोष भरलेला होता. कोणी घरात आलेलं समजलं की, माझ्या मनाचा भीतीनं थरकाप व्हायचा; पण त्या वेळी छान, ऊबदार व कोमल भावना निर्माण झाल्या. जुने मित्र बऱ्याच दिवसांनी भेटल्यामुळे एकमेकांचे हसून स्वागत करीत होते. त्या स्वरात मला जॉनच्या हसण्याचा आवाज ऐकू आला आणि माझा श्वासच घशात अडकला.

असं समजलं की, पास्टर मुरिंझींच्या अनेक नातेवाइकांबरोबर तोही इथे येऊन पोहोचला होता. ते सर्व किगालीहून आले होते, कारण आरपीएफचे क्रांतिकारी सैनिक जवळजवळ राजधानीपर्यंत पोहोचले होते. हजारो हुतूंनी तिथून पळ काढला होता आणि या लोकांनीही तिथून काढता पाय घेतला होता. आता सूड घेतला जाईल, या भीतीनं आपली घरंदारं सोडून ते दक्षिणेकडे निघून आले, जिथपर्यंत अजून लढाई पोहोचली नव्हती. पास्टरांच्या चाळीसएक नातेवाइकांनी (यात जॉनचाही समावेश होता) आमच्या गावात नव्यानं वस्ती करण्याचं ठरवलं होतं आणि त्यांना आशा होती की, युद्धाची झळ त्यांच्यापर्यंत पोहोचणार नाही.

माझा प्रियकर जिवंत होता, त्याची शरीरप्रकृती उत्तम होती आणि मन:स्वास्थ्यही छान होतं, हे समजल्यामुळे मला खूप आनंद झाला. आम्ही लवकरच एकमेकांना प्रत्यक्ष भेटणार होतो, हा विचार खूपच उत्साहवर्धक होता. 'मी याच घरात लपून

आहे,' हे त्याला माहीत असेल काय – या विचारात मी जवळजवळ सबंध दिवस काढला.

त्या रात्री सर्व जण झोपल्यावर पास्टरांनी जॉनला बाथरूमपाशी आणलं. त्याला पाहून मला इतका आनंद झाला की, आपण कुठे होतो, हेच मी काही काळ विसरून गेले. मी त्याला घट्ट आलिंगन दिलं आणि त्या श्रमानं मला भोवळच आली. कित्येक आठवडे संपर्कासाठी केवळ कुजबुज व चिन्हांची भाषा वापरल्यानं माझ्या घशातून शब्दच फुटत नव्हता. 'मला त्याची आठवण येत होती, मी त्याच्यासाठी प्रार्थना करीत होते'... हे सर्व मला सांगायचं होतं.

जॉन पटकन मागे सरकला व मला डोक्यापासून पायापर्यंत न्याहाळत सरतेशेवटी म्हणाला, "इम्माकुली, तू इतकी रोडावली आहेस की, माझा विश्वासच बसत नाहीये. तुला आलिंगन देताना नुसत्या हाडांचा सापळा धरल्यासारखं वाटतंय."

मी त्याच्याकडे बघतच राहिले. मला एकीकडे हसू येत होतं आणि त्याच वेळी माझ्या डोळ्यांत अश्रू दाटून आले. त्याच्या त्या पहिल्या प्रतिक्रियेने मला धक्काच बसला. मला फार आशा होती की, तो म्हणेल, 'माझं तुझ्यावर फार प्रेम आहे' किंवा निदान 'मला जिवंत पाहून मला फार आनंद झालाय' असं तरी म्हणेल....

"ते जाऊ दे... तुझं शरीर काही आता इतकं आकर्षक राहिलेलं नाहीये." तो पुढे म्हणाला, "पण तरीही तू अजून चांगली दिसतेस. तू जिवंत असावीस व तुझ्यावर कुणी बलात्कार केलेला नसावा, म्हणून मी देवाची प्रार्थना करीत होतो आणि आत्ता तू इथे माझ्यासमोर जिवंत आणि बलात्कार न झालेली अशी उभी आहेस!"

त्याच्या बोलण्यानं मी अवघडले... ते कुणी परपुरुषानं बोलण्यासारखं होतं. माझ्या प्रियकराकडून माझी ही अपेक्षा नव्हती. आम्ही पूर्वी जसे एकत्र असायचो, त्यापेक्षा तो वेगळा वाटला. तो वेगळा मात्र निश्चितच दिसत होता. त्याचे केस रानटी आफ्रिकन वाढवतात, तसे होते आणि दाढीच्या जंजाळात त्याचा चेहरा लपला होता. जातिसंहारामध्ये देशातील सर्व व्यवहार ठप्प होते, म्हणून त्याला न्हावी न मिळाल्याचं त्यानं स्पष्टीकरण दिलं.

कुणीतरी ऐकेल म्हणून काही मिनिटांतच पास्टरांनी आमची भेट आटोपती घ्यायला लावली. आम्ही दोघांनी थोडा अधिक काळ एकत्र घालवावा व अगदी हृदयापासून हितगुज करावं, असं मला फार वाटत होतं; पण तसं होणं शक्य नव्हतं. पास्टरांनी बाथरूमचं दार लावून घेण्यापूर्वी मी व जॉननं पुन्हा एकदा एकमेकांना आलिंगन दिलं.

जॉनला जिवंत व सुरक्षित ठेवल्याबद्दल मी देवाचे आभार मानले... पण लवकरच त्याचं घरातील अस्तित्व मला बोचू लागलं. तो स्वतंत्र होता, राजपुत्रासारखा

राहत होता... बाहेर हिंडत होता, चविष्ट खात-पीत होता, गाद्या-पांघरुणांवर लोळत होता. आपल्या आईबरोबर बोलू शकत होता... आणि त्याच वेळी मी मात्र एखाद्या प्राण्यासारखी बंदिवासात अडकून पडले होते. त्याच्या हुतू मित्रांबरोबर त्याचं ते हसणं-खिदळणं, मौजमजा करणं, गोष्टी सांगणं, बास्केटबॉल खेळणं, विनोदी चुटके ऐकवणं – हे सर्व मला रोज बाथरूमच्या खिडकीतून येणाऱ्या आवाजावरून समजत होतं आणि खेदाची गोष्ट म्हणजे, मला हे सर्व ऐकू जातंय, हे त्याला माहीत होतं. मला काही असं वाटत नव्हतं की, त्यानं बाजूला बसून सुतकी चेहऱ्यानं बघत राहावं. पण मी बाथरूममध्ये बंदिस्त असताना त्यानं तिथेच खाली अशा प्रकारचं वर्तन करावं, हे निर्दयतेचं लक्षण होतं. जसा काही सुट्टीचाच आनंद घेत असल्यासारखं त्याचं वर्तन होतं... जेव्हा माणसं – माझी माणसं त्याच्या आवतीभोवती ठार केली जात होती आणि गावगुंड व मारेकरी त्याच्या प्रेयसीचा शोध घेत फिरत होती!

बाहेर कधी जेव्हा मजा करताना त्याचा आवाज ऐकू यायचा, तेव्हा मी बायबल उघडून खालील उतारा वाचीत असे – 'प्रेम हे दयापूर्ण व सहनशील असतं. प्रेम द्वेषपूर्ण व बढाईखोर नसतं; ते उद्धट वा असभ्य नसतं. प्रेम स्वत:साठी आग्रही नसतं, ते तिरस्करणीय वा चिडचिडं नसतं. ते अयोग्य नाही, पण योग्य गोष्टींत आनंद घेतं. प्रेम कधीच आटत नाही.' (1, COR. 13:4-8)

अशा प्रकारचं प्रेम मला अपेक्षित होतं आणि आपल्यापैकी प्रत्येकाला असंच प्रेम मिळावं, अशीच देवाचीही इच्छा असते, हेही मला ठाऊक होतं.

त्या रात्रीनंतर एकदा की दोनदाच जॉनने माझी भेट घेतली आणि आमच्या काही मिनिटांच्या त्या भेटीनंही मला आनंद दिला. पण आमचे एकमेकांविषयीचे विचार व भावना व्यक्त करण्यासाठी केव्हातरी घडलेल्या त्या क्षणिक भेटी अपुऱ्या होत्या. खरं तर माझ्या हृदयाशी भिडण्याचा, माझ्याशी संवाद साधण्याचा त्यानं थोडाही प्रयत्न केला नव्हता आणि देवाला ठाऊक होतं की, त्याला सांगण्यासाठी माझ्याजवळ पुष्कळ काही होतं. पास्टरांचे पुष्कळ नातेवाईक घरात असताना त्यानं मला भेटायला येणं खूप कठीण व धोकादायक होतं, हे मला समजत होतं; पण तरीदेखील....!!

मला आठवतंय की, आमच्या त्या क्षणिक भेटीतही मी त्याला विनवलं होतं, 'कृपा करून थोडा वेळ काढून मला एक छोटंसं पत्र लिही आणि पास्टर किंवा दुसेंगे, जेव्हा खाणं पोहोचवण्यासाठी रात्री येतील, तेव्हा त्यांच्याकडे दे. जॉन, माझी एवढीच इच्छा आहे रे... फक्त तुझे काही शब्द – हे सांगणारे की, माझा विचार तुझ्या मनात असतो, तुला अजून माझी काळजी करावीशी वाटते आणि यापुढेही आपलं प्रेम जिवंत ठेवायची तुझी इच्छा आहे. बस्स!'

त्यानं वचनही दिलं की, तो पत्र लिहिणार होता; पण त्यानं कधीच लिहिलं नाही.

पुढच्या वेळी तो जेव्हा भेटायला आला, तेव्हा त्या अमूल्य क्षणांतील काही खर्चून मी त्याला छेडलंच, “वचन देऊनसुद्धा तू मला पत्र का नाही लिहिलंस? मी ज्या दिव्यातून जात आहे, त्याची तुला कल्पना आहे का?”

“हे बघ, मला एकच गोष्ट ठाऊक आहे – दुसऱ्या कुणाची नजर तुझ्यावर पडली नाहीये आणि त्यामुळे माझ्यासाठी काळजीचं एक कारण कमी झालंय.”

त्या शब्दांनी जॉननं आमच्यातील उरल्या-सुरल्या प्रेमाला तिलांजली दिली. देवानं आम्हा दोघांना प्रेम उपभोगायची आणि वृद्धिंगत करायची सर्वोत्कृष्ट संधी दिली होती, पण जॉननं सगळ्याचा चुथडा करून टाकला.

■

मदतीचा अकल्पित हात

हत्याकांडाने कहर चालवला असताना आणि भयानक कारवाया रोजच घडत असताना बऱ्याच दिवसांनी एक चांगली बातमी माझ्यापर्यंत पोहोचली. जूनच्या मध्याला आम्हाला अज्ञातवासात जाऊन दोन महिने उलटून गेले होते. पास्टरांचा मुलगा सेमबेबा, बाथरूमच्या खिडकीखाली बसून त्याच्या मित्रांबरोबर बोलताना मी ऐकलं. त्यांनी पाहिलेल्या किंवा कुणी प्रत्यक्षदर्शीनं त्यांना सांगितलेल्या ताज्या हत्यांबद्दल ते बोलत होते. त्यांनी वर्णन केलेले अत्याचार हे मी आत्तापर्यंत कधीही ऐकले नव्हते, एवढे भयानक होते. त्यांच्यापैकी एक मुलगा, एखाद्यानं फुटबॉलच्या मॅचचं वर्णन करावं इतक्या सहजपणे, त्या दुष्कृत्यांचं वर्णन करीत होता; ज्याची कधी कुणी कल्पनाही केली नव्हती. मला वाटलं होतं की, मला उलटीच होतेय. "त्यांनी जिला धरली होती, ती एक माता होती आणि ते सर्व आळीपाळीने तिचा उपभोग घेत होते. तिच्या मुलाला निदान बाजूला नेण्यासाठी ती कळवळून सांगत होती. पण त्यांनी तिच्या तिन्ही मुलांच्या व नवऱ्याच्या गळ्यावर त्यांची हत्यारं रोखून धरली होती आणि आठ-नऊ जणांनी तिच्यावर केलेला बलात्कार बघायला भाग पाडलं होतं. आपला कार्यभाग उरकल्यावर त्यांनी त्या सबंध कुटुंबाला ठार केलं."

त्यांच्या त्या आपसातील गप्पा कानावर पडत असताना मी माझं डोकं घट्ट पकडून होते. त्यांच्या गोष्टीमधून हातपाय तोडून टाकलेली, पण मुद्दाम जिवंत सोडून दिलेल्या, यमयातना भोगणाऱ्या मुलांची वर्णनं होती; तसंच दगडावर आपटून मारलेली मुलं होती. 'एच.आय.व्ही.'नं रोगग्रस्त झालेल्या सैनिकांबरोबर संभोग करायला लावून रोगग्रस्त करून टाकलेल्या किशोरवयीन मुलींच्या कहाण्या होत्या.

आणखी असं बरंच काहीबाही ते सांगत होते; पण मी माझ्या कानात बोटं घट्ट दाबून, मूकपणे देवाला विनवलं, 'अरे देवा, आमच्याही पुढे असंच भवितव्य असेल, तर आम्हाला आत्ताच तुझ्या बाहुपाशात घे... मला तुझ्याबरोबर स्वर्गात राहू दे, नरकासमान झालेल्या या देशात ठेवू नकोस.'

काही वेळानं बाहेर चाललेल्या बोलण्याचा ओघ युद्धातील क्रौर्याकडून प्रत्यक्ष

युद्धाकडे वळला. काही मुलं म्हणत होती की, सरकारी सैनिकांनी इतका जबरदस्त मार खाल्लाय की, किगाली लवकरच आक्रमकांच्या हाती पडणार होतं. 'आक्रमकांनी जर युद्ध जिंकलं, तर हुतूंचं काय होणार' याची सर्वांना चिंता पडली होती.

सेमबेबा म्हणाला, त्यानं ऐकलंय की, फ्रान्स रवांडाला सैन्य पाठवणार आहे. फ्रान्सचे हुतू सरकारशी चांगले संबंध असल्यामुळे त्याला व त्याच्या मित्रांना दिलासा मिळाल्याचं जाणवलं. त्यांना वाटत होतं की, आक्रमक तुत्सींविरुद्ध लढण्यासाठी सरकारी सैन्याला फ्रेंचांची मदत होणार होती आणि त्यामुळे आरपीएफला देशाबाहेर हुसकावून लावता आलं असतं. असं जरी झालं तर युद्ध तरी थांबेल आणि मारेकऱ्यांचे घातक मनसुबे निवळायला वेळ लागणार नव्हता.

फ्रेंच सैनिकांच्या येण्यानं काय फरक पडणार होता, याबद्दल सुरुवातीला मी स्वतःच साशंक होते. बरेच लोक म्हणत होते की, फ्रेंच सैन्यानंच इंटराहामवेला प्रशिक्षण दिलं होतं. त्यामुळे जातिसंहार तडीस नेण्यासाठीच सरकारला मदत करण्यासाठी फ्रेंच सैन्य येत होतं.

पण तसं होईलसं मला वाटत नव्हतं. नक्कीच तसं होणार नव्हतं. कारण जर फ्रेंच फौजा रवांडात आल्या, तर सर्व जगाचं लक्ष त्यांच्यावर असणार होतं. त्यानुसार टी.व्ही., कॅमेरे, निवेदकही असणार. याचाच अर्थ असा होता की, येथील हत्याकांड, हिंसाचार, रक्तपात सर्व जगाला दिसणार. जर श्रीमंत देशांनी ते पाहिलं, लक्ष देऊन पाहिलं, प्रत्यक्ष घडताना पाहिलं; तर त्यांना काहीतरी करावंच लागणार होतं. त्यांना हा जातिसंहार थांबवावाच लागणार होता... थांबवणारच नाही का?

माझं मत पक्कं झालं होतं की, जरी त्यांनी मारेकऱ्यांना प्रशिक्षण देण्यास मदत केली असली तरी फ्रेंचांचं इथे येणं, ही एक चांगली गोष्ट ठरणार होती; कारण दुसऱ्या कोणत्याही परदेशी व्यक्तीच्या इथे येण्यानं आमची येथील वाईट परिस्थिती जगापुढे येणार होती. त्यांच्या फौजा सुरक्षितपणे येवोत, म्हणून मी देवाची प्रार्थना केली, आभार मानले. हे खरं होतं की, आमच्या देशातील त्यांच्या आचरणाचा पूर्वेतिहास पाहिला, तर फ्रेंचांकडून आमचं रक्षण होणं असंभवनीय वाटत होतं; पण बाथरूममधील वास्तव्यात एक गोष्ट माझ्या नजरेत आली की, देवाची करणी अगाध असते.

थोड्याच दिवसांत रेडिओवरील निवेदनावरून 'ऑपरेशन टरक्वाईज' – रवांडाला फौजा पाठवण्याची फ्रान्सची योजना – याबद्दल आम्हाला समजलं. फ्रेंच भाषा बोलणाऱ्या अनेक देशांतून येणारे ते सैनिक 'लेक-किव्हू'च्या किनारी त्यांचा तळ ठेवणार होते, जे ठिकाण आमच्यापासून दूर नव्हतं.

शेजारच्या झायरेला लागून असलेल्या रवांडाच्या सरहद्दीजवळील गोमा विमानतळावर फौजांचं आगमन झालं, तेव्हा हुतू अधिकाऱ्यांनी त्यांच्यासाठी जंगी स्वागत समारंभाचं

आयोजन केलं होतं. त्याप्रसंगी सैनिकांचे स्वागत करण्यासाठी खास लिहिलेलं व हुतू वाद्यवृंदानं गायलेलं स्तवनगीत आम्ही रेडिओवरून ऐकलं. त्यांनी फ्रेंचांची खूप स्तुती केली आणि दोन्ही देशांमधील दीर्घकालीन मैत्री पूर्ण जल्लोषात साजरी केली.

पास्टरांनी आम्हाला सांगितलं की, या समारंभानं हेच दाखवून दिलंय की, तुत्सींना मारण्यासाठीच फ्रेंच लोक रवांडात आले होते. पण मी त्यांच्याशी सहमत नव्हते. मला मात्र खात्री होती, 'देवानं माझ्या प्रार्थनेला पुन्हा एकदा प्रतिसाद दिलाय आणि आमची सुटका करण्यासाठी या वेळी कुणाला तरी पाठवलंय.' युनोनंही फ्रान्सला पाठिंबा दिला होता, हा एक शुभसंकेत होता आणि येताक्षणीच फ्रेंचांनीही रेडिओवरून त्यांच्या येण्याच्या हेतूसंबंधी स्पष्ट निवेदन सादर केलं. त्यांनी सांगितलं, 'जातिसंहारातून वाचलेल्या तुत्सींसाठी रवांडामध्ये त्यांनी सुरक्षित कँप उघडले आहेत. जे तुत्सी त्यांच्या कँपमध्ये येतील, त्या सर्वांना त्यांचे सैनिक पूर्ण संरक्षण देतील.'

"देवा, मी फार आभारी आहे." मी कुजबुजले.

काही दिवसांनंतर फ्रेंचांची हेलिकॉप्टर्स आमच्या प्रदेशावर घिरट्या घालताना पाहण्यात आली. आमची खात्री झाली की, आपत्तीतून वाचलेल्या लोकांची – आमची शोधाशोध ते करीत होते. आमच्या आशा पल्लवित झाल्या. रेडिओवरील बातम्यांमधून समजत होतं की, फ्रेंच फौजा अजून आमच्यापासून खूप दूर होत्या आणि आत्ता त्यांच्या कँपपर्यंत पोहोचणं कठीण होतं. युद्ध संपलेलं नसल्यानं हजारो मारेकरी मोकाटपणे आवतीभोवती फिरत तुत्सींच्या हत्या करीत होते. पण आम्ही पुढे काय करावं, याबद्दल मला स्पष्ट कल्पना होती.

पुढच्या वेळी पास्टर मुरिंझी जेव्हा आमच्यासाठी उरलंसुरलं अन्न घेऊन आले, तेव्हा मीच त्यांना सांगितले, "मला वाटतं, आम्ही फ्रेंच सैनिकांबरोबर राहायला जावं."

"इम्माकुली, ही अत्यंत वाईट कल्पना आहे. तुत्सींना मदत करण्यासाठी ते इथे आलेले आहेत, यावर बिलकूल विश्वास ठेवू नकोस... कदाचित बघताक्षणीच ते तुला ठार मारतील." हात हालवून त्यांनी माझी कल्पना धुडकावून लावली.

"काही हरकत नाही, पास्टर. या इंटराहामवेच्या मारेकऱ्यांना मला मारायचं समाधान मिळवून देण्यापेक्षा या परक्या सैनिकांकडून मला एका गोळीतच मरण येईल. आमचा छळ करणाऱ्यांच्या फशी पडून अपमानित होण्यापेक्षा फ्रेंचांच्या हातून निष्कलंकपणे मरून जाणं केव्हाही श्रेयस्कर."

माझं म्हणणं ऐकून पास्टरांना धक्काच बसला. ते म्हणाले, "इतर बायकांसह तू बाथरूममध्येच राहावं आणि सर्व चांगलंच होईल, अशी आशा धरावी." पण त्यानंतर त्यांनी पाहिलं की, इतर सातही जणी माझ्याकडे बोट दाखवून माझ्याशी

सहमत असल्याबद्दल मान हलवून सांगत होत्या.

"जंगलात जाऊन आबाशी टोळीवाल्यांशी लग्न लागण्यापेक्षा फ्रेंचांबरोबर निर्वासितांच्या छावणीत राहणं मी पसंत करते." इतर बायकाही सहमतिदर्शक मान डोलवीत असताना मी पुढे म्हणाले, "फ्रेंच आम्हाला मारून टाकतील किंवा वाचवतीलही... पास्टर... काहीही घडू शकतं! मला वाटतं, त्यांच्याकडे जाण्याचा धोका पत्करणं, हेच जास्त श्रेयस्कर."

त्यांनी खांदे उचलले व एक दीर्घ सुस्कारा टाकला... आमच्या विनंतीमुळे खरं तर त्यांना कुठेतरी हायसं वाटल्याचं जाणवलं... युद्ध सुरू झाल्यापासून आत्ता त्यांच्याकडे पुष्कळ माणसं राहत होती. त्यामुळे आम्हाला आसरा देणं, ही त्यांच्यासाठी सतत काळजीची बाब होती.

"तुम्हा सर्वांना जर फ्रेंचांकडेच जावंसं वाटत असेल, तर ते कुठे आहेत आणि तुम्हाला तिथे नेणं शक्य आहे काय, याचा मी अंदाज घेतो." शेवटी त्यांनी संमती दिली. "पण मी तुमच्या आशा उगाचच उंचावणार नाही. अजूनही बाहेर खूप धोका आहे... तुत्सी माणूस जर रस्त्यावर दिसला, तर त्याला तत्काळ ठार केलं जातंय."

पास्टर मुरिंझींना खरोखरच काळजी वाटत होती. त्यांना चिंता वाटत असावी की, त्यांच्या त्या छोट्याशा बाथरूममध्ये तीन महिने वास्तव्य केल्यानं आमची मनं गोंधळून गेली असावीत. त्यामुळे आमच्या मनाला उभारी देण्याचं त्यांनी ठरवलं. 'फ्रेंच फौजा आत्ता कुठे असतील,' या बातम्यांच्या प्रतीक्षेत आम्ही असताना एका रात्री त्यांनी आम्हाला चकितच केलं. बाथरूममध्ये बंदिस्त झाल्यापासून त्यांनी पहिल्यांदाच आम्हाला चक्क बाहेर येण्याचं आमंत्रण दिलं. घराच्या मुख्य भागी ते आम्हाला नेणार होते... आणि नुसते नेणार नव्हते... तर तिथून पुढे सिनेमा पाहायला नेणार होते.

रात्री उशिरा घरातील सर्व माणसं झोपली असताना पास्टरांनी आम्हाला प्रथम हॉलमध्ये व तिथून एका रिकाम्या खोलीत आणलं. त्यांनी तिथे एक टी.व्ही. व व्हिडिओ मशीन लावून ठेवलं होतं. चालताना आमच्या हालचालींचा आवाज होत असल्यामुळे सबंध रस्ताभर ते आम्हाला सावधानतेचा इशारा देत होते. कित्येक महिने बसून राहिल्यामुळे आमच्या झोकांड्या जात होत्या आणि आम्ही आजूबाजूच्या भिंतींवर धडकत होतो. काही असलं, तरी बाथरूममधून थोडा वेळ सुटका केल्याबद्दल मी पास्टरांची आभारी होते. आम्ही सर्व जणी खूप हसत होतो.

पास्टरांना सारखी काळजी वाटत होती की, बाहेर कुणीतरी ऐकेल, म्हणून त्यांनी टी.व्ही.चा आवाज बंद ठेवला होता. सुदैवानं बाथरूमच्या वास्तव्यात ओठांच्या हालचालींवरून आम्ही भाषा जाणण्यात वाकबगार झालो होतो. त्यामुळे संपूर्ण सिनेमा समजायला आम्हाला काहीच अडचण आली नाही. सिनेमाचं नाव

माझ्या लक्षात नाही, पण ती गोष्ट ठळकपणे माझ्या स्मरणात राहिलीय. एका वाळवंटातील खेड्यात राहणाऱ्या नर्ससंबंधीचा तो सिनेमा होता. त्या गावात डॉक्टर नव्हता. लोकांचे प्राण वाचवण्यासाठी तीच औषधोपचार करीत होती. डॉक्टरकीचा परवाना नसताना उपचार केल्यामुळे तिच्या सत्कृत्याकडे डोळेझाक करून सुरुवातीला तिचा छळ केला गेला, पण अंती ती निर्दोष ठरली आणि शेवटी तिचाच विजय झाला. तिला मानसन्मान मिळाला.

ती गोष्ट फार उद्बोधक होतीच, पण त्या सिनेमातील एक प्रसंग मला फार भावला. एक तरुण मुलगा बागेमधून सायकलवरून फिरताना गाणं गात होता. माझी पहिली प्रतिक्रिया होती, त्याला ओरडून लपायला सांगावं; कारण मारेकरी त्याला पाहतील आणि त्याच्यावर हात टाकतील. नंतर माझ्या लक्षात आलं की, तो तर एक सिनेमा होता आणि त्याचं चित्रीकरणही रवांडात झालेलं नव्हतं. मी विसरूनच गेले होते की, जगामध्ये अशाही जागा आहेत, जिथे तुत्सी म्हणून जन्माला येणं, हा काही मृत्युदंड देण्याजोगा गुन्हा नव्हता. एकदा तो मुलगा सुरक्षित होता, हे समजल्यावर अगदी असं वाटलं की, त्या पडद्याच्या आत उडी घ्यावी, त्याला भेटावं, त्या हिरवळीवरून धावावं आणि त्या विधात्यासमोर छानशी गाणी म्हणत आनंदाने आवाज करावा. जिथे मुलं हसतात आणि कुणावरही लपायची सक्ती केली जात नाही, अशा विश्वात मला जगायची इच्छा होती.

दुर्भाग्यवश चित्रपट बघून मिळालेला आमचा रात्रीचा आनंद अल्पायुषी ठरला. पास्टरांच्या घरचा एक नोकर त्या खोलीबाहेर होता. जी खोली बंद होती, त्या खोलीतून टी.व्ही.चा उघडझाप होणारा निळा प्रकाश त्याने पाहिला आणि बक्षिसाच्या लालसेनं त्यानं जे पाहिलं, ते मारेकऱ्यांच्या टोळीला कळवलं. त्यानं हेही सांगितलं की, त्याला आधीपासूनच शंका होती की, पास्टर मुरिंझींनी घरात कुठे तरी तुत्सींना लपवून ठेवलं होतं.

पास्टरांच्या मित्रांनी त्यांना सूचना दिली की, मारेकऱ्यांची एक मोठी टोळी त्यांच्या घराची झडती घेण्यासाठी येणार होती. मारेकऱ्यांना वाटत होतं की, पास्टर त्यांच्याशी फार दिवसांपासून खोटं बोलत होते. त्यामुळे ते फार रागावले होते, हेही त्यांनी सांगितलं.

काय झालं, ते सर्व पास्टरांनी येऊन सांगितलं, त्या वेळी ते फारच अस्वस्थ होते. इतकं घाबरलेलं मी त्यांना पूर्वी कधीच पाहिलं नव्हतं. ते गुडघ्यावर बसले आणि त्यांनी आमच्यासाठी आम्ही इथे आल्यापासून प्रथमच हात जोडून प्रार्थना म्हटली, "हे देवा, कृपाळू परमेश्वरा, या बायांची तुझ्याकडे जाण्याची वेळ आलीच असेल, तर त्यांना कृपा करून लगेचच घेऊन जा."

त्यांची प्रार्थना मला अजिबात सुखकारक वाटली नाही. त्यांनी आम्हाला कधी

नाही एवढं घाबरवून सोडलं होतं... जेवढं शक्य होतं तेवढं!

"पास्टर, तुम्हाला वाटतं, त्या तुमच्या नोकरानं सिनेमानंतर आम्हाला बाथरूममध्ये जाताना पाहिलं असावं? तुम्हाला खात्रीनं वाटतं की आम्ही कुठे आहोत, ते त्यांना माहिती झालंय?" मी हलक्या आवाजात विचारलं.

"मला नाही माहीत की, त्यांना नक्की काय ठाऊक आहे. पण आपणाला ते लवकरच समजेल. मारेकरी येतच आहेत. त्यांना जर बाथरूमबद्दल ठाऊक असेल आणि तुम्ही त्यांना सापडलात, तर आपणा सर्वांनाच ते ठार मारतील."

■

अतूट श्रद्धा

मारेकऱ्यांनी माझ्या नावानं मारलेल्या हाका मी ऐकल्या.

भीतीच्या धसक्यानं मी हादरून गेले आणि त्यानंतर सैतान माझ्या कानात कुजबुजला, 'आता त्यांना ठाऊक झालंय, तू कोण आहेस... आता त्यांना ठाऊक आहे, तू कुठे आहेस....'

माझं डोकं एकदम गरगरलं. हे सर्वच मला अकल्पित होतं. ते माझ्या नावानं का हाका मारताहेत...? मी इथे आहे, हे त्यांना कसं समजलं? ते बाथरूमकडेच येत होते काय? मी देवाचा धावा करायचा प्रयत्न केला, पण माझ्या मनात नकारार्थी विचारांचा घंटानाद होत होता... त्याच्याच जोडीला सर्व घरातून घुमणारे मारेकऱ्यांचे ते भयानक भेडसावणारे घृणास्पद आवाज... माझे कपडे घामाने चिंब झाले. माझा विश्वास डळमळीत झाला.

या वेळी ते शंभराहून अधिक होते. ते पास्टरांच्या अंगावर ओरडत होते. त्यांना शिव्याशाप देत होते. धमकावत होते – "कुठाय ती?" ते उपहासाने विचारत होते, "आम्हाला ठाऊकाय, ती इथेच कुठेतरी आहे. शोधा... इम्माकुलीला शोधून काढा."

ते पास्टरांच्या बेडरूममध्ये अगदी भिंतीच्या बाजूलाच होते. आमच्यामध्ये फक्त एक इंचाहून कमी जाडीचे प्लॅस्टर होतं. त्यांच्या दणकट चालीनं सर्व घर दणाणलं आणि त्यांचे भाले व कुऱ्हाडी, भिंती खरडत असल्याचा आवाज मी ऐकला.

त्या गोंधळामध्ये आमच्या कुटुंबाशी जवळचे संबंध असलेल्या एका माणसाचा आवाज मी ओळखला, "मी आत्तापर्यंत तीनशे नव्व्याण्णव झुरळांना चिरडलंय." तो बढाया मारत म्हणाला, "इम्माकुली ही चारशेव्वी असेल. किती जणांना मारून टाकलं, हे सांगायला हा आकडा उत्तम आहे."

मी अंग चोरून कोपऱ्यात उभी होते आणि सैतान मला हसत होता, 'त्यांना तुझं नाव ठाऊक आहे... त्यांना माहिती आहे, तू इथेच आहेस. आता तुझा देव कुठे गेला?'

मारेकऱ्यांनी पास्टरांना धारेवर धरलं होतं, "तुत्सी कुठायत? ते जर का

सापडले, तर त्याचे काय परिणाम होतील, ते तुम्ही जाणताच. पास्टर, ती कुठाय? इम्माकुली कुठाय? ती शेवटी इथेच दिसलीय. तुम्ही तिला कुठे लपविलंय?''

भीती आणि संशयाच्या पाशांनी माझं मन सैरभैर झालं आणि मारेकरी प्रथम जेव्हा आले होते, त्यापेक्षाही मी आत्ता जास्त भयभीत झाले. त्यांच्या आवाजानं माझ्या अंगाची चिरफाड केली आणि आपण जसं काही धगधगत्या निखाऱ्यांवर पडलोय, असं मला वाटलं. सर्व अंग दु:खाच्या एका लाटेत लपेटलं गेलं आणि अंगात हजारो सुया टोचल्यागत वाटलं. त्यामधूनही देवाची प्रार्थना करण्याचा मी प्रयत्न करीत होते. 'हे कृपाळू परमेश्वरा, तुझ्यावरील विश्वासामध्ये खंड पडल्याबद्दल मला माफ कर... देवा, माझा तुझ्यावर पूर्ण विश्वास आहे. मला ठाऊक आहे, तूच आमचं रक्षण करशील. या घरामध्ये आलेल्या सैतानी शक्तीपेक्षाही तू शक्तिमान आहेस.'

ज्या खोलीत आम्ही सिनेमा पाहिला, आता त्या खोलीत मारेकरी घुसले होते. फर्निचरची उलथापालथ करीत होते. तोंडाने एकसारखे माझं नाव घेत होते. ''आम्हाला इम्माकुली पाहिजे... इम्माकुलीला मारायची वेळ आता येऊन ठेपलीय.''

मी कान झाकून घेतले. त्यांच्यासारखा एखादा सुरा जर माझ्याजवळ असता, तर मी कानच कापून टाकले असते, म्हणजे काही ऐकायचा प्रश्नच राहिला नसता. 'हे देवा...' मी मोठ्यानं प्रार्थना करायचा प्रयत्न केला, पण दुसरे काही शब्दच जुळून येत नव्हते. मी आवंढा गिळायचा प्रयत्न केला, पण माझा घसा सुकला होता. तोंडातील ओलेपणा संपून तो कोरडा पडला होता.

मी डोळे मिटले आणि आपलं अस्तित्वच समेटून जावं, म्हणून देवाची प्रार्थना केली. पण आवाज वाढतच गेले. मला ठाऊक होतं की, ते कुठलीही दयामाया दाखवणार नव्हते आणि माझ्या मनात एकाच विचाराचे प्रतिध्वनी उमटत राहिले – 'त्यांनी मला पकडलं, तर ते मला मारून टाकतील. त्यांनी मला पकडलं, तर ते मला मारून टाकतील... त्यांनी मला...'

मी माझ्या तोंडात बायबल घेतलं आणि दातांत घट्ट पकडलं. मला देवाचे शब्द गिळून टाकायचे होते... माझ्या घशाखाली उतरवायचे होते. त्यांची शक्ती मला माझ्या शरीरात हवी होती, पण माझ्या डोक्यात नकारार्थी विचारांचं काहूर माजलं होतं. मी मारेकऱ्यांना सापडले तर ते माझा छळ कसा करतील, माझ्या शरीराची विटंबना कशी करतील आणि मला कसे मारून टाकतील, याचंच एक काल्पनिक चित्र डोळ्यांपुढे तरळत होतं....

'हाय रे देवा!' मी मूक आक्रोश केला, 'काय म्हणून मला हे सर्व भोगायला लावतोयस? का? आणखी कोणत्या तऱ्हेनं माझं तुझ्यावरील प्रेम मी सिद्ध करू? देवा, तूच आमचं रक्षण करशील, यावर मला विश्वासच ठेवायचाय. याहीपेक्षा

आणखी विश्वास मी कुठून आणू? मी इतक्या तन्मयतेनं प्रार्थना करतेय... इतक्या तन्मयतेनं... पण ते आता अगदी समीप येऊन ठेपलेत आणि मी पार थकून गेलीय... अरे देवा, मी अगदी थकून गेलेय.'

मला मूर्च्छा आल्याचं जाणवलं... शुद्ध हरपून पुन्हा भानावर येईस्तोवर मारेकऱ्यांचे आवाज क्षीण झाले होते व दूरवरून अगदी अस्पष्ट ऐकू येत होते. नंतर मला झोप लागली आणि गोड स्वप्नात जीझस अवतरला.

इतर बायकांपासून वेगळी, वरती मी पिसासारखी तरंगत होते. मला दिसत होतं, त्या खाली थरथरत होत्या, डोक्यावर बायबल धरून होत्या आणि देवाच्या कृपेची याचना करीत होत्या. मी वर नजर केली, तेव्हा सोनेरी प्रकाशामध्ये माझ्या माथ्यावर जीझस रुंजी घालत होता आणि माझ्यासाठी त्याने आपले हात फैलावले होते. माझ्या चेहऱ्यावर हास्य पसरलं. सतत उकिडवं बसल्यामुळे माझ्या अवघडलेल्या शरीरातील वेदना, दुःख पार पळून गेलं होतं. माझी भूक, तहान, भीती हरपून गेली होती... मला खूप शांत, अत्यंत आनंदमय वाटत होतं.

त्यानंतर जीझस बोलला, 'इम्माकुली, विश्वासाने पर्वत हलवता येतात; पण विश्वास जर एवढा सहज साध्य असता, तर सर्वच पर्वत दूर झाले असते. माझ्यावर विश्वास ठेव आणि खात्री बाळग – मी तुला कधीच एकटं सोडणार नाही. मी माझ्या क्रॉसचं चिन्हं या दरवाज्यावर लावेन आणि मारेकरी तुझ्यापर्यंत कधीच पोहोचणार नाहीत. माझ्यावर विश्वास ठेव, तू जिवंत राहशील.'

अचानक, मी पुन्हा एकदा इतरांप्रमाणे जमिनीवर आले. त्यांचे डोळे अजूनही मिटलेलेच होते, पण माझे सताड उघडे होते. बाथरूमच्या दरवाज्यासमोर एका भिंतीपासून दुसऱ्या भिंतीपर्यंत पसरलेल्या प्रखर प्रकाशझोतातील मोठा क्रॉस मी न्याहाळत होते.

मी न्याहाळत असताना एका देदीप्यमान शक्तीने माझ्या चेहऱ्याला स्पर्श केला आणि माझ्या सर्वांगाला सूर्यप्रकाशासारखी ऊब प्राप्त झाली. माझ्या ताबडतोब लक्षात आलं की, त्या क्रॉसमधून एक दैवी शक्ती प्रसरण पावत होती, जिच्यामुळे मारेकरी मागे हटतील. मला समजलं, आम्ही सुरक्षित होतो आणि आमचं संरक्षणही होत होतं. म्हणून मी उडी मारून उभी राहिले, जसं काही मला सिंहिणीचं बळ आलं होतं! आपल्या प्रेममय स्पर्शानं पुनित केल्याबद्दल मी देवाचे आभार मानले आणि त्यानंतर मी इतर जणींकडे दृष्टिक्षेप टाकला.

त्या बाथरूमच्या वास्तव्यात मी प्रथमच व तेच शेवटचेही आपल्या सहचरींवर ओरडले, "आपण सुरक्षित आहोत. माझ्यावर विश्वास ठेवा... सर्व काही ठीक होणार आहे."

माझ्या त्या उच्च स्वरानं कोणीतरी थोबाडीत मारल्यासारख्या त्या दचकल्या. मी

वेडपट असल्यासारखं त्या माझ्याकडे पाहत राहिल्या आणि नंतर हात लांब करून त्यांनी मला खाली ओढलं. मी हसले... जरी तो क्रॉस आता दारावर दिसत नसला, तरी तो तिथे होता याबद्दल मला खात्री होती. मारेकरी याआधीच निघून गेले होते. ते गाणी म्हणत जाताना मी ऐकले होते.

त्या रात्री उशिरा पास्टर आम्हाला भेटायला आले. "मी तुम्हाला सिनेमा दाखवला, तिथेच ते सरळ गेले." त्यांनी सविस्तरपणे सांगितलं, "तोडफोड करीत त्यांनी खोलीचा कोपरान् कोपरा धुंडाळला. जेव्हा त्यांना काही सापडलं नाही, तेव्हा तर त्यांनी माझी क्षमा मागितली आणि निघून गेले. पण यापुढे तुम्ही इथे सुरक्षित नाहीत. मी त्या पोराला नोकरीवरून कमी केलंय. तो चिडलाय. त्याचा संशय बळावलाय. इतर नोकरांबरोबर त्याची मैत्रीही आहे, त्यामुळे यापुढे माझ्या प्रत्येक हालचालींवर ते नजर ठेवून असतील. फ्रेंच सैनिक आपल्या भागात लवकरच येतील, अशी आशा आपण करू या."

पुढील जवळजवळ एक आठवडा आमचा जीव टांगणीलाच होता. मारेकरी परत एकदा आले. पास्टरांच्या बेडरूमची शोधाशोध करण्यासाठी सर्व सामानाची उलथापालथ केली. कुणी तुत्सी तिथे होता काय, त्याच्या सर्व खुणा तपासून आणि पुन्हा येऊ, अशी धमकी देऊन निघून गेले.

त्यांच्यावर पाळत ठेवली जात असणार, या भीतीपोटी त्यांनी जेवण आणण्याच्या फेऱ्या खूप कमी केल्या. हा मारेकऱ्यांपासून वाचायचा खात्रीलायक उपाय – प्राणांतिक उपोषण – मिळालाय, म्हणून आम्ही विनोद करीत होतो; पण भुकेमुळे आम्ही पार खंगून गेलो होतो.

जुलैच्या सुरुवातीला घरातल्या एका गड्याला बेडरूमचं दार खटखटताना आम्ही ऐकलं. "पास्टर, पुष्कळ दिवस झाले, मी ही बाथरूम उघडलीच नाही. तुमच्यासाठी मी ती आता स्वच्छ करून देतो. काय?"

आमच्या पाठीचा कणा ताठ झाला... हा छळवाद कधी संपणारच नाही काय?

"त्या बाथरूमची काळजी नको." पास्टरांनी उत्तर दिलं, "मी स्वत:च ती स्वच्छ केली होती."

"ओह, तुम्ही नका करीत जाऊ; ते माझं काम आहे. मला उघडून द्या म्हणजे मी ती तुमच्यासाठी घासून-पुसून स्वच्छ करून ठेवेन."

"नाही, त्याची किल्ली माझ्याकडून हरवलीय. मी ती बाथरूम आता वापरत नाही."

"किल्लीविना ती मला उघडता येतेय का बघू?"

"चल, चालता हो! मी सांगितलं ना, मला त्रास देऊ नकोस!"

त्या तीन महिन्यांत पहिल्यांदाच कुणी ती बाथरूम स्वच्छ करण्यासाठी विचारलं

होतं. त्यावरून आम्ही कुठे लपलो होतो, याचा अंदाज त्या नोकराला आला असावा. तो मारेकऱ्यांकडे जाईल आणि आत्तापर्यंत न शोधलेल्या खोलीबद्दल त्यांना सांगेल, याची आम्हाला काळजी वाटू लागली.

तो गडी गेल्यावर पास्टर आमच्याकडे आले व म्हणाले, ''तो आत्ताच जाऊन मारेकऱ्यांना सांगेल, असं नाही. कारण ज्या गड्यानं तुत्सी कुठे आहेत, हे गेल्या वेळी सांगितलं व त्या ठिकाणी ते न मिळाल्यानं त्यांनी त्याला चांगलंच मरेस्तोवर झोडपून काढलं होतं. म्हणून मला वाटतं, त्याला नक्की पुरावा मिळेपर्यंत तो थांबेल. तो आजच त्यांच्याकडे जाणार नाही. पण तो निश्चितच लवकरात लवकर त्यांच्याकडे जाईल.''

आता आपल्याकडे फार वेळ नाहीये, हे जाणून आम्ही एकमेकांकडे पाहिलं.

''आज सकाळी मी ऐकलं की, या भागात कोणी तुत्सी वाचलेत काय, याची चौकशी फ्रेंच सैनिक करीत होते. मी आजच त्यांच्याशी बोलेन. मी नसताना शांत राहण्याची तुम्ही जास्त खबरदारी घ्या.'' पास्टर म्हणाले व लगबगीनं घरातून बाहेर पडले.

ते गेल्यावर लगेचच तो घरचा नोकर आम्हाला त्रास देऊ लागला. सबंध दुपारभर तो बाथरूमच्या बाहेर चकरा मारताना आम्ही ऐकलं. काही हालचाल दिसते काय किंवा काही आवाज येतोय काय, हे तो न्याहाळत होता. मारेकऱ्यांकडे जाण्याआधी तो त्याचा संशय पडताळून पाहायचा प्रयत्न करतोय, हे आम्हाला जाणवलं. कित्येक तास आम्ही अजिबात हालचाल केली नाही.

एकदा तर त्याने स्टुल किंवा टेबल खिडकीखाली ओढलं आणि त्यावर चढून तिथून भिंतीवर चढण्याचा प्रयत्न करीत होता. आम्ही तेव्हा आमचे श्वास रोखून धरले होते. पडद्यावर त्याची सावली पडलेली दिसली आणि आम्हाला जवळजवळ भोवळच आली. त्या खिडकीपर्यंत पोहोचणं त्याला शक्य झालं नव्हतं, ही देवाची कृपा! पण दिवसभर तो तिथेच थांबून होता, कानोसा घेत होता. त्यानंतर त्याला कुणीतरी हाक मारली आणि आम्ही सुटकेचा निःश्वास टाकला. तरीही मला सततच्या तणावामुळे उसासे येत होते.

संध्याकाळी पास्टर घरी परतले, पण या वेळी त्यांनी चांगली बातमी – आतापर्यंतची सर्वांत चांगली बातमी – आणली होती. ''मी फ्रेंच सैनिकांना भेटलो व त्यांना तुमच्याबद्दल सर्व सांगितलं. ते इथून फार दूर नाहीत. 'उद्या सकाळी अगदी पहाटे दोन ते तीनच्या दरम्यान त्यांना आमच्याकडे घेऊन या' असं ते म्हणाले.''

आमच्या कानांवर आमचा विश्वासच बसत नव्हता. सरतेशेवटी या बाथरूममधून आमची सुटका होणार होती.

''देवा, आम्ही फार आभारी आहोत.'' आम्ही एकाच वेळी कुजबुजलो. पण

पास्टरांनी आमच्या आनंदावर विरजण घातलं. "हो, देवाचे आभार आहेत." ते म्हणाले, "मी आशा करतो की, तुमच्यासाठी ते फलद्रूप होण्यास फारसा उशीर होणार नाही. सैनिकांना भेटल्यानंतर मला एक मित्र भेटला. तो म्हणाला, की माझ्या घराची पुन्हा झडती घेण्यासाठी मारेकरी येणार आहेत. ते आज रात्री किंवा उद्या सकाळी येतील. ते उद्या यावेत, म्हणून प्रार्थना करा."

आम्ही अगदी निष्ठेनं प्रार्थना केली. बांधाबांध करण्यासाठी आमच्याजवळ सामानच नव्हतं. गेले तीन महिने घालत होतो, तेच कपडे अंगावर होते. अंघोळीची सुविधा उपभोगणं शक्यच नव्हतं. त्यामुळे आम्ही एकमेकींच्या वेण्या घातल्या आणि फ्रेंच सैनिकांच्या भेटीवेळी आपण शक्यतोवर स्वीकारार्ह व बरं दिसावं, असं आम्हाला वाटलं. या घटकेला आम्ही चांगलं दिसणं अशक्यच होतं, हे आमच्या लक्षातच आलं नाही.

रात्री दोन वाजता पास्टर मुरिंझी आले आणि त्यांनी आम्हाला त्यांच्या बेडरूममध्येच थांबवलं. त्यांनी त्यांच्या मुलांना उठवलं व आमच्याबद्दल सर्व काही सांगितलं. प्रतीक्षा करीत असताना आम्ही आम्हाला बेडरूमच्या आरशात स्वत:ला न्याहाळलं. इथे आल्यापासून प्रथमच आम्ही आपली प्रतिबिंबं पाहत होतो. ती पाहून आम्हाला मरणप्राय धक्काच बसला. आम्ही जिवंत मृतात्मेच वाटत होतो. गाल खप्पड झाले होते. डोळे खोल गेलेले व खोबणीत बसवल्यासारखे दिसत होते. डोकं रिकाम्या कवटीसारखं भासत होतं. बरगड्या पुढे आल्यामुळे अंगावरचे कपडे केरसुणीला अडकवल्यासारखे दिसत होते. मी बाथरूममध्ये राहायला आले, तेव्हा माझं वजन एकशे पंधरा पौंड होते. मी बाहेर आले तेव्हा माझं वजन असावं पासष्ट पौंड! आम्हाला सर्वांना रडूच कोसळलं.

पास्टर आपल्या दहा मुलांना घेऊन आले, तेव्हा लेचिम व दुसेंगे सोडून बाकी सर्व जण मागे सरकले. त्यांना खरोखरच धक्का बसला होता. ते पूर्णपणे गोंधळून गेले होते. त्यांच्यापैकी एक मुलगी ओरडत खोलीबाहेर गेली. "भुते! तुत्सी भुते! मेल्यानंतरही आम्हाला मारायला ती पुन्हा आली आहेत!" पास्टरांनी तिला खाली बसायला व शांत राहायला सांगितलं आणि त्यानंतर आम्ही कोण, ते स्पष्ट करून सांगितलं.

आम्ही इतके दिवस घरात होतो आणि त्यांना माहीतही नव्हतं, यावर त्यांचा विश्वासही बसत नव्हता. त्यांनी आम्हाला स्पर्श केला. आमचे गाल, बरगड्या, हात यांना स्पर्श करून आम्ही खरोखरची माणसं होतो, याची खात्री करून घेतली. त्यांनी शंभरएक प्रश्न विचारले : आम्ही कुठे होतो? तिथे तुम्ही सर्व जणी कशा मावलात? तुम्ही इतक्या शांत कशा बसल्यात? तुम्ही अंघोळ केली काय? बोलत होता काय? बसल्या स्थितीत झोपत कशा होतात?

आम्ही त्यांना उत्तरे देण्याचा प्रयत्न केला, पण सतत उभं राहिल्यामुळे आमचे स्नायू व सांधे दुखू लागले. आम्ही थकून गेलो होतो.

पास्टरांनी आपल्या मुलांना सांगितलं, "यांच्याकडे चांगल्या प्रकारे लक्ष द्या. यांच्यासारख्या अभाग्यांना संकटप्रसंगी मदत करण्याची संधी आली तर सोडू नका... तसं करताना तुमचं आयुष्य धोक्यात घालायला लागलं, तरी ते करा. आपण असंच वागलं पाहिजे, अशी देवाची इच्छा असते."

पास्टरांविषयी माझं मन द्रवलं. निश्चितच गेल्या काही महिन्यांत बऱ्याच वेळा मी त्यांच्या वर्तनावर चिडले होते. त्यांनी सांगितलेल्या काही गोष्टी निष्ठुरपणाच्या, भावनाशून्य, अडाणीपणाच्या होत्या... पण त्यांनी आमच्यासाठी धोका पत्करला होता आणि त्यांनी आमचे प्राण वाचवले होते. मी आयुष्याचा पुढचा अध्याय सुरू करण्याच्या प्रतीक्षेत उभी होते. मी देवाचे आभार मानले आणि आम्ही गेल्यावर त्यांच्यावर कृपादृष्टी ठेवण्यासाठी विनवलं.

मुलांनी पास्टरांकडे अभिमानानं आणि त्यानंतर इतरांनी आमच्याकडे अनुकंपेनं पाहिलं; सेमबेबा सोडून! काही आठवड्यांपूर्वीच तुत्सी फक्त मारायच्याच लायकीचे असल्याचं त्यानं वडिलांना सांगितल्याचं आम्ही ऐकलं होतं आणि आता रागीट चेहरा करून जमिनीकडे बघत कोपऱ्यात उभा होता. एक दिवस त्याला देवाचं खरं स्वरूप व क्षमाशीलता यांचा प्रत्यय येवो आणि आम्ही जाण्यापूर्वी त्यानं मारेकऱ्यांना कळवू नये, म्हणून मी देवाची आराधना केली.

शिमवे – पास्टरांची मुलगी – जी आम्हाला पहिल्यांदा पाहिल्यावर पळाली होती, तिनं मला एक टॉवेल व अंगावर घालण्यासाठी तिचा पुलओव्हर आणून दिला आणि तिला शक्य होतं तेवढं घट्ट आलिंगन देऊन तिनं मला सांगितलं, "मी तुझ्यासाठी प्रार्थना करेन." इतके दिवस एकटेपणात मानसिकदृष्ट्या बेचैनीत काढल्यानंतर त्या हळुवार भावनिक शब्दांच्या ओलाव्यानं मी इतकी भारावून गेले होते की, ते शब्दांत वर्णन करणं अगदी अशक्य होतं.

आम्ही आठ जणींनी पास्टरांच्या कुटुंबातील इतर आठ जणांचा निरोप घेतला. त्यानंतर त्यांनी आम्हाला बाथरूमपासून दूर, बाहेर, रात्रीच्या स्वच्छ हवेत आणलं.

■

भाग तिसरा

नवी पाऊलवाट

स्वातंत्र्याच्या वेणा

रात्रीच्या सुखस्पर्शानं माझं मन मोहरलं. गार हवेचा माझ्या शरीराला होणारा स्पर्श सुखावत होता. मोकळ्या, स्वच्छ हवेत श्वास घेताना आल्हाददायक वाटत होतं. आकाशात चमचमणाऱ्या लक्षावधी ताऱ्यांचं सौंदर्य न्याहाळताना देवाची स्तुतिपर गीतं ओठांवर रेंगाळली.

"तू कशाकडे टक लावून बघतेयस? चल, निघू या... आपल्याला आता निघायलाच पाहिजे." मी स्वातंत्र्याचा आस्वाद घेत असताना पास्टर मुरिंझी अधीरतेनं म्हणाले. ते गेटजवळ वाट पाहत उभे होते. इतर बायका व जॉनही त्यांच्याबरोबर होता. फ्रेंच कँपपर्यंत तो आम्हाला साथ देणार होता. त्याची त्या कृतीमागची भावना स्पृहणीयच होती, पण आता सर्व व्यर्थच होतं. मी जातिसंहारातून वाचेन किंवा नाही, हेही मला ठाऊक नव्हतं... किंबहुना, पहाट बघण्यासाठी तरी जगेन की नाही...! पण आमच्या दोघांतले भावबंध मात्र संपले होते, हे मला नक्की ठाऊक होतं.

पास्टरांनी दार उघडलं व त्यांची मुलं (सेमबेबा सोडून) हातात भाले, सुरे, दंडुके घेऊन बाहेर आली. आम्ही प्रवेशदारातून बाहेर पडत असताना त्यांनी आमच्याभोवती एक संरक्षक कडं बनवलं – संशयित घरगडी व दुष्ट शेजारी यांच्या धोकादायक दृष्टीस पडू नये म्हणून!

आणि त्यानंतर ज्या रस्त्यानं तीन महिन्यांपूर्वी मी बाथरूममध्ये पोहोचले होते, त्या घाणेरड्या रस्त्यावरून पावलं टाकत आम्ही मोकळ्या जागेत पोहोचलो. माझे डोळे अंधाराला जसे सरावले, तसं माझ्या लक्षात आलं की, पास्टर व जॉन या दोघांकडे शस्त्रं होती. जॉनकडे एक मोठा भाला होता आणि पास्टरांच्या खांद्याला त्यांची ती बंदूक लटकत होती. आमच्यासमोर मारेकऱ्यांची टोळी जर आली, तर ते काय करतील, याचा मी विचार करीत होते. लवकरच त्याचा पडताळा आला.

ते येताना आम्हाला दिसले नाहीत... रात्रीच्या अंधारात ते कुठूनसे एकदम अवतरले. रस्त्यावरच्या एका छोट्या चढावरून येताना ते दिसले. अंदाजे साठ इंटराहामवे दोन रांगांतून येत होते. त्यांनी त्यांचा तो घाबरवून टाकणारा गणवेश घातला नव्हता. तरीही त्यांचं आगमन धडकी भरवणारं होतं. त्यांच्याजवळ पुष्कळ

शस्त्रं होती... कुऱ्हाडी, बंदुका, हातगोळे, भाले, खाटकाचे धारदार सुरे... एकाकडे तर धनुष्यबाणही होता आणि ते जलदगतीनं आमच्याकडेच येत होते.

ते आमच्या इतके जवळून गेले की, मला त्यांच्या घामाचा आणि श्वासागणिक बाहेर पडणाऱ्या दारूच्या भपकाऱ्याचा उग्र वास आला. बाथरूममध्ये असताना मला त्यांची जेवढी भीती वाटली, त्या तुलनेत आत्ता कमी जाणवली. तरीपण भीती घालवण्यासाठी आणि आम्हाला सुरक्षित ठेवण्यासाठी मी देवाची प्रार्थना केली.

आम्हाला पोहोचवण्यासाठी आलेल्या मंडळींच्या मध्यभागी आम्ही सर्व बायका डोकी खाली घालून चालत होतो. त्यामुळे इंटराहामवेला आम्ही दिसलो नाही, किंबहुना त्यासाठीच ही खबरदारी घेण्यात आली होती. कांही विपरीत न घडता आम्ही पुढे गेलो... काही मारेकऱ्यांनी तर पास्टरांना व जॉनला 'हॅलो' म्हणून शुभचिंतनही केलं. एक तर त्यांना वाटलं असावं की, आम्हीही त्यांच्यासारखेच रात्रपाळीत आपली शिकार शोधत होतो... किंवा देवानंच त्यांच्या डोळ्यांवर झापड आणली असावी... मला दोन्हींची शक्यता वाटली. याशिवाय जातिसंहाराच्या या टप्प्यावर त्यांनी अपेक्षाही केली नसावी किंवा त्यांचा विश्वासही नसावा की, इतके तुत्सी एका जागी जिवंत असतील. रस्त्यावर इतकी प्रेतं पडली होती, की त्यामुळे तशी शक्यता गृहीत धरायला त्यांना सबळ कारणही होतं.

देवानं माझ्या प्रार्थनेला प्रतिसाद दिला होता व माझी मारेकऱ्यांबद्दलची भीती नाहीशी झाली होती. पण सकृतदर्शनी पास्टर मुरिंझी व जॉनवर त्यानं तशी कृपा केली नव्हती. इंटराहामवे सामोरे आल्यामुळे दोघंही फार घाबरलेले होते. ते दिसेनासे होताच जॉन व पास्टरांनी परिस्थितीचं गांभीर्य पुन्हा एकदा तपासलं.

"आमच्या मदतीशिवाय तुम्हा बायकांना इथून पुढे स्वतःच्या हिमतीवर जावं लागेल." पास्टर म्हणाले, "फ्रेंच येथून जवळच आहेत. पुढे चालत राहा, तुम्ही आमच्या नजरेच्या टप्प्यापलीकडे जाईपर्यंत आम्ही लक्ष ठेवून आहोत."

मी पटकन पास्टरांशी हस्तांदोलन केलं. त्यानंतर ते, त्यांची मुलं व जॉन बाजूला झुडपांमध्ये लपण्यासाठी रस्त्यावरून झटकन निघून गेले. फ्रेंच कँप पाचशे यार्डांवर होता आणि आम्ही आमच्या अशक्त पायांनी जितकं जोरात पळणं शक्य होतं, तेवढ्या जोरात पळत सुटलो.

आम्ही जेव्हा कँपशी पोहोचलो, तेव्हा माझं हृदय धडधडत होतं. एका ओसाड पडलेल्या प्रॉटेस्टंट पंथीय प्रार्थनास्थळाच्या जागेवर हा कँप उभा केला होता. आमच्या कंपूतील इतर सर्व जणी जीव मुठीत धरून प्रवेशद्वाराजवळ गोळा झाल्या. मी गेट खडखडवीत शक्य तेवढ्या मोठ्यानं म्हणाले, "कृपया आम्हाला मदत करा. आम्हाला मदतीची फार जरुरी आहे."

कित्येक दिवस मी कुजबुजण्याव्यतिरिक्त दुसरा आवाज काढला नव्हता.

त्यामुळे त्या ओरडण्याच्या प्रयासानं माझा घसा दुखू लागला. माझा आवाज इतका घोगरा आणि क्षीण झाला होता की, ऐकू जाणंही दुरापास्त होतं. आम्हाला वाचवण्यासाठी तिथे कोणी नाही, हे पाहून त्या बायका आणखीनच घाबरल्या. त्या गळा काढून रडू लागल्या. काही क्षणांतच कुंपणाच्या दुसऱ्या बाजूनं हातात मशिनगन्स घेतलेले सहा-सात सैनिक आमच्यावर मशिनगन रोखून उभे असलेले दिसले. मी माझ्या सहकारी स्त्रियांना गप्प बसवलं आणि मला एकटीलाच फ्रेंच भाषा अवगत असल्यामुळे आम्ही कोण, कुठून आलो, हे सर्व फ्रेंच सैनिकांना सांगितलं.

सैनिक आमच्याकडे संशयाने पाहत होते आणि त्यांनी मशिनगन वर उचलून आमच्यावर रोखल्या होत्या.

"हे खरं आहे. मी सांगते ते सर्व खरं आहे... आम्हाला यातून वाचवण्यासाठी आम्ही तुमचीच प्रतीक्षा करीत होतो." मी निराश होऊन म्हणाले.

त्या समूहातला एक छोटा, गव्हाळ रंगाचा संपूर्ण टक्कल असलेला उग्र दिसणारा सैनिक गेटजवळ आला आणि त्यानं आमच्या चेहऱ्यावर बॅटरीचा प्रकाश टाकला. तो अर्थातच आमच्या नाकाचे आकार बघत होता. हुतूंची नाकं अपरी व रुंद असतात आणि तुत्सींची लांब व अरुंद असतात, असा जुना समज होता. आम्ही त्याची परीक्षा पास झाल्याचं दिसलं, कारण त्यानं गेट उघडलं आणि आम्हाला आत येऊ दिलं. तरीही आमची ओळखपत्रं तपासताना त्यानं बंदूक खाली केली नव्हती.

त्या बायकांचे श्वासोच्छ्वास जलद होत असल्याचं मला जाणवलं. त्या कुणाकडेच ओळखपत्रं नव्हती. त्यामुळे त्यांना वाटलं की, आता कोणत्याही क्षणी फ्रेंच सैनिक त्यांना गोळ्या घालणार. सुदैवाने तीन महिन्यांपूर्वी घरातून निघताना मी माझं ओळखपत्र मागच्या खिशात ठेवलं होतं. सैनिकांनी माझं ओळखपत्र तपासलं व त्यावर तुत्सी या शब्दापुढे शिक्का मारला होता आणि त्यानं मान डोलावून संमती दर्शवली. मी त्यानंतर लगेचच इतर बायकांबद्दलही विश्वास देऊन खात्री पटवली आणि त्यांना म्हटलं, "आता आपलं सर्व ठीक होईल."

कित्येक महिन्यांपासून साचलेली भीती, चिंता व निराशा या भावनांचा बांध फुटला आणि काही बायकांना तर हुंदके आवरणं कठीण झालं. त्या सैनिकांच्याही वृत्तीत ताबडतोब फरक पडला... त्यांनी शस्त्रं खाली केली व ते सौम्य शब्दांत बोलू लागले. त्यांच्या स्वरात दयाळूपणा व आपुलकी भरली होती. त्यांनी आम्हाला पाणी व खायला चीज दिलं. कित्येक महिन्यांनी असा चविष्ट पदार्थ खायला मिळाला होता. 'फ्रेंच सैनिक आम्हाला ठार मारतील,' हे पास्टरांचं भाकीत किती खोटं होतं, हे समजल्यावर आम्ही ते सर्व अधाशासारखे संपवलं.

"हे बघा बायांनो, सर्व ठीक आहे. आता सर्व काही ठीक होईल." तो छोटा सैनिक म्हणाला, "यापुढे तुम्हाला काळजी करण्याचं कारण नाही. तुमचं दुःस्वप्न

आता संपलंय. आम्ही तुम्हाला कोणाकडूनही इजा पोहोचू देणार नाही. आलं तुमच्या लक्षात? आता तुम्ही सुरक्षित आहात. आम्ही तुमची काळजी घेणार आहोत.''

इतरांसाठी मी त्याचं भाषांतर केलं व लगेचच आम्ही सर्व रडू लागलो. ते दु:स्वप्न संपलंय यावर विश्वास ठेवणं कठीण जात होतं. पण इथे आमच्या सभोवती मोठमोठ्या बंदुका घेतलेले प्रशिक्षित सैनिक होते आणि ते वचन देत होते की, यापुढे कधीही ते मारेकऱ्यांना आमच्याजवळ येऊ देणार नव्हते.

आम्ही जेव्हा स्थिरस्थावर झालो, तेव्हा आमच्या रक्षणकर्त्यांनी आम्हाला समजावून सांगितलं की, आता तुम्ही सर्वजण एका तात्पुरती सोय असलेल्या कँपमध्ये आहात आणि आम्ही तुम्हाला आमच्या मध्यवर्ती कँपमध्ये – जो इथून दहा मैलांवर आहे – तिथे नेणार आहोत. तिथे पोहोचवण्यासाठी संदेश यंत्रणेद्वारे आम्ही एक ट्रकही मागवला आहे आणि हे सर्व होईपर्यंत तुम्ही थोडी झोप घ्यावी.

इतर बायकांपासून बाजूला होऊन मी थोडं आजूबाजूला फिरून पाहिलं. गेल्या कित्येक दिवसांपासून मी ज्या क्षणांना पारखी झाले होते, ते एकांताचे क्षण मला अनुभवायचे होते. मी जमिनीवर अंग टाकलं व आजूबाजूच्या वातावरणाशी समरस झाले. अंगाखालच्या खडकाळ जमिनीचा स्पर्श, माझ्या बोटांना चिकटलेली दमट माती, माझ्या गालाला टोचणारी वाळलेली पानं, अंधारामध्ये ऐकू येणारे प्राण्यांचे चीत्कार... मी जिवंत होते आणि हे सर्वच विलोभनीय होतं.

रात्रीच्या आकाशाकडे टक लावून बघताना देवाच्या या अगणित ताऱ्यांच्या दुधाळ प्रकाशाच्या विलोभनीय सौंदर्यानं मी भारावून गेले. चांदण्यांच्या टिपूर प्रकाशात आम्ही आलेला रस्ता अगदी स्पष्ट दिसत होता... हाच रस्ता माझ्या घराकडे जातो... जर अजूनही तिथे माझं घर असेल तर... मी विचार करीत होते, 'माझे कुटुंबीय सुरक्षित असून जवळच कुठेतरी लपून असतील की, इथलं आयुष्य संपल्यानं माझ्यासमोरील या चिरकालीन आकाशगंगेच्या पल्याड, ते नवीन आयुष्य जगत असतील?'

माझी नजर पुन्हा रस्त्याकडे वळली. माझ्या मनात विचार आला, 'याच रस्त्याने मला व माझ्या भावांना, जिथे जायचंय तिथे तिथे नेलं होतं. लहानपणी सकाळच्या प्रहरी पोहण्यासाठी किव्हू सरोवराकडे जाणं असो; सकाळी शाळेला जायचं असो; रविवारी चर्चला जाणं असो; मित्रांच्या वा नातेवाइकांच्या भेटीगाठी असोत किंवा उन्हाळ्याच्या सुट्टीमधील रंगतदार सहली असोत; हाच रस्ता मला माझ्या आवडीच्या सर्व ठिकाणी घेऊन गेलाय. तो माझ्या पूर्वायुष्याचा साथीदार होता. पण ते आयुष्य आता संपलं होतं. मारेकरी आणि बलात्कारी लोकांना आपली कृष्णकृत्यं करण्यासाठीच आता या हमरस्त्याचं अस्तित्व होतं. पुढच्या काळात काहीही घडलं, तरी गोष्टी आता पूर्वीसारख्या कधीच होणार नाहीत, याची जाणीव होऊन माझं मन दु:खानं भरून आलं.

मी डोळे मिटले व देवाला सांगितलं की, माझ्या पुढील प्रवासासाठी नवा मार्ग

दाखवणं, सर्वस्वी तुझ्यावर सोपवलं आहे.

माझं अंग शहारलं. थंड हवेमुळे माझ्या अंगावर काटा आला आणि आपण आता त्या दमट बाथरूममध्ये नाही, याची जाणीव झाली. मी उभी राहिले, आकाशाकडे बघून आळोखे-पिळोखे दिले आणि त्यानंतर कँपच्या आवतीभोवती फिरले. चालताना अंधारात बसलेल्या दोन माणसांना मी धडकले, पण मला भीती-बिती वाटली नाही. माझ्या येण्यानं ते दचकले होते. त्यांच्यापैकी एक जण उडी मारून उभाच राहिला आणि एका सेकंदात तो ओरडला, ''इम्माकुली, तूच आहेस ना?''

''जीन पॉल?''

''तू जिवंत कशी आहेस?''

''देवानंच मला वाचविलं. तू जिवंत कसा?''

''मलाही देवानंच शिल्लक ठेवलंय.''

''तुला बघून छान वाटलं!''

''मलाही तुला बघून आनंद झालाय.''

मला हसावंसं वाटलं, पण आमच्या चमत्कारिक वळणाच्या संभाषणानं रडूही येत होतं आणि एखाद्या मित्राबरोबर पुन्हा असं मोठमोठ्यानं बोलायला किती छान वाटत होतं! जीन पॉल माझ्या भावाचा जिवलग मित्र होता.

''हॅलो जीन बॅप्टिस, तुलाही भेटून मला आनंद झाला.'' मी जीन पॉलच्या भावाला म्हटलं, जो अजूनही खालीच बसून होता... आणि हस्तांदोलन करण्यासाठी मी जेव्हा खाली वाकले, तेव्हा त्यानं प्रतिसाद का दिला नाही, ते समजलं. त्याच्या मानेवर एक इंचभर रुंद जखम होती, जी अजून भरली नव्हती आणि शर्टामुळे ती झाकली गेली होती. जखम भरली नसल्यानं त्याच्या काळ्या त्वचेच्या पार्वभूमीवर तो पांढरा-लाल रंगाचा पट्टा अगदी ओंगळवाणा दिसत होता. त्याच्या डोक्यावरही जखमेचे खोल घाव होते. एक तर इतका खोल होता की, तो घाव त्यानं सहन तरी कसा केला होता, याचंच मला आश्चर्य वाटलं.

''तो अजूनही फारसं काही बोलत नाही... खूपच दुःखी आहे.'' जीन पॉलनं शांतपणे सांगितले. जीन पॉललाही खूप वाईट वाटत होतं, पण तरीही आम्ही खाली बसलो आणि एकमेकांना आपल्या हकिगती ऐकविल्या. मी कुठे होते आणि मी पास्टर मुरिंझींकडे कसे दिवस काढले, हे मी सांगितलं. त्यानं सांगितलं की, किगालीचा पाडाव झाल्यानं उत्तरेकडे जातिसंहाराचा जोर जरा कमी झाला होता, पण ते जिथे होते त्या किबुये प्रांतात परिस्थिती अजूनही वाईट होती.

''किगालीचा पाडाव झालाय?'' मी आश्चर्यानं आणि तितक्याच आनंदानं विचारलं.

''हो, पण तिथे अजूनही खूप हत्या होताहेत.'' तो म्हणाला, ''खरं तर इथेही पूर्वीपेक्षा परिस्थिती वाईट आहे. जसजसा त्यांचा पराभव होतोय, तसतसे ते जास्तच

क्रूर झालेत. आधीच त्यांनी अनेक तुत्सींची हत्या केलीये, आता मारण्यासाठी आपल्यासारखे आणखी मिळत नाहीत म्हणून ते निराशही झालेत.''

जीन पॉल व त्याच्या भावाला तिथे पाहून मला आश्चर्य वाटलं होतं, कारण मला नेहमी वाटायचं, ते हुतू होते. त्यांची कांती काळी, उंचीनं ठेंगू व ते पसरट नाकाचे होते... 'हुतू व्यक्ती' या युरोपियन कल्पनेबरहुकूम होते. आता त्यामध्ये खरं तर फार तथ्य नव्हतं. जाती-जातींमधील बेटीव्यवहार आता कैक पिढ्यांपासून होत आल्यानं हे खोलवर रुजलेले गैरसमज आता कालबाह्य होते. पण जीन पॉलनंच स्पष्ट केलं, ''हुतूंशी असलेल्या आमच्या साम्यामुळे आम्ही जिवंत राहू शकलो, हे एक कारण आणि दुसरं म्हणजे, एका मारेकऱ्यामधील सहृदयता.'' त्याच्या कुटुंबाच्या बाबतीत काय घडलं, हे पुढे सांगण्याआधी तो म्हणाला.

''राष्ट्राध्यक्षांचं विमान उडवून दिल्यानंतर एकाच आठवड्यानं मारेकरी आले. आमच्या घरापासून काही घरं टाकून माझा एक हुतू मित्र लॉरेंट राहतो, त्याच्याकडे मी जात होतो. त्याच वेळी जवळजवळ तीनशे मारेकरी माझ्या आई-वडिलांच्या घरी पोहोचल्याचं मी ऐकलं. बहुतेक जण आमचेच शेजारी व मित्रपरिवारातील होते. ते पुढच्या दारातून जे आत घुसले ते घरातील सर्वांना – आई-बाबा, माझे सर्व भाऊ, चार बहिणी – ठार करूनच बाहेर आले. निदान त्यांचा तसा समज तरी झाला. पण जीन बॅप्टिस जिवंत होता. त्याच्या अंगातून खूप रक्तस्राव होत होता.

''मी त्याला ओढत झाडाझुडपांचा आसरा घेत कित्येक मैल घेऊन आलो आणि हॉस्पिटलमध्ये नेलं, जिथे आम्हाला कुणी ओळखत नव्हतं. फ्रेंच येईपर्यंत लॉरेंटने आम्हाला आसरा दिला, पण खरं तर तो फार भयंकर अनुभव होता. आम्हाला लपवून त्यानं आम्हाला वाचवलं, पण ते तसं जगणं म्हणजे प्राणांतिक दुःख होतं. रोज सकाळी 'गुड मॉर्निंग' म्हणून लॉरेंट आम्हाला उठवायचा आणि नंतर ज्यांनी माझ्या कुटुंबीयांना ठार केलं, त्या मारेकऱ्यांबरोबर बाहेर पडायचा. सबंध दिवसभर तुत्सींची हत्या करून परतायचा. तोच रात्रीचं जेवण बनवायचा, त्या वेळी त्याच्या हातावर व कपड्यांवर रक्ताचे सुकलेले डाग दिसायचे. आमचं आयुष्य त्याच्या हातात होतं म्हणून आम्ही काही बोललो नाही; पण माणसं एकाच वेळी इतकी चांगली आणि त्याच वेळी इतकी वाईट कशी असू शकतात, हेच मला समजत नाही.''

''जीन पॉल, हा जातिसंहार लोकांच्या मनात तयार झालाय. माणसं जात्याच वाईट नसतात. मारेकरीही खरं तर चांगली माणसं आहेत, पण आत्ता त्यांच्यात कलीनं प्रवेश केलाय.''

मी त्याला सांगितलं की, मी त्याच्या कुटुंबीयांसाठी प्रार्थना करेन. नंतर माझ्या लक्षात आलं की, संपूर्ण हत्याकांडात तो स्वतःच इथं होता. त्यामुळे त्याला कदाचित माझ्या आई-बाबांचं व भावांचं काय झालं, ते माहीत असावं. पण खरा

प्रश्न होता : मला ते सर्व जाणून घ्यायचं होतं काय? ते सहन करण्याची ताकद माझ्यात होती काय? ते मेले होते, याची एकदा नक्की खातरजमा झाली, तर गतायुष्यात पुन्हा डोकवण्यात काहीच अर्थ असणार नव्हता.

मी ठरवलं की, सत्याला सामोरं जाणंच चांगलं. त्यासाठी माझ्या कुटुंबीयांचा मृत्यू झाल्याचं मला आधीच ठाऊक असल्याची बतावणी करावी लागेल; नाहीतर माझ्या भावना दुखवू नयेत, म्हणून जीन पॉल काही सांगणार नाही. मला जे समजायला पाहिजे ते त्यानं सांगावं, म्हणून त्याला जरा खुबीनंच विचारायला पाहिजे. मी माझ्या खिशातील वडिलांची ती तांबड्या-पांढऱ्या मण्यांची जपमाळ हातात घेतली आणि देवाला विनवलं की, मला पुरेसं बळ दे.

''जीन पॉल, आता माझ्या वडिलांबद्दल... मला माहिती आहे, त्यांनी त्यांना मारलंय; पण कुठे ते मला अजिबात माहीत नाही. मला वाटलं, तुला कदाचित ते तपशील ठाऊक असावेत.''

''हो गं, मला सगळं ठाऊक आहे. लॉरेंट तिथेच होता. त्यानं सर्व पाहिलं होतं. त्यांनी किबुये शहरात त्यांना ठार केलं.''

त्याचे शब्द माझ्या हृदयात भाल्यासारखे घुसले. मी माझ्या मुठी डोळ्यांवर घेतल्या आणि अश्रू लपवण्यासाठी मान वळवली.

''माझ्या आई-वडिलांना मारल्यानंतर एक-दोन दिवसांतच तुझ्या आई-वडिलांना ठार केलं.'' जीन पॉल पुढे सांगत होता, ''मला आठवतंय, तो चौदा एप्रिलचा दिवस असावा. स्टेडियममध्ये राहणाऱ्या हजारो निर्वासितांना बरेच दिवस अन्नपाणी मिळालं नव्हतं, म्हणून ते सरकारी कचेरीत जाऊन पोलिसअधिकाऱ्याला भेटले आणि स्टेडियममध्ये अन्नपाण्याची व्यवस्था करावयास सांगितलं; तीच मोठी चूक झाली.''

ओह बाबा! तुम्ही इतके चांगले वागायला का गेलात... आणि तुम्ही इतके अडाणी कसे काय झालात?

किबुयेचा पोलिस-अधिकारी म्हणजे गव्हर्नरच होता. वडिलांचे त्याच्याशी जवळचे संबंधही होते. पण मित्र म्हणवणाऱ्या अनेक अतिरेकी हुतूंनी वडिलांचा विश्वासघात केला होता; तरीही ते त्यांच्यावर विश्वास कसा ठेवत होते, हेच मला समजलं नाही. पण मला हेही ठाऊक होतं की, भुकेल्या लोकांना अन्न मिळवून देण्याच्या प्रयत्नात त्यांना आपल्या जिवाचं बलिदान करावं लागलं असणार. त्यांच्याकडे दुसरा पर्यायच असू शकत नाही. जीन पॉल पुढे सांगत असताना माझे डोळे जळजळत होते व आतड्यात तुटत होते.

''लॉरेंटने मला सांगितलं, त्या पोलीस अधिकाऱ्यानं वडिलांना मूर्ख म्हटलं व सैनिकांना त्यांना बाहेर ओढत न्यायला सांगितलं. सरकारी ऑफिसच्या पायरीवरच त्यांनी त्यांच्यावर गोळी झाडली आणि त्यांचं प्रेत रस्त्यावरच सोडून दिलं.''

''अस्सं... जीन पॉल, हे सर्व सांगितल्याबद्दल फार आभारी आहे, याची मदतच

होईल.'' आवाजावर नियंत्रण ठेवण्यासाठी माझी सर्व शक्ती वापरून मी म्हणाले. अंधाराने माझा चेहरा झाकलेला ठेवल्याबद्दल देवाचे आभार मानले, ''आणि माझ्या आईचे काय झालं? तीसुद्धा मारली गेल्याचं मला समजलं. पण कशी, ते ठाऊक नाही.''

''ओह रोझ!'' त्याला रडू कोसळलं, ''या भागात मारल्या गेलेल्यांपैकी ती पहिली. तुझ्या वडिलांना मारल्याच्या काही दिवस आधी तिला मारलं. मला वाटतं की, त्या मारेकऱ्यांत लॉरेंटही असावा, कारण त्याला सर्व तपशील ठाऊक होते. ते जाऊ दे! तुझ्या आजीच्या शेजारी राहणाऱ्यांच्या अंगणात ती लपली होती. जवळच कुणाला तरी मारत होते व तुझ्या आईने तो आरडाओरडा ऐकला. तिला वाटलं की, तो तुझा भाऊच होता. ती रस्त्यावरून धावत गेली व म्हणाली, माझ्या मुलाला मारू नका. माझ्या दामासिनला मारू नका हो!

''तो दामासिन नव्हता. पण तुझ्या आईला पाहिल्यावर ते तिच्यावरही तुटून पडले. ते म्हणाले, तिनं जर त्यांना पैसे दिले तर ते तिला सोडतील. तिनं ते मान्य केलं आणि तिच्या मैत्रिणीकडून मुरेंगेकडून पैसे उसने घेण्यासाठी गेली. पण मुरेंगेनं तिला हाकलून लावलं आणि वर म्हणाली, इथून निघून जा. आम्ही झुरळांना मदत करत नाही. मुरेंगेनं मारेकऱ्यांना सांगितलं की, तिला रस्त्यावर घेऊन जा आणि मारून टाका, कारण तिच्या अंगणात तिला रक्तपात नको होता. मारेकऱ्यांनी तुझ्या गरीब बिचाऱ्या आईला रस्त्याच्या कडेला ओढत नेलं, तिचे तुकडे-तुकडे केले. ज्या थोड्यांचा दफनविधी होऊ शकला, त्यांपैकी एक तुझी आई होती... त्यानंतर प्रेतांचा इतका खच पडला की, कबरी खणण्यासाठी कोणी उरलाच नाही.''

त्यानं सांगितलेला प्रत्येक शब्द मनस्ताप देणारा होता. पण मिळणाऱ्या माहितीनं मला जखडूनही ठेवलं होतं. आणखी माहिती काढण्यासाठी मी त्याला म्हटलं, ''माझा छोटा भाऊ व्हिएन्नी – त्याच्याबद्दल काही समजलं काय?'' माझ्या छोट्या भावाला त्या दिवशी पास्टरांच्या घरातून जायला सांगितल्याबद्दल मला अपराधी वाटत होतं.

''किबुयेच्या स्टेडियममध्ये व्हिएन्नी व त्याचा मित्र ऑगस्टिनना ठार करण्यात आलं. तेथील हजारो लोकांना ठार करण्यात आलं. प्रथम मारेकऱ्यांनी त्यांच्यावर मशिनगनच्या फैरी झाडल्या, त्यानंतर त्यांच्यावर हातगोळ्यांचा वर्षाव केला. मला नाही वाटत, त्यांच्यापैकी कुणी वाचलं असेल.''

माझे हात कापत होते, श्वास घेणं कठीण जात होतं... शक्य होतं तितकं, मी मला शांत केलं आणि दामासिनबद्दल विचारायचा प्रयत्न केला. पण त्याचं नाव ओठांवर आणणंच जमेना. तो जिवंत असेल आणि कुठेतरी माझी वाट पाहत असेल, अशी आशा मी धरून होते. शेवटी मी म्हणाले, ''माझा भाऊ अमेबल सेनेगलमध्ये आहे. त्याला याबद्दल काही ठाऊक नाही... त्याला पत्र पाठवणंही शक्य नाही, कारण माझ्याकडे त्याचा पत्ता नाहीये.''

"तू दामासिनच्या मित्राला – बॉनला विचार. मला माहीत आहे की, त्याच्याकडे दामासिनचे सर्व पेपर्स व चीजवस्तू आहेत... निदान त्याच्याकडे होते तरी."

"ते कसं काय?" मी विचारले. मी अधीर झाले होते.

"ओह, त्यानंच तर तुझ्या भावाला लपविलं होतं. दामासिन झायरेला जायला निघाला, तेव्हा त्यानं सर्व काही बॉनकडे ठेवायला दिलं. पण आत्तापर्यंत त्यानं त्याची विल्हेवाट लावली असणार, कारण मला समजलं की, दामासिन मारला गेल्यानंतर बॉनला वेड लागलं."

ते शब्द बंदुकीसारखे अंत:करणात घुसले. 'हाय रे देवा, कृपा करून नाही... दामासिनसुद्धा!'

मला आणखी जास्त ठाऊक करून घ्यायचं नव्हतं. मी उभी राहिले, काही पावलं धडपडत पुढे गेले आणि कोसळले. मी जमिनीत तोंड खुपसलं... मला त्या थंड जमिनीवर पडून राहावंसं वाटलं. माझ्या कुटुंबातील इतरांबरोबर जमिनीत गाडून घ्यावंसं वाटत होतं. मला काही ऐकायचं नव्हतं, काही पाहायचं नव्हतं, कुठलीच जाणीव नको होती. मला खूप-खूप रडायचं होतं. धुळीत तोंड खुपसून मी हुंदके देत होते. जीन पॉल माझ्याजवळ बसला होता, माझं सांत्वन करण्याचा प्रयत्न करीत होता. त्यानं माझ्या तोंडावरची धूळ पुसली, हलक्या हातानं मानेवरची धूळ झटकली. पण मी त्याचा हात बाजूला सारला.

"कृपाकरून मला एकटीनं याचा सामना करू दे. जीन पॉल, हे बघ, मला स्वत:लाच आता सावरायला शिकू दे. या जगातील कोणीही आता मला दिलासा देऊ शकणार नाही. काही वेळ मला एकटीला राहू दे." त्याच्या मुक्या भावाला घेऊन तो कँपच्या दुसऱ्या बाजूला चालू लागला.

आकाशाकडे बघत मी पाठीवर पडून होते आणि डोळ्यांतील अश्रू संपेपर्यंत रडरड रडले. माझ्या स्वप्नात जीझसनं जे वचन दिलं होतं, त्यावर विचार केला व त्याच्याशी बोलू लागले... 'बाथरूम सोडत असताना तू सांगितलं होतंस की, ते सर्व मृत असतील, ते तुझं म्हणणं अगदी बरोबर होतं.' मी म्हटलं, 'ते सर्वच मृत होते. मी या जगात ज्या गोष्टींवर प्रेम केलं, ते सर्व माझ्यापासून हिरावून घेतलं गेलं. जीझस, मी माझं आयुष्य तुझ्या चरणी अर्पण करते आहे. आता तू तुझं वचन पाळ आणि माझी काळजी घे. मी माझं वचन पाळेन. मी तुझी निष्ठावंत मुलगी राहीन.'

मी डोळे मिटून घेतले आणि माझ्या कुटुंबीयांचे चेहरे नजरेसमोर आणले आणि देवाची प्रार्थना केली, 'त्यांना देवाचे सान्निध्य मिळो, देवाचे प्रेम मिळो.'

ट्रक थांबताना होणाऱ्या कर्कश आवाजानं मी भानावर आले.

उजाडण्याआधी दोन तास ट्रकच्या दोन दिव्यांचे प्रकाशझोत कँपवर पसरले आणि त्या उजेडात जीन पॉल व जीन बॅप्टिससमवेत गेटजवळ उभ्या असलेल्या इतर बायका नजरेत आल्या.

ट्रक खडखडत कुंपणाजवळ थांबला. वाहतुकीसाठी वापरात असलेला तो मिलिटरीचा मोठा ट्रक होता. त्यावर कॅनव्हासच्या रंगीत ताडपत्रीचं, दिशाभूल करणारं आच्छादन होतं. फ्रेंच सैनिकांनी आम्हाला सांगितलं की, ट्रकच्या मागील बाजूनं आत चढा आणि आवाज करू नका.

"हे बघा, रस्त्यात सगळीकडे हुतूंनी अडथळे उभारले आहेत." त्यांपैकी एकानं आम्हाला बजावलं.

कँपपासून एका मैलावर रस्त्यावरचा पहिला अडथळा लागला. कॅनव्हासच्या पलीकडून येणारे मारेकऱ्यांचे आवाज मी ऐकले. ते सर्व खूपच परिचयाचे होते, पण या वेळी आमच्याबरोबर सशस्त्र अंगरक्षक होते. तसं असलं तरी मारेकरी जवळजवळ दोनशेच्या वर होते आणि सैनिक अगदी मोजकेच होते.

"ट्रकमध्ये मागे काय ठेवलंय?" मारेकऱ्यांपैकी एकानं विचारलं.

"किगालीहून येणाऱ्या हुतू निर्वासितांना अन्नाचं व पाण्याचं वाटप करतोय." ड्रायव्हरनं उत्तर दिलं.

"तू चांगला माणूस आहेस. ते तुत्सी साप तिकडे किगालीमध्ये आम्हाला ठार मारतायत... तू जाऊ शकतोस."

ड्रायव्हरने गिअर बदलले आणि ट्रक पुढे निघाला. आम्ही पुन्हा मार्गी लागलो. अडथळ्यातून सटकण्यासाठी ड्रायव्हरनं दिलेलं उत्तर ऐकून मला कौतुक वाटलं. तुत्सी बंडखोरांच्या हातात राजधानी गेल्यापासून हजारो हुतू किगालीहून खाली दक्षिणेकडे धाव घेत होते. दुर्दैवाने बहुसंख्य निर्वासित आमच्या किबुये प्रांतात राहण्यासाठी किंवा येथून किव्हू सरोवरामधून झायरेला जाण्यासाठी येत होते. घाबरलेल्या पुष्कळ हुतू कुटुंबांना या मारामारीतून निसटून जायचं होतं. पण आत्ता या भागात इंटराहामवेचेही पुष्कळ मारेकरी होते.

पुढच्या अडथळ्याच्या ठिकाणी मारेकऱ्यांनीच हात हलवून पुढे जाऊ दिलं. "फ्रेंच लोक आपलेच आहेत. चला या, पुढे जा. त्यांना जाऊ दे!" त्यांच्यापैकी एक जण म्हणाला. पुढील आणखी पाच अडथळ्यांमधून असंच जाऊ दिलं.

रात्र संपवून ट्रक नव्या दिवसाकडे निघाला होता... मला वाटत होतं, 'तो असाच पुढे एखाद्या नव्या देशाकडे जावा!' माझ्या आत्म्याला वाटत होतं की, रवांडा सोडून दुसऱ्या एका जगात उडून जावं. देव माझ्यासाठी दुसऱ्या नव्या आयुष्याचं नियोजन करतोय, असा माझा विश्वास होता. फक्त ते कुठे व केव्हापासून घडेल, हे मला ठाऊक नव्हतं. तीस मिनिटांनंतर ट्रक जेव्हा बेस कँपवर पोहोचला, तेव्हा माझी खूप निराशा झाली... हो, आम्ही मुक्त होतो, पण तरीही रवांडातच होतो; अजूनही आम्ही भयानक वास्तवात खितपत होतो.

ट्रकमधून खाली उतरल्यावर पहिली गोष्ट माझ्या दृष्टिपथात आली, ती म्हणजे

मोडकळीस आलेली शाळेची इमारत. त्या इमारतीच्या दारावर लटकवलेल्या लाकडी पाटीवर लिहिलं होतं, 'रूविंपिली'. आणि माझ्या लक्षात आलं की, माझ्या आईनं शिक्षिकेची पहिली नोकरी जिथे केली, त्या जागी आम्ही आलो होतो.

माझं मन दुःखानं भरून आलं आणि देवाशी पटकन बोलण्यासाठी मला इतरांपासून दूर जाणं भाग होतं. 'देवा, मला ठाऊक नाही, तू मला इथे का आणलंस. मला ठाऊक आहे, माझ्या कुटुंबासाठी मी शोक करायला हवा, पण आत्ता तरी मी तो करू शकत नाहीये... यातून निभावून जाण्यासाठी मला ताकद दे. मी नंतर सर्व क्रियाकर्म व्यवस्थित पार पाडेन.'

काही मिनिटांत मला पुरेसं बळ आलं. मी हसऱ्या चेहऱ्यानं शाळेत जाऊ शकले. माझ्या आईला, या मोडकळीस आलेल्या आणि मातीची जमीन असलेल्या शाळेबद्दल किती आपुलकी होती, हे मला ठाऊक होतं. 'आपण शाळेत काय शिकतो, हे महत्त्वाचं असतं; शाळा कशी दिसते, हे महत्त्वाचं नाही.' ती म्हणायची.

पहाट सरत होती. सकाळची कोवळी उन्हं शाळेवर पसरली. त्यात मला माझ्याप्रमाणेच वाचलेल्या इतर बायकांचे चेहरे न्याहाळता आले. त्या वीस जणी होत्या आणि लगेचच मला जाणीव झाली की, आम्हा आठ जणींना पास्टरांच्या बाथरूममध्ये राहायला जागा मिळाली, हे आमच्यावर केवढे उपकार होते! या वीस जणी आमच्यापेक्षा खूप ओढगस्त वाटल्या. गरीब बिचाऱ्या! गेले तीन महिने जंगलात उघड्यावर राहत होत्या, गुहांमधून झोपत होत्या आणि झाडांची पानं व गवत खाऊन त्यांनी गुजराण केली होती.

सूर्याची किरणं इतकी प्रखर झाली की, मला डोळे झाकावे लागले आणि माझ्या बोटांच्या फटीतून मला एक ओळखीचा चेहरा दिसला. "इस्पेरांस!" मी मोठ्यानं ओरडले. ती माझ्या आईची बहीण होती, पण तिनं बहुतेक माझी हाक ऐकली नसावी.

"इस्पेरांस, तू मला ओळखलं नाहीस काय? मी इम्माकुली. हे देवा, मी आभारी आहे. कुणीतरी वाचलंय." तिला घट्ट आलिंगन देत मी म्हटलं.

परत आलिंगन देताना तिनं मला अलगदच धरलं आणि काही बोलण्याआधी माझ्याकडे भकास नजरेनं बघत राहिली. मला जाणवलं की, तिला मानसिक धक्का बसला होता. "ठीक आहे," ती थकल्या स्वरात म्हणाली, "तू वाचलीस. मला आनंद झालाय. ये, तुझ्या दुसऱ्या मावशीला भेट." थकल्या पावली शाळेच्या पटांगणात जिथे तिची बहीण जीनी व माझ्या तीन मावस बहिणी बसल्या होत्या, तिथे पोहोचली. त्या सर्व बहिणी किशोरवयीन होत्या आणि खाली जमिनीवर बसल्या होत्या.

मी दहा यार्ड दूर उभी राहिले आणि जे पाहिलं ते अविश्वसनीय होतं. त्या मुलींचे चेहरे कीटकदंशानं सुजले होते, ओठ फुटले होते व त्यातून रक्त येत होतं. त्यांच्या सर्व शरीरावर खरूज पसरली होती. कित्येक आठवड्यांपासून त्यांत जंतुसंसर्ग

झाला असावा. मी जिथे उभी होते, तिथेही दुर्गंधी येत होती.

जीनी मावशीही शिक्षिका होती. कपड्यांबद्दल अतिचोखंदळ असायची. स्वच्छतेबद्दल तर इतकी दुराग्रही होती की, भेटायला येणाऱ्या लोकांना ती सांगायची, 'घरात शिरण्यापूर्वी हात धुवा आणि मगच मुलांना भेटा.' आत्ता ती आपल्या मुलींबरोबर घाणीत बसली होती, एखाद्या अगदी गावंढळ माणसानं बसावं तशी. अंगावरच्या कपड्यांच्या चिंध्या झाल्या होत्या, त्यातून त्यांचे कुल्ले बाहेर लोंबताना मला सहज दिसत होते.

मी खाली गुडघ्यावर बसले आणि जीनीला आलिंगन द्यायला लागले. पण तिनं माझा स्पर्श टाळला अन् माझ्यापासून अश्रू लपवायचा प्रयत्न केला. "ओह इम्माकुली, क्षमा कर... मी भयानक दिसत असणार. माझ्या डोळ्यांत काहीतरी गेलंय, म्हणून पाणी येतंय."

माझ्या मनात विचार आला – अशा परिस्थितीत माझ्या आईलाही डोळ्यांतील अश्रूंनी अवघडल्यासारखं झालं असतं. मी हसले व म्हणाले, "जीनी मावशी, तुला बघून मला फार आनंद झाला." मी तिला हलकेच आलिंगन दिलं. त्यानंतर तिच्या मुलींना मिठी मारली. तिच्या डोळ्यांत हळूहळू चैतन्य जाणवू लागलं व चेहऱ्यावर हलकंसं हसू पसरलं.

त्या सर्वांसाठी मी मनातल्या मनात प्रार्थना म्हटली आणि त्यांच्या मनातील उदासीनता कमी करण्यासाठी देवाला आळवलं. त्यांच्या शारीरिक जखमा भरून येण्यासाठी शक्य तेवढे सर्व प्रयत्न करण्याचं मी ठरवलं.

मी त्यांच्याजवळ बसले. आपापल्या कुटुंबातील कुणाकुणाची हत्या केली गेली, कोणत्या संकटांतून जावं लागलं, याबद्दलचा दुःखदायक संवाद सुरू झाला. जीनीने तीन मुलगे व नवरा गमावला होता. इस्पेरांसच्या कुटुंबीयांपैकी जवळजवळ सर्व जण मारले गेले होते. माझ्या आवडत्या आजी-आजोबांचा खून झाला होता आणि माझे सात मामा मारले गेले होते. या सर्वांची परिणिती आमच्या रडण्यात झाली... आमचे अश्रू कधी थांबतील की नाही, असं वाटू लागलं.

आम्ही तासभर गप्पा मारत होतो. त्यानंतर इस्पेरान्सनं एक पत्र माझ्या हातात दिलं. इतके आठवडे जंगलात राहून तिनं ते पत्र सुरक्षित कसं ठेवलं याची मी कल्पनाही करू शकले नाही. "मी लपले होते, तेव्हा दामासिन मला भेटला होता. तुला देण्यासाठी त्यानं हे पत्र माझ्याजवळ दिलं." ती म्हणाली, "तो झायरेला जायला निघाला होता, पण त्याचा प्रयत्न निष्फळ ठरला."

मी तिच्या हातातून ते पत्र घेतलं व त्या पाकिटाकडे पाहिलं. त्यावर अश्रूंचे डाग पडले होते. मी वळले आणि माझी मावशी व मावसभावंडे यांच्यापासून दूर पळून गेले... आता कुणी जवळ असणं मला असह्य वाटत होतं. माझ्या भावाचं नाव उच्चारताच मला नेहमी भरून यायचं आणि आत्ता तर त्यानं लिहिलेलं अखेरचं पत्र माझ्या हातात होतं. ते पत्र वाचणं म्हणजे त्याचं शेवटचं बोलणं ऐकण्यासारखं होतं.

■

दामासिनचे पत्र

शाळेच्या पाठीमागे मी एकटीच उभी होते. दामासिनचं पत्र मी उघडलं आणि त्याचं ते तिरक्या वळणाचं अक्षर मी जेव्हा पाहिलं, तेव्हा इतक्या वर्षांनीही मी शाळेत असल्यापासून त्यानं पाठवलेल्या सर्व पत्रांची मला आठवण झाली. त्यानं पाठवलेली ती पत्रं कधीही भावनाप्रधान नसायची, पण नेहमी प्रेमानं व हळुवारपणानं ओतप्रोत भरलेली असायची. प्रोत्साहन देणारी, माझी स्तुती करणारी, उपयुक्त सल्ला देणारी, हळुवारपणे ताकीद देणारी, थट्टामस्करी करणारी, गावगप्पा व हास्यविनोदांनी भरलेली असायची. शाळेच्या भिंतीला पाठ टेकून मी बसले आणि पत्र वाचू लागले.

६ मे १९९४

प्रिय (बाबा, आई, व्हिएन्नी आणि) इम्माकुली,

आपली एकमेकांपासून ताटातूट झाली, त्याला जवळजवळ एक महिना लोटला आणि आपण सर्व एका दुःस्वप्नात जगत आहोत. आजूबाजूला घडणाऱ्या घटना जरी काहीही सूचित करीत असल्या तरी माझा ठाम विश्वास आहे की, देवाची इच्छा असेल, तरच एक जमात दुसऱ्या जमातीला नामशेष करू शकते. रवांडाचे प्रश्न कायमचे सुटण्यासाठी कदाचित आमच्या प्राणांची आहुती जाणंच क्रमप्राप्त असेल. मला एका गोष्टीची पूर्ण खात्री आहे – आपण पुन्हा भेटू याबद्दल माझ्या मनात जराही संदेह नाहीये.

मी देशाबाहेर जाण्याचा प्रयत्न करणार आहे; पण ते साध्य होईल की नाही, मला ठाऊक नाही. त्यांनी मला जर वाटेतच ठार मारलं, तर तुम्ही माझी काळजी करू नका. मी केलेल्या प्रार्थना माझ्या पाठीशी आहेत. मरणाला सामोरं जायला माझी पूर्ण तयारी आहे. जर रवांडाच्या बाहेर जाण्यात मला यश आलं, तर शांती प्रस्थापित होताच मी तुम्हा सर्वांशी संपर्क साधेन. माझ्या बाबतीत जे काही घडेल किंवा घडलं, त्याबद्दल बॉन तुम्हाला सर्व सांगेल.

दामासिनच्या मित्रानं – बॉननं मला नंतर सांगितलं की, इथपर्यंत पत्र लिहून झाल्यावर दामासिननं पेन खाली ठेवलं, मान वर करून त्याच्याकडे पाहिलं व

म्हणाला, ''बॉन, मला ठाऊक आहे, तू माझा मित्र आहेस आणि तू माझ्या भावना जपण्यासाठी प्रयत्न केलेस. पण आता मला सर्व सांगण्याची वेळ आलीये... माझ्या कुटुंबातील कोणी मारले गेलेत काय?''

बॉन हुतू असल्यामुळे जातिसंहारामध्येही तो कुठेही फिरू शकत होता आणि त्या भागात कोण कोण तुत्सी मारले गेले होते, हे त्याला समजत होतं. माझ्या आई-बाबांची आणि व्हिएन्नीची हत्या झाल्याचं, त्याला माहीत असूनही त्यानं ते माझ्या भावापासून लपवून ठेवलं, कारण त्याला माझ्या भावाची काळजी होती आणि त्याला माझ्या भावाला दुखवायचं नव्हतं.

पण दामासिननं त्याला जेव्हा उघडपणे विचारलं, तेव्हा त्याला जे ठाऊक होतं, ते सर्व त्यानं सांगितलं. बॉनला स्वतःला सत्याची पूर्ण जाणीव होती. पत्र लिहीत असताना दामासिन या कल्पनेत होता की, त्यानं ज्यांच्यावर प्रेम केलं, ते सर्व जिवंत आहेत. बॉनच्याने ते पाहवेना. पत्र पूर्ण होण्याआधीच त्यानं आपल्या मित्राला त्याचे आई-वडील व लहान भाऊ यांना ठार मारल्याचं व फक्त इम्माकुलीच कदाचित जिवंत असण्याची शक्यता असल्याचं सांगितलं. सर्व दिवसभर दामासिन रडत होता. त्यामुळेच पाकिटावर अश्रूंचे डाग पडले आणि त्याच्या पत्राचा कायमचा हिस्सा बनले.

लेक किव्हूहून जाणारी बोट पकडण्याआधी त्यानं ते पत्र पुन्हा बाहेर काढलं आणि आई-बाबा-व्हिएन्नी यांच्याभोवती कंस करून पुढील ओळी लिहिल्या :

इम्माकुली, मी याचना करतो की तू खंबीर राहा. आई-बाबा-व्हिएन्नीला ठार मारल्याचं मी आत्ताच ऐकलं. शक्य होईल तसं लवकरात लवकर मी तुझ्याशी संपर्क साधेन. माझं तुला दृढ आलिंगन आणि गोड पापा!

तुझा भाऊ,
जो तुझ्यावर खूप प्रेम करतो!

माझ्या वाचनात आलेली ती सर्वांत दुःखदायक गोष्ट होती. अश्रूंचे डाग असलेल्या त्या अक्षरांभोवती मी बोटं फिरवली आणि हे पत्र आपण न रडता कधीच वाचू शकणार नाही, हे जाणवलं.

नंतर जे काही समजलं, त्यावरून बॉन माझ्यासाठी कायमचा 'हीरो' ठरला. कुटुंबाची संमती नसताना बॉननं माझ्या भावाला आपल्या घरी लपवलं होतं. जातिसंहाराच्या पहिल्या काही दिवसांत त्यानं भावाला स्वतःच्या पलंगाखाली दडवून वाचवलं. पण तो हे करतोय, हे कुटुंबीयांना समजल्यावर त्यांनी माझ्या भावाला मारेकऱ्यांच्या हवाली करण्यासाठी तगादा लावला.

दुर्दैवानं माझे जुने टीचर बुहोरो हे जॉनचे काका होते – ज्यांना जातिनिहाय हजेरी घेऊन तुत्सी मुलांना अपमानित करणं आवडायचं. बुहोरो हा देशातला एक पिसाळलेला

हुतू अतिरेकी निघाला. त्याने खूप व निर्घृण हत्या केल्या आणि त्यांना जेव्हा संशय आल्याचं समजलं, तेव्हा काहीही करून दामासिनला घरातून बाहेर काढणं अत्यंत जरुरीचं असल्याची जाणीव बॉनला झाली. एका रात्री उशिरा त्यानं कुटुंबाच्या मालकीच्या जमिनीमध्ये दूरच्या टोकाला एक खड्डा खोदला, तो लाकडानं व पानांनी आच्छादला. आपल्या बेडरूममधून दामासिनला सुखरूप बाहेर काढलं आणि बुहोरोनं खबर दिल्यामुळे मारेकरी येण्यापूर्वी त्याला त्या खड्ड्यात लपवलं.

दामासिन त्या खड्ड्यात तीन आठवडे लपून होता. त्यादरम्यान बुहोरोच्या आग्रहामुळे मारेकऱ्यांनी अनेकदा बॉनच्या घराची झडती घेतली. तरीही मारेकऱ्यांनी बॉनचा पिच्छा सोडला नव्हता. त्याच्या हालचालींवर त्यांनी पाळत ठेवली होती. एकदा अन्न घेऊन बाहेर पडताना त्यांनी पाहिले होतं. त्यानंतर ते कदाचित परसदारीही शोध घेतील, या भीतीने दामासिननं व बॉननं ठरवलं की, माझ्या भावानं किव्हू सरोवरामार्गे झायरेला जावं. (बॉनची एका सज्जन हुतू नावाड्याशी ओळख होती. तुत्सींना पलीकडे पोहोचवण्याचं काम तो करीत होता.) बॉननं मध्यरात्रीनंतर दामासिनला खड्ड्यातून बाहेर काढलं. दोघे जण अंधारातून झुडपांमधून लपत-छपत तळ्याकडे निघाले. त्या प्रवासात बराच वेळ गेला आणि मध्यरात्रीनंतरची बोट चुकली.

आता पहाट होत आली होती. दामासिनला वाटलं, आता बॉनच्या घरी परतण्यात धोका होता, म्हणून तो सेंगेच्या घरी राहिला. सेंगे त्याचा व बॉनचा चांगला मित्र होता आणि त्याचं घर सरोवराजवळच होतं. सेंगे मवाळ हुतू होता. त्याला आमच्या कुटुंबाबद्दल प्रेम व आपुलकी होती. त्याच्या अनेक भावांची शाळेची फी माझ्या बाबांनी भरली होती. दामासिनला एक दिवस लपवून ठेवण्याचं त्यानं आनंदानं मान्य केलं.

सेंगेसारखा त्याचा भाऊ सिमोनी मात्र उदारमतवादी नव्हता. दामासिन आला, त्या वेळी त्याने अगदी हसून मैत्रीपूर्ण स्वागत केलं, पण दुसऱ्या दिवशी माझा भाऊ झोपलेला असताना सिमोनी बाहेर सटकला. बोटीचा बंदोबस्त करण्यासाठी सेंगे जाण्याचीच तो वाट पाहत होता. सिमोनीनं मारेकऱ्यांशी संपर्क साधला आणि दामासिनचा विश्वासघात केला.

जेवणापूर्वी सिमोनीनं माझ्या भावाला उठवलं व झायरेला जाण्यापूर्वी माझ्या भावाचे कपडे धुऊन द्यायचं कबूल केलं. दामासिननं अंगावर फक्त आतली चड्डी ठेवली व बाकी सगळे कपडे त्याच्याकडे दिले. (नंतर त्यानं हेही कबूल केलं की, मरण्यापूर्वी भावाला ओशाळवाणं वाटावं म्हणून त्यानं हे कृत्य केलं.) त्याचे कपडे काढून झाल्यावर सिमोनीनं दामासिनला हॉलमध्ये बोलवलं, जिथे दहा-बारा मारेकरी त्याची प्रतीक्षा करीत होते. ते माझ्या भावावर तुटून पडले व त्याला निर्दयपणे चोपत रस्त्यावर ओढत आणलं. दामासिन फक्त आतल्या चड्डीवर होता.

आमच्या घरी काम करणाऱ्या एका बाईनं हा सर्व प्रसंग पाहिला होता. दामासिनच्या या शेवटच्या तासातील सर्व घटनांबद्दल तिनं सविस्तरपणे मला सर्व

सांगितलं : "इम्माकुली कुठाय? तुझ्या कुटुंबातील इतर झुरळांची शरीरं आम्ही पाहिली आहेत. पण अजून तिच्याबरोबर मजा उपभोगली नाहीये. कुठाय ती? तू आम्हाला सांग, मग आम्ही तुला जाऊ देऊ... आणि तू सांगितलं नाहीस, तर तुला रात्रभर मारत राहू. इम्माकुली कुठाय ते आम्हाला सांग, मग तू जाऊ शकतोस."

दामासिननं त्याचा चेहरा सुजलेला व स्वत: रक्तबंबाळ असतानाही त्यांच्याकडे पाहिलं आणि पूर्वी ज्याप्रमाणे आयुष्यभर माझ्या पाठीशी उभा राहिला, त्याला अनुसरून पुढे म्हणाला, "माझी सुंदर बहीण कुठाय, हे जरी मला माहीत असतं, तरी मी तुम्हाला सांगितलं नसतं. इम्माकुली कधीच तुमच्या हाती लागणार नाही. तुमच्या सगळ्यांच्या एकत्रित अकलेपेक्षा ती जास्त हुशार आहे."

त्याला कुऱ्हाडीच्या दांड्यांबरोबर ते टोमणेही मारत होते, "तुझ्याइतकी ती स्मार्ट आहे का? तुझ्याकडे मास्टर्सची पदवी असूनही आम्ही तुला पकडलंच की नाही? आता सांग, तुझी बहीण कुठे लपलीये?"

दामासिन पुन्हा एकदा त्याच्या पायावर उभा राहिला आणि मारेकऱ्यांकडे पाहून हसला. त्याच्या त्या धिटाईनं त्यांना गोंधळात टाकलं. अनेक तुत्सींना त्यांनी मारलं होतं आणि प्रत्येक वेळी बळी पडलेल्यांनी जगण्यासाठी केलेल्या विनंत्या ऐकताना त्यांना नेहमीच आनंद झाला होता.

त्यांच्याशी रदबदलीची बोलणी करण्याऐवजी, त्यांच्यापुढे भीक मागण्याऐवजी त्यानं त्याला ठार करण्याचं आव्हान त्यांना दिलं. "या, तुमचा कार्यभाग उरकून टाका." तो म्हणाला, "तुम्ही कशासाठी थांबलात? आज माझा देवाकडे जाण्याचा दिवस आहे. माझ्या आजूबाजूला त्याचं अस्तित्व मला जाणवतंय. तो पाहतोय. त्याच्या घरी घेऊन जाण्यासाठी माझी प्रतीक्षा करतोय. पुढे व्हा आणि तुमचं काम पूर्ण करा, मला स्वर्गामध्ये पाठवा. मला तुमची दया येतेय. एखादा पोरखेळ खेळल्यासारखे तुम्ही लोकांना मारताय. खून करणं हा पोरखेळ नव्हे. तुम्ही देवाला दुखवत आहात. या मजेची किंमत तुम्हाला चुकवावी लागेल. तुम्ही ज्या निरापराधी लोकांना मारताहात, त्यांचंच रक्त तुमचा शेवटपर्यंत – अगदी जगाच्या अंतापर्यंत पाठलाग करेल. पण मी तुमच्यासाठी प्रार्थना करीत आहे... तुम्ही जे दुष्कृत्य करीत आहात, त्याची तुम्हाला जाणीव व्हावी म्हणून, आणखी उशीर होऊ नये म्हणून देवानं तुम्हाला क्षमा करावी, यासाठी मी प्रार्थना करतोय." हे माझ्या भावाचे शेवटचे शब्द होते. कोणत्याही गोष्टीनं त्याच्या निर्घृण हत्येचं दु:ख कधीच शमणार नाही; पण मारेकऱ्यांसमोर तो ताठ मानेनं उभा राहिला आणि ज्या इतमामानं तो जगला, तसंच त्याला मरण प्राप्त झालं, याचा मला अभिमान वाटला.

सिमोनीच्या भावांपैकी एक जण प्रॉटेस्टंट पंथीय पास्टर तिथे होता. त्याचं नाव होतं करेरा. दामासिनच्या वक्तव्यावर तो उपहासानं म्हणाला, "या मुलाला आपण

धर्मोपदेशक आहोत, असं वाटतं की काय? मी इथला पास्टर आहे आणि या हत्येला माझे आशीर्वाद आहेत... आणखी एका झुरळापासून देश मुक्त केल्याबद्दल आशीर्वाद आहेत.'' त्यानंतर त्यानं मारेकऱ्यांकडे पाहिलं व म्हणाला, ''तुम्ही वाट कशाची पाहताय? तुम्ही डरपोक आहात काय? एक झुरळ तुम्हाला त्याला चिरडायला सांगतंय... तुम्ही तिथे नुसते उभे काय राहिलात? ठार मारा त्याला.''

करेरानं मारेकऱ्यांची निंदा करून त्यांना लाजवलं आणि खून करण्यासाठी प्रवृत्त केलं.

''तुम्ही तुत्सी, आम्हा हुतूंपेक्षा वरचढ असल्याच्या भावनेनं वागता.'' एका तरुण मारेकऱ्यानं दामासिनच्या तोंडासमोर आपली कुऱ्हाड धरली, ''तुला वाटलं, तुझ्याकडे मास्टर्सची पदवी असल्यामुळे तू आमच्यापेक्षा हुशार आहेस? ठीक... मास्टर्सची पदवी असलेल्याचा मेंदू कसा आहे, तेच मला पाहायचंय!''

त्यानं कुऱ्हाडीचं पातं फिरवलं आणि माझ्या भावाच्या डोक्यावर घाव घातला. भाऊ गुडघे दुमडत कोसळला... दुसरा मारेकरी पुढे सरसावला व स्वत:ची कुऱ्हाड दोनदा हवेत फिरवून त्यानं भावाचे दोन्ही हात धडावेगळे केले. पहिल्या मारेकऱ्यानं त्याच्या कुऱ्हाडीनं दामासिनच्या डोक्यात पुन्हा घाव घातला आणि या वेळी कवटी फोडून मेंदू बाहेर काढला. नंतर आत डोकं खुपसलं आणि माझ्या भावाच्या रक्तानं माखलेला चेहरा घेऊन आजूबाजूच्या परिसरात बढाया मारत फिरत राहिला, 'आज मी एकाच्या मेंदूत मास्टर्सची डिग्री पाहिली!'

दामासिनच्या हत्येच्या तपशिलावर मी कधीच विचार करीत बसले नाही. तो फक्त मृत्यूला सामोरा कसा गेला, त्यानं हसत-हसत मरणाला कसं कवटाळलं आणि ज्यांनी त्याची हत्या केली, त्यांच्यासाठीही त्यानं प्रार्थना केली, याबद्दल मी विचार करीत असते....

नंतर माझ्या ऐकिवात आलं की, दामासिनच्या वर्गातील सेमाहे नावाचा तरुण मुलगा, त्या मारेकऱ्यांपैकी एक होता. तो मुलगा हताश झाला आणि खुनाच्या पश्चात्तापानं रडत राहिला. त्यानं व दामासिननं मिळून केलेल्या अनेक गोष्टींबद्दल तो एकसारखा बडबडत राहायचा – जसं की एकत्रित खेळलेले सॉकर; चर्चमधील गानवृंदात ऑल्टरवर उभं राहून दोघांनी मिळून केलेलं ईशस्तवन! माझ्या भावानं त्याला व इतरांना दाखवलेल्या दयाळूपणानं त्याला झपाटल्यागत झालं होतं. जो कोणी ऐकून घेईल, त्याच्याजवळ सेमाहे पश्चात्तापाची भावना व्यक्त करीत होता.

''मी पुन्हा कधीही खून करणार नाही'' असं तो म्हणे, ''माझ्या डोक्यातून दामासिनचा चेहरा कधीच पुसला जाणार नाही. त्याचे शब्द कायम माझं हृदय जाळत राहतील. अशा मुलाला मारणं पाप होतं... ते फार मोठं पाप होतं.''

■

छावणीतील स्वास्थ्य

फ्रेंच कँप हा एक कडेकोट बंदोबस्त असलेला बंदिस्त किल्लाच असून त्यामध्ये तुत्सींना ठेवलं होतं. हुतूंना तिथे थारा नव्हता. शाळेच्या इमारतीसमोर रणगाड्यांसारख्या दिसणाऱ्या आठ शस्त्रसज्ज गाड्या सैनिकांनी अर्धवर्तुळाकारात उभ्या केल्या होत्या आणि कँपच्या बाहेरील बाजूनं कमीत कमी शंभर सैनिक रक्षक रात्रंदिवस पहारा देत होते. अर्धवर्तुळात उभ्या असलेल्या शस्त्रसज्ज गाड्यांच्या मध्यभागी आम्ही तीस सैनिकांबरोबर होतो आणि आमचं रात्रंदिवस रक्षण करण्याची जबाबदारी त्यांच्यावर सोपवली होती. नैसर्गिक विधी उरकण्यासाठी आम्हाला जेव्हा जंगलात जावं लागे, तेव्हा ते आमच्या सोबत येत असत. ज्या वाईट परिस्थितीत आम्हाला राहावं लागत होतं, त्याबद्दल फ्रेंच सुरक्षारक्षक नेहमी जी दिलगिरी व्यक्त करीत असत, त्याचं मला हसू येत असे. आम्ही जिथून आलो होतो, त्या तुलनेत खरं तर आम्ही अगदी आरामदायी जीवन जगत होतो. नवीन आलेल्यांना मात्र आम्ही ओढ्यावरून पाणी आणून देत होतो; आम्ही अंघोळी करत होतो आणि स्वत:चे कपडे साबणानं धूत होतो.

आम्ही उघड्यावर झोपायचो आणि ती फार त्रासदायक बाब होती, याची सैनिकांनाही जाणीव होती. पण मला ते छान वाटायचं. मधूनच जरी मला बऱ्याचदा जाग यायची, अंग धुळीनं माखलेलं असायचं, खडकाळ जमिनीवर झोपल्यामुळे अंग दुखायचं; तरीदेखील वर ताऱ्यांकडे बघत झोपी जाणं मला आवडायचं... ते म्हणजे दिवसअखेर देवाचं दर्शन घेण्यासारखं होतं.

आम्हाला स्वयंपाक करायची परवानगी नव्हती. खरं पाहता, ताजे अन्नपदार्थ उपलब्ध नसल्यानं ते फारसं गैरसोईचं नव्हतं. सैनिक आम्हाला डबाबंद चीज, पावडरचं दूध, फळं व बिस्किटं देत असत. ते मर्यादित स्वरूपात असायचं, तरी वजन वाढत होतं आणि कमरेचा पट्टा घट्ट ठेवण्यासाठी पट्ट्याचं आणखी एक-एक भोक वाढवणं बंद झालं.

फ्रेंच म्हणायचे, 'तुमचं संरक्षण करणं आमचं काम आहे' आणि त्यांचं काम ते व्यवस्थित पार पाडत होते. कँपमध्ये असताना मला एकदाही मारेकऱ्यांची भीती

वाटली नाही. तरीही कँपच्या बाहेर हुतू लोक जमत व शस्त्रसज्ज गाड्यांच्या फटींतून आम्हाला न्याहाळण्याचा प्रयत्न करीत – जसं काही आम्ही प्राणिसंग्रहालयातील जनावरं होतो... संपूर्ण नामशेष करण्याच्या उद्देशानं कत्तल केली जात असलेल्या जमातीचे शिल्लक उरलेले जीवात्मे!

"तुम्ही जसे काही पशू आहात असं ते तुमच्याकडे पाहताहेत, पण खरं तर तेच पशू आहेत!" एक दिवस त्या फौजेचा कप्तान मला म्हणाला. मला चांगलं फ्रेंच येतं, हे त्याला समजल्यावर आमच्यामध्ये प्रदीर्घ गप्पा चालायच्या. मी त्याला माझी गोष्ट सांगितली. त्याला खूप सहानुभूती वाटली. त्याला आमचा इतिहास, आमच्यातील वांशिक झगडे व रवांडामधून तुत्सींच्या होत असलेल्या नायनाटाबद्दल ठाऊक होतं.

"तुला म्हणून सांगतो, आमचा राष्ट्राध्यक्ष हे सर्व जिवंतपणी कसं पाहू शकतो?" तो पुढे म्हणाला, "फ्रान्सचे हात रक्तानं माखलेले आहेत, आम्हीच हुतूंना हे मारण्याचं प्रशिक्षण दिलं होतं."

मी प्रथमच ऐकत होते की, एखादा परदेशी माणूस रवांडामध्ये जे घडतंय, त्याचा दोष स्वीकारत होता. ते ऐकून माझ्या मनाला फार बरं वाटलं. पास्टरांकडे रेडिओवरील बातम्या ऐकताना मी बऱ्याचदा निराश होत होते, कारण काय घडतंय हे जगाला ठाऊक असूनसुद्धा जग त्याकडे दुर्लक्ष करीत होतं.

"आपल्या या समजूतदारपणाबद्दल मी फार आभारी आहे." मी उत्तरले, "जे लोक हे कृत्य करताहेत, ते खरोखरच फार वाईट आहेत."

"वाईट? ते भयंकर वाईट आहेत! इम्माकुली, ते दुष्ट आहेत, ते राक्षस आहेत. मला तुला सांगायचंय की, तू इथे सुरक्षित आहेस. जोपर्यंत मी इथला मुख्य आहे, तोपर्यंत तुला कुठलीही इजा पोहोचू देणार नाही." पँटच्या मागे ठेवलेल्या पिस्तुलाच्या पिशवीवर थोपटत तो म्हणाला, "मी तुला संरक्षण देईनच, शिवाय न्यायही मिळवून देईन. पुन्हा तेच सांगतो की, हे फक्त आपल्या दोघांतच राहू दे. तुला जर सूड घ्यायचा असेल, तर तू म्हणशील तसंच होईल. जे तुझा शोध घेत होते किंवा ज्यांनी तुझ्या आई-वडिलांना, भावांना मारलंय; त्यांची नावं मला दे आणि तुझ्यासाठी मी त्यांना ठार करीन."

त्यानं दिलेल्या प्रस्तावाचं मला आश्चर्य वाटलं. माझ्या बाथरूममधील वास्तव्यातील पहिल्या काही दिवसांत तुत्सींवर होत असलेल्या अत्याचारांबद्दल जेव्हा पास्टरांकडून समजलं, तेव्हा मलाही असंच वाटत होतं. मला वाटत होतं, हुतूंना मारण्यासाठी माझ्याकडे शस्त्रं, बंदुका, तोफा हव्यात; कारण त्यांचा सूड घ्यायला मी तळमळत होते. पण हे सर्व होतं, मी माझं अंत:करण उघडं करून देवाची क्षमा आणि मारेकऱ्यांबरोबर शांती-समझोता करण्याची याचना करण्याआधी.

सूड घेण्याचा छानसा मार्ग कॅप्टननं मला दाखवला होता : प्रशिक्षित व सुसज्ज

सैनिक माझ्या हुकमानुसार हत्या करणार होते. मी फक्त माझ्या तोंडातून त्यांची नावं उच्चारण्याची खोटी होती – माझ्या कुटुंबाच्या हत्यांचा सूड मला घेता आला असता... रस्त्यावर सडत पडलेल्या प्रेतांच्या कुटुंबीयांसाठी सूड घेता आला असता. त्याचं सांगणं अगदी मनापासूनचं होतं; पण मला त्याच्या स्वरात सैतान डोकवताना दिसत होता, जो हत्या घडवून आणण्याचं वचन देऊन मला भुरळ पाडत होता. मला मात्र फक्त शांती हवी होती. मी माझे हात खिशात घातले आणि माझ्या वडिलांची जपमाळ बोटाभोवती गुंडाळली, "तुमच्या प्रस्तावाबद्दल मी फार आभारी...."

"तुझ्या मनात असेल त्या हुतूला मी ठार मारेन!" ठार मारायला तो इतका उतावीळ झाला होता की, त्यानं मला वाक्यही पुरं करू दिलं नाही. "तुला इथे या कँपमध्ये कुणी हुतू असल्याचं माहीत असेल, तर सांग. मी स्वत: त्याला गोळी घालेन. मी त्या सर्वांचा द्वेष करतो."

"हे सर्व ठीक आहे, कॅप्टन. पण हुतू वाईट नाहीत. त्यातले हे मारेकरी फक्त वाईट आहेत. सैतानानंच त्यांच्यावर जादू केलीये. देवापासून त्यांची फारकत केलीये आणि...."

"इम्माकुली, हुतू दुष्ट आहेत," मला परत मधेच अडवत तो म्हणाला, "ते जे काय करताहेत, ते दुष्कृत्य आहे. ती देवाची इच्छा होती की, राक्षसाचं कृत्य होतं; तसलं मला तू काही सांगू नकोस... हे हुतूंनीच केलंय आणि त्याची किंमत त्यांना चुकवावीच लागेल. जर तुझा विचार बदलला, तर मला सांग. तुला ठाऊक आहे की, मी दुसऱ्या कुणालाही अशी विनंती करणार नाही."

देवानं त्याच्या क्षमाशीलतेनं कॅप्टनच्या हृदयाला स्पर्श करावा, म्हणून मी देवाची प्रार्थना केली आणि मारेकऱ्यांनीही आपली हत्यारं खाली ठेवावीत व देवाची कृपा मागावी, म्हणूनही मी प्रार्थना केली. कॅप्टनचा उफाळून आलेला राग बघून मी विचारात पडले की, रवांडामधील आपापसातील हेवेदावे व द्वेष यांचं दुष्टचक्र हे काही लवकर शमेलसं दिसत नाही. हे हत्याकांड थांबल्यावर आणखी कटुता निश्चित निर्माण होईल... अशी कटुता – ज्यातून पुन्हा हिंसाचार भडकेल. देवाची पवित्र क्षमाशीलताच या हिंसाचाराला पायबंद घालू शकेल. मला स्पष्ट दिसत होतं की, देवानं माझ्यासाठी कुठलाही मार्ग निवडला असला तरी अंगी क्षमा बाळगण्यासाठी इतरांना मदत करणं, हे माझ्या आयुष्याचं आद्य कर्तव्य राहील.

दुसऱ्या दिवशीच कॅप्टननं आपला शब्द खरा केला. तो खरंच हुतूंचा द्वेष करीत होता. रक्तबंबाळ झालेला एक माणूस भटकत-भटकत कँपमध्ये आला. तो सांगत होता की, तुत्सी क्रांतिकाऱ्यांसमवेत जातिसंहारामध्यें लढताना तो जखमी झाला होता. पण कॅप्टनचा त्याच्यावर विश्वास बसला नाही. त्यानं त्याच्या कानावर पिस्तुल ठेवून चौकशी केली आणि सैनिकांनी त्याला शरण यायला लावलं. त्यांनी त्याला

विचारलं, 'तो इंटरहामवेचा सभासद आहे काय?' प्रथम त्यानं नकार दिला, पण आणखी ढोसल्यावर त्यानं कबूल केलं आणि गयावया करू लागला. कॅप्टननं सैनिकांना खूण केली. ते त्याला ओढत घेऊन गेले आणि त्यानंतर तो आम्हाला पुन्हा काही दिसला नाही. सैनिकांपैकी एकानं मला नंतर सांगितलं की, त्या माणसानं आपण इंटराहामवेचे हेर असल्याचे कबूल केलं. "त्याची काळजी करू नका. तो पुन्हा कधीही, कुणालाही त्रास देणार नाही," तो म्हणाला.

मी माझ्या मावश्यांची व मावस बहिणींची खूप काळजी घेतली – त्यांना पुरेसं अन्न मिळवून देणं, सैनिकांकडून त्यांना औषधं मिळवून देणं, त्यांच्या जखमांवर मलमपट्टी करणं इत्यादी. आणि हे सर्व करून रात्री मी त्यांच्याजवळच झोपत होते. समजा – त्या रात्रीमध्ये घाबरून उठल्या, तर मी जवळ असावं म्हणून! पण कोणी समजत असेल, त्याप्रमाणे मी सदान्‌कदा त्याच्यामागे नव्हते. ते जिवंत होते, सुखी होते, एवढ्यावरच मी समाधानी होते. मी गमावलेल्या माझ्या कुटुंबाची जागा मात्र ते घेऊ शकणार नव्हते. मला जाणवू लागलं की, आता आपण आपल्या आयुष्याची नव्यानं सुरुवात करायला हवी. मी ज्यांच्याबरोबर बाथरूममध्ये दिवस काढले, त्यांच्याबरोबर मैत्री करणं काही शक्य नव्हतं. आम्ही कँपमध्ये अगदी दोन टोकांना राहत होतो. आम्ही भेटलो की हसत होतो, पण एकमेकींशी क्वचितच बोलायचो. आम्ही इतके दिवस एकत्र राहिलो होतो खऱ्या, पण तरीही एकमेकींना फारशा ओळखत नव्हतो. संपर्क साधण्यासाठी आम्ही हाताच्या खुणा आणि ओठांची हालचाल यांचाच उपयोग केलेला होता आणि तोही नेहमी भीती, निराशा, दहशत या भावना दाखवण्यासाठीच झाला होता. आम्ही जर बाथरूममध्ये बोललो असतो, तर कदाचित आमच्यामध्ये मैत्रीसंबंध तयार झाले असते. पण आता कँपमध्ये एकमेकींना पाहिल्यावर त्या पुष्कळ त्रासदायक आठवणीच डोळ्यांसमोर उभ्या राहायच्या.

ते असो. नवीन ओळखी वाढवायला पुष्कळ संधी उपलब्ध होत्या. रोजच्या रोज हत्याकांडातून वाचलेल्या तुत्सींच्या नव्या तुकड्या येत होत्या. त्यांपैकी पुष्कळ जणी बावरलेल्या, परिस्थितीचं भान हरपलेल्या आणि फक्त किन्यरुवंडा भाषाच जाणणाऱ्या होत्या. मला दोन्ही भाषांचं ज्ञान असल्यामुळे कॅप्टननं मला येणाऱ्या निर्वासितांची माहिती रजिस्टरमध्ये नोंद करायला सांगितलं होतं. मी मदत करायला खुशीनं तयार झाले. त्यांची नावं, वय व त्यांना झालेल्या दुखापतीबद्दल लिहून झाल्यावर सैनिकांना औषधोपचारांच्या गरजांबद्दल सांगायची. त्यांना कोणत्या प्रसंगातून जावं लागलं तो इतिहास व त्यांची वैयक्तिक माहितीही मी त्यात लिहीत असे. हे करताना मला अनेक भयानक गोष्टी ऐकायला मिळाल्या, पण काही आयुष्यभराच्या मैत्रिणीही मिळाल्या.

नव्यानं आलेल्या एका मुलीचं नाव फ्लोरेन्स होतं. ती गोड, निष्पाप हास्य असलेली माझ्याच वयाची होती. तिच्या चेहऱ्यावर, डोळ्यांखाली कुऱ्हाडीनं वार केल्यामुळे झालेल्या जखमेच्या खुणा होत्या. तरीही ती फार सुंदर दिसत होती. तिची गोष्ट मी उतरवून घेतली. गोष्ट नेहमीसारखीच दुःखदायक व भेसूर होती.

माझ्या गावापासून जवळच्याच एका छोट्या गावात फ्लोरेन्स राहत होती. जातिसंहार जेव्हा सुरू झाला, तेव्हा तिचे कुटुंबीय व त्यांचे तीनशे शेजारी यांनी गावातील चर्चमध्ये आश्रय घेतला – या भावनेनं की, मारेकरी चर्चच्या पावित्र्याचा आदर करतील. पण कसलं काय? एकाच खोलीत दाटीवाटीत अडकलेले एवढे तुत्सी एकाच ठिकाणी मिळाल्यावर मारेकऱ्यांचं काम फारच सोपं झालं. ते फक्त आपल्या तलवारी चालवत, रांगांमधून चालत गेले.

"आमच्याकडे शस्त्रं नव्हती, संरक्षण करण्यासाठी काहीच नव्हतं." फ्लोरेन्सच्या मोठाल्या स्नेहार्द्र डोळ्यांत अश्रू उभे होते. "ओरडून याचना भाकत असलेले काही आवाज उठले, पण आमच्यापैकी बहुतेक जणी आपल्या मरणाची बारी येण्याची वाट पाहत बसून होत्या. आम्हाला वाटून गेलं की, आम्ही खून करून घेण्याच्याच लायकीच्या होतो... तसं वाटणं अगदी स्वाभाविकही होतं. ते माझ्याजवळ आले आणि नंतर माझ्या चेहऱ्यावर कुऱ्हाडीचा घाव बसल्याचंच फक्त मला आठवतंय. मला जाग आली तेव्हा मी ट्रकमध्ये होते."

फ्लोरेन्सची जखम खोल होती, पण प्राणघातक नव्हती. मारेकऱ्यांनी तिलाही इतर मुडद्यांबरोबर एका ट्रकमध्ये फेकलं होतं. जेव्हा तिला जाग आली, तेव्हा तिला आढळलं की, ती तिच्या आई-वडिलांच्या धडावरच होती आणि तिच्या अंगावर तिची बहीण होती.

"माझ्या बहिणीच्या छातीत अजूनही घुसलेला एक भाला होता... ती मेल्यातच जमा होती. पण अजूनही घरघर होत होती. मी तिच्याजवळ जायचा प्रयत्न केला, पण ट्रकबरोबर येत असलेल्या एका मारेकऱ्यानं मला हलताना पाहिलं आणि आपल्या भाल्यानं त्यानं मला भोसकायला सुरुवात केली. त्यानं मला इथे, इथे आणि इथे भोसकलं." आपली छाती, पोट व मांड्यांवर बोट ठेवून ती म्हणाली, "त्यानं मला भोसकलं, तेव्हा मी हूं की चूं केलं नाही आणि उलट मी देवालाच म्हटलं, माझं दुःख घे आणि माझे प्राण वाचव. मारेकऱ्याची बहुधा समजूत झाली की, मी मेले... कारण माझ्या शरीरातून पुष्कळ रक्त वाहत होतं.

"त्यानंतर तो ट्रक एका उंच कड्यापाशी थांबला. खालून 'आकान्यारू' नदी वाहत होती. प्रेतं फेकून देण्याचं इंटाराहामवेचं हे आवडतं ठिकाण होतं.

"त्यांनी त्या कड्यावरून सर्व प्रेतं नदीत टाकली." फ्लोरेन्स पुढे सांगत होती, "माझे पाय पकडून त्यांनी मला हवेत भिरकावून दिलं, एवढंच मला आठवतंय

आणि काही अंतरावरून येणारा वाहत्या पाण्याचा आवाज मी ऐकला... बस! पाण्यात पडल्याचं मला आठवत नाही. बहुधा दुसऱ्या दिवशी सकाळी मला जाग आली तेव्हा मी नदीच्या तीरावरील चिखलात होते. माझे आई-वडील व बहीण तिथेच पडले होते, पण ते सर्व मेलेले होते. मी वरच्या कड्याकडे पाहिलं आणि मी कशी काय वाचले, याचंच मला आश्चर्य वाटलं... तो कडा निदान दोनशे फूट तरी उंच होता. मला वाटतं, देवानंच काहीतरी हेतू मनात ठेवून मला वाचवलं.''

स्वत:च्या पायावर उभं राहण्याइतपत उभारी येईपर्यंत फ्लोरेन्स एक सबंध दिवस नदीच्या तीरावर पडून होती. त्यानंतर कशीतरी धडपडत जवळच्याच एका घरापर्यंत पोहोचली. तिथल्या सहृदय हुतूंनी तिला थारा दिला. तिच्या जखमांवर मलमपट्टी केली व तिला लपवून ठेवलं. ''त्यांनी जरी मला वाचवलं असलं तरी त्यांचा मुलगा मात्र रोज सकाळी बाहेर पडायचा आणि इंटराहामवेच्या लोकांबरोबर जाऊन माझ्या गावातील तुत्सींना ठार मारायचा. आता आमच्या गावात मारण्यासाठी कुणी तुत्सीच शिल्लक नव्हता. इम्माकुली, मला या सर्वांचा काही अर्थबोधच होत नाहीये. माझे आई-वडील व बहीण मेले आणि मी वाचले – याचा तू काय अर्थ लावशील?''

''देवानं तुलाच वाचवलं, यात काही अर्थ आहे.'' मी म्हणाले.

''मी तुझी गोष्ट लिहिते आहे आणि एक दिवस कोणीतरी ती वाचेल... काय घडलं ते त्याला समजेल. तू माझ्यासारखीच आहेस... जे घडलं, ते सर्व सांगण्यासाठी तू मागे राहिली आहेस.''

निर्वासित आणि आमचे यजमान फ्रेंच यांच्यासाठी मी भाषांतराचं पुष्कळ काम केलं. त्यामुळे काही सैनिकांबरोबर माझा चांगला परिचय झाला. त्यापैकी एक होता पीअरी, ज्याला माझ्यामध्ये विशेष रुची होती. दिवसा त्याला कँपच्या आतल्या वर्तुळात गस्त घालण्याचं काम असे. पण रात्रीच्या वेळी मी जेव्हा आकाशातील ताऱ्यांचं निरीक्षण करीत असे, तेव्हा तो माझ्याशी गप्पा मारत बसे.

पीअरी हा तरुण माझ्यापेक्षा काही वर्षांनी लहान आणि फार छान होता. तो नम्र, दुसऱ्यांच्या भावनांची कदर करणारा आणि चांगला श्रोता होता. माझ्या कुटुंबाचं आमच्या गावात काय झालं, ते सर्व मी त्याला सांगितलं. त्यानं त्याचे आई-वडील, फ्रान्समधील त्याचं जीवन, रवांडाला येण्यापूर्वी बिनसलेलं त्याचं प्रेमप्रकरण, त्याची ती गर्लफ्रेंड – यांच्याबद्दल सांगितलं. त्यानं मला विचारलं, 'तुझा कोणी बॉयफ्रेंड होता की नाही?' तेव्हा मी त्याला जॉनबद्दल आणि विषण्ण मन:स्थितीत झालेल्या आमच्या फारकतीबद्दलही सांगितलं.

पीअरी बरोबर असला की, मला छान वाटायचं आणि त्याचा सहवासही आवडायचा. त्याच्याशी बोलण्यामुळे तात्पुरता का होईना, मला वास्तवाचा विसर पडायचा. जसजसे दिवस जात होते, तसतसा तो माझ्या जवळ राहण्यासाठी कारणं

शोधत असायचा. ते माझ्या लक्षात यायला लागलं. माझ्यासाठी काही खायला आणणं, ओढ्यावरून पाणी आणताना माझ्याबरोबर राहणं, वाचण्यासाठी पुस्तकं देण्याच्या बहाण्यानं मला भेटणं इत्यादी. यावरून त्याचे मित्र त्याची थट्टा करीत, पण मी त्याकडे दुर्लक्ष केलं. जातिसंहारामध्ये ज्यानं दुःख भोगलेलं नाहीये, असा मित्र असणं हे दिलासा देणारं होतं आणि त्याला माझ्या आकांक्षा व स्वप्न सांगितल्यानं मला पुन्हा माणसात आल्यासारखं वाटायचं.

एक दिवस पीअरीचा मित्र पॉल मला म्हणाला, ''तो तरुण सैनिक तुझ्यावर लट्टू झालाय.'' मला त्यामुळे हसू आलं. गेल्या तीन महिन्यांत मी कपडे बदलले नव्हते, की नीट अंघोळही केली नव्हती.

''नाही, पीअरी एकसारखा तुझ्याबद्दल बोलत असतो.'' पॉलने खात्री असल्यासारखे सांगितलं. ''तो म्हणतो, एवढं सगळं होऊनही तुझं मन मोकळं आहे आणि तुला विनोदाचंही चांगलं अंग आहे.''

''तुम्ही सर्व माझ्याशी जो हास्यविनोद करताय, त्यासाठी मला विनोदाचं अंग असायलाच हवं ना!'' मी म्हटलं. पण थोड्याच दिवसांत माझ्या लक्षात आलं की, पॉल थट्टा करीत नसून पीअरी खरोखरच माझ्या प्रेमात पडला होता.

मी जरा फुशारून गेले, पण मला त्यात रस नव्हता. मी माझं कुटुंब गमावलं होतं आणि या युद्धाचा शेवट होईपर्यंत आपण जगू की नाही याचीही शाश्वती नव्हती. जॉननं मला इतकं निराश केल्यामुळे मी प्रणयाची कल्पनाही सोडून दिली होती. पण तरीही पीअरीनं मला विचारात जरूर टाकलं, 'प्रेमभंग झालेली मी – पुन्हा एखाद्या पुरुषावर प्रेम करू शकेन काय?'

त्या रात्री तो जेव्हा मला फिरायला जाण्यासाठी बोलवायला आला, तेव्हा मी त्याला स्पष्ट सांगण्याचा निर्धारच केला होता की, माझ्यावर प्रेम करण्यात वेळ फुकट घालवू नकोस. पण तो इतक्या दृढनिश्चयानं आणि उत्कटतेनं बोलू लागला की, मला सावरून घेणं कठीण झालं.

''इम्माकुली, तू मला मित्रापेक्षाही इतकी जवळची झालीयस ना –'' त्यानं मनापासून सांगितलं, ''तू माझ्यासाठी अगदी खास व्यक्ती आहेस. मला ठाऊक आहे... आपल्याभोवती मृत्यू, दुःख व हिंसाचाराचे थैमान सुरू असताना तुला या विषयावर बोलणं रुचणार नाही. पण मला वाटतं, माझं तुझ्यावर प्रेम आहे. मला तुझ्याबरोबर असावंसं वाटतं.'' तो असं काही म्हणेल अशी माझी अपेक्षा होती; पण त्यानं ते इतक्या सरळ, सच्चेपणानं सांगितलं, त्यामुळे मला आश्चर्य वाटलं.

''पीअरी,'' मी शांतपणे सुरुवात केली. ''माझं हृदय दुःखानं भरलेलं आहे आणि आता तिथे फक्त देवालाच जागा आहे. प्रेमात पडण्याचा मी विचारही करू शकत नाही... आणि पुढे दिसणाऱ्या अडचणींवरून मला माझं चित्त विचलित

करता येणार नाही. मलाच माझी काळजी घ्यायला हवीये.''

त्यानं माझे हात हातात घेतले. ''पण मी जे सांगतोय, ते सर्वार्थानं खरं आहे.. मी तुझ्यावर प्रेम करतो आणि मी तुझा छान सांभाळ करेन. मला तुला गमवायचं नाहीये... मला तुझ्याबरोबरच राहायचंय.''

त्याच्या भावनांच्या उद्रेकानं मी थोडी भारावून गेले. पण मला वाटलं की, एका विशिष्ट परिस्थितीनं आम्हाला जवळ आणलं होतं; देवाच्या योजनेनं नव्हे. त्यानं तर मला जाणीव करून दिली होती की, माझ्यासाठी त्यानं जॉनची निवड केली नव्हती आणि त्याचप्रमाणे पीअरीही नाही, हे आता जाणवून देत होता. मला ते बिलकूल योग्य वाटत नव्हतं... आणि मला ठाऊक होतं की, माझी जेव्हा पूर्ण तयारी होईल, त्या वेळी देवच माझ्यासाठी माझा प्रियकर घेऊन येईल.

''नाही पीअरी... नाही. आत्ता जिवंत व्यक्तीपेक्षा मला मृतात्म्यांविषयी जास्त आपुलकी वाटतेय... मी मृतात्म्यांना अजून श्रद्धांजलीही वाहिलेली नाहीये. तुझ्याबरोबरची मैत्री मला खूप मोलाची आहे आणि मला ती तशीच ठेवायची आहे. तेव्हा कृपा कर, आपण फक्त मित्रच राहू या.''

''मी समजलो.'' तो दुःखानं म्हणाला, ''जर मला तुझ्या हृदयातच जागा नसेल... तर जाऊ दे. मी तुझा निरोप घेतो आणि गुडनाईट, स्वीट हार्ट.'' तो खाली वाकला आणि माझं चुंबन घेऊन त्यानं मला आश्चर्यचकित केलं. मी डोळे बंद केले. त्याच्या ओठांनी माझ्या ओठांना जेव्हा स्पर्श केला, त्या काही क्षणांतील सुख मला भावलं आणि माझी वेदना व दुःख हलकं झालं. पीअरी इतर सैनिकांच्या घोळक्याकडे निघून गेला आणि निराशाजनक भावनेत माझे ओठ विलग झाले. माझी सर्व भिस्त मी देवावर ठेवली होती आणि तोच एक मार्ग होता.

माझ्या भावाशी – एमेबलशी बोलावं व मी जिवंत असल्याचं त्याला कळवावं, असं माझ्या फार मनात होतं. पण टपालसेवा सुरू नव्हती व फोनही बंद होते. पण याचा अर्थ, माझ्याकडे त्याचा फोन नंबर होता आणि फोनला लागणारे पैसेही होते, असा बिलकूल नव्हता. एमेबल इथून तीन हजार मैलांवर सेनेगलला शिकत होता. तो तिथेच राहावा म्हणून मी देवाची प्रार्थना केली. जर तो रवांडाला परतला असता, तर इतर कुटुंबीयांप्रमाणे त्याचीही हत्या झाली असती. म्हणूनच मी त्याच्याशी संपर्क साधण्याआधी युद्ध थांबणे जरुरीचं होतं.

पण हे युद्ध संपणार तरी कधी? फ्रेंच सैनिक बातम्यासंबंधी आमच्याशी बोलत नसत आणि आमच्याकडे रेडिओ नसल्यामुळे आम्ही ऐकूही शकत नव्हतो. नवनवीन येणाऱ्या लोकांमुळे कँपमध्ये खूप गर्दी झाली होती आणि नव्यानं येणाऱ्या लोकांकडूनच आम्हाला नव्या बातम्या समजत असत.

जुलैच्या शेवटी मला समजलं की, आरपीएफच्या तुत्सी बंडखोरांनी उत्तरेकडे

विजय प्राप्त केलाय, पण रवांडाच्या दक्षिण व पूर्व भागात लढाई सुरूच होती. आम्ही राहत होतो तो रवांडाचा पश्चिम भाग, किव्हू सरोवराचा किनारा, ते झायरेच्या सरहद्दीपर्यंतच्या भागावर फ्रेंचांचं नियंत्रण होतं. आमच्यासाठी ही चांगली बातमी होती, पण परिस्थिती अजूनही खूप धोकादायक होती. हजारोंच्या संख्येनं हुतू निर्वासित आमच्या भागात आले होते आणि किव्हू सरोवरातून पुढे झायरेला जाण्याच्या प्रयत्नात होते.

वाचलेले नवनवे तुत्सी दररोज आमच्या दाराशी येऊन धडकत होते. मी आल्यानंतरच्या तीन आठवड्यांत कँपमध्ये राहणाऱ्यांची संख्या चोवीस-पंचवीसवरून दीडशे झाली होती आणि मी त्यांच्या कहाण्या अन् शारीरिक स्थितीच्या नोंदी करीतच होते. बहुतेकांना खूपच जखमा झाल्या होत्या. काहींचे हातपाय तोडले गेले होते आणि काही छळांच्या इतर प्रकारांनी लंगडे-पांगळे झाले होते. बहुतेकांच्या जखमांमध्ये खूप प्रमाणात जंतुसंसर्ग झाला होता आणि मला दिसत होतं, ते जगणं शक्य नव्हतं. नातेवाईक गमावल्याच्या दु:खामुळे व भयंकर गोष्टींच्या स्मृतीनं त्यांचं मानसिक संतुलन बिघडलं होतं.

त्या कँपामध्ये मी सर्वांत कठीण गोष्ट अनुभवली, ती म्हणजे अनाथ मुलांशी जुळवून घेणं. उदाहरणार्थ, किगालीमधून इथे आलेल्या त्या तीन आणि चार वर्षांच्या दोन भावांना मी कधीच विसरू शकणार नाही. जेव्हा मारेकरी त्यांच्या घरी गेले, तेव्हा या मुलांच्या आई-वडिलांनी यांना माळ्यावर लपवून ठेवलं होतं. आई-वडिलांची हत्या झाली. काही दिवसांनंतर दयाळू अंत:करणाच्या हुतू शेजाऱ्यांनी त्यांना शोधून काढलं आणि लढाई सुरू असतानाही त्या राजधानीच्या शहरातून निसटून आपल्याबरोबर या दक्षिणेच्या भागात आणलं होतं. त्यांना सरहद्द ओलांडून झायरेला जायचं होतं आणि या मुलांना तो प्रवास फारच त्रासदायक ठरू शकला असता, अशी कारणं सांगत त्यांनी मुलांना फ्रेंच सैनिकांच्या हवाली केलं होतं.

कारण काहीही असो; पण सैनिकांकडून या मुलांची अथवा शेजाऱ्यांची नावं टिपून घ्यायचं राहून गेलं. ती मुलं कँपमध्ये आली, तेव्हा तापानं फणफणलेली होती. कँपमध्ये ती वयाने सर्वांत लहान होती. त्यांची काळजी घेण्यासाठी ना त्यांचे आई-वडील, ना नातेवाईक – कुणीच नव्हतं. म्हणून मीच त्यांना तात्पुरतं दत्तक घेतलं आणि संगोपन सुरू केलं. फ्रेंच कॅप्टनच्या मदतीनं मी शाळेच्या इमारतीतच त्यांच्यासाठी बिछाना तयार केला आणि सर्वप्रथम ताप उतरवण्यासाठी औषधं मागवली.

त्यांचं बोलणं ऐकून माझं काळीज तुटायचं. त्यांनी त्यांच्या आई-वडिलांची प्रेतं पाहिली होती, पण मृत्यूचं गांभीर्य समजण्याचं त्यांचं वय नव्हतं. मोठा भाऊ लहान भावाची काळजी घ्यायचा प्रयत्न करायचा आणि परक्यांशी नम्रपणे वागावं याची

नेहमी आठवण करून द्यायचा. फ्रेंच फ्राईज, सोडा-लेमनसाठी तो तीन वर्षांचा लहानगा नेहमी भुणभुण लावायचा आणि मोठा भाऊ अगदी शांतपणे त्याची समजूत काढायचा.

"आपण आपल्या घरी नाही, हे तुला लक्षात ठेवलं पाहिजे. इथे फ्रेंच फ्राईज किंवा सोडा-लेमन मिळत नाही. त्यासाठी आई-बाबा येईपर्यंत आपल्याला थांबायला पाहिजे. नंतर आपल्याला पुन्हा मौजमजा करता येईल. आपण जर वेड्यासारखं वागलो, तर आणखी वाईट गोष्टी घडतील." जेव्हा तो लहान भाऊ रडायचा, तेव्हा मोठा त्याला थोपटून म्हणायचा, "रडू नकोस. आई-बाबा आता लवकरच येतील आणि मग तुला पाहिजे तेवढ्या फ्रेंच फ्राईज मिळतील. आपल्याला वाट पाहावी लागेल. पण आई-बाबा सगळं ठीक करतील."

मला ठाऊक होतं, या मुलांना त्यांचे आई-बाबा आता कधीच दिसणार नव्हते आणि त्यांचे नातेवाईकही बहुधा मारले गेले असल्याची शक्यता होती. मला भीती होती की, त्यांचं पुढील आयुष्य दु:ख, गैरव्यवहार, हिरावलेल्या संधी यांनी भरलेलं असेल... असं आयुष्य – ज्यामध्ये द्वेष व कटुता सहजपणे फैलावते.

त्या निष्पाप डोळ्यांमध्ये तयार होत चाललेली संशय व द्वेषाची जाळी मला दिसत होती. देवानं मला का वाचवलंय, याचं आणखी एक प्रयोजन माझ्या लक्षात आलं. मी निश्चय केला की, एक दिवस मी जेव्हा पुरेशी सक्षम व सशक्त होईन, तेव्हा सर्वस्व पणाला लावून या जातिसंहारामध्ये अनाथ झालेल्या बालकांसाठी सर्व काही करेन आणि ज्या द्वेषभावनेनं त्यांचे आई-वडील व कौटुंबिक प्रेम त्यांच्यापासून हिरावून घेतलंय, त्यापासून त्यांना दूर ठेवेन.

ऑगस्टच्या सुरुवातीला कॅप्टननं मला सांगितलं की, कँपमध्ये आता इतकी गर्दी झालीये की, बऱ्याच जणांना हलवणं त्याला भाग होतं. किबुये शहरातील हायस्कूलमध्ये नवा कँप उभारण्यात आला असून, तिथे चांगलं अन्न, झोपण्यासाठी बिछाने व वाहत्या पाण्याची सोय उपलब्ध होती. तिथे जाणाऱ्यांमध्ये सर्वप्रथम 'माझी मुलं' असतील, याची मी खात्री करून घेतली. त्यामुळे त्यांना जास्त स्वास्थ्य, सुरक्षितता मिळणार होती. माझ्या मावश्या व मावस भावंडंही त्यामध्ये असतील, हीही तजवीज मी केली... त्यांचं बरं चाललं होतं; पण त्यांच्या डोक्यावर छप्पर असावं, सभोवती भिंती असाव्यात म्हणजे त्यांना सुरक्षितता जाणवेल, असं मला वाटत होतं. मी स्वत:ही तिथे जाऊन सर्वांची काळजी घेण्याच्या विचारात होते. पण कॅप्टननं मला इथेच राहून हा कँप चालवण्यासाठी मदत करण्याची विनंती केली. त्यांना अजूनही भाषांतर करणाऱ्याची जरुरी होती, कारण इथे अजूनही जीव वाचलेल्यांचा येणारा ओघ सतत सुरू होता.

"तू इथे राहिलीस तर लोकांचे जीव वाचवायला मदत होईल." त्यानं मला

सांगितलं. मला ती विनंती नाकारणं शक्यच नव्हतं. मी कँपवरच राहिले आणि त्या छोट्यांना परत कधीच पाहिलं नाही. पण इतर अनाथ मुलांची काळजी घ्यायचं मी स्वत:ला दिलेलं वचन मात्र विसरले नव्हते आणि रवांडामध्ये अशा मुलांचा कधीच तुटवडा नव्हता.

जीन पॉल, फ्लोरेन्स यांच्यासह मी जे आठ मित्र जमवले होते, ते धरून आता जुन्या कँपमध्ये आम्ही तीस निर्वासित उरलो होतो. आमच्या छोट्या समूहामधील लोक एकमेकांच्या खूप जवळ आले होते. आम्ही एका कुटुंबासारखेच झालो होतो. खरं तर आम्ही इतके जवळ आलो होतो की, आमच्यापैकी प्रत्येकानं जर आम्हाला एकत्रितपणे पाठवलं नाही, तर दुसरीकडे जाण्यास नकार दिला असता.

निर्वासित तुत्सी कँपमध्ये येतच होते. पण आता कँपला 'तात्पुरता थांबा' असं स्वरूप आलं होतं. दुसरीकडे पाठवण्याच्या आधीची तात्पुरती सोय म्हणून निर्वासितांना ठेवून घेतलं जात होतं. वाचलेल्या लोकांची नोंद मी करीतच होते. दोन-एक दिवसांत त्यांची रवानगी शहरातील मोठ्या कँपमध्ये होत होती. त्यानंतर ऑगस्टच्या सुरुवातीला मी एका प्रसंगाची मूक साक्षीदार झाले. कित्येक दिवसांपासून दिलखुलास, खळखळून हसणं मी ऐकलं नव्हतं. नव्यानं आलेल्या निर्वासितांमधील एका स्त्रीचं ते हसणं होतं. ती चाकाच्या खुर्चीत बसली होती आणि सैनिक तिला ट्रकमधून उचलून खाली घेत होते. ती स्त्री शरीरानं बोजड होती आणि तिचे पाय इतके निकामी झाले होते की, तिला पुन्हा चालता येणं शक्य नव्हतं. दु:खाचा इतका मोठा डोंगर कोसळला असूनही ती का हसतेय याचंच आश्चर्य मला वाटत होतं. ती जिवंत राहिलीय, या गोष्टीचा तिला आनंद झाला होता.

सैनिकांनी तिची खुर्ची काळजीपूर्वक खाली घेतलेली मी पाहिली. त्यानंतर त्यांनी तिच्या दोन छोट्या मुलांना तिच्याकडे सोपवलं. तिच्या मुलांनी तिचे पापे घेतले अन् ती पुन्हा हसू लागली. साऱ्या कँपमभर तिच्या हास्याचे पडसाद उमटले.

"ती अलोयसी," जीन पॉल म्हणाला, "आपल्या कँपमध्ये एक सुप्रसिद्ध व्यक्ती आलीये."

मी अलोयसीबद्दल ऐकलं होतंच. मी लहान असताना, परिश्रम व निष्ठा यांच्या जोरावर एखादा माणूस आयुष्यात किती बहुमानाच्या पदी जाऊ शकतो, याचं उदाहरण म्हणून माझे आई-वडील तिचं नाव अगदी आदरपूर्वक घेत असत. त्यांनी मला सांगितले होतं की, नऊ वर्षांची असताना अलोयसीला पोलिओची लागण झाली आणि त्यानंतर तिला कधीही चालता आलं नाही. पण शाळेमध्ये ती नेहमीच उच्च श्रेणीत असे आणि रवांडामधील बुद्धिमान विद्यार्थ्यांमध्ये तिची गणना होत असे. मला तिच्याबद्दल इतकंच ऐकल्याचं आठवत होतं, पण ती सर्व देशात प्रसिद्ध होती... कँपमधील अनेकांनी तिचं नाव ऐकलं होतं.

जीन पॉलने मला माहिती दिली की, तिचा नवरा किगालीमधील युनोच्या ऑफिसमध्ये काम करतो आणि सगळ्या राजकारणी व राजदूतांशी अलोयसीचा परिचय आहे. ''तिचे सर्वांशी चांगले संबंध आहेत व ती कुणालाही चांगली नोकरी मिळवून देऊ शकते.'' तो कौतुकाने म्हणाला, ''लोक म्हणतात की, ती जर अपंग नसती तर पंतप्रधानच झाली असती. मला ठाऊक आहे की, ती तुत्सी आहे; पण तिनं कित्येक वर्षांपूर्वीच हुतू म्हणून ओळखपत्र करवून घेतलंय, त्यामुळे तिला सरकारी कंत्राटं मिळाली... ती फार हुशार बाई आहे.''

''ठीक आहे. मी आपल्या सुप्रसिद्ध पाहुण्यांची नोंद करून घेते.'' मी म्हटलं आणि रजिस्टर घेऊन ट्रककडे निघाले.

चाकाच्या खुर्चीत बसलेल्या अलोयसीनं मान वर करून माझ्याकडे पाहिलं. तिचं हसणं अचानक थांबलं आणि ती मोठ्यानं रडू लागली. ''अरे देवा! तुझ्याकडे पाहून मला तुझ्या आईचा चेहरा डोळ्यांसमोर आला... आणि तुझ्या वडिलांचाही! तुला अन् तुझ्या कुटुंबाला भेटायची माझी फार इच्छा होती, पण जमलंच नाही... या पायांमुळे.''

ती बाई वेडसर होती काय, अशी मला शंका आली किंवा ती मला बहुतेक दुसरीच कोणीतरी समजली असणार. मी तिला कधीच भेटले नव्हते; तेव्हा मी कोण, हे तिला कसं ठाऊक असणार?

''माझं डोकं ठिकाणावर नसल्यासारखं माझ्याकडे पाहू नकोस, इम्माकुली इलिबागिझा! तू कोण आहेस, हे मला चांगलं ठाऊक आहे. तुझे आई-बाबा... देव त्यांच्या आत्म्यांना शांती देवो... माझे चांगले मित्र होते.'' अलोयसीने आपल्या मुलांना खाली ठेवलं, डोळे पुसले आणि स्वत:चे हात माझ्यापुढे धरले.

मी जरा दबकतच पुढे झाले आणि हस्तांदोलनासाठी पुढे आले, पण तिनं माझे हात घट्ट पकडून मला आपल्याजवळ ओढलं आणि घट्ट आलिंगन दिलं. मला ती सोडतच नव्हती. ''तुझ्या आईनं माझं जीवन सार्थकी लावलं. मला खात्री आहे, तुला ते ठाऊक नसणार! मी तेव्हा आठ वर्षांची होते. तुझ्या आईला समजलं, मला शाळा फार आवडते आणि माझ्या आई-वडिलांची मला शाळेत पाठवायची ऐपत नव्हती. माझी सर्व वर्षांची फी तुझ्या आईनं भरली. पुढे मी आजारी पडले. मला चालताही येणं शक्य नव्हतं, तरीही ती माझी फी भरत राहिली. माझ्या शिक्षणात खंड पडू दिला नाही. मी तिची फार आभारी आहे. मी खूप कसोशीनं इतर कोणापेक्षाही जास्त अभ्यास करायचं ठरवलं आणि आयुष्यात कुणीतरी मोठं बनण्याचं ठरवलं. आज मी जी कोणी आहे, ती केवळ तुझ्या आईमुळे आहे. इम्माकुली, ती एक संत होती.''

सरतेशेवटी अलोयसीनं तिच्या गाढ आलिंगनातून मला मुक्त केलं आणि मी अडखळत मागे झाले. मोठा दबदबा असलेल्या या स्त्रीबरोबरच्या अशा विचित्र

भेटीमुळे मी आश्चर्यानं थक्क झाले आणि माझी मन:स्थिती पूर्वपदावर आणण्यासाठी मी तिथून बाजूला होणं इष्ट होतं. ''तुमच्यासाठी आणि तुमच्या मुलांसाठी थोडं काही खायला आणि पाणी घेऊन येते.'' मी म्हणाले, ''ही मी आलेच – थोड्या वेळात येते आणि रजिस्टरमध्ये तुमच्या नोंदी करून घेते.'' मी परत फिरले, तेवढ्यात अलोयसी मोठ्यानं म्हणाली, ''इम्माकुली, मला वाटतं, तुझ्या आईच्या आत्म्यानं मला तुझ्यासाठी इथे आणलंय. मी तिचं देणं लागते अन् ते तुला मदत करून मी चुकवणार आहे. तुला कशा प्रकारे मदत करता येईल यावर मला विचार करू दे. बघू – काहीतरी मार्ग सापडेल.''

मी तिच्याकडे पाहून हात हलवला आणि चालत राहिले. माझ्या मनात विचार आला, 'एक असहाय बाई – जिला आधारासाठी चाकाची खुर्ची लागते, जिला दोन मुलांची काळजी घ्यायचीय, अशी निर्वासित बाई – मला मदत ती काय करणार!' पुन्हा एकदा मला जाणीव झाली, 'ईश्वराची करणी अगाध आहे!'

दुसऱ्या दिवशी मी अलोयसीची माहिती रजिस्टरमध्ये लिहिली. तिनं सांगितलं, कायद्यानं जरी ती हुतू होती, तरी तिचा नवरा फरी हा तुत्सी होता. त्यामुळे त्यांची मुलं, सामी व केंझा यांना तुत्सी म्हणूनच ओळखत होते. तिला तिच्या मुलांच्या सुरक्षिततेची भीती वाटली म्हणून किगालीचं घर सोडून लपून राहण्यासाठी ती आई-वडिलांच्या घरी गेली. ती जेव्हा माहेरी गेली, त्या वेळी तिचा नवरा घराच्या छतामध्ये लपून होता. तो आत्ता जिवंत आहे की मेलाय, हेही तिला ठाऊक नव्हतं.

''तुझ्या आईच्या दयाळूपणाचं ऋण चुकतं कसं करायचं, हे मी ठरवलंय.'' अलोयसी म्हणाली, ''या मारामाऱ्या पूर्ण थांबल्या की, मी तुला किगालीला माझ्या घरी घेऊन जाणारेय. तू आमच्याकडे आमची मुलगी म्हणून राहा.''

का कोण जाणे, पण अलोयसीबद्दल मला फारसा विश्वास वाटत नव्हता. मी हसून तिच्या प्रस्तावाबाबत तिला धन्यवाद दिले. पण मी तिला सांगितलं की, मी व माझ्या मित्रांचं एक छोटं कुटुंब आहे आणि आम्ही एकत्र राहायचं ठरवलंय. तिनं खांदे उडवले आणि म्हणाली, ''आपल्या विश्वासातील मित्रांबरोबर राहायचा तुझा विचार स्तुत्य आहे.'' मला वाटलं होतं की, तो विषय तिथेच संपला होता. पण दुसऱ्या दिवशी मी मित्रांबरोबर बसलेली असताना ती तिथे आली व म्हणाली, ''इम्माकुली, मी त्यावर विचार केलाय. तुला जर काळजी वाटत असेल, तर मी तुला पळवून नेईन. तू तुझ्या सगळ्या मित्रांना घेऊन किगालीला येऊ शकतेस. तुम्हा नऊ जणांना मी माझ्या घरी ठेवून घेईन. जरा गर्दी होईल. पण आपण सगळ्यांसाठी जागा करू.''

आम्ही एकमेकींकडे पाहून हसलो. या चमत्कारिक आणि उदार प्रस्तावावर काय उत्तर द्यावं, हेच आम्हाला कळत नव्हतं.

''यावर विचार करा,'' आपल्या चाकाच्या खुर्चीतून जाता-जाता ती म्हणाली, ''युद्धानंतर तुम्ही दुसरं काय करायचं ठरवलंय, ते मला माहिती नाहीये. तुम्हा सर्वांना मोठा मानसिक धक्का बसला असणार... माझा विश्वास बसत नाहीये की, शहरातील एका चांगल्या घरात राहायला येण्यासाठी मला तुमची मनधरणी करावी लागतेय. युद्ध तर आता जवळजवळ संपल्यात जमा आहे. तुमच्या भवितव्याचा विचार करायला सुरुवात करा.''

अलोयसीचं म्हणणं खरं होतं. बंडखोरांच्या हाती राजधानीचा ताबा आला होता आणि युद्ध संपणं ही एक केवळ औपचारिकता होती. आम्ही सर्वांनी आपले कुटुंबीय, आपली घरं, कपडेलत्ते – सर्व काही गमावलं होतं. आमच्याजवळ एक पैसाही नव्हता. काय करावं, ते ठरवायला फार वेळ लागला नाही. अलोयसीचा प्रस्ताव मान्य करायची कल्पना चांगली होती. दुसऱ्या दिवशी आमचा ग्रुप तिला भेटला व प्रस्ताव मान्य करून तिचे आभार मानले.

''माझे आभार मानू नका; इम्माकुलीच्या आईचे आभार माना.'' ती म्हणाली, ''मी हे रोझसाठी करतेय; तुमच्यासाठी नाही!''

ती गालातल्या गालात हसू लागली, हसतच राहिली आणि पुन्हा एकदा तिच्या आनंदी व दिलखुलास हास्यानं सारा कँप दणाणून गेला.

■

क्रांतिकारकांच्या छायेत

ऑगस्ट महिन्यात शेवटी एका रणरणीत दुपारी फ्रेंच कॅप्टननं मला सांगितलं की, त्यांना ही जागा सोडावी लागणार होती. 'ऑपरेशन टरक्वाईज' आता आवरतं घेण्यात येत असल्यानं फ्रेंच सैन्य रवांडातून परत जाण्याची तयारी करीत होतं. ''आम्ही आज हा कँप बंद करीत आहोत.'' त्यानं सांगितलं, ''सर्वांना तयार करून इथून बाहेर पडण्यासाठी तुम्हाला दोन तास देण्यात येत आहेत.''

''सोडून कुठे जाण्यासाठी?'' मी विचारलं, ''इथे तीस जण आहेत. त्यांना कुठे जायला सांगू? आमच्याकडे घरंही नाहीत.'' या अचानक समजलेल्या बातमीनं मला धक्काच दिला.

''आम्ही तुम्हा सर्वांना तुत्सी सैनिकांबरोबर राहण्यासाठी घेऊन जाणार आहोत. आरपीएफ आता या भागात आले आहेत आणि इथून काही मैलांवरच त्यांनी त्यांचा कँप उभा केलाय. तुम्हाला तिथे नेऊन आम्ही त्यांच्या हवाली करणार आहोत. तुमच्या दृष्टीनं ते चांगलं होईल, कारण तुम्ही तुमच्या लोकांबरोबर असाल.''

ते ऐकून मला खूपच आनंद झाला. शेवटी सर्वांशी टक्कर देत तुत्सी सैनिक आमच्यापर्यंत पोहोचले होते आणि इंटराहामवेचा पाठलाग करून त्यांना अगदी देशाबाहेर काढत होते. माझ्या असंही कानावर आलं की, आमचा हीरो – आरपीएफचा प्रमुख पॉल कागामेनं किगालीमध्ये नवीन सरकार स्थापन केलं होतं. देवाची आमच्यावर कृपा होती... शेवटी एकदा आम्ही सुरक्षित झालो... जातिसंहार खरोखरच संपला असणार!

सर्व कँपभर फिरून मी सर्वांना सांगितलं की, आपण आता इथून निघणार आहोत. नवीन आलेले काही जण साशंक होते. त्यांचं म्हणणं होतं की, या फ्रेंच लोकांवर विश्वास ठेवण्यात अर्थ नाही. त्यांचा खरा हेतू निराळाच होता. जातिसंहार करणाऱ्या हुतूंना किव्हू सरोवर पार करून रवांडातून सुखरूप बाहेर काढण्यासाठी त्यांनी मानवतेच्या नावाखाली असले कँप उघडले होते.

''मला नाही तसं वाटत.'' मी म्हणाले, ''फ्रेंचांनी आपल्याला कित्येक आठवडे सुरक्षित ठेवलंय आणि आता तर ते आपल्याला स्वातंत्र्याप्रत घेऊन चाललेत. जे जे करू म्हणून त्यांनी सांगितलं, ते सर्व त्यांनी केलंय.''

तयारीसाठी आम्हाला फार वेळ लागला नाही, कारण बऱ्याच दिवसांपासून आम्ही त्या तयारीतच होतो. कोणाकडे काही नव्हतंच, त्यामुळे बांधाबांध करण्याचा प्रश्नच नव्हता. माझ्याजवळ असणाऱ्या थोड्याफार गोष्टी – पास्टरांच्या मुलीनं दिलेला स्वेटर व टॉवेल; पीअरीनं दिलेली दोन पुस्तकं; एका सैनिकाने दिलेला जास्तीचा साबण व टी शर्ट – मी एकत्र केल्या आणि एका प्लॅस्टिकच्या पिशवीत ते सगळं ठेवलं. पण ते ठेवत असताना मला आईची आठवण आली. घराभोवती मारेकऱ्यांचा गराडा पडला असताना माझी आई तिची चीजवस्तू सूटकेसमधून भरत होती... आणि मी ठरवलं की, गतायुष्याचं ओझं बाळगत मी नव्या आयुष्याची सुरुवात करणार नव्हते. मी नव्यानं सुरुवात करणार होते. मी ती पिशवी तशीच उचलली, शाळेच्या इमारतीमध्ये गेले आणि एखाद्या गरीब, घरदार नसलेल्या तुत्सीला ती मिळावी, या हेतूनं एका कोपऱ्यात ठेवून दिली.

मी जाण्यासाठी वळले आणि दारात उभ्या असलेल्या पीअरीशी टक्कर झाली. त्यानं दु:खी चेहऱ्यानं माझ्याकडे पाहिलं आणि एक कागद माझ्या हातात दिला.

''जर पुढे कधी तुझा विचार बदलला, तर त्यासाठी हा माझा फ्रान्समधील पत्ता! ठेवून घे. मला तुझी फार आठवण येत राहील आणि मी तुला उराशी जतन केलेलं असेल. देव तुला सुरक्षित ठेवो, म्हणून मी प्रार्थना करतोय.''

''गुड बाय, पीअरी. देव तुझं कल्याण करो.'' मी म्हणाले, पण त्याआधीच तो निघून गेला होता.

त्या ट्रकमध्ये चढणारी मी शेवटची होते. मागचं दार बंद झालं. वरून ताडपत्री ओढून घेतली गेली, आम्ही संपूर्ण झाकले गेलो आणि ट्रक पुढे निघाला. मी वडिलांनी दिलेली जपमाळ बाहेर काढली – ही एकच गोष्ट मी कधीही सोडणार नव्हते – आणि प्रार्थना म्हटली. आमच्या आयुष्यातील नव्या पर्वासाठी मी देवाच्या कृपेची याचना केली व आम्हाला तुत्सी सैनिकांपर्यंत सुखरूप पोहोचवण्याची विनंती केली.

अर्धवर्तुळ करून ठेवलेल्या चिलखती गाड्यांना मागे टाकून मुख्य रस्त्याला जोडणाऱ्या गल्लीतून ट्रक पुढे निघाला. आजूबाजूला मारेकऱ्यांचा जणू समुद्र पसरला होता. ताडपत्रीच्या फटीतून मी बाहेर पाहिलं, तेव्हा किव्हू सरोवराकडे जाणाऱ्या मुख्य रस्त्यावरून आपले पाय ओढत-ओढत जाणारे हजारो हुतू माझ्या नजरेस पडले... आणि त्यातील शेकडो लोकांनी इंटराहामवेचा युनिफॉर्म घातला होता. त्यांच्या हातात ते नेहमीचे धारदार सुरे होते.

''अरे देवा!'' ट्रकमध्ये मागे सरत मी म्हटलं, ''हे पुन्हा नको रे देवा!''

त्या गर्दीतून आमचा ट्रक हळूहळू पुढे सरकत होता. वाट देण्यासाठी हुतूंनी बाजूला व्हावं म्हणून हॉर्न वाजतच होता. मला माहीत होतं, 'जर आम्हाला थांबायला लागलं किंवा ट्रक नादुरुस्त झाला, तर काही मिनिटांतच इंटराहामवे आमच्यावर

तुटून पडतील.' बाथरूम सोडल्यापासून इतकी भीती मला कधीच वाटली नव्हती.

'कृपा कर देवा,' मी प्रार्थना केली, 'तूच आम्हाला इथवर आणलंस... आता तूच पुढचा मार्ग पार करून दे. या मारेकऱ्यांना आंधळं करून टाक. त्यांना ट्रकच्या मागे बघू देऊ नकोस. देवा, कृपा कर आणि त्यांच्या दुष्ट नजरांपासून आमचं रक्षण कर.'

आरपीएफ कँपपर्यंतचं अर्धअधिक अंतर आम्ही पार केलं होतं आणि ट्रक थांबला. फ्रेंच कॅप्टन ट्रकच्या मागील अंगास आला व ताडपत्रीचं आच्छादन वर करून म्हणाला, "या भागात मारामाऱ्या होत असल्याचं आम्हाला समजलंय. बंदुकांचे आवाज उठत आहेत. कोणत्याही परिस्थितीत मारामारीत भाग घ्यायचा नाही, असा हुकूम आम्हाला देण्यात आला आहे. आम्ही इथून परत जातोय, तेव्हा तुम्हाला इथेच उतरावं लागेल."

मला वाटलं, मी काहीतरी चुकीचं ऐकलंय. "तुम्ही आम्हाला तुमच्याबरोबर परत घेऊन जाणारात, असं तुम्ही म्हणालात काय? हो ना?"

"नाही, आम्ही कँप आधीच गुंडाळलाय. तुम्हाला इथेच उतरावं लागेल... आत्ता. माझा नाइलाज आहे इम्माकुली!"

गेल्या तीन आठवड्यांच्या संबंधांमुळे मी कॅप्टनला चांगली ओळखत होते. तो हुतू मारेकऱ्यांचा द्वेष करीत असे आणि तुत्सींना जेवढी मदत देता येईल तेवढी द्या, असं सांगत असे. त्यामुळे इथे शस्त्रसज्ज हुतूंच्या घोळक्यामध्ये तो आम्हाला सोडून देईल, यावर माझा विश्वासच बसला नव्हता. त्याला समजावून सांगण्यासाठी मी ट्रकमधून खाली उतरले. "हे बघा कॅप्टन, कृपया जरा समजून घ्या. तुम्ही जर आम्हाला इथे सोडून गेलात, तर काय होईल, हे दुसऱ्या कोणापेक्षा तुम्ही जास्त जाणता. आमच्या सभोवती मारेकरी उभे आहेत. मी तुमच्याकडे भीक मागतेय... कृपा करा आणि एक मैल पुढे आरपीएफच्या कँपपर्यंत आम्हाला पोहोचवा. नाही तर तुमच्याबरोबर परत तरी घेऊन चला. इथे आम्हाला असं मरणाच्या तोंडी सोडू नका."

"इम्माकुली, मला अत्यंत वाईट वाटतंय. मला तसा हुकूमच आहे."

"कृपा करून कॅप्टन, आम्हाला फक्त घेऊन चला...."

"नाही! आता तुझ्या माणसांना बाहेर काढ. आम्हाला निघायला हवं."

जे काही घडत होतं, त्यावर आमचा विश्वासच बसत नव्हता. फक्त दहा फुटांवर डझनभर इंटराहामवे उभे होते. आम्हाला निरखत होते आणि आमच्यात चाललेला संवाद मोठ्या चवीनं ऐकत होते. मला घेरी येऊ लागली. रस्ता चक्राकार फिरतोय, असं वाटू लागलं. त्या क्षणी मला फक्त आजूबाजूचे रागीट चेहरे समोर अस्पष्टसे दिसत होते. ट्रकच्या आधारानं मी स्वत:ला सावरलं आणि प्रथमच जमिनीवर विखुरलेल्या प्रेतांकडे माझं लक्ष गेलं.

डोळ्यांनी विनवीत मी पुन्हा एकदा कॅप्टनकडे पाहिलं. पण तो प्रयास व्यर्थ

ठरला... तो त्याच्या निश्चयावर ठाम होता. 'कदाचित पास्टर व इतर सहचऱ्यांचं, फ्रेंचांबद्दलचं मत बरोबर असावं,' असा विचार मनात कुठेतरी येऊन गेला. मारेकऱ्यांना जणू मदत करण्यासाठीच ते आम्हाला इथे सोडून जात होते.

"ट्रकमधून बाहेर पडा." मी माझ्या मित्रांना म्हणाले, "सगळे जण बाहेर या... फ्रेंच आपल्याला इथेच सोडून जाणार आहेत."

ट्रकच्या मागे बसलेल्या लोकांचे अविश्वासानं आणि भीतीनं फोडलेले चीत्कार ऐकून मारेकऱ्यांचं आमच्याकडे जास्तच लक्ष वेधलं गेलं. ते आमच्याकडेच येऊ लागले. मी एका इंटराहामवेच्या नजरेला नजर भिडवली. माझं मन मला सांगत होतं की, तोही माझ्यासारखाच एक सरळ साधा माणूस असून, त्याला कोणाला ठार मारायचं नाहीये. मी माझी जपमाळ हातात घेतली आणि माझी सर्व शक्ती त्याला प्रेमाचा संदेश पाठवण्यावर केंद्रित केली. देवाच्या प्रेमाच्या शक्तीचा स्पर्श मारेकऱ्यांना करून देण्यासाठी देवानं माझा एक माध्यम म्हणून उपयोग करावा, अशी मी देवाची प्रार्थना केली.

माझ्या डोळ्यांची पापणी जराही लववली नाही. आम्ही एकमेकांच्या नजरेला नजर भिडवून होतो... आणि तो काळ युगासारखा वाटला. शेवटी त्या मारेकऱ्यानं त्याची नजर खाली केली आणि दुसरीकडे पाहिलं. त्यानं माझ्याकडे पाठ फिरवली आणि आपली कुऱ्हाड खाली टाकली – जसा काही सैतानानं त्याच्या शरीरातून काढता पाय घेतला होता. पण त्या सैतानाची जागा घ्यायला आणखी पुष्कळ जण होते. ट्रकपासून थोड्याच अंतरावर आणखी निदान पंधरा इंटराहामवे हातात धारदार सुरे घेऊन कुत्सितपणे हसत उभे होते. काय घडतंय त्याचा ते अंदाज घेत होते. माझ्या सहकाऱ्यांपैकी कोणी ट्रकमधून खाली उतरतात काय याची प्रतीक्षा करीत होते.

बाहेर पडण्यावाचून आम्हाला दुसरा पर्याय नव्हता. एकानंतर एक करीत सर्व सहकारी खाली उतरले. आम्ही तीस जण मारेकऱ्यांसमोर उभे होतो. सर्व जण उतरल्यावर सैनिकांनी अलोयसीला उचलून खाली ठेवलं आणि केन्झा व सामीला तिच्याजवळ बाजूला ठेवलं. नंतर सैनिकांना घेऊन ट्रक भरधाव निघून गेला... आमच्यासाठी पाठीमागे धुळीचे लोट आणि अनिश्चितता ठेवून!

"या सगळ्या तुत्सींकडे बघा." त्या मारेकऱ्यांपैकी एक जण आश्चर्यानं म्हणाला, "हे अजून जिवंत कसे राहिलेत?"

"या झुरळांना फ्रेंच सैनिक संरक्षण देत होते." दुसरा म्हणाला. "झुरळांनो, आता कोण वाचवेल तुम्हाला?"

माझे मित्र इतके घाबरले होते की, थोडीफार हालचाल करणंही त्यांना कठीण होतं. 'आपण आता काय करायचं' असं विचारत ते मला बिलगले. जशी काही अशा निर्दय मारेकऱ्यांचा मुकाबला करण्यात मी तरबेज होते! मी फ्लोरेन्सच्या चेहऱ्यावरील

कुऱ्हाडीनं केलेल्या जखमेच्या व्रणांकडे पाहिलं आणि ती व तिचे कुटुंबीय मारेकऱ्यांच्या कुऱ्हाडींचा घाव पडण्याच्या प्रतीक्षेत कसे बसून होते, याची आठवण झाली. ते ठीक होते... पण इथे मी मात्र मरणाची वाट पाहत नुसती उभी राहणार नव्हते.

"चला, आपण जाऊ या." मी म्हणाले, "आपण आरपीएफ कँपकडे जाऊ या. त्यांचे सैनिक जवळपासच आहेत."

आरपीएफ नाव मारेकऱ्यांनी ऐकलं आणि ते बेचैन झाले.

आम्ही चालायला सुरुवात केली, पण फार पुढे जाऊ शकलो नाही. रस्त्यावर इतके दगड आणि इतकी प्रेतं होती की, त्यातून अलोयसीची खुर्ची ढकलणं मुश्कील होतं... त्यामुळे जसं चाक त्या दलदलीत रुतलं, तसे आम्हीही थांबलो. अलोयसीची मुलंही तिच्या दंडाला धरून रडू लागली.

माझे मित्र जीन पॉल व करेरा यांना मी जरा बाजूला घेतलं व म्हटलं, "तुम्ही माझ्याबरोबर चला." आणि इतरांना सांगितलं, "तुम्ही सर्व अलोयसीबरोबरच थांबा... आणि प्रार्थना करा. मी तुत्सी सैनिकांना शोधून मदतीसाठी घेऊन येते... या जागेवरून जराही बाजूला जाऊ नका, नाहीतर एवढ्या हुतू निर्वासितांमधून तुम्हाला शोधणं महाकठीण होईल."

अलोयसीनं माझ्याकडे पाहिलं, "तुला खरंच जावंसं वाटतंय? ते तुला नक्कीच मारून टाकतील. तुझ्याऐवजी या पुरुषांनाच जाऊ दे." ती म्हणाली.

"नाही, मी जाणारच आहे... तुम्ही फक्त प्रार्थनेवर लक्ष केंद्रित करा." असं बोलून फ्रेंचांनी सोडण्यापूर्वी ते आम्हाला ज्या दिशेनं नेत होते, ती वाट पकडून मी चालू लागले. आम्ही चालत असताना जपमाळेनं माझी प्रार्थना सुरूच होती. मी मनापासून देवाबरोबर संवाद साधून होते : 'देवा, मी मृत्यूच्या दाढेतून पुढे जात आहे... मला सोडू नकोस, जवळ राहा. तुझ्या प्रेमाचं कवच माझ्याभोवती उभं कर. आम्ही ज्यावरून चालतो आहोत, ती जमीन तुझीच आहे. त्यामुळे तुझ्या मुलीचं रक्त या मारेकऱ्यांना त्या जमिनीवर सांडू देऊ नकोस.'

आमच्या मोठ्या घोळक्यापासून आम्ही जसे वेगळे झालो, तसे तीन इंटराहामवे आमच्या मागोमाग येऊ लागले आणि त्यांच्यापैकी एकानं मला ओळखलं, "मी या झुरळाला ओळखतो," तो म्हणाला, "हीच ती लिओनार्डची मुलगी... कित्येक महिने आम्ही तिला शोधत होतो! ती अद्यापि जिवंत आहे, यावर माझा विश्वासच बसत नाहीये. त्यांच्या घरातील इतरांना आम्ही मारून टाकलंय, पण या छोट्या झुरळानं आमच्या हातावर तुरी दिली."

'कृपाळू परमेश्वरा,' माझ्या वडिलांची जपमाळ हातात घट्ट पकडून आणि शक्य तेवढं जोरात चालताना मी प्रार्थना करीत होते : 'तूच फक्त मला वाचवू शकतोस. माझी काळजी घ्यायचं वचन तू दिलं आहेस. देवा, आत्ता या क्षणी माझी काळजी

घ्यायची नितांत जरुरी आहे. हे परमेश्वरा, आत्ता माझ्या मागे सैतान व गिधाडं टपून आहेत. माझं रक्षण कर. या लोकांच्या हृदयातील कडवटपणा काढून टाक आणि तुझ्या पवित्र प्रेमानं त्यांच्या मनातील द्वेषभावना नष्ट होऊ देत.'

मी चालताना खालीही पाहत नव्हते. पायाखालच्या दगडांवरून, प्रेतांना ठेचाळून कधी तोल जाऊन पडू, ते मला ठाऊक नव्हतं. सुरक्षित स्थळी पोहोचण्यासाठी सर्व भिस्त देवाच्या मार्गदर्शनावर ठेवली होती.

आम्ही भराभर जात होतो, पण आता आमच्या सर्व बाजूंनी मारेकरी होते. त्यांनी आम्हाला घेरलं होतं. ते त्यांच्या कुऱ्हाडी हवेत फिरवीत होते. संरक्षणासाठी खरं तर आमच्याकडे काहीच नव्हतं. मग ते वाट कशाची पाहत होते?

'देवा, त्यांनी जर मला मारलं, तर तू त्यांना क्षमा करावीस, अशी माझी याचना आहे. त्यांची मनं द्वेषानं कलुषित झाली आहेत आणि ते मला इजा का करणार आहेत, तेच त्यांना समजत नाहीये.'

साधारण अर्धा मैल चालल्यानंतर जीन पॉल काही सांगत असताना मी ऐकलं, ''हे बघा, ते निघून गेलेत... ते परत गेलेत!''

मी सभोवती पाहिलं. त्याचं म्हणणं खरं होतं... मारेकरी आम्हाला सोडून निघून गेले होते. जीन पॉल नंतर म्हणाला, ''यामागचं एक कारण असं असावं की, आरपीएफचे सैनिक जवळपास आहेत, हे त्यांना माहीत असावं.'' पण खरं कारण मला माहीत होतं. त्या रस्त्यावर आम्हाला वाचविल्याबद्दल मी कायम देवाचे आभार मानत राहिलेय.

काही मिनिटांनंतर रस्त्यावर आम्ही आरपीएफची चौकी पाहिली. तिथे उंच, सडसडीत, करारी मुद्रेचे, डझनावारी तुत्सी सैनिक पहारा देत उभे होते. मी जोरानं धावत गेले व त्यांच्या पुढे गुडघ्यावर बसले. मी डोळे मिटले आणि त्यांच्यावर स्तुतिसुमनांचा वर्षाव केला.

''देवा, आम्ही तुझे आभारी आहोत, आम्ही वाचलो. तुम्ही येथे आहात, त्याबद्दल आम्ही देवाचे फार आभारी आहोत. आमचे आपल्याला शतश: आशीर्वाद आहेत. आम्ही काय भोगलंय, याची तुम्हाला खरंच कल्पना असेल काय? तुमचे आभार यासाठी....''

मला माझं वाक्य पुरं करण्याची संधीच मिळाली नाही, कारण थरकाप उडवणाऱ्या त्या मशिनगनच्या चापाच्या आवाजानं माझं बोलणंच बंद झालं. मी डोळे उघडले, तेव्हा बंदुकीची नळी माझ्या चेहऱ्यापासून फक्त इंचभर अंतरावर होती.

■

किगालीच्या दिशेने

अरे देवा, या दुःस्वप्नाची अखेर तू करणारेस तरी कधी?

मी बंदुकीच्या नळीवरून त्या तुत्सी सैनिकाच्या भेदक आणि रागीट डोळ्यांकडे पाहिलं. त्याकडे पाहून मला नुकत्याच वीस मिनिटांपूर्वीच पाहिलेल्या मारेकऱ्यांच्या डोळ्यांची आठवण झाली.

वंशसंहार सुरू झाल्यापासून आम्हाला वाचवण्यासाठीच्या आमच्या आशा ज्यांच्यावर खिळून होत्या, ते आरपीएफचे सैनिकही जर असेच असतील; तर मग खरंच माझी मरायची वेळ बहुधा येऊन ठेपली होती. माझे शेजारी आमच्यावर उलटले; मारेकरी माझा शोध घेत होते; फ्रेंचांनी मला वाऱ्यावर सोडून दिलं होतं आणि आता माझे रक्षणकर्ते हे तुत्सी सैनिक... तेही माझं डोकं उडवायला निघाले होते.

'देवा, तुझ्यावरच सर्व निर्भर आहे' अशी मनात प्रार्थना केली. 'जोपर्यंत मी तुझ्या इच्छेचं पालन करतेय, तोपर्यंत मी मेले काय किंवा जगले काय – माझ्यासाठी काही फरक पडत नाहीये. तू मला इथपर्यंत आणलं आहेस, यापुढचंही तुझ्यावरच अवलंबून आहे.'

माझे हात उंचावून मी हळूहळू उभं राहायचा प्रयत्न केला आणि मी व माझे दोन्ही मित्र तुत्सी असल्याचं समजावून सांगू लागले, "फ्रेंच सैनिकांनी आम्हाला रस्त्यावर सोडून दिलं... जातिसंहारातून वाचलेल्या माझ्यासारख्या इतरांना आम्ही मागे सोडून आलो आहोत. आणखी उशीर होण्याआधी तिथे जाऊन तुम्हाला त्यांना मदत करायला हवी."

"तोंड बंद ठेव आणि खाली बैस." आपल्या रायफलने मला ढोसत तो ओरडला, "जर तुम्ही तुत्सी असाल, तर तुम्ही अजून जिवंत कसे?" माझ्यावर बंदूक रोखत दुसरा सैनिक ओरडला, "प्रत्येक जण मारला गेलाय, प्रत्येक जण! तुम्ही स्वतःही मारेकरी आहात... तुम्ही हुतूंचे हेर आहात! आणि हेरांचं आम्ही काय करतो, तुम्हाला माहिती आहे?... गप्प बैस, एक शब्दही बोलू नकोस आणि इथून जराही हलू नकोस."

आमच्याभोवती क्रुद्ध सैनिकांनी गराडा घातला. त्यामुळे पुढे काही बोलण्यात

अर्थ नव्हता. मी गप्प बसले व दैवानं पुढ्यात काय लिहून ठेवलंय, त्याची प्रतीक्षा करीत राहिले. काही मिनिटं गेली... आणि अलोयसी अन् इतरांचा विचार माझ्या मनात आला. ते मारेकऱ्यांच्या गराड्यात होते. 'मी वचन दिल्याप्रमाणे त्यांना वाचवण्यासाठी येणाऱ्या सैनिकांची ते आतुरतेनं वाट पाहत बसले असतील. देवा, त्यांना मदत कर.'

त्यानंतर बंडखोरांचा म्होरक्या आम्हाला प्रश्न विचारण्यासाठी आला. आमच्यावर पहारा करणाऱ्या सैनिकांनी 'मेजर' म्हणत त्यांना सलाम ठोकला. तो उंच काठीसारखा सडसडीत आणि आत्तापर्यंत मी पाहिलेल्यांमध्ये सर्वांत शांत होता. आम्ही कोणीतरी त्याचे घरच फोडायला आलो होतो, अशा आविर्भावानं त्यानं आमच्याकडे पाहिलं. इंटराहामवेच्या हेरांना पकडल्यावर फ्रेंच सैनिकांच्या चेहऱ्यावर जे भाव होते, तेच त्याच्याही चेहऱ्यावर दिसत होते. त्या हेरांची काय अवस्था झाली, हे मला माहीत होतं! आम्ही जातिसंहारामधून वाचलेलो होतो, यावर मेजरचा काही विश्वास बसला नाही. त्यामुळे आम्ही ज्यांना रस्त्यावर सोडून आलो होतो, त्या गरीब बिचाऱ्यांसाठी मी प्रार्थना करू लागले.

पण पुन्हा एकदा देव माझ्या हाकेला धावून आला.

"इम्माकुली? इम्माकुली इलिबागिझा?" मेजरच्या मागे उभ्या असलेल्या सैनिकानं माझं नाव पुकारलं आणि तो अविश्वासानं माझ्याकडे पाहू लागला.

"इम्माकुली! मला नाही वाटत तू असशील! खरंच, तू इम्माकुली ना?"

"बाझिल?"

"हो, ती तूच आहेस." त्यानं रायफल खाली ठेवली. जमिनीवर गुडघे टेकले व मला मिठी मारली.

बाझिल हा हुतू आमचा शेजारी होता आणि लढाईमध्ये तुत्सी बंडखोरांच्या मदतीसाठी गेला होता. आम्ही शाळेपासून एकमेकांना ओळखत होतो. तो अतिशय हुशार व जात्याच तल्लख बुद्धीचा असल्यानं कित्येक वर्षं तो माझ्या आईचा लाडका विद्यार्थी होता. आईला तो खूप आवडायचा, त्यामुळे पुष्कळ वेळा ती त्याला घरी बोलवायची. आम्ही त्याला 'टीचर्स पेट' म्हणायचो.

बाझिलने मला मिठी मारल्याचं पाहून मेजरनं त्याला विचारलं, "तू हिला ओळखतोस?"

"हो तर! आम्ही शाळेला मिळून जायचो. तिचे आई-वडील आमच्या गावातील फार आदरणीय तुत्सी आहेत... ते फार चांगले आहेत. मेजर, हीही चांगली आहे, ती हेर नाही. इम्माकुली जे सांगतेय, ते सर्व खरंच असणार."

मला आवश्यकता होती, त्या नेमक्या क्षणी बाझिलला पाठवल्याबद्दल मी देवाचे शतशः आभार मानले. सैनिकांनी आपल्या बंदुका खाली केल्या. मेजर पुढे

झाले आणि त्यांनी माझ्याशी हस्तांदोलन केलं. ''मी मेजर न्वॉली.'' ते म्हणाले. ''या समजुतीच्या घोटाळ्याबद्दल मी दिलगीर आहे. पण इथे सगळीकडे हेर पसरलेत. इथे अजूनही फार धोका आहे. पण आता आमच्या इथे तुम्ही सुखरूप आहात. तुमच्यासाठी युद्ध संपलं आहे. इथून पुढे आम्ही तुमचं संरक्षण करू.''

''मेजर, मी फार आभारी आहे. पण आमच्या मित्रांना तुमच्या संरक्षणाची आत्ता जास्त जरुरी आहे.'' मी तातडीनं सर्व खुलासा केला. ''फ्रेंच सैनिकांनी आम्हाला इंटराहामवेच्या घोळक्यात सोडून दिलं आणि इथून खाली अर्ध्या मैलावर आत्तापर्यंत वाचलेले तीस तुत्सी स्वत:चे जीव मुठीत धरून रस्त्यात उभे आहेत. त्यांच्या आवतीभोवती मारेकरी वावरताहेत आणि ते अजून जिवंत असतील की नाही, हेही मी सांगू शकत नाही. कृपया....''

माझं बोलणं संपण्याआधीच मेजरनं कुणाला तरी इशारा केला होता व अलोयसी आणि इतरांना आणायची व्यवस्था केली होती. ''तुझ्या मित्रांची काळजी करू नकोस. आम्ही त्यांना घेऊन येऊ.''

''फार आभारी आहे... देव तुमचं रक्षण करो.''

इतरांना आणण्यासाठी सैनिक गेल्यानंतर बाझिल माझ्याजवळ बसला व अतिशय आतुरतेनं माझ्यापाशी चौकशी करू लागला. ''कित्येक महिन्यांत मी घरी गेलो नाहीये... तुला गावाकडची काही बातमी आहे काय? टीचर कशा आहेत... मला म्हणायचंय, तुझी आई? माझे आई-वडील, भाऊ-बहीण यांची काही बातमी? मी त्यांना शेवटचं पाहिलं, तेव्हा ते देश सोडण्याच्या तयारीत होते... ते बाहेर पडले काय?''

मी माझा हात बाझिलच्या हातावर ठेवला. माझ्या सांगण्यानं त्याला होणाऱ्या दु:खाची मला कल्पना होती, म्हणून शक्य तेवढ्या हळुवारपणे मी सुरुवात केली.

''तुला हे सर्व कसं सांगावं, तेच मला समजत नाहीये. बाझिल, तरीही सत्याविना मी दुसरं काय सांगणार?... सगळे जण मारले गेलेत. माझं कुटुंब, तुझं कुटुंब, आपल्या गावातील जवळजवळ सर्व तुत्सी व मवाळ हुतू... सर्वांना ठार केलंय.''

त्यानं माझ्याकडे पाहिलं, त्याची वाचाच बंद झाली आणि लोळागोळा होऊन तो माझ्या पायाशी कोसळला. बंदुकीच्या दस्त्यावर डोकं ठेवून हमसून-हमसून रडताना त्याची छाती भात्यासारखी हलत होती. बिचारा बाझिल... त्यानं आपले आई-वडील, चार भाऊ व तीन बहिणी गमावल्या होत्या.

आम्ही इथे आलो, तेव्हा आम्हाला संशयानं का वागवलं गेलं, ते मला आत्ता समजलं. या सैनिकांपैकी बरेच जण युगांडापासून लढाई लढत इथपर्यंत आले होते, त्यामुळे त्यांना घराकडची काहीच माहिती नव्हती. आता परत आल्यावर त्यांच्याच शेजाऱ्यांनी त्यांच्या कुटुंबीयांना कंठस्नानं घातल्याचं त्यांना समजलं... सबंध आयुष्यभर

ज्यांच्यावर विश्वास टाकला, त्यांनी! या सर्व घटनांमुळे बंडखोरांच्या छावणीत फारसं उत्साही वातावरण नव्हतं.

मलाही या क्षणी जराही आनंदी वाटत नव्हतं. बाझिलला हे सर्व सांगावं लागलं, म्हणून मला फार विषण्ण वाटत होतं. जसजसा वेळ जाऊ लागला, तशी मला भीती वाटू लागली, कारण अलोयसी व इतर फार संकटात सापडले होते. त्यांच्या सुरक्षिततेसाठी मी मनोभावे प्रार्थना करू लागले आणि थोड्याच वेळात माझ्या त्या नेहमी आनंदी असणाऱ्या मैत्रिणीचं हास्य, त्यांना घेऊन आलेल्या ट्रकमधून ऐकू आलं.

"इम्माकुली, तू ज्या काही प्रार्थना करतेस ना, त्या तशाच सुरू ठेव." अलोयसी हसत-हसत म्हणाली, "ते मारेकरी आमच्याकडे खाऊ की गिळू, अशा नजरेनं पाहत होते. पण ते जागचे हलू शकले नाहीत – जसं काही त्यांना कुणी जागीच खिळवून ठेवलं होतं. आमची परिस्थिती सिंहाच्या गुहेतील डॅनिअलसारखी होती... तंतोतंत, सिंहाच्या गुहेतील डॅनिअलसारखी!"

अलोयसीनं मुलांना जवळ ओढलं, घट्ट आलिंगन दिलं व पुन्हा हसू लागली. तिच्या डोळ्यांतून आनंदाश्रू ओघळेपर्यंत ती हसत होती. माझं हृदय भरून आलं व मी म्हणाले, "मला ठाऊक नव्हतं की, हे सर्व सांगण्यासाठी मी जिवंत असेन की नाही; पण आता आपल्याला पुन्हा कधीही मारेकऱ्यांना तोंड द्यावं लागणार नाही. जातिसंहार संपलाय!... देवानं आपल्याला वाचवलंय आणि नवीन आयुष्य प्रदान केलंय. देवाची स्तुती करू या! देवा, आम्ही तुझे आभारी आहोत... खरंच तुझे फार आभारी आहोत!"

अलोयसी माझ्याकडे पाहून हसली व म्हणाली, "तथास्तु, इम्माकुली – तथास्तु."

अलोयसीचा आनंदी स्वभाव व आत्मनिर्भर व्यक्तिमत्त्वानं सैनिकांना प्रभावित केलं. कँपमध्ये आल्या-आल्या तिनं तिच्या संपर्कात आलेल्या प्रसिद्ध व्यक्तींच्या गोष्टी सांगून त्या सर्वांचं मनोरंजन केलं. विनोदी चुटके सांगून त्यांना हसतं ठेवलं. तिच्या सकारात्मक आशावादानं ते खूपच भारावून गेले. तिला मिळालेल्या आयुष्याबद्दल तिनं कधीच तक्रार केली नाही. प्रत्येक प्रसंगाचा तिनं जास्तीत जास्त चांगला उपयोग केला, मग तो कितीही कठीण असला तरी!

अलोयसीचं व माझं इतकं चांगलं पटायचं की, एकदा मेजर न्वॉलीनं मला विचारलं, "ती तुझी आई आहे काय?"

"नाही," मी म्हटलं, "पण ती मला तिची मुलगी मानते. माझे आई-वडील व दोन भाऊ या जातिसंहारामध्ये मारले गेले... तसंच माझे इतर नातेवाईकही."

"मी दिलगीर आहे." मेजर म्हणाले, "पण त्यासाठी तू आम्हाला जबाबदार धरतेस काय?"

''तुम्हाला काय म्हणायचंय?'' त्यांच्या प्रश्नानं मी गोंधळून गेले म्हणून विचारलं.

''जे काही घडलं, त्यासाठी माझे बरेचसे सैनिक स्वत:ला दोषी मानतात. त्यांना वाटतं की, किगालीवर विजय मिळवण्यात आम्ही फार वेळ घेतला. तोपर्यंत लाखो तुत्सींची हत्या झाली होती. त्यात त्यांचीही कुटुंबं मारली गेली. त्यांना वाटतेय की, इथे पोहोचायलाही आम्ही फार वेळ घेतला.''

''मेजर, त्यांनी अशी भावना बाळगणं बरोबर नाही... हा काही त्यांचा दोष नाही. आम्हाला वाचवण्यासाठीच तुम्ही लढाई केलीत. तुम्ही सैतानाबरोबर युद्ध केलंत. आता आपल्याला असा बंदोबस्त करावा लागेल की, पुन्हा असं युद्ध कधीही पाहावं लागणार नाही. आपण हत्या थांबविल्या पाहिजेत आणि क्षमा करायला शिकलं पाहिजे.''

त्यांनी माझ्याकडे पाहून नकारार्थी मान डोलवली आणि जिभेने 'चक्' असा आवाज करून आपली नापसंती व्यक्त केली. ''देव आणि सैतान, यांच्या गोष्टी मला सांगू नकोस... हे कोणी केलंय, ते मला ठाऊक आहे. इम्माकुली, तुला वाटेल, त्यांना तू क्षमा करू शकतेस; पण मी जेवढ्या कबरी पाहिल्या आहेत ना, तेवढ्या तू पाहिल्या नसाव्यात. ज्यांनी ही कबरस्थानं रचली, ते लोक अजून इथेच जिवंत आहेत आणि माझ्यावर विश्वास ठेव, तू क्षमा करावीस इतकी त्यांची लायकी नाही. गोळ्या घालून मारण्याचीच त्यांची लायकी आहे. मी हेच ठरवलंय की, त्यांची लायकीच त्यांना दाखवून द्यायची. ते मेल्यावर मी त्यांना क्षमा करेन.''

मेजरनं जवळच्याच बॅप्टिस्ट चर्चकडे बोट दाखवलं. ''तिथे तुला जीव वाचलेले आणखी लोक दिसतील. पुढे काय करायचं, ते आम्ही ठरवेपर्यंत तू तिथेच थांब. इकडे-तिकडे बिलकूल भटकू नकोस. एक लक्षात असू दे की, तुम्ही अजूनही युद्धक्षेत्रात आहात. जर तुम्ही इंटराहामवेच्या तावडीत सापडलात, तर लक्षात ठेव, ते तुझ्यासारखे क्षमाशील असणार नाहीत.''

मी व माझा समूह त्या चर्चमध्ये इतर शंभर तुत्सींबरोबर थांबलो. तिथे चादरी-पांघरुणं नव्हती, पण डोक्यावर छप्पर असल्यानं आम्ही मजेत होतो आणि मुख्य म्हणजे, आम्ही देवाच्या देवळात होतो. बाझिलकडे जेवण्यासाठी शिधा होता. स्वयंपाक करण्यासाठी मी स्वत: पुढे सरसावले आणि बाहेर जाऊन विस्तव पेटवण्याचा प्रयत्न केला, तेव्हा उबग आणणाऱ्या घाणेरड्या वासानं मला मळमळून आलं.

''अरे देवा, हा इतका घाणेरडा वास कोठून येतोय?'' आमच्यावर पहारा करणाऱ्या एका सैनिकाला मी विचारलं. त्यानी माझा हात धरला आणि चर्चच्या मागे नेलं. तिथे साक्षात नरक होता. ओंडके रचावेत, तशी शेकडो प्रेतं तिथे रचून ठेवली होती. माश्यांचा काळाकुट्ट थर त्याच्यावर घोंघावत होता आणि वरच्या थरावर कावळे ताव मारीत होते. एक म्हातारा माणूस हातात काठी घेऊन त्या ढिगाऱ्याजवळ उभा होता आणि कुत्र्यांना हुसकावून लावत होता.

ते भयानक दृश्य पाहून माझे डोळे विस्फारले व मी तोंडावर हात ठेवला. नंतर त्या सैनिकानं ढिगाच्या पलीकडील खड्ड्याकडे माझं लक्ष वेधलं. तो खड्डा तीस यार्ड लांब-रुंद व वीस फूट खोल होता. तो प्रेतांनी खच्चून भरलेला होता. त्यात बहुधा वीस-तीस हजारांवर प्रेतं असावीत. मी मान फिरवली. मला उलटी झाली आणि लटपटत्या पायांनी मी चर्चच्या पुढील बाजूस आले. तो सैनिकही माझ्या मागोमाग आला, पण तो अजूनही काही बोलत नव्हता.

"तू याच भागात राहणारा आहेस काय?" मी विचारलं. त्यानं होकारार्थी मान हलवली आणि नंतर मला समजलं की, सडणाऱ्या मानवी अवशेषांनी भरलेल्या त्या खड्ड्यामध्ये त्याचे कुटुंबीयही होते. त्याचं दु:ख शब्दातीत होतं.

आणखी किती वर्षं, किती पिढ्या?... या भयंकर नरसंहारामधून बाहेर येण्यासाठी रवांडाला आणखी किती वर्षं लागणारेत? आमची विदीर्ण हृदयं भरून येण्यासाठी, आमच्या हृदयांतील ताठरपणा सैलावण्यासाठी किती काळ लागेल? माझ्यासाठी तो काळ फार मोठा होता. त्या सैनिकांच्या डोळ्यांत डोकावून पाहिल्यानंतर मला जाणवलं की, येथून दूर, रवांडा सोडून मला जावं लागणार होतं.

निदान काही काळासाठी तरी या देशाचं दु:ख व यातना यांना मागे ठेवून मला जायला हवं होतं. मला जाणवत होतं की, देवाचीच अशी इच्छा होती... लोकांच्या हृदयातील घाव भरून आणण्यासाठी वस्तुस्थितीचा साकल्यानं विचार करण्याची जरुरी होती... जी मला फक्त दुसरं ठिकाण व काळच देऊ शकणार होते. दुसऱ्यांना मदतीचा हात देण्याची ताकद येण्यासाठी, मला स्वत:ला आधी माझ्या जखमा पूर्ण बऱ्या करण्याची जरुरी होती. फ्रेंच कँपमधील ती अनाथ बालकं; तो मेजर, सूड घेण्यासाठी ज्यांचं मन तडफडत होतं ते मारेकरी, ज्यांच्या डोळ्यांत अजूनही रक्त उतरत होतं; आणि हा माझ्यासमोरचा सैनिक, ज्याच्या मनात अजूनही दु:खाचे कढ उकळत होते – या सर्वांना मदत करणं जरुरीचं होतं... पण त्याआधी....!

मी इथून जाईन... पण इतक्यात नाही. त्याही आधी मला बरंच काही करावयाचं होतं... कारण माझ्याकडे नोकरी नव्हती, पैसा नव्हता, अजून भवितव्याची निश्चिंती नव्हती... माझ्या अंगावरील कपडे आणि खिशातील बाबांची जपमाळ इतक्याच गोष्टी माझ्या मालकीच्या होत्या.

आम्ही काही दिवस इथल्या बंडखोर सैनिकांबरोबर होतो खरं; पण माझ्या मनात सारखा विचार येत होता की, आपल्या खिशात एक छदाम नसताना आपण किगालीला पोहोचणार कसे? एकदा किगालीला पोहोचल्यावर आम्ही बाराही जण अलोयसीच्या घरी राहू शकणार होतो. पण तिथे पोहोचण्याचा तो पाच तासांचा महाभयंकर धोकादायक रस्ता पार करायचा कसा? काहीच उपाय सुचत नव्हता. मी प्रार्थना करीत होते आणि इतरांनाही करायला सांगत होते. शेवटी देवानंच आमची

हाक ऐकली. एक योजना घेऊन त्यानं मेजरनाच आमच्याकडे पाठवलं.

मेजरनं आमच्याबरोबर एक ट्रक व ड्रायव्हर देण्याची तयारी दर्शवली. तो ट्रक आम्हाला अलोयसीच्या दारापर्यंत पोहोचवणार होता. इतकंच नव्हे, तर त्यांनी त्यांच्या सैनिकांना त्या ट्रकमध्ये तांदूळ, आटा, साखर व चवळीची पोती आणि दुधाचे व तेलाचे डबेही ठेवायला सांगितले. कितीतरी महिन्यांनंतर मी एवढं अन्नधान्य पाहत होते आणि कितीतरी महिने ते आम्हाला पुरणार होतं. मेजरसाहेबांच्या या औदार्याबद्दल आम्ही त्यांचे पुन:पुन्हा आभार मानले, त्यांचा निरोप घेतला अन् किगालीकडे प्रयाण केलं.

आम्ही भर दिवसा राजधानीमध्ये पोहोचलो होतो. जिथे खरं तर काही महिन्यांपूर्वी या वेळी खूप गजबजाट असायचा, तिथे आज स्मशानशांतता पसरलेली दिसत होती. रस्ते ओसाड होते. अधून-मधून युनोचे ट्रक, आरपीएफच्या गाड्या रस्त्यातून भरधाव जाताना दिसत होत्या, एवढंच! रस्त्यात प्रेतं पडली होती आणि प्रेतांचे लचके तोडण्यासाठी आलेल्या कुत्र्यांना त्यांनीच गोळ्या घातल्यामुळे कुत्र्यांची कलेवरंही पडली होती. आमच्यासारखंच त्यांनाही हे सर्व चुकवीत मार्गक्रमणा करावी लागत होती. हवेत मृत्यूची दुर्गंधी पसरली होती आणि ओसाड पडलेल्या घरांतून घुमणाऱ्या वाऱ्याचा आवाज मला एखाद्याच्या शरीरातून आत्मा निघून जातानाच्या किंकाळीसारखा भासत होता. पुष्कळ घरांची पडझड झाली होती; काही जळाली होती; मशिनगन व तोफेच्या गोळ्यांनी काहींना भगदाडं पडली होती. दुकानांची दारं बिजागऱ्यांमधून उखडली होती, दुकानं लुटली गेली होती आणि अधून-मधून दूरवरून बंदुकीचे आवाज ऐकू येत होते. लहान असताना ज्या शहराच्या प्रखर दिव्यांनी व गजबजलेल्या वस्त्यांनी मी प्रभावित झाले होते, त्या शहराची इतकी रया गेली होती की, मी ओळखूच शकले नाही.

''पाय टाकण्यापूर्वी तुम्ही खाली निरखून बघा.'' आमचा ड्रायव्हर बजावत होता, ''सगळीकडे सुरुंग पेरलेले आहेत... आम्ही ते कुठे कुठे पेरले होते, ते आता आम्हालाच आठवणं शक्य नाहीये... तुम्ही फिरायला म्हणून बाहेर पडाल आणि पाय गमावून बसाल.''

आम्ही थेट युनोच्या कार्यालयात गेलो... उद्देश हा होता की, अलोयसीचा नवरा फरी तिथे आहे की नाही, हे कळावं. तीच म्हणाली होती, 'जर घराच्या माळ्यावर लपून तो वाचला असेल, तर तो युनोच्या ऑफिसमध्येच असेल; कारण हीच सर्वांत सुरक्षित जागा होती आणि आमच्या घरापासून ती फक्त पंधरा मिनिटांच्या अंतरावर होती.'

मोठ्या लोखंडी दरवाज्यासमोर ट्रक उभा राहिला अन् आम्ही अलोयसीला ट्रकमधून उचलून खाली जमिनीवर ठेवलं. ती थरथर कापत होती. ती मला भेटल्यापासून मी प्रथमच तिला इतकं विचलित झालेलं पाहत होते.

"फरी मारला गेला असला, तर माझं कसं होणार, हेच मला समजत नाहीये." ती म्हणाली, "तोच माझं सर्वस्व, माझं हृदय-आत्मा... सर्व काही आहे. तोच मला शक्ती देतो. तो जिवंत असावा, म्हणून मी अगदी निष्ठेनं प्रार्थना केलीये. देवानं जशी तुझी प्रार्थना ऐकली इम्माकुली, तशीच त्यानं माझीही प्रार्थना ऐकावी, अशी मी आशा करतेय."

अलोयसीची प्रार्थना देवानं स्वीकारली होती. तिचं बोलणं संपतं न संपतं तोच तिला कंपाऊंडमधून एक ओळखीची आकृती पुढे येताना दिसली. "अरे माझ्या देवा! तोच तो! माझी खात्री आहे, तो तोच आहे. मी कुठूनही त्याची चाल ओळखू शकते. बोलवा... कुणीतरी त्याला इकडे बोलवा!"

युनोच्या एका पहारेकऱ्याला आम्ही विनंती केली आणि अलोयसी ज्याच्याकडे बोट दाखवत होती, त्याला इकडे घेऊन यायला सांगितलं. अलोयसी दृष्टीस पडेपर्यंत तो माणूस सावधपणे चालत आमच्याकडे येत होता. त्यानंतर शक्य तेवढं जोरात धावत, गेट ढकलून तो बाहेर आला व खाली वाकून तिचे मुके घेत राहिला. "माय डार्लिंग, ओ माय डार्लिंग!" तो म्हणाला, तोपर्यंत छोट्या केन्झा व सामीनं स्वत:ला त्याच्या बाहुपाशात झोकून दिलं, घट्ट मिठी मारून पापे देऊन त्याला गुदमरून टाकलं. आत्तापर्यंत पाहिलेल्या कौटुंबिक पुनर्मीलनातील एक सर्वांत आनंदी पुनर्मीलन पाहण्यात मी मग्न होते. फरीने विचारलेल्या 'बेबी कुठाय?' या प्रश्नाने भानावर आले.

अलोयसीचे डोळे भरून आले. "देव तिला घेऊन गेला." ती म्हणाला, "तिला ताप आला आणि त्यातच...."

फरीने अलोयसीच्या मांडीवर डोकं ठेवलं आणि ती दोघं पंधरा-वीस मिनिटं नुसती रडत होती... आम्ही एकमेकांकडे बघत अवघडल्यासारखे उभे होतो. फ्रेंच कँपमध्ये येण्याआधी अलोयसीनं तिचं एक मूल गमावलं होतं, हे आम्हाला कुणालाच ठाऊक नव्हतं. तिचं ते मनोबल पाहून आम्ही थक्कच झालो.

त्यानंतर फरीने वर पाहिलं अन् तिला विचारलं, "यांचा काय परिचय?"

"अनाथ मुलं. यांना मी निर्वासितांच्या कँपमध्ये दत्तक घेतलं." अलोयसीनं खुलासा केला. "ते आपल्याबरोबरच राहतील."

"तुम्हा सर्वांचं मी स्वागत करतो." फरी म्हणाला.

"ती उंच मुलगी – रोझ अन् लिओनार्डची मुलगी. आपले दोन्ही जुने मित्र देवाघरी गेलेत."

"अरे देवा!" माझा हात हातात घेत फरी म्हणाला, "तरुण मुली, तुझ्याकडे बघून मला तुझ्या आई-वडिलांचीच आठवण होतेय. धीर सोडू नकोस... तुझे आई-वडील फार छान आणि दयाळू होते. देवानं तुला वाचवलंय, त्यामध्येही त्याचा काही हेतू

असणार... ते कारण कोणतं, याची जाणीव होईपर्यंत तू आमच्याकडे राहू शकतेस.''

''फार आभारी आहे.'' अशा प्रसंगी आणखी काय म्हणावं, हेच मला समजत नव्हतं.

आम्ही परत ट्रकमध्ये चढलो आणि थेट अलोयसीच्या घरी पोहोचलो. फरीनं प्रवासात सांगितलं की, घर सोडून गेले चार महिने तो युनोच्या ऑफिसमध्येच राहत होता आणि म्हणाला, ''अलोयसी जर परत आली नसती, तर तिथे मी कधीच परत गेलो नसतो.'' पुढे म्हणाला, ''प्रेमाशिवाय घर म्हणजे तुरुंगच असतो!''

त्या घराचा उकिरडाच झाला होता. खिडक्यांचा ठिकाणा नव्हता, बंदुकीच्या गोळ्यांनी भिंतींची चाळण केली होती, छताचा काही भाग कोसळला होता. आम्ही सर्वच जोमाने कामाला लागलो. पुढचा सर्व आठवडा दुरुस्ती करण्यात आणि साफसफाई करण्यात गेला. आजूबाजूच्या नासधूस झालेल्या अनेक घरांतून आम्ही जरूर ते सामान उचलून आणलं आणि वापरलं. बऱ्याच परिश्रमानंतर घराला घरपण आलं. जीन पॉल व इतर मुलांना त्यांच्या स्वतःच्या खोल्या मिळाल्या आणि मी व फ्लोरेन्स एका खोलीत राहू लागलो. आई-वडिलांचं घर सोडल्यानंतर मला प्रथमच खऱ्याखुऱ्या बिछान्यावर झोप लागली. आम्ही सर्व जणू स्वर्गात होतो!

मेजर न्वॉलीनं अन्नाचा खूप साठा दिला असल्यामुळे खायची ददात नव्हती, पण पैसे नव्हते... महिनोन् महिने तेच ते कपडे वापरल्यामुळे त्यांच्या चिंध्या झाल्या होत्या. मग लोकांनी सोडून दिलेल्या घरांमधून जाऊन बूट, कपडे वगैरे काही मिळतंय काय, ते आम्ही शोधलं. एका घरात मला कानात घालायचे सोन्याचे डूल दिसले. मी ते उचलले आणि मनाशी असा विचार केला की, इतक्या हालअपेष्टांमधून गेल्यानंतर थोडंसं चांगलं दिसण्यामुळे आपल्याला बरं वाटेल. मी ते खिशात टाकले आणि घरी आले. अलोयसीच्या आरशात स्वतःची छबी न्याहाळताना मला स्वतःकडे पाहावेना. ज्या बाईचे ते असावेत, तिचा चेहरा डोळ्यांसमोर येऊ लागला. ते डूल माझे नव्हते आणि त्याच्याशी माझ्या कोणत्याच भावना जोडलेल्या नव्हत्या. ते विकत घेण्यासाठी कुणीतरी कष्ट केले होते अथवा कुणाकडून तरी प्रेमाची भेट म्हणून ते कुणाला तरी मिळाले होते. दुसऱ्याच्या आयुष्यावर आपण आक्रमण केलंय, असं मला वाटू लागलं. जे मी मिळवलेलं नाही, ती गोष्ट मला नको होती. ते घालण्याची माझी पात्रताही नाही, म्हणून दुसऱ्या दिवशी जिथून आणले तिथे परत ठेवून दिले.

यादरम्यान एक हलकासा आवाज माझ्या डोक्यात रुंजी घालत होता आणि मी जे ऐकलं, त्याला सहमतिदर्शक मान डोलावीत होता. 'आता इथून दुसरीकडे जाण्याची वेळ आलीये... आता नोकरी शोधण्याची वेळ येऊन ठेपलीये.'

■

देवाची करणी

रस्त्यावरून चालायला जिथे लोक घाबरत होते, त्या शहरात मला कुठे नोकरी मिळणार, हे फक्त देवालाच ठाऊक होते. किगालीच्या रस्त्यावर सर्वत्र न फुटलेले सुरुंग विखुरलेले होते, पण मला काम हवं असल्यामुळे त्या रस्त्यांवरून पायपीट करणं भाग होतं. बसेस सुरू नव्हत्या आणि माझ्याकडे टॅक्सीला पैसेही नव्हते.

मी फरींना विचारले की, त्यांच्या माहितीत जवळच चालत जाण्याच्या अंतरावर एखाद्या कचेरीत काम मिळू शकेल काय?

''सध्या कोणीच नोकरीसाठी बोलवीत नाहीयेत. त्यामुळे तुझ्यासाठी संधी फार कमी आहेत.'' ते म्हणाले, ''एकमेव शक्यता म्हणजे युनो... पण ते बहुधा ज्यांना नोकरीला ठेवतात, त्यांना इंग्रजी यावं लागतं.''

माझ्या मनानं ते लक्षपूर्वक टिपलं. अर्थातच! देवानं त्या बाथरूममध्ये मला सर्वप्रथम इंग्रजी शिकण्यासाठी जे प्रवृत्त केलं, त्याचं खरं कारण युनो होतं. मीही माझ्या मनश्चक्षूंसमोर युनोमध्ये काम करीत असल्याची स्वप्नं पाहिली होती.

त्या रात्री मी माझे कपडे छानपैकी स्वच्छ धुतले आणि मला युनोमध्ये नोकरी मिळवून देण्यासाठी मदत कर, म्हणून देवाची आळवणी केली. माझ्या इंग्रजीच्या ज्ञानाचा उपयोग करण्याची संधी मिळतेय, या विचाराने मी हुरळून गेले. सबंध रात्रभर आरशापुढे उभी राहून मी स्वत:हून शिकलेली वाक्यं घोकत होते.

''गुड मॉर्निंग.''

''तुम्ही कसे आहात?''

''मी नोकरीच्या शोधात आहे.''

''माझं नाव इम्माकुली इलिबागिझा.''

''मी रवांडन आहे.''

''मी बुटारे युनिव्हर्सिटीतून सायन्सचा अभ्यास केला आहे.''

''मी नोकरीच्या शोधात आहे.''

ओह, किती रोमांचकारी! मी खरीखुरी इंग्रजी वाक्यं बोलत होते आणि उद्या या

नव्या भाषेत मी संवाद करीत असणार... आणि दिवसअखेर मी नव्या नोकरीवर रुजूही झालेली असेन! देवाची स्तुती करा!

सकाळी बरोबर आठ वाजता मी युनोच्या इमारतीसमोरील गेटजवळ उभी होते. समोरचा पहारेकरी घाना या देशाचा होता, त्यानं माझं छान स्वागत केलं आणि त्या शब्दांचा ढंग इंग्रजी वाटला. 'गुड मॉर्निंग! मी तुला काय मदत करू?' असं काहीतरी तो म्हणाला असावा, अशी माझी खात्री होती, पण मी जे काही ऐकलं ते 'ब्ला... ब्लॉ... ब्ला... ब्लॉ...' असं काहीसं होतं. तो काय बोलला, ते शब्द जरी मला समजले नाहीत, तरी मी ते समजल्याचं ढोंग केलं. मी मान वर केली आणि हनुवटी पुढे करीत म्हटलं, "तू कसा आहेस? माझं नाव इम्माकुली इलिबागिझा. मी नोकरीच्या शोधात आहे."

हां, माझं बोलणं त्याला किती हास्यास्पद वाटलं असावं, हे त्याच्या नजरेतूनच समजत होतं. काही बिघडलं नाही, परत एकदा प्रयत्न करू या! मी इतक्या लांबवर आलीये, ते काय असंच परत जाण्यासाठी थोडंच होतं! "तू कसा आहेस? माझं नाव इम्माकुली इलिबागिझा. मी नोकरीच्या शोधात आहे."

"अरे, तू रवांडाची आहेस होय... मग तू फ्रेंचमध्ये बोलायला हवंस." तो म्हणाला. मी हसले व मान डोलावली. त्यानं फाटक उघडलं आणि दुसरा एक सुरक्षारक्षक मला छोट्याशा प्रतीक्षालयात घेऊन गेला. तिथे मी पुष्कळसे फॉर्म भरले. मला थांबायला सांगितलं म्हणून मी तिथेच बसून राहिले... वाट पाहिली, पाहिली आणि शेवटी दिवसअखेर युनोचे कर्मचारी जायला निघाले, तेव्हा मी रिसेप्शनिस्टकडे गेले व विचारलं, "नोकरी मिळण्यासाठी मला आणखी किती वेळ थांबावं लागेल?"

"मुली, तुला फार वाट पाहावी लागेल. सध्या नोकरी उपलब्ध नाहीये."

मी निराश होऊन घरी परतले, पण नाउमेद झाले नाही. युनोमध्ये काम करणं माझ्या नशिबी होतंच, कारण मी तसं माझ्या अंत:चक्षूंनी पाहिलं होतं आणि मी माझ्या मनाशी ठामही होते. मी तिथे काम करावं, ही देवाचीच इच्छा होती. त्यामुळे माझं उद्दिष्ट सफल होण्यापासून कुणीच रोखू शकणार नाही.

दुसऱ्या दिवशी मी परत गेले आणि तेच सर्व फॉर्म भरून दिवसभर बसून राहिले. दिवसामागून दिवस तेच करीत राहिले. फॉर्म भरून प्रतीक्षा करण्यात दोन आठवड्यांचा काळ लोटला. प्रत्येक दिवशी रिसेप्शनिस्ट मला सांगत होती, "मी जर तुझ्या जागी असते, तर परत-परत येण्याची तसदी घेतली नसती... सध्या नोकरीच उपलब्ध नाहीये."

दोन आठवडे उलटून गेले आणि मी नाउमेद होऊ लागले. नोकरीशिवाय अलोयसीच्या घरी परतणं नको वाटू लागलं. स्वत:ची कीव करीत मी किगालीच्या वैराण रस्त्यांवरून भटकत होते. मला वाटत होतं की, माझी सर्व शक्ती एकत्र

करून देवाशी संवाद साधावा; पण त्यासाठी शांततेची, एकांताची गरज होती. अलोयसीच्या घरी खूप गोंगाट होता, त्यामुळे ध्यानधारणेसाठी मन एकाग्र ठेवणं मला कठीण जात होतं. विश्वास ठेवा अगर ठेवू नका; पण पास्टरांच्या बाथरूमसारखे दिवस परत मिळावेत, असं मला फार वाटत होतं – जिथे असा एकांत मिळत असे की, कित्येक तास काहीही अडथळा न येता देवाशी संवाद साधता येत असे. त्यातून माझ्या मनाला किती आनंद व शांतता मिळत होती, ते सर्व मला आठवलं.

अलोयसीच्या घरापासून थोड्याच अंतरावर असलेल्या एका जळक्या घरात मी गेले. काळ्याकुट्ट पडलेल्या ठिकऱ्यांवर, काचांच्या तुकड्यांवर गुडघे टेकले आणि प्रार्थना करू लागले... 'कृपाळू परमेश्वरा, बायबलमध्ये सांगितल्याप्रमाणे मासे पकडण्यात सर्व रात्र घालूनही काही न मिळाल्यामुळे पीटर नाराज झाला होता. पण तूच त्याला पुन्हा तिथेच जाऊन मासे पकडण्यास सांगितलंस... आणि त्याला खूप मासे मिळाले. त्याला किती आनंद झाला!! आता बघ, तूच मला युनोकडे जाण्यासाठी मार्गदर्शन केलंस आणि मीही नोकरी मिळावी म्हणून खूप प्रतीक्षा केली... पण सध्या तिथे नवीन कामच नाहीये. देवा, मला समजतच नाही, काय करावं. माझ्याकडे पैसे नाहीत, माझे कपडेही फाटले आहेत आणि ते तर मला कामही देत नाहीयेत म्हणून मला तुझी मदत पाहिजे. मी युनोच्या लोकांच्या दृष्टीस पडावी, असं काहीतरी कर आणि मला ऑफिसमध्ये चांगलं काम मिळवून दे. तुला माहितीच आहे की, मला त्याची फार जरुरी आहे. मला तेवढी मदत नक्की कर. नंतर मी स्वत:ची काळजी स्वत:च घेईन.'

मी कपडे झटकले आणि त्या उजाड घरातून एका नव्या आत्मविश्वासाने बाहेर पडले. मी देवाला फक्त मदत करायला सांगितलं होतं, पण ते घडवून आणणं माझ्यावर निर्भर होतं. मी माझ्या मनश्चक्षूंपुढे चित्र रेखाटायला सुरुवात केली की, मी याआधीपासूनच युनोमध्ये काम करीत होते... नोटस घेत होते, फोनवर बोलत होते आणि महत्त्वाचे निर्णय घेण्यास मदत करीत होते.

मी घरी परतत होते आणि एका बाजूला युनोमध्ये नोकरी मिळाल्यावर काय काय गोष्टींची जरुरी पडेल, यावर विचार करीत होते. लोकांसमोर जाण्यासाठी मला बऱ्यापैकी कपडे हवेत, मला माझ्या हायस्कूलच्या डिप्लोमाची आवश्यकता भासेल आणि युनिव्हर्सिटीमध्ये तीन वर्षं शिक्षण घेतल्याचा दाखलाही लागणार होता. दुर्दैवानं या सर्व गोष्टी बुटारे येथील माझ्या खोलीत होत्या. तिथे जाण्यासाठी चार तासांचा प्रवास होता आणि टॅक्सीसाठी माझ्याकडे पैसे नव्हते.

मी माझ्याच विचारात असल्यामुळे माझ्या बाजूला एक गाडी थांबल्याचं व ड्रायव्हर माझं नाव घेऊन बोलवीत असल्याचं माझ्या लक्षातच आलं नाही. ती व्यक्ती दुसरी-तिसरी कोणी नसून बुटारे युनिव्हर्सिटीमधील आमचे प्रोफेसर

डॉ. एबेल होते. "इम्माकुली, मी मोठ्या मुश्किलीनं तुला ओळखलं." ते म्हणाले, "तू किती बारीक झालीयेस. तू वाचलीस याचाच मला फार आनंद झालाय. पण तू खातेस-पितेस ना, आणि तुला राहायला घर आहे की नाही?" डॉ. एबेल हे वैद्यकीय डॉक्टर होते, त्यामुळे त्यांनी माझ्या प्रकृतीविषयी आणि मला कोणकोणत्या संकटांतून जावं लागलं, याबद्दल अनेक प्रश्न विचारले. मला परत पूर्वीची ताकद यावी म्हणून त्यांनी मला त्यांच्या कुटुंबाबरोबर बुटारेला राहायला बोलवलं. मी त्यांचे आभार मानले व मी आत्ता ज्या कुटुंबाबरोबर राहत होते, त्यांची माहिती दिली. नजीकच्या काळात जर ते बुटारेला जाणार असतील, तर त्यांच्याबरोबर जाण्याचं आमंत्रण स्वीकारावयास मी तयार असल्याचंही सांगितलं.

"अर्थातच, खरं तर मी उद्याच चाललोय."

जी भेट मला सहजगत्या झाली असं वाटत होतं, त्यातही देवाचा हात होता, हे पुन्हा एकदा प्रत्ययास आलं. दुसऱ्याच दिवशी डॉ. एबेलनी मला माझ्या युनिव्हर्सिटीच्या दाराजवळ सोडलं. शाळा लुटली गेली होती आणि गेटवर सैनिक तैनात होते. "या शाळेत सध्या कोणालाही प्रवेश देता येणार नाही," असं सांगून त्यानं मला आत जाण्यास मनाई केली आणि किगालीला परत जाण्यास सांगितलं.

मी रस्त्याच्या कडेला बसले, बाबांची जपमाळ हातात घेतली, प्रार्थना केली आणि कँपसमध्ये जाण्यासाठी आता देव कशी मदत करणारेय याची प्रतीक्षा करीत बसले.

दहा मिनिटांतच आर्मीच्या कर्नलला घेऊन एक गाडी आली आणि त्यांना सलाम ठोकण्यासाठी सर्व सैनिकांमध्ये गडबड उडाली. तेवढ्यात मी गाडीजवळ गेले आणि त्यांना माझी माहिती सांगितली.

"हे मुली, तू इथे काय करतेस?" त्यांनी विचारलं, "तुझे आई-वडील कुठे आहेत? इथे असं एकटीनं फिरणं धोकादायक आहे."

मी चोवीस वर्षांची झाले होते, पण वजन इतकं कमी झालं होतं की, मी जेमतेम बारा वर्षांची दिसत होते. "सर, माझे आई-बाबा या जगात नाहीत. या जातिसंहारामध्ये ते मारले गेलेत. या जगात माझं म्हणून जे काही आहे, ते फक्त येथील वसतिगृहाच्या माझ्या खोलीत उरलंय. पण तुमचे सैनिक काही मला आत जाऊन देत नाहीयेत. तुम्ही मला मदत कराल काय?" आवाजात शक्य तेवढे मार्दव आणून मी विचारलं.

कर्नलनं दार उघडलं व एका सैनिकाबरोबर मी आत बसले. आम्ही गेटमधून आत गेलो आणि माझ्या खोलीकडे घेऊन जाणारा तो छोटासा, मनाला फार दुःख देणारा रस्ता पार केला.

ज्या सुंदर कँपसभोवती माझ्या अनेक सुखद आठवणी जोडल्या गेल्या होत्या, जिथे अनेकांशी मैत्रीचे धागे जुळले; तो कॅम्पस आता तसा राहिला नव्हता.

सगळीकडे घाण पसरली होती. बऱ्याचशा इमारती जळलेल्या व मोडकळीला आल्या होत्या. विद्यार्थ्यांच्या नोंदी सर्व कॅम्पसमध्ये इतस्तत: पसरल्या होत्या आणि इतक्या आठवड्यांनंतरही पुष्कळ प्रेतं जमिनीवर पडून होती. त्यामध्ये माझ्या मैत्रिणीचं साराचं किंवा माझ्या आणखी कुणा जिवलग मैत्रिणीचं प्रेत पाहावं लागेल, या भीतीनं मी तिथून नजरच फिरवली. हे सर्व दृष्टीआड करण्यासाठी मी आनंद उपभोगलेल्या नाचांची, नाटकांची, जॉनबरोबर अनुभवलेल्या हळुवार प्रेमाच्या गप्पागोष्टींची चित्रं डोळ्यांपुढे आणण्याचा प्रयत्न करीत होते... पण माझ्यासमोरील त्या उद्ध्वस्त परिस्थितीनं ते सारं पार धुऊन गेलं होतं.

कर्नलनं मला माझ्या वसतिगृहाशी सोडलं व एक सैनिक माझ्याबरोबर खोलीत आत आला. खोलीतील सर्व सामान लुटलं गेलं होतं. दार उखडलेलं होतं. माझं सर्व सामान – माझी सूटकेस, कपडे, बूट, अगदी गादीसुद्धा – चोरीला गेली होती. पण देवाच्या कृपेनं माझ्या आई-बाबांचे काही फोटो भिंतीवर तसेच टांगलेले होते... आमच्या एकत्रित जीवनाची एकमेव आठवण... मी ते घेतले, जमिनीवर पडलेली काही पाकिटं उचलली; पण सैनिकानं ती माझ्या हातातून हिसकावून घेतली आणि वाचू लागला. त्यानं खांद्यावरची रायफल खाली घेतली व मला धमकावत विचारलं, ''हा एमेबल कोण?''

मी हसू लागल्याचं पाहून त्याला आश्चर्य वाटलं. मलाही थोडं चमत्कारिक झालं... मी जातिसंहारातून जरी वाचले असले, तरी या वसतिगृहातील माझी रिकामी खोली लुटल्याच्या गुन्ह्याखाली मी त्या तुत्सी सैनिकाकडून मारली जाऊ शकते!

''एमेबल माझा भाऊ आहे. ते पत्र सेनेगलहून आलंय, तो तिथे शिक्षण घेतोय.'' मी म्हटलं. सैनिकानं नाराजीचा स्वर काढला आणि शेजारच्या हॉलमध्ये जाऊन माझी खासगी पत्रं वाचतच राहिला.

जमिनीवर पडलेली आणखी काही पत्रं मी चाळली आणि मी जे पाहिलं, त्यावर माझा विश्वासच बसेना. तिथे एका मोठ्या पाकिटात माझा स्कूलचा डिप्लोमा, युनिव्हर्सिटीकडून दिलेलं माझं प्रगति-पुस्तक आणि माझ्या शिष्यवृत्तीचे मी बाजूला काढून ठेवलेले तीस डॉलर्स होते! मी एकाएकी श्रीमंत झाले होते... आणि मुख्य म्हणजे, मी शिकलेली आहे, हे आता सिद्ध करू शकत होते.

मी लगेचच कॅम्पस सोडला आणि माझ्या जवळचे अमेरिकन डॉलर्स वापरून टॅक्सीनं किगाली गाठलं... माझ्या देवानं पुन्हा एकदा माझ्या प्रार्थनेला प्रतिसाद दिल्याबद्दल घरी परतत असताना त्याचे आभार मानले. तो खरोखरच त्याच्या वचनाला जागत होता. माझ्यावर स्वत:च्या मुलीप्रमाणे लक्ष ठेवून होता.

शहरामध्ये थोडीफार दुकानं पुन्हा सुरू झाली होती. मी थोडेफार वापरलेले कपडे, नवे बूट, परफ्यूम व डिओडरंट विकत घेतलं. पाच महिन्यांनंतर प्रथमच मी

पार्लरमध्ये जाऊन केशभूषा करून घेतली. घरी परतले तीच एका युवतीच्या अनुभूतीनं!

मी खोलीतून बाहेर येताना अलोयसीनं जेव्हा पाहिलं; तेव्हा व्यवस्थित कपडे घातलेल्या, सुंदर दिसणाऱ्या माझ्याकडे बघून तिला हार्ट अॅटॅकच यायचा बाकी होता. "तू ज्या कशासाठी प्रार्थना करतेस, तशीच एखादी प्रार्थना माझ्यासाठीही कर, म्हणजे मलाही काही प्राप्त होईल." मोठ्या दिलखुलास मनानं, हसत ती म्हणाली. उरलेल्या पैशातून आम्हाला आणखी महिनाभर पुरेल इतकं मी आणलेलं सामान बघून ती आणखीनच जोरजोरात हसू लागली.

दुसऱ्या दिवशी सकाळी माझ्या नोकरीच्या मोहिमेवर मी पुन्हा युनोच्या ऑफिसमध्ये गेले. मी चांगली दिसत होते, अत्तराचा सुगंध दरवळला होता, माझ्याकडे डिप्लोमा होता आणि मला स्वत:ला तंदुरुस्त व माझ्यातील आत्मविश्वास जाणवत होता... जगामध्ये आपलं असं एक स्थान निर्माण करू इच्छिणारी मी एक तरुण, धडाडीची स्त्री झाले होते.

या वेळी घानाच्या त्या पहारेकऱ्यानं मला गेटजवळ अडवलं नाही. खरं तर त्यानं मला ओळखलंच नाही, असं वाटलं; कारण त्यानं काहीही प्रश्न न विचारता आत सोडलं. मी जवळून जाताना तो हसलाही. त्या इमारतीमध्ये शिरताच मी तडक पर्सोनेल डायरेक्टर यांच्या ऑफिसकडे गेले. त्यांचं दार ठोठावलं आणि डायरेक्टरांच्या मीटिंगमध्ये व्यत्यय आणला. "मुली, मी तुला कशा प्रकारे मदत करू शकतो?" त्यांनी फ्रेंचमध्ये विचारलं.

"सर, मला नोकरीची जरुरी आहे." मी इंग्रजीतून सांगितलं... निदान मला तसं वाटलं.

"तुला नोकरी पाहिजे, असं तुला म्हणायचं आहे काय?" माझ्या इंग्रजीनं त्यांना गोंधळात टाकलं होतं.

"हो सर, बरोबर... मला नोकरी पाहिजे आहे." मी फ्रेंचमध्ये सांगितलं. माझं इंग्रजी अजून सुधारायला हवं, हे स्पष्टच जाणवलं.

"असं काय... थांब इथेच." ते म्हणाले आणि त्यांच्या आतील ऑफिसमध्ये गेले.

काही मिनिटांनंतर त्यांची सेक्रेटरी माझ्याशी बोलण्यासाठी बाहेर आली आणि प्रथम तिनं मला पायापासून अगदी डोक्यापर्यंत सावकाश न्याहाळलं. ती रवांडाचीच होती; पण का कोण जाणे, मला बघताक्षणीच तिच्या चेहऱ्यावर नावड दिसू लागली. "तू इथे या इमारतीत कशी आलीस? तुला काय पाहिजे?" तिनं किन्यरुवंडामध्ये विचारलं.

"मी नोकरीच्या शोधात आहे."

"तुला काय अनुभव आहे?"

"मी युनिव्हर्सिटीमध्ये इलेक्ट्रॉनिक इंजिनिअरिंग आणि गणित हे विषय शिकलेय."

"इथे ऑफिसशी संबंधित कामं करावी लागतात... जर कामं असतील तर! तुला कॉम्प्युटर वापरता येतो किंवा इंग्रजी बोलता येतं काय?"

"मी कधीही सेक्रेटरीचं काम केलेलं नाही, पण मला थोडं इंग्रजी येतं."

"अस्सं काय?" ती जरा उद्धटपणेच म्हणाली, "ठीक आहे. आमच्याकडे आत्ता नोकरी नाही... कदाचित आणखी तीन-चार महिने तरी... पण तुझी पात्रता पाहता तुला इथे काही काम देता येईल की नाही, याबद्दल मी साशंक आहे. कृपया बाहेर जाताना दार बंद करून घे."

मी इतकी निराश झाले होते की, ऑफिसमधून बाहेर पडताना मी मुद्दाम मागच्या जिन्यानं भरभर उतरून जात होते, म्हणजे माझ्या डोळ्यांतील अश्रू कोणाला दिसले नसते.

मी अर्धाअधिक जिना उतरून आले होते, तेव्हा एका मध्यमवयीन सद्गृहस्थानं मला फ्रेंचमध्ये हाक मारली, "हे तरुण मुली, जरा थांब – एक मिनिट थांब. मी तुझ्याशी थोडं बोलू का?"

मला खरं तर खाली धावत जावंसं वाटत होतं. पण वडीलधाऱ्यांचा मान राखायचा, या शिकवणुकीनं मला उत्तर द्यायला भाग पाडलं. मी झटकन डोळे पुसले व म्हणाले, "येस सर?"

एखाद्या भुताकडे पाहावं तसं त्यांनी माझ्याकडे पाहिलं. "हां... हां... मी विचार करतोय, तू इथे कशासाठी आलीयेस?"

मला भीती वाटत होती की, ते बहुतेक सिक्युरिटीला बोलावणार. तरीही मी म्हटलं, "नोकरीसाठी सर... मी नोकरी शोधतेय."

"असं? तू पर्सोनेल डायरेक्टरला भेटलीस काय?"

या जिन्यातील उलटतपासणीचा मला राग आला होता. तरीही केवळ आदरापोटी मी सांगितलं, "हो सर, मी भेटले त्यांना. पण मला सांगण्यात आलं की, त्यांच्याकडे नोकरी नाहीये."

"ठीक आहे. मग असं कर –" त्यांनी त्यांच्या एका बिझिनेस कार्डावर काहीतरी खरडलं आणि माझ्याकडे देत, "उद्या सकाळी हे गेटवर दाखव." असं म्हणाले, "उद्या सकाळी दहा वाजता तू मला माझ्या ऑफिसमध्ये भेट. तुझ्या नोकरीबद्दल काय करता येईल, ते आपण पाहू."

काय बोलावं, तेच मला समजेना. म्हणून मी कार्ड न्याहाळत राहिले आणि ते जिना चढत वर गेले.

पीअरी मेहू

स्पोक्समन, युनामिर (UNAMIR)

युनायटेड नेशन्स असिस्टन्स मिशन फॉर रवांडा

स्पोक्समन म्हणजे कोण, हे मला ठाऊक नव्हतं. पण ती कोणीतरी महत्त्वाची व्यक्ती असावी, असं वाटलं. युद्ध सुरू होण्याआधीपासूनच रवांडामध्ये एक चांगलं सरकार स्थापन व्हावं, या उद्देशानं 'युनामिर'ची स्थापना करण्यात आली होती.

कोणी सांगावं, कदाचित मीही त्याचाच एक भाग असेन!

दुसऱ्या दिवशी सकाळी मी जेव्हा मि. मेहूंना भेटले, तेव्हा त्यांनी मला सांगितलं की, काल त्यांनी मला पाहिलं, तेव्हा युद्धाच्या आधी त्यांच्याबरोबर काम करणाऱ्या एका रवांडियन मुलीची त्यांना आठवण झाली. मी तीच बाई असावी, असा भास होऊन त्यांना आश्चर्य वाटलं. कारण ती तिच्या सर्व कुटुंबासह या युद्धात मारली गेली होती. त्यानंतर त्यांनी मला माझी हकिगत विचारली आणि मी ती सांगितली.

''तुझी महिन्याची मिळकत किती?'' त्यांनी विचारलं.

''माझी काय?''

''तुला महिन्याला किती पैसे मिळतात?''

''काही नाही, शून्य. त्यासाठीच मी इथे आलीये.''

''ठीक आहे. आपल्याला हे असं चालणार नाही. तुला नोकरी मिळवायला मी मदत करणार आहे. तुझ्या आई-वडिलांनी तुला उत्तम प्रकारे वाढवलंय, हे स्पष्टच आहे. आणि तुला एक सांगतो की, तूच मानलंस तरच तू अनाथ असशील. इथून पुढे युनो हेच तुझं घर असेल आणि तू माझ्याशी वडिलांच्या नात्यानं बोलू शकतेस.''

हसू आणि आश्चर्यानं मला इतकं भरून आलं की, माझ्या पोटात कळ आली... देव खरंच त्याचं वचन पाळत होता... माझ्यासाठी देवदूतांना वेळोवेळी पाठवीत होता.

''तुला अर्थातच सर्व परीक्षा द्याव्या लागतील.'' मि. मेहू पुढे म्हणाले, ''पण तुझं शिक्षण पाहता, तुला ते कठीण नाही. तुझं टायपिंग आणि इंग्रजी कसं आहे?''

''खरं तर मला टायपिंग येत नाही आणि बाथरूममध्ये लपून होते, त्या वेळी मी स्वत:च इंग्रजी शिकले.''

''ठीक आहे. तुला क्रॅश कोर्सची जरुरी आहे.''

मि. मेहूंनी त्यांच्या सेक्रेटरीशी – जीनशी माझी ओळख करून दिली. तो सबंध दिवस तिनं मला कॉम्प्युटर कसा वापरायचा, मेमो कसा लिहायचा, तसेच आलेल्या/पाठवलेल्या पत्रांच्या फायलिंगची पद्धती याबद्दल माहिती करून दिली. कॉम्प्युटरच्या

प्रत्येक बटणाचा उपयोग आणि इतर सर्व गोष्टी मी चांगल्या स्मरणात ठेवल्या. एका पुठ्ठ्यावर 'की-बोर्ड'ची तंतोतंत प्रतिकृती काढली आणि पुढील तीन दिवस-रात्र मी हातांनी काढलेल्या की-बोर्डवर कॉम्प्युटरची सवय केली.

देवच माझ्या बोटांना मार्गदर्शन करीत असणार, कारण चौथ्या दिवशीच मी युनोची कॉम्प्युटर परीक्षा उत्तम गुण मिळवून पास झाले. काही दिवसांनंतर मी इंग्रजीचीही चाचणी पास झाले आणि माझी युनोमध्ये काम करण्याची योग्यता असल्याचं सिद्ध झालं. हे व्हावं, म्हणून मी मनश्चक्षूंसमोर चित्र चितारलं होतं. मी हे स्वप्न पाहिलं होतं. यासाठीच प्रार्थनाही केली होती आणि ते आता सत्यात अवतरलं होतं. मला जाणवण्याआधीच मी तिथे एक कर्मचारी या नात्यानं कामावर रुजू झाले होते. त्यानंतर लगेचच बाहेरच्या देशातून रवांडामध्ये येणाऱ्या मालासंबंधी – नव्या जीप्सपासून ते अन्नधान्याच्या कंटेनर्सच्या कार्गोपर्यंत – सर्व गोष्टींच्या वितरणाची जबाबदारी माझ्यावर सोपवली होती. हे सर्व काम महत्त्वाचं होतं. पण काही दिवसांपूर्वीच एका छोट्या बाथरूममध्ये आपण जगू की मरू याची शाश्वती नसताना आखडून बसून होतो, हे सत्य माझ्या डोक्यातून जात नव्हतं.

प्रार्थनेची ताकद आणि सकारात्मक विचारसरणी या जवळजवळ सारख्याच गोष्टी आहेत, याचं मी जिवंत उदाहरण होते. देव हा सर्व सकारात्मक शक्तींचा स्रोत आहे आणि प्रार्थना ही त्याची शक्ती मिळवण्याचं उत्तम साधन आहे.

देवानं मला बाथरूममधून खूप लांबच्या पल्ल्यापर्यंत आणलं होतं आणि त्या प्रवासात प्रत्येक पावलागणिक तो माझ्यासोबत होता. त्यानं मला मारेकऱ्यांपासून वाचवलं; माझं हृदय क्षमाशील बनवलं; इंग्रजी शिकण्यासाठी मदत केली; मला सुरक्षित ठिकाणी पोहोचवलं. मला मैत्री, अन्न, निवारा पुरवला आणि शेवटी मि. मेहूंचा परिचय व माझ्या स्वप्नातील हे काम मिळवून दिलं. गेल्या काही महिन्यांत मला जे भोगायला लागलं, त्याची पर्वा नाही; पण त्या काळात देव सतत माझ्याजवळ राहिला आणि मला त्यानं कधीही एकटं पडू दिलं नाही.

मला माझी नवी नोकरी आवडली होती. प्रत्येक दिवस आधीच्या दिवसापेक्षा उत्साहवर्धक होता. युनोमध्ये अनेक देशांचे लोक होते, त्यामुळे मला स्वतःच्याच देशात सहलीवर असल्यासारखं वाटत होतं. मी सतत नवनवी कौशल्यं शिकत होते; नवनवीन लोकांना भेटत होते आणि माझं इंग्रजी सुधारण्याचा प्रयत्न करीत होते.

अन् देवाचे विपुल आशीर्वादच फक्त माझ्या पाठीशी होते असं नाही, तर मला पगारही मिळत होता. थोड्याच दिवसांत मी मावशीलाही पैसे पाठवू शकले आणि अलोयसी व तिच्या मुलांसाठी नवे कपडे, खाद्यपदार्थांच्या खरेदीच्या स्वरूपात तिनं केलेल्या उपकारांबद्दल आभार मानता आले. मला जेव्हा अत्यंत जरुरी होती, तेव्हा

त्यांनी मला राहायला जागा व कुटुंबछाया दिली होती. पण आता तिथून बाहेर पडण्याची वेळ आली होती, हे मला समजत होतं.

ऑक्टोबरच्या सुरुवातीला माझे फ्रेंच कँपमधील मित्र अलोयसीच्या घरातून बाहेर पडले होते, तसंच माझ्या आजूबाजूचं सर्व वातावरणही बदलू पाहत होतं. सन १९५९ व १९७३च्या जातिसंहारादरम्यान रवांडा सोडून परागंदा झालेले दहा लाखांहून अधिक तुत्सी निर्वासित परदेशातून परतत होते. त्यांच्याबरोबर त्यांची मुलं, नातवंडं आणि नव्या संस्कृतींचे वारे व चित्रविचित्र भाषाही येत होत्या. त्यामुळे देशाचा चेहरामोहरा बदलत होता. जितके तुत्सी जातिसंहारामध्ये मारले गेले होते, तितकेच दहा लाख निर्वासित देशात परतले होते... हे आकडे माझ्या आकलनाच्या पलीकडचे होते.

तुत्सी परत आले, त्याच वेळी आता सूडबुद्धीमुळे आपण मारले जाऊ, या भीतीनं वीस लाख हुतू रवांडातून पळून गेले. त्यांपैकी बहुतेक जण दुसऱ्या देशातील निर्वासितांच्या घाणेरड्या कँपमध्येच रोगराईनं, कुपोषणामुळे मरण पावले. सगळीकडे यातनामय जीवन होते. एक दिवस जेव्हा मला अधिक ज्ञान प्राप्त झालेलं असेल आणि माझ्याकडे पुरेसे पैसे जमलेले असतील, त्या वेळी या देशाच्या दुःखाला मागे टाकून मी निघून जाईन. पण या घडीला मात्र मला थोडेफार बदल घडवून आणायचे होते. रवांडातील जीवन झपाट्यानं बदलत होतं आणि त्याबरोबर मीही बदलत होते.

जिथे माझ्या सभोवार प्रेम व सकारात्मक भावना असतील, असं घर मला मिळवून दे, म्हणून मी देवाची याचना केली. पण त्या क्षणी मी जेव्हा अलोयसीच्या घराचा पुढचा दरवाजा उघडला, त्या वेळी देवानंच माझ्या प्रार्थनेला मलाच उत्तर द्यायला लावलं. कॉलेजच्या खोलीत माझ्याबरोबर राहणारी माझी आवडती मैत्रीण सारा दरवाजाच्या पायरीवर उभी होती. मला बघून तिच्या डोळ्यांत आनंदाश्रू तरळत होते. मी कुठे होते, हे शोधण्यात तिला यश आलं होतं. आम्ही दोघी आनंदानं चीत्कारलो आणि एकमेकींच्या मिठीत विसावलो. घडलेल्या गोष्टींचा आढावा आम्ही कित्येक तास घेत होतो आणि एकीकडे अश्रूंना वाट मोकळी करून देत होतो. आपले भाऊ ऑगस्टिन व व्हिएन्नीला त्या रात्री पास्टरांनी घराबाहेर कसं जायला लावलं व त्यानंतर ते दोघं जोडीनं कशा प्रकारे मेले, हे पुन्हा एकदा सांगताना माझं अंतःकरण विदीर्ण झालं. ज्या भावांवर आम्हा दोघींचं जीवापाड प्रेम होतं – माझ्या कुटुंबीयांवर – ज्यांना ती चांगली ओळखत होती, तिचं प्रेम होतं – त्यांच्या निधनाच्या दुःखानं आम्ही खूप रडलो.

सारा म्हणाली, "तू यापुढे आमच्याच कुटुंबापैकी एक असशील. तू आमच्याच घरी राहायला चल. आपण पुन्हा बहिणींसारख्या राहू या."

माझ्या आयुष्यात साराला विशेष स्थान होतं आणि तिनं अत्यंत उदार अंतःकरणानं

केलेली विनंती इतकी भारावून टाकणारी होती की, मी त्या क्षणीच ती मान्य केली. त्याच दिवशी माझं सामान एकत्र केलं आणि तिच्या घरी राहायला गेले. साराचं घर अलोयसीच्या घरापासून पाचच मिनिटांच्या अंतरावर होतं. मी नेहमी भेटायला यायचं वचन दिल्यामुळे अलोयसीनं माझं साराकडे राहायला जाणं मनाला विशेष लावून घेतलं नाही.

साराच्या घराइतकं शांत व प्रेमळ घर मागून मिळालं नसतं. तिच्या वयोवृद्ध आई-वडिलांचं लग्न पंचावन्न वर्षांपूर्वी झालं होतं. ते अजूनही एकमेकांना तरुण मुलांसारखं चिडवीत असत आणि प्रेमानं एकमेकांची काळजी घेत असत. ते निष्ठावंत ख्रिश्चन होते. रोज सकाळी नियमितपणे चर्चला जात व प्रत्येक संध्याकाळी एकत्र प्रार्थना करीत. देवाबरोबर पुन्हा निकटवर्ती संबंध प्रस्थापित करण्यासाठी मला ती जागा अत्यंत योग्य वाटत होती... आणि माझ्या गमावलेल्या कुटुंबाबद्दल शोक करण्यासाठी व ते दुःख निभावण्यासाठीही ती उचित होती.

साराच्या घरी माझ्या दुःखानं कात टाकली आणि आत्तापर्यंत जे कागदावर उतरवायला हिंमत झाली नव्हती, ते मी माझ्या भावाला एमेबलला कळवायचं ठरवलं. माझा भाऊ सेनेगलला होता आणि मी जिवंत आहे की नाही, हेही त्याला ठाऊक नव्हतं. ती अत्यंत यातनामय गोष्ट मी लांबणीवर टाकत होते, त्याला दोन कारणं होती. एक तर पोस्टाची सेवा सुरू नव्हती आणि दुसरं महत्त्वाचं म्हणजे भयंकर गोष्टींची तीव्रता व्यक्त करण्यासाठी जर मला योग्य शब्दच सापडले नाहीत, तर त्या घडल्याच नाहीत इतक्या सपकपणे सांगितल्यासारखं होईल. पण ते यातनामय प्रसंग घडून गेले होते. ते सत्य होतं आणि ते सत्य स्वीकारायला मी आता सुरुवात केली होती.

मी वडिलांची जपमाळ टेबलावर माझ्या बाजूला ठेवली आणि लिहायला सुरुवात केली....

'प्रिय एमेबल,

इतकं दुःखद पत्र मी याआधी कधीच लिहिलं नव्हतं... आणि तुलाही इतकं दुःखद पत्र प्रथमच मिळत असणार....'

■

मृतात्म्यांना तिलांजली

माझे आई-वडील कुठे असतात?'' मी युनोमध्ये काम करायला लागून काही महिने उलटल्यावर मला हा प्रश्न विचारला गेला.

''ते जिवंत नाहीत... ते आता माझ्या हृदयात राहतात.'' मी शांतपणे उत्तर दिलं, ''ते जातिसंहारात मारले गेले.''

युनोमध्ये माझं दुःख सहजासहजी दुर्लक्षित होण्यासारखं नव्हतं. तिथे काम करणाऱ्यांपैकी बरेचसे लोक बाहेरच्या देशांतून आले होते. त्यांना जेव्हा माझ्या कुटुंबाच्या दुर्दशेबद्दल समजायचं, तेव्हा त्यांना हे जाणून घ्यायची एक जिज्ञासा असायची की, माझे अनेक जातिबांधव मारले गेले असतानाही मी जिवंत कशी राहिले?

''ओह, मला खरंच फार वाईट वाटतंय.'' आत्ता माझ्याशी बोलणारा माणूस म्हणाला, ''मला ठाऊक नव्हतं गं! मी तुझं मन तर दुखावलं नाही ना?'' त्याचं नाव होतं कर्नल गिये. ते सेनेगलचे ऑफिसर होते आणि त्यांच्यावर युनोच्या शांतता पथकांची संपूर्ण जबाबदारी होती. ही पथकं रवांडामध्ये शांतता व स्थैर्य प्रस्थापित करण्याचं महत्त्वाचं योगदान देत होती.

मी कर्नलना सांगितलं की, मला वाईट वाटल्याचं तुम्ही मनाला लावून घेऊ नका. मी जे भोगलंय, त्या तुलनेत असे प्रश्न आता फार उद्वेगजनक वाटत नाहीत. पुढे मी त्यांना म्हटलं की, किबुये प्रांतात अजूनही माझे मामा व मावशी राहतात, पण युद्धानंतर त्यांना भेटणं मात्र झालेलं नाहीये.

''ओह किबुये... माझे सैनिक तिथे तैनात आहेत.'' ते म्हणाले, ''तुला जर त्यांना कधी भेटावंसं वाटलं, तर तुला तिथे घेऊन जायला आणि तुझ्याबरोबर मला स्वतःलाही यायला आवडेल. तू तुझ्या मैत्रिणीलाही आणू शकतेस.''

''खरंच? कर्नल, तुम्ही फक्त सांगा कधी निघायचं आणि मी तयार असेन!''

दोन आठवड्यांनंतर, मी व सारा कमरेभोवतीचे पट्टे घट्ट आवळून, हेलिकॉप्टरमध्ये बसून आकाशात झेपावलो. रवांडाच्या हिरव्यागार टेकड्यांवरून उडत जाताना एकमेकींचे हात हातात घेऊन आम्ही दोघी आनंदानं खिदळत होतो. आत्तापर्यंत

आमच्यापैकी कुणीही विमानातून उड्डाण केलं नव्हतं, त्यामुळे कर्नलनी जेव्हा आम्हाला नेण्याची तयारी दाखवली, तेव्हा ते खरंच तसं करतील, असं वाटलं नव्हतं.

हेलिकॉप्टरमधून खाली माझा सुंदर देश पाहताना जातिसंहाराचं ओंगळ सत्य स्वीकारायला जड जात होतं. त्या काळ्याकुट्ट दिवसांत मला कितीदा तरी आपण पक्षी असावंसं वाटलं होतं. माझ्या बाथरूममधील कोठडीतून, त्या सततच्या भयानक वास्तव्यापासून उडून जावं, असं स्वप्न मी कितीदा तरी पाहिलं होतं. आणि ज्या ठिकाणी त्या भयानक हत्या झाल्या होत्या, मी तिथेच आत्ता परतत होते. माताबाहून निसटून किगालीला पोहोचण्यात माझं सर्व आयुष्य खर्ची गेलं होतं आणि आत्ता तिथे परतायला फक्त तीस मिनिटं!

आत्ता माझ्याबरोबर एमेबल असायला हवा होता, असं वाटून गेलं. पण ते शक्य नव्हतं. टपालसेवा अजूनही फार धीमी होती आणि त्याच्याकडून पत्राचं उत्तर यायलाही कित्येक आठवडे गेले. त्यानं लिहिलं होतं की, माझं पत्र मिळाल्यानं त्याला फार आनंद झाला आणि भावना व्यक्त करायला त्याच्याकडे शब्दच नव्हते. जातिसंहाराच्या काळात त्यानं बातम्यांची निवेदनं पाहिली होती. रवांडामधील बहुतेक तुत्सी लोकांचं जे झालं, तेच आपल्या लोकांचंही झालं असणार, अशा खेदपूर्ण गोष्टीचा त्यानं स्वीकार केला होता. त्या नरसंहाराच्या काळात मायदेशी परतण्यात त्याला काहीच स्वारस्य नव्हतं, कारण तोही मारला गेला असता.

दुर्दैवानं या क्षणी घरी परतणंही त्याला परवडणारं नव्हतं. तो विद्यार्थी होता, त्याच्याकडे पैसे नव्हते आणि तो दूर तीन हजार मैलांवर सेनेगलला होता. नुसतं विमानाचं भाडं दोन हजार डॉलर्स होतं आणि त्याच्याकडे एवढे पैसे असणं नुसतंच शक्य नव्हतं, तर अशक्य कोटीतलं होतं. जी युरोपियन संस्था त्याला शिष्यवृत्ती देत होती, तिनं रवांडा ही सध्या युद्धभूमी असून तिथे जाणं धोक्याचं असल्याचं सांगत तेथील प्रवासास पैसे देण्याचं नाकारलं होतं. एमेबलला शिक्षण सोडून इकडे यावं व माझ्याबरोबर राहावं, असं फार वाटत होतं. पण मी त्याला कळवलं की, आई-बाबांच्या इच्छेचा मान राखून उत्कृष्ट गुण मिळवून त्यानं अभ्यासक्रम पुरा करावा. आम्ही दर आठवड्याला एकमेकांना पत्र लिहिण्याचं व भावी काळातील भेटींसाठी पैसे वाचवायचं ठरवलं आणि आत्ता मताबाला यायच्या, त्या केवळ मोफत मिळालेल्या प्रवास सवलतीमुळे माझ्या बचावलेल्या एकमेव भावाविना का होईना, मी आमच्या जुन्या घराला भेट देणार होते.

हेलिकॉप्टर उतरल्यावर कर्नल गियेंनी आम्हाला सोल्जर्स कँपमध्ये सोडलं. तिथल्या तरुण व कार्यक्षम कॅप्टननं – ट्राओरेनं आमची चोख व्यवस्था ठेवली होती. आम्ही कर्नलच्याच मुली आहोत, अशी ओळखही सर्वांशी करून दिली. मिलिटरी

कँपच्या माझ्या आधीच्या अनुभवापेक्षा इथे अगदी वेगळीच सोय होती. मला व साराला स्वतंत्र खोली; झोपायला सुंदर, स्वच्छ बिछाने; खायला सुग्रास भोजन आणि प्रत्येक सैनिकानं दाखवलेला आदर व सौहार्दपूर्ण वागणूक मिळाली. आम्ही दोघींनी त्यांच्या बरोबरच्या गप्पांत, हास्यविनोदांत आणि त्यांची सेनेगलीज् गाणी ऐकण्यात रात्र घालवली. साराला छान स्वागत व सुरक्षिततेमुळे आणि मला घरी आल्यामुळे आनंद वाटला.

दुसऱ्या दिवशी माझ्या गावाकडे पाच मैलांची रपेट करीत जाण्यासाठी आम्ही तयारीत होतो, तेव्हा कॅप्टन ट्राओरेनं आमच्या सुरक्षिततेबद्दल काळजी व्यक्त केली. वंशसंहार जरी संपला असला तरी अजूनही हत्या सर्रास होत होत्या. तसंच देशभर विरोधाचे सौम्य वारेही वाहत होते. आमच्याबरोबर शस्त्रधारी सैनिकांचं पथक असावं, असा त्यांचा आग्रह झाला. या पथकात दोन डझन सैनिक, पाच शस्त्रधारी वाहनं यांचा समावेश होता. या वेळी पूर्वीप्रमाणे लपत-छपत आपली चूक पदरात घेत आम्ही मताबाला निर्वासित म्हणून परतत नव्हतो, तर अगदी त्याउलट जिंकून आलेल्या योद्ध्याच्या अभिमानानं परतत होतो. या शहरात भीतीनं अंग चोरून मी फार दिवस काढले होते आणि आता ताठ मानेनं परत जाताना खूप छान वाटत होतं.

लहानपणीच्या परिचित आभाळाखालून प्रवास करताना माझ्या मनोवृत्तीत चटकन बदल झाला. मनावर खिन्न काळोखी पसरली. जिथून मी व माझे भाऊ चालत जायचो, त्या रस्त्याला वळल्यावर मला रडू कोसळलं; त्यानंतर माझ्या आईची ओसाड पडलेली शाळा लागली आणि पुढे आम्ही वडिलांबरोबर सकाळी किव्हू सरोवरावर पोहायला जायचो, तो रस्ता लागला.

माझं सांत्वन करण्यासाठी साराने तिचा हात माझ्या खांद्याभोवती ठेवला होता... पण काही साध्य झालं नाही... माझं दुःख सांत्वनापलीकडचं होतं. दारा-खिडक्यांआडून आम्हाला न्याहाळणारे अंधूक चेहरे मला दिसत होते... ते चेहरे होते अतिरेकी हुतूंचे, ज्यांनी माझ्या अनेक लोकांची हुडकून-हुडकून हत्या केली होती. बहुतेक तुत्सींची घरं जाळून टाकली होती आणि त्यातून जी उरली, त्यांचा त्यांनी ताबा घेतला होता.

नंतर आम्ही आमच्या घरी पोहोचलो.

ते पूर्णतः उद्ध्वस्त केलं होतं. छत नव्हतं, खिडक्या-दारं नव्हती... अर्धवट भिंतींचे सांगाडे होरपळलेल्या जमिनीची राखण करीत उभे होते. मारेकरी जेव्हा सर्वनाशाची तयारी करीत होते, तेव्हा इथेच बसून आम्ही रेडिओवरील बातम्या ऐकत होतो. मी दगडांच्या सांगाड्यांतून फिरले, रिकाम्या खोल्यांना भेट दिली. इथेच कधी काळी माझ्या आई-वडिलांचं स्वप्नवत घर उभं होतं. नासधूस झालेलं फर्निचर, किंवा जळलेले कपडे मात्र तिथे आढळले नाहीत. याचाच अर्थ होता की, घर पेटवण्यापूर्वी आमचं सर्व सामान लंपास करण्यात आलं होतं.

हत्येतून बचावलेल्या आमच्या अनेक तुत्सी शेजाऱ्यांनी आम्हाला घेऊन येणारा मिलिटरीचा काफिला पाहिला आणि माझं स्वागत करण्यासाठी ते बाहेर आले.

मी बाथरूममध्ये लपून होते, त्या वेळी माझ्या आईचा मृत्यू कसा झाला, तिचे अवशेष कुठे पुरून ठेवलेत... या आणि अशा सर्व दुर्दैवी घटनांबद्दल त्यांनी मला सविस्तर माहिती दिली.

दामासिनच्या काही मित्रांनी मला एका दगडा-ढेकळाच्या ढिगाऱ्याजवळ नेलं. दामासिनचे उरलेसुरले जे काही अवशेष मिळाले, ते त्यांनी तिथे गडबडीने पुरले होते. आमची मोलकरीण करुबूने हा सर्व प्रकार प्रत्यक्ष पाहिला होता. माझ्या लाडक्या भावाला मारेकरी मारत असताना त्यांच्यात झालेल्या शाब्दिक चकमकीचं, तसेच त्यांनी मारलेल्या प्रत्येक घावाचं संपूर्ण वृत्त तिनं दिलं.

हृदयद्रावक आठवणी आणि ते भयानक, निष्ठुर तपशील माझ्यासाठी फारच क्लेशदायक होते. आत्ताशी कुठे मी दुःखातून सावरत होते आणि या निर्दय सत्यदर्शनानं माझी जखम पुन्हा एकदा भळभळून वाहू लागली. माझ्या आईच्या व भावाच्या मृतदेहांना व्यवस्थित मूठमाती देण्यासाठी मला माझ्या शेजाऱ्यांना व सैनिकांना मदतीसाठी आवाहन करावयाचं होतं, पण माझी वाचाच गेली होती. माझ्या घशात हुंदका अडकल्यामुळे मला बोलता येत नव्हतं, म्हणून मी सैनिकांना मला परत कँपकडे घेऊन जाण्यासाठी खुणावलं.

आम्ही आमच्या घरापासून जसे दूर झालो आणि आईला व दामासिनला पुरलेल्या मातीच्या ढिगाऱ्यांपासून – ज्यावर त्यांच्या अस्तित्वाची नामोनिशाणीही नव्हती – पुढे गेलो, तेव्हा माझ्या जिभेवर द्वेषाची कडवट चव रेंगाळली. परतीच्या वाटेवरून आम्ही जात असताना मी आमच्याकडे डोकावून पाहणारे चेहरे पाहिले. मला मनोमनी जाणवलं की, त्या लोकांच्या हातावर, माझ्या कुटुंबीयांचं – माझ्या शेजाऱ्यांचं रक्त आहे. माझ्या मनात आलं की सैनिकांना सांगावं, साऱ्या मताबींवर पेट्रोल ओता, मग मी काडी पेटवते; म्हणजे सगळ्याची राखरांगोळी झाली असती.

आम्ही कँपवर परतलो आणि मी कोणाशी काही न बोलता तडक माझ्या खोलीत कॉटवर जाऊन पडले. माझं माझ्या आत्म्याशी, स्वतःशीच भांडण झालं होतं. सर्वांना क्षमा करण्याचा मी इतका कसून प्रयत्न केला; पण तसं करण्यानं आपण स्वतःलाच साफ फसविलं होतं, असं वाटू लागलं. आत्ता माझ्यामध्ये कणभरही क्षमा उरली नव्हती. माझे नेस्तनाबूद झालेले घर पाहून व माझ्या जिवलगांची विस्मृतीत गेलेली, एकाकी पडलेली थडगी पाहून माझ्या अंतःकरणातील क्षमाशीलतेची शक्ती क्षीण झाली होती. मला आधी असं वाटत होतं की, द्वेषाच्या भावना मी माझ्या हृदयातून नष्ट केल्या होत्या; पण माझ्या शेजाऱ्यांनी माझ्या कुटुंबीयांच्या निर्घृण हत्येच्या गोष्टी हळुवारपणे जेव्हा माझ्या कानात सांगितल्या, तेव्हा त्या द्वेषाच्या

भावना पुन्हा नव्या जोमानं माझ्या मनाच्या गाभाऱ्यातून उफाळून आल्या. सूडाची भूक माझ्या हृदयात पेटली आणि राग आतून धुमसत राहिला, 'ती रक्तपिपासू जनावरं... ते प्राणी आहेत, नुसते हिंस्र प्राणी!'

मी कित्येक तास अंथरुणावर तळमळत होते. माझ्या लक्षात आलं की, सैतान मला भुरळ पाडत होता... तो मला देवाच्या प्रकाशापासून दूर नेत होता... त्याच्या क्षमाशीलतेच्या स्वातंत्र्यापासून दूर. त्या नकारात्मक विचारांचं ओझं मला जाणवत होतं. ज्या प्रकाशानं मी अंधारात असताना मला मार्ग दाखवला, त्या प्रकाशापासून मला दूर खेचण्याचा ते प्रयत्न करीत होते. त्या रात्री मला जो एकाकीपणा जाणवला, तो यापूर्वी कधीही जाणवला नव्हता. देव हाच माझा खरा मित्र होता आणि या नकारात्मक संवेदना आमच्यामध्ये भिंतीसारख्या उभ्या होत्या. मला ठाऊक होतं की, माझ्या विचारांमुळे मी देवाला दुखवलं असणार आणि ही जाणीव माझ्यासाठी क्लेशदायक होती.

मी अंथरुणातून उठले आणि गुडघ्यावर बसून प्रार्थना केली, 'देवा, या दुष्ट विचारांसाठी मला क्षमा कर. कृपा करून तू नेहमी जसं करतोस, तसं हे दुःख माझ्याकडून हिरावून घे आणि माझं अंतःकरण शुद्ध कर. तुझ्या प्रेमाच्या व क्षमाशीलतेच्या शक्तीनं माझं अंतःकरण भरून टाक. त्यांनी जरी भयंकर कृत्यं केली असली, तरी तीही तुझीच मुलं आहेत, म्हणून मला त्यांना मदत करू दे. आणि त्यांना क्षमा करता यावी, म्हणून तू मला मदत कर... हे देवा, त्यांच्यावर प्रेम करण्यासाठी मला मदत कर.'

अचानक आलेल्या हवेच्या एका झुळकीनं माझी छाती भरून गेली. मी सुटकेचा एक दीर्घ निःश्वास टाकला आणि डोकं परत उशीवर टेकलं. मला पुन्हा शांत वाटू लागलं. हो, मला दुःख झालंच होतं. खरोखर मी फार दुःखी झाले होते... पण दुःख भोगून झाल्यानं बरं वाटलं. त्या दुःखानं मला अगदी घट्ट मिठीत घेतलं होतं आणि माझ्या लक्षात आलं की ते सर्व सात्त्विक होतं, त्यामध्ये कटुतेचा लवलेशही नव्हता. कुटुंब गमावल्याचं दुःख होतंच, पण तो राग आणि पुन्हा परत आलेला तो घातकी द्वेष आता नाहीसा झाला होता.

ज्या लोकांनी माझ्या कुटुंबाला इजा पोहोचवली होती, त्यांनी स्वतःलाच अधिक इजा केली होती आणि मला त्यांची कीव करावीशी वाटली. त्यांनी मानवतेविरोधात व देवाविरोधात जे अपराध केले होते, त्यासाठी त्यांना शिक्षा व्हायलाच हवी, यात मुळीच शंका नव्हती. जे या हत्यांसाठी जबाबदार होते, त्यांना शिक्षा देण्यासाठी एक आंतरराष्ट्रीय न्यायपीठ स्थापन करण्याबाबत युनोमध्ये आधीच बोलणी सुरू होती आणि तसं व्हावं म्हणून मी प्रार्थनाही केली; पण मारेकऱ्यांना दया दाखवली जावी म्हणूनही प्रार्थना केली. मी देवाकडे क्षमेचीही याचना केली, ज्यायोगे द्वेषाचं संपूर्ण

उच्चाटन व्हावं... तो द्वेष, जो अगदी उघडपणे सर्वत्र पसरला होता.

मला कल्पना होती की, माझ्या मनाला रागाची भुरळ वेळोवेळी पडणार होती... द्वेषारोप करण्याचं काही कारण शोधायचं आणि राग काढायचा. पण मी यावर तोडगा काढला. जेव्हा मनात नकारात्मक विचार येतील, तेव्हा त्यांना चिघळू किंवा भडकू द्यायचं नाही. त्या खऱ्या शक्तिस्त्रोताकडे मी लगेचच माझं मन वळवीत असे : 'मी माझा रोख त्या देवाकडे वळवीत असे आणि त्याचं प्रेम अन् क्षमाशीलता माझं रक्षण करीत असे आणि मला वाचवत असे.'

मी मान वर करून पाहिलं, तेव्हा आकाशात चंद्र आपल्या शांत व शीतल प्रकाशानं सारा परिसर उजळीत होता. सैनिकांचं हास्य व वाद्यांचे सूर ऐकू आले, म्हणून मी बाहेर आले. सारा अन् मी एकमेकींकडे पाहून हसलो; नंतर मी इतरांकडे बघूनही हसले. सैनिक पार्टीमध्ये रमले होते. मला पाहून त्यांना आश्चर्य वाटलं आणि मी त्यांच्यामध्ये सहभागी झाल्यानं त्यांना आनंदही झाला. ते रात्रभर नाचत होते आणि मी व सारा त्यांना प्रोत्साहन देत होतो.

दुसऱ्या दिवशी मी कॅप्टनना विचारलं की, ते मला परत एकदा माझ्या गावाकडे घेऊन जाऊ शकतील काय? कारण मला माझ्या आईचं व भावाचं चांगल्या प्रकारे दफन करायचं होतं. आदल्या दिवशी मला झालेल्या मानसिक त्रासामुळे त्यांना माझी काळजी वाटत होती. त्यांनी विचारलं की, पुन्हा सर्व सहन करण्याचं मनोबल माझ्यात आहे काय? ते असल्याची ग्वाही मी त्यांना दिली आणि त्यांनी मला पहिल्यासारखंच लष्करी साहाय्य पुरवलं.

वाटेमध्ये आम्ही माझ्या मावश्या जीन व इस्पेरांसला भेटलो. त्यांची घरं माझ्या पूर्वीच्या घराजवळच होती. फ्रेंचांच्या कॅम्पमधून बाहेर पडल्यापासून मी त्यांना भेटलेच नव्हते. त्यांना ज्या दिव्यातून जावं लागलं होतं, त्यातून कुणीही अजून पुरतं सावरलं नव्हतं आणि यापुढेही सावरतील, असं वाटत नव्हतं. पण आत्ता निदान बरे दिसत होते. रस्त्यामध्येच आमचं भावनिक पुनर्मीलन झालं, पण मी माझ्या भावनांना आवर घातला; कारण मला पुढे जाऊन एक पवित्र कार्य करावयाचं होतं. मी त्यांना सांगितलं की, त्यांना आणि आजूबाजूच्या आणखी कुणाला आईला व दामासिनला शेवटचा निरोप द्यायचा असेल, तर त्यांनी सर्वांना घेऊन माझ्या पूर्वीच्या घराजवळ मला भेटावं.

जातिसंहारातून वाचलेले माझ्या गावातील बहुतेक तुत्सी जमले होते आणि काही जिवलग हुतू मित्रही सामील झाले. आमचा पूर्वीपासूनचा कौटुंबिक मित्र कायितारे येताना आपल्याबरोबर दोन शवपेट्याही घेऊन आला होता. आम्ही सर्व जण मिळून अवशेष आणण्यासाठी गेलो. प्रथम दामासिनचं थडगं खणलं : माझ्या नजरेपासून ते दृश्य रोखण्यासाठी काही शेजारी दाटीवाटीनं माझ्यासमोर उभे राहिले,

मला सावकाशपणे मागे-मागे ढकलत राहिले.

त्यांना बाजूला सारून मी पुढे झाले. ''तो माझा भाऊ आहे आणि मला त्याला पाहायचंय.'' मी आग्रह धरला. मी माझ्या स्वत:च्या डोळ्यांनी जोपर्यंत दामासिनचं मृत शरीर पाहिलेलं नाही तोपर्यंत तो खरेच मेलाय यावर विश्वास ठेवणं मला शक्य झालं नसतं. थोड्याच वेळात हाडांवर फावडं घासल्याचा आवाज झाला... आणि मी त्याला पाहिलं... त्याच्या छातीच्या फासळ्या मला दिसल्या. प्रथमत: मला लक्षात आलं की, त्याच्या अंगावर कपडे नव्हते आणि आठवलं की, त्याला मारण्यापूर्वी त्याचे कपडे उतरवून त्याच्या सभ्यतेला हिरावून घेण्याचं घृणास्पद वर्तन केलं गेलं होतं.

''बघू नकोस.'' इस्पेरांस म्हणाली. पण मला पाहायचं होतं... मी त्याच्या फासळ्या पाहिल्या, पण आणखी काहीच दिसत नव्हतं. त्यांनी त्याचे अगदी तुकडे तुकडे केले होते... त्याचे हात, डोकं... अरे देवा, माझ्या गोड दामासिन... त्यांनी काय रे, तुझी अवस्था करून टाकलीये? मी गुरासारखा हंबरडा फोडला.

कुणीतरी खड्यात वाकून हात घातला आणि हातात भावाची कवटी घेऊन उभं राहत माझ्यापुढे केली. जबड्याचं हाड पुढे आलं होतं आणि नंतर मी ती दंतपंक्ती पाहिली... मी त्याचे दात ओळखले. त्याच्या सुंदर हास्याचं जे काही शिल्लक होतं, ते त्या अवशेषांच्या रूपानं माझ्यासमोर होतं... माझ्याकडे विचित्रपणे दात विचकून बघत होतं.

''नाही हो... अरे दामासिन... हे पवित्र मेरी, देवाची जननी!'' सर्व जमीन माझ्या अंगावर आली, माझं डोकं दगडावर आपटलं आणि फक्त अंधार... सर्वत्र काळोख.

मला मूर्च्छा येईलसं वाटलं नव्हतं, पण सरतेशेवटी माझ्या मनानं भावाचा मृत्यू स्वीकारला; तेव्हा असं वाटलं की, जगातला सर्व प्राणवायूच कुणीतरी खेचून घेतलाय. माझे नातेवाईक व शेजाऱ्यांनी मला शुद्धीवर आणलं आणि मी उभी राहिले. नंतर दामासिनचे अवशेष शवपेटीत ठेवले आणि ते घेऊन आईकडे निघालो. या वेळी सर्वांनी अगदी गळच घातली की, मी आईचं शरीर बघू नये. ते खूपच सडून गेलं होतं आणि ते बघणं मला फारच क्लेशदायक झालं असतं. माझी दु:ख सहन करण्याची ताकद संपली होती, म्हणून मी ते मान्य केलं. मी माझं हृदय कितीही घट्ट केलं, तरी आईचं ते तसं शरीर पाहणं मला अत्यंत त्रासदायक झालं असतं. त्यांनी तिचं परस्पर दफन करावं यासाठी मी संमती दिली. ती जशी जिती-जागती होती, तशीच माझ्या स्मरणात राहणार होती... ती नेहमीच माझ्या स्मरणात व अंत:करणात राहणार होती.

कुणी तरी माझ्या आईच्या शवपेटीवर खिळे ठोकले आणि मी माझी नजर माझ्या नातेवाइकांच्या व मित्रांच्या चेहऱ्यावर फिरवली... विदीर्ण चेहरे, छिन्नविच्छिन्न

झालेलं आयुष्य घेऊन उभे होते... ती माझी चुलत बहीण – आपल्यासमोर आपल्या तीन मुलांची कत्तल होताना तिला पाहावं लागलं... एके काळी लोखंडाच्या कांबीसारखा कणखर असणारा माझा पॉलकाका – आपली सात मुलं आणि लाडक्या बायकोच्या हत्येनंतर पाप्याचं पितर झाला होता... माझ्या मावश्या – ज्यांचे नवरे कापले, चिरले गेले आणि ज्यांची मुलं कधीच बरं न होणाऱ्या रोगांनी त्रस्त होती!

आमच्या गावावर कोसळलेल्या आपत्तींमध्ये आम्ही सर्वच होरपळून निघालो होतो. पण मला हेही दिसत होतं की, माझ्याभोवती जमलेल्या लोकांनी माझ्यापेक्षा अधिक काही गमावलं होतं. त्यांनी विश्वासही गमवला होता आणि त्यामुळे त्यांच्या आशा मावळल्या होत्या. आई-भावाच्या शवपेट्यांकडे पाहून माझ्या मनात बाबांचा व व्हिएन्नीचा विचार आला, ज्यांची प्रेतं मला कधीच मिळणार नव्हती... आणि मी देवाचे मनातल्या मनात आभार मानले. मी सर्व गमावून बसले होते, पण माझा विश्वास ठाम होता आणि त्यामुळे मला बळही मिळालं. मला दिलासाही मिळाला की, जीवनाला अजूनही काही हेतू होता.

"आपण त्यांना कुठे ठेवू या? त्यांना कुठे पुरू या?" एकीकडे त्या पाईनवुडच्या ओबडधोबड पेट्यांवरून हात फिरवीत रडत-रडत पॉलकाका विचारत होता.

"घरी." मी म्हणाले, "आपण त्यांना घरी घेऊन जाऊ या आणि तिथेच त्यांना चिरनिद्रा देऊ या." माझ्या आईच्या व भावाच्या पार्थिवाला आम्ही आमच्या भग्नावस्थेतील घरी नेलं. जिथे पूर्वी हास्याचे व प्रेमाचे आवाज दुमदुमले होते, अशा एका खोलीच्या मध्यावर मोठ्या थडग्यासाठी खोदलं. आता त्या गावात कोणी पुरोहित उरला नव्हता, त्यामुळे आम्हीच सर्व दफनविधी पार पाडले. आईची आवडती स्तोत्रं व अनेक प्रार्थना म्हटल्या. मी देवाची आळवणी केली, 'आमच्या कुटुंबाला तुझं सान्निध्य मिळो आणि स्वर्गामध्ये तू या सुंदर आत्म्यांची काळजी घे.' ...आणि नंतर मी निरोप घेतला.

"सारा, आता घरी जायला हवं... किगालीला परत जायची वेळ झाली." माझ्या अत्यंत लाडक्या मैत्रिणीच्या कानात मी हळूच सांगितलं. सारानं मला आपली बहीण मानून तिच्या घरात आसरा दिला होता आणि मला नवा परिवार मिळवून दिला होता.

त्यानंतर लगेचच आम्ही ढगावर स्वार झालो होतो... माझ्या गावावरून उडत होतो... आमचं जीवन डागाळणाऱ्या दुःखाला खाली सोडून चाललो होतो... इतक्या उंचीवर होतो की, मी जणू देवाच्या चेहऱ्याला स्पर्श करू पाहत होते!

■

जित्या-जागत्यांना क्षमा

"तुझा परिवार आता चिरविश्रांती घेत होता, हे मला समजत होतं. पण त्यामुळे त्यांना गमवण्याचं दुःख कमी झालं नव्हतं. जेव्हा जेव्हा त्यांना कशा प्रकारे मारलं गेलं, ते मनश्चक्षूंसमोर तरळतं... ज्या अनन्वित दुःखानं त्यांना ग्रासलं होतं, ते सामोरं येतं; तेव्हा ते तसंच बाजूला सारता येत नव्हतं. ज्या भयाण दुःस्वप्नांमुळे मी झोपेतून दचकून जागी होत होते... ज्यांच्यामुळे माझे दिवस अन् दिवस बेचैनीत जात होते; त्या माझ्या तशा वैयक्तिक दुःखापासून माझी मुक्तता व्हावी, यासाठी मी प्रत्येक रात्री प्रार्थना करीत होते. हे सर्व जमून येण्यास थोडा वेळ लागला, पण देवानं माझ्या प्रार्थनेला प्रतिसाद दिला. या वेळी आत्तापर्यंत कधी घडला नाही, असा दृष्टांत त्यानं एका स्वप्नातून दिला.

मी माझ्या घरावरून हेलिकॉप्टरमधून जात होते. पण मी एका काळ्या ढगात अडकले. आमच्यापेक्षाही वरती असलेल्या आई, बाबा, दामासिन, व्हिएन्नी यांना मी पाहू शकत होते. आकाशात उभे राहून तेजोमय धवल प्रकाशात ते न्हाऊन निघाले होते. त्यानंतर तो प्रकाश आणखी तेजोमय होत गेला, सर्व आकाशभर पसरला आणि माझ्या भोवतीच्या काळ्या ढगालाही त्यानं वेढलं... आणि मी एकदम माझ्या परिवारामध्ये सामील झाले. ते स्वप्न इतकं खरं होतं की, मी त्यांना स्पर्श करून त्यांच्या त्वचेचा ऊबदार, मुलायम स्पर्श प्रत्यक्ष अनुभवला. मला इतका आनंद झाला की, मी आकाशात नाचत होते.

दामासिननं शुभ्र पांढरा शर्ट व निळी पँट घातली होती. त्याच्या चेहऱ्यावर आल्हाददायक चैतन्य पसरलं होतं. माझ्याकडे पाहून तो दिलखुलास हसला. माझे आई-बाबा व व्हिएन्नी एकमेकांचे हात हातात घेऊन त्याच्यामागे उभे होते आणि माझ्याकडे हसतमुखाने पाहत होते. "इम्माकुली, आम्ही तुला अजूनही आनंदी करतोय, हे पाहून फार छान वाटतंय." माझा लाडका भाऊ म्हणाला, "तू फार दिवसांपासून दुःखी आहेस आणि आता हे रडणं-बिडणं थांबायला हवं. आम्ही राहत असलेल्या या सुंदर उपवनाकडे बघ... आम्ही किती आनंदात आहोत, हे बघितलंस काय? आम्ही खूप त्रास सहन करतोय, असं तुला वाटत राहिलं; तर तू आम्हाला

त्या दुःखाकडे परत जायला भाग पाडशील... जे आम्ही मागे सोडून आलोय. मला माहीत आहे, तुला आमची फार आठवण येतेय. पण आम्ही परत येऊन यातना सहन कराव्यात, असं तुला वाटतंय काय?''

''नाही – नाही रे दामासिन!'' मी जरा मोठ्यानंच ओरडले आणि माझ्या डोळ्यांतून आनंदाश्रू वाहू लागले. ''इथे येऊ नका... तुम्ही तिथेच थांबा. मीच तिथे येऊन तुमच्यात सामील होईन. देवानं माझं इथलं कार्य पूर्ण केलं की, मी तुमच्याकडेच येईन.''

''अगं, माझ्या लाडक्या बहिणी, तू ये. आम्ही तुझी वाट पाहू. आता तुझ्या मनाचं सांत्वन कर. ज्यांनी आमच्यावर अत्याचार केले, त्यांच्यावर तू प्रेम कर आणि त्यांना क्षमा कर.''

माझे कुटुंबीय आकाशात हळूहळू मागे-मागे सरत गेले आणि शेवटी स्वर्गात जाण्यासाठी अंतर्धान पावले. मी अजूनही माझ्या घरावरून घिरट्या घालत होते. पण मी आता त्या काळ्या ढगात नव्हते आणि हेलिकॉप्टरमध्येही नव्हते... मी एखाद्या पक्ष्याप्रमाणे आमच्या घरावरून, पास्टरांच्या घरावरून, फ्रेंचांच्या कँपवरून, माझ्या या सुंदर देशाच्या जंगलावरून, नद्यांवरून, धबधब्यांवरून उडत होते... मी रवांडावरून उंच भरारी घेत होते.

मला सर्व दुःखातून, त्या जडत्वातून पूर्ण मुक्त झाल्यासारखं वाटलं. त्यामुळे मी हर्षभरानं गाणी म्हणू लागले. मी अंतःकरणापासून गात होते. माझ्या मुखातून शब्द घरंगळत होते. ते गाणं होतं, 'म्वॉमी शिमिरवा...' किन्यरुवंडामध्ये त्याचा अर्थ होता – 'देवा, आभारी आहे. तुझ्या त्या अनाकलनीय प्रेमाबद्दल आभारी आहे.'

माझ्या गाण्यानं सर्व घराला जाग आली, कारण ती मध्यरात्र होती. साराच्या आईला वाटलं की, मला बरं वाटत नाही आणि मी तापामध्ये बडबडत आहे.

त्या रात्रीपासून माझे अश्रू सुकत गेले आणि माझं दुःख हलकं झालं. माझ्या कुटुंबासाठी मी पुन्हा कधीही शोक केला नाही. मी समजून चुकले होते की, मला त्यांची आठवण येत राहणार होती व त्यामुळे शोकही निर्माण होणार होता. पण जी अरिष्टं त्यांच्यावर कोसळली, त्यांविषयी यापुढे मी एक क्षणही खिन्न होणार नाही. देवानं त्या स्वप्नानं मला दाखवून दिलं होतं की, माझे कुटुंबीय दुःखाच्या पलीकडे पोहोचले होते. त्यानं हेही निदर्शनास आणून दिलं की, मी माझ्या गावाला पुन्हा एक भेट द्यायला हवी.

काही आठवड्यांनंतर कर्नल गियेंनी पुन्हा एकदा मला त्यांच्याबरोबर माझ्या गावी जाण्यासाठी घेतलं. पण या वेळी आम्ही शेतीवाड्यांच्या रस्त्यांवरून मार्गक्रमण केलं. माझ्या तरुणपणीच्या परिसराची ती अशी अवस्था झालेली पाहून मला दुःख झालं नाही; उलट तेथील दृश्यं व भोवतालचे आवाज यांनी माझ्या जुन्या आठवणी

चाळवल्या. मन आनंदी झालं. आईनं लावलेल्या केळींच्या बागांतून व डोंगरउतारांवरील वडिलांच्या कॉफीच्या पिकातून मी माझ्या मैत्रिणींबरोबर खूप भटकले. मी माझ्या मावश्यांना सांगितलं की, त्यांना बाहेर वावरायला आता भीती वाटत नसेल, तर उपजीविकेचं पूरक साधन म्हणून ते आमची शेती पिकवू शकतात.

जीन मावशी म्हणाली की, मी आता तिच्या घाबरण्याची चिंता करू नये. तिला आता बंदूक मिळणार होती व ती चालवण्याचं शिक्षणही ती घेत होती. ''पुढच्या वेळी मी तयार असेन.'' ती म्हणाली.

''पुढच्या वेळी!'' मी एक दीर्घ उसासा टाकला आणि विचारांत मग्न झाले.

मी पूर्वीच्या घरी आईला व दामासिनला भेटायला गेले. त्यांच्या कबरीसमोर गुडघे टेकले आणि त्यांना गेल्या वेळी पाहिलं, तेव्हापासून आत्तापर्यंत काय काय घडलं, ते सर्व सांगितलं. माझ्या युनोतील नोकरीबद्दल आणि माझ्या भविष्यातील योजनांबद्दलही मी सांगितलं. मला त्यांचे चेहरे दिसत नव्हते व शब्द ऐकू येत नव्हते, म्हणून रडू आलं. पण या वेळचे अश्रू दुःखाचे नसून सगळ्याचा निचरा होत असल्याचं मला जाणवलं.

नंतर मी जे योजिलं होतं, ते करायची वेळ आली.

दुपार कलल्यानंतर मी तुरुंगाला भेट दिली. किबुयेचा नवीन मेयर सेमानानं माझं स्वागत केलं. जातिसंहाराच्या आधी सेमाना शिक्षक होते. माझ्या वडिलांचे साथीदार व चांगले मित्र होते. ते मला अगदी जवळच्या काकांसारखेच होते. त्यांच्या सहा मुलांपैकी चार जणांची हत्या झाली होती. मी त्यांना सांगितलं की, त्यांची छोटी लेकरं देवाजवळ अगदी सुखरूप होती, यावर त्यांनी विश्वास ठेवावा.

''जग किती बदललंय, हे मी पाहतोय. आता मुलं आई-वडिलांचे सांत्वन करतायत!'' ते दुःखानं म्हणाले. आमच्या भागात दहशत पसरवणाऱ्या मारेकऱ्यांना बेड्या ठोकून अटक करण्याचं महत्त्वाचं काम पोलिसप्रमुख या नात्यानं सेमानांकडे होतं. त्यांनी शेकडो इंटराहामवेंची चौकशी केली होती. त्यामुळे कुठल्या मारेकऱ्यानं कुणाची हत्या केली होती, हे त्यांना ठाऊक होतं.

मी त्यांना भेटायला का आलीये, हेही त्यांना ठाऊक होतं. ''तुझ्या आईला आणि दामासिनला ज्या टोळीनं मारलं, तिच्या म्होरक्याला तुला भेटायचं आहे ना?''

''हो सर, मला त्याला भेटायचंय.''

सेमानांच्या ऑफिसच्या खिडकीतून मी पाहत होते. सेमाना अंगणातून तुरुंगाच्या कोठडीकडे गेले आणि परत येताना एका वयस्कर, केस पिंजारलेल्या लंगड्याला आपल्या पुढे ढकलत घेऊन आले. त्यांना पाहताच मी झटकन उभी राहिले आणि त्या माणसाला ताबडतोब ओळखलं. त्याचे नाव फेलिसिएन होतं. तो एक यशस्वी हुतू उद्योजक होता. मी प्राथमिक शाळेत असताना त्याच्या मुलांबरोबर खेळलेही

होते. त्या वेळी तो एक उंच, रुबाबदार माणूस होता. नेहमी भारी-भारी सुटाबुटात असायचा. मी पास्टरांकडे असताना माझा शोध घेत मारेकरी आले होते आणि माझ्या नावाचा पुकारा करीत होते; तो आवाज याचाच होता, ते मला आठवलं. त्या नुसत्या आठवणीनं माझं अंग शहारलं. फेलिसिएन माझ्या मागावर होता.

सेमानांनी फेलिसिएनला ऑफिसच्या खोलीत ढकललं. तो धडपडत गुडघ्यावर पडला. जमिनीवरूनच मान वर करून त्यानं पाहिलं आणि त्याच्या लक्षात आलं की, त्याची वाट पाहणारी व्यक्ती दुसरी-तिसरी कोणी नसून मी इम्माकुलीच होते. त्याचा चेहरा पांढराफटक पडला. त्यानं चटकन नजर वळवली व तो जमिनीकडे पाहू लागला.

''नराधमा, उभा राहा!'' सेमाना ओरडले, ''उभा राहा आणि सांग या मुलीला, तू तिचे कुटुंबीय का मारलेस? सांग तिला, तिच्या आईला तू का मारलंस? भावाला का कापून काढलंस? मी म्हटलं ना, उभा राहा... उभा राहा आणि सांग तिला!'' सेमाना आणखीनच जोराने ओरडले. पण तो गलितगात्र झालेला माणूस तसाच मान खाली घालून गुडघे वाकवून बसून राहिला. तो इतका खजील झाला होता की, माझ्यासमोर उभं राहून मला तोंड दाखवणं त्याला शक्यच नव्हतं.

त्याच्या हडकुळ्या शरीरावरील कपड्यांच्या चिंध्या झाल्या होत्या. त्याची त्वचा फिकट पिवळसर रंगाची, खरचटलेली व भेगाळलेली होती. डोळे निस्तेज आणि बुब्बुळं कचकड्याची वाटत होती. त्याचा एकेकाळचा सुंदर चेहरा अस्ताव्यस्त वाढलेल्या दाढीच्या जंगलात लपला होता. त्याच्या अनवाणी पायांना भेगा पडून त्यातून घाणेरडा स्राव वाहत होता.

त्याच्या दयनीय अवस्थेकडे बघून मला रडू आलं. फेलिसिएननं त्याच्या मनात कलीला थारा दिला आणि त्या राक्षसानं त्याच्या आत्म्याला कॅन्सरसारखं पोखरून, त्याचं सारं आयुष्य धुळीला मिळवलं. त्यानं बळी घेतलेल्यांचाच तो बळी झाला होता. दु:ख व अवहेलना हेच त्याच्या आयुष्याचं प्राक्तन होतं. मला त्या माणसाची फार अनुकंपा वाटली.

''इम्माकुली, यानंच तुझ्या आई-बाबांचं घर लुटलं आणि तुमच्या शेतीभातीची लुटालूट केली. तुझ्या वडिलांची शेतीची अवजारं आम्हाला त्याच्या घरात सापडली. हो ना?'' सेमाना फेलिसिएनवर खेकसले. ''रोझ व दामासिनला मारल्यावर तो तुझा शोध घेत होता... तुला मारल्यावर तुमची मालमत्ता बळकवण्याचा त्याचा विचार होता. काय रे डुकरा, हो ना?'' सेमाना परत त्याच्यावर गुरगुरले.

मी पाठ फिरवली आणि अनिच्छेनं मोठा श्वास घेतला. सेमानांनी माझ्याकडे पाहिलं. माझी प्रतिक्रिया पाहून ते आश्चर्यचकित झाले आणि माझ्या चेहऱ्यावरून ओघळणाऱ्या अश्रूंनी त्यांना गोंधळात टाकलं. त्यांनी फेलिसिएनच्या शर्टाची कॉलर

पकडली आणि त्याला जोराचा हिसका देऊन पायावर उभं केलं. "तुला तिला काय सांगायचंय? तुला इम्माकुलीला काय सांगायचंय?"

फेलिसिएन हुंदके देत होता. त्याला स्वत:ची लाज वाटणं, मी समजू शकले. त्यानं माझ्याकडे एक क्षणभरच पाहिलं, पण तेवढ्यात आमची नजरानजर झाली. मी पुढे झाले. त्याच्या हाताला हलकासा स्पर्श केला आणि जे सांगण्यासाठी मी इथे आले होते, ते त्याला हळुवारपणे सांगितलं, "मी तुला क्षमा करीत आहे."

लगेचच माझ्या मनावरचा ताण कमी झाला आणि सेमानांनी त्याला दारातून पुढे अंगणात ढकलून देण्याआधी फेलिसिएनच्याही खांद्यावरचं ओझं उतरल्याचं मला जाणवलं. दोन सैनिकांनी फेलिसिएनच्या बखोट्याला धरलं आणि त्याला पुन्हा त्याच्या कोठडीकडे घेऊन गेले. सेमाना जेव्हा परत आले, तेव्हा ते चिडलेले होते.

"इम्माकुली, हे काय केलंस? याच माणसानं तुझ्या कुटुंबीयांना ठार केलं. तुला त्याला जाब विचारता यावा म्हणून मी त्याला तुझ्यापुढे उभा केला... हवं तर तू त्याच्या तोंडावर थुंकूही शकली असतीस... तरी ते चाललं असतं. पण तू तर त्याला क्षमा केलीस. असं कसं करू शकलीस? का त्याला क्षमा केलीस?"

मी त्यांना जे उत्तर दिलं, तेच सत्य होतं : "क्षमा ही एकच गोष्ट मला त्याला द्यायची होती."

■

नवे प्रेम, नवे जीवन

दुःखाने विदीर्ण झालेल्या मनाची जखम भरून यायला किती वेळ लागेल याचं भाकीत करणं, ही अशक्यप्राय गोष्ट असते. माझ्यावर देवाची कृपा होती, तरीही देवानं हात दिल्यामुळेच मी दोन वर्षांनंतर दुसऱ्या एकावर प्रेम करण्याइतकी सशक्त झाले होते. पण माझ्या मनाची जखम भरून येईपर्यंत मी शांत, विचारमग्न अवस्थेत कालक्रमणा केली.

मी युनोमध्ये काम करीत होते, साराच्या कुटुंबासमवेत राहत होते आणि फावल्या वेळात किगालीच्या अनाथगृहासाठी काम करीत होते. क्लेशदायक अनुभवांनी होरपळलेल्या, एकाकी पडलेल्या अनेक मुलांची मी तिथे 'ताई' झाले होते. फ्रेंच कँपमध्ये मैत्री झालेल्या माझ्या छोट्या मित्रांच्या शोधात मी होते... मला ती सापडली नाहीत, पण इतर अनेक लहान मुले भेटली – ज्यांना ममतेची आवश्यकता होती.

माझी आणि एमेबलची १९९५च्या अखेरीस पुनश्च भेट झाली. त्याला शिष्यवृत्ती देणाऱ्या संस्थेनं आता रवांडाला प्रवास करणं सुरक्षित असल्याचं जाहीर केलं आणि घरी जाण्यासाठी त्याला तिकिटाचे पैसे देऊ केले. गेल्या वर्षभरात आम्ही एकमेकांना खूप पत्रं लिहिली होती व काही वेळा फोनवरही बोललो होतो. पण एकमेकांना प्रत्यक्ष भेटण्यासाठी आमच्या मनाची तयारी झालेली नव्हती. विमानतळावर झालेली आमची भेट मी कधीच विसरणं शक्य नाही. आमचं पुनर्मीलन अगदीच वरवरचं वाटावं असं झालं, कारण त्यात भावनांचा कल्लोळ झाला नाही... जणू काही आम्ही मनाला लगाम घातला होता. आम्ही एकमेकांना मिठी मारली, मुके घेतले, पण तेही खबरदारी बाळगून. कारण त्याला वाईट वाटेल याची मला भीती होती आणि माझी त्याला! एकमेकांच्या नजरेला नजर भिडवणं आम्हाला फार कठीण झालं होतं. आमच्या खऱ्या भावना उफाळून आल्या असत्या, तर त्यांना बांध घालणं कठीण जाईल, हे ठाऊक होतं... आणि एकदा का आम्ही रडू लागलो, तर ते कधीच थांबणार नव्हतं.

माझ्या काही मित्रांबरोबर माझा भाऊ आणि मी एका रेस्टॉरंटमध्ये गेलो आणि तिथे त्याच्या अभ्यासाबद्दल, माझ्या नोकरीबद्दल आणि माझ्या मित्रांनी केलेल्या

हास्य-विनोदावर हसत जेवण घेतलं आणि वेळ निभावून नेली. पण नंतर त्या रात्री मी जेव्हा बिछान्यात एकटीच होते, तेव्हा धाय मोकलून रडले आणि मला खात्री होती की, त्याचीही स्थिती वेगळी नसणार.

दुसऱ्या दिवशी एकमेकांबरोबर राहणं आम्हाला जरा सोपं गेलं. आमची भेट जरी आम्हाला आमच्या कुटुंबावर कोसळलेल्या अरिष्टांची सतत जाणीव करून देत होती, तरी पण आमचं एकमेकांवर इतकं प्रेम होतं की, आम्ही एकमेकांच्या सहवासात आनंदी होतो. मला त्याला सांगायचं होतं की, दुःख सहन करण्यासाठी आता माझ्या मनाची पुरेशी तयारी झाली होती आणि मला त्याचं सांत्वनही करायचं होतं. पण मला आतूनच जाणवलं की, त्याचं सांत्वन करणं कठीण होतं. काही वेळानं हेही स्पष्ट झालं की, आमच्या कुटुंबावर जे काही आघात झाले, त्याबद्दल काहीही न बोलण्याचंच आम्ही मनोमनी मूक संमतीनं ठरवलं होतं. आम्ही प्रत्येकाचा नावानिशी उल्लेखही केला; पण जसं काही ते जिवंतच होते, या भावनेनं... वास्तवाशी जुळवून घेण्याचा, तोच एकमेव मार्ग आमच्यासमोर होता. त्याच जाणिवेनं पुढील दोन वर्षे आम्ही पत्राद्वारे व फोनवरून एकमेकांच्या संपर्कात राहिलो. त्यानंतर पशुवैद्यकीय शास्त्रात डॉक्टरची पदवी मिळवून एमेबल किगालीला आल्यानंतरसुद्धा त्यात बदल झाला नाही. आम्ही एकमेकांना रोज भेटत होतो, पण आमच्या बोलण्यात जातिसंहाराचा उल्लेख अगदी एक सर्वसाधारण घटना असाच होत असे. जसं काही ते सर्व दुसऱ्या कोणाच्या बाबतीत घडलं होतं! तो आईच्या व दामासिनच्या शांतिस्थळांना भेट देण्यासाठी मताबाला गेला, त्या वेळी त्यानं मला बरोबर येण्यासंबंधी विचारलंही नाही.

हीच मर्यादा आम्ही अजूनही राखून आहोत. एमेबल अजूनही किगालीमध्येच आहे. तो एक यशस्वी डॉक्टर आहे. त्याला सुंदर बायको व एक मूलही आहे. आम्ही एकमेकांवर खूप प्रेम करतो आणि पूर्वीप्रमाणेच एकमेकांच्या खूप जवळ आहोत. नेहमी एकमेकांना फोन करतो आणि आठवड्यातून एखादं तरी पत्र लिहितो. आता दहा वर्षांचा काळ लोटला आहे, पण आम्ही आमच्या कुटुंबाचा उल्लेख अजूनही भूतकाळात करीत नाही. मला वाटतं, त्यांची आठवण नेहमी जागृत ठेवण्याची ही आमची रीत असावी.

जवळचं जीझस सेंटर हे माझ्यासाठी दुसरं घरच झालं आहे – ज्याच्या प्रांगणात, प्रार्थनेत व ध्यानधारणेत मी अनेक संध्याकाळी व्यतीत केल्या आहेत. ज्या देवानं मी लपलेली असतानाच्या प्रदीर्घ काळात मला वाचवलं, त्याच्याशी पुन्हा एकदा जवळचे दृढसंबंध प्रस्थापित करणं मला येथील शांत वातावरणामुळेच शक्य झालं.

माझी मनःस्थिती जसजशी सुधारत गेली, तशी मी स्वप्नं पाहू लागले की, कुणी एक खास व्यक्ती आपली जीवनसाथी असावी; सुख-दुःख वाटून घेण्यासाठी व

प्रेमाची देवाण-घेवाण करण्यासाठी स्वतःचं एक कुटुंब असावं. जॉनबरोबरच्या कटू अनुभवांची आठवण झाली आणि माझ्या नाजूक मनाला मला पुन्हा तसलं दुःख द्यायचं नव्हतं, ज्यातून काहीच निष्पन्न न होता फक्त दुःख मात्र पदरी येतं. मी असं अनुभवलं होतं की, आपल्याला जर एखादा प्रश्न भेडसावीत असेल किंवा आपल्यासमोर एखादं आव्हान उभं ठाकलं असेल; तर सरळ त्या देवापुढे जायचं. मला जर स्वर्गामधून जुळलेल्या लग्नाची अपेक्षा होती, तर त्याच्यासारखा चांगला दुसरा मध्यस्थ कोण असू शकतो?

बायबलच आपल्याला सांगतं की, आपण देवाकडे कशाची याचना केली, तर ते आपल्याला प्राप्त होतं आणि मीही तेच केलं : माझ्या स्वप्नातील माणसाला माझ्याकडे आणण्यासाठी मी देवालाच सांगितलं. मला स्वतःची प्रतारणा करायची नव्हती... देवानं माझ्यासाठी कोणती व्यक्ती पाठवावी, त्याबद्दल माझ्या कल्पना अगदी स्पष्ट होत्या. मी एक कागद घेऊन बसले आणि मला ज्या माणसाशी लग्न करायला आवडेल, त्या माणसाचा चेहरा व आकृती रेखाटली. त्यानंतर त्यात त्याची उंची आणि इतर अवयवांचे तपशील भरले. मी मागणी केली की, तो कणखर स्वभावाचा असावा; ऊबदार व्यक्तिमत्त्व असावं; तो दयाळू, प्रेमळ, मायाळू असावा; नीतिमूल्यांशी त्याची बांधिलकी असावी आणि त्याला विनोदाचं अंग असावं; मी जशी आहे तशी आवडणारा असावा आणि माझ्यासारखीच त्यालाही मुलांची आवड असावी... आणि सर्वांत महत्त्वाची गोष्ट म्हणजे, त्याचं देवावर नितांत प्रेम, निष्ठा व श्रद्धा असावी.

हे सर्व ठराविक काळातच व्हावं, असं बंधन देवावर नव्हतं. पण जात-पात, नागरिकत्व वा रंगाचं बंधन नसल्यानं... आणि या पृथ्वीतलावर पाचशे कोटी लोक आहेत, ही गोष्ट जमेस धरली, तर मला वाटतं; माझ्या मनातील सहचर माझ्याकडे पाठवण्यासाठी देवाला सहा महिन्यांचा काळ पुरेसा होता. मी आणखी एका अटीचा माझ्या यादीत समावेश केला होता. मला माझी जपमाळ, व्हर्जिन मेरी आणि कॅथॉलिक पंथातील इतर अनेक वैशिष्ट्यं फार महत्त्वाची असल्यानं मी देवाला सांगितलं की तो जो माणूस पाठवेल, तो कॅथॉलिक असावा. धर्मापोटी माझ्या वैवाहिक जीवनात ताणतणाव निर्माण होऊ नयेत, याची मला ग्वाही हवी होती आणि असं की, मी ज्या देवाची प्रार्थना करते, त्याच प्रकारे माझ्या नवऱ्यानंही करावी.

एकदा मला काय पाहिजे, ते निश्चित झाल्यावर मी ते मनश्चक्षूंपुढे साकारायला सुरुवात केली – जणू काही ते तेव्हाच माझ्यासमोर उभं ठाकलं होतं. मी ते सर्व देवाच्या हातात सोपवलं होतं. कारण मला माहिती होतं की, माझ्या इच्छा फलद्रूप होण्यासाठी फक्त थोडाच अवधी बाकी होता. तरीही हे सर्व लवकरात लवकर

साकार होण्यासाठी मी बाबांची तांबड्या-पांढऱ्या मण्यांची जपमाळ घेऊन प्रार्थना करीत होते – 'माझ्या नवऱ्याचं मला लवकरात लवकर दर्शन व्हावं...' आणि तीन महिन्यांनंतर तो आलाच : देवाच्या कृपेने आणि युनोच्या सौजन्यानं मि. ब्रायन ब्लॅक यांना अमेरिकेवरून इथे पाठवण्यात आलं!

विचित्र योग असा की, आंतरराष्ट्रीय गुन्हे अन्वेषण न्यायालयाच्यावतीने रवांडामधील वंशसंहारास जबाबदार असणाऱ्यांवर फौजदारी खटले चालवण्यासाठी युनो स्थापन करीत असलेल्या न्यायालयासाठी मदतनीस म्हणून ब्रायनची नियुक्ती झाली होती. ब्रायनने युनोमध्ये बरीच वर्षं काम केलं होतं आणि मारेकऱ्यांना योग्य ती दंडनीय शिक्षा ठोठावण्याच्या या कामगिरीत सहभागी होण्यासाठी तो फार उत्सुक होता. वैयक्तिकरीत्या मला जाणवलं की, या कामगिरीवर देवानंच त्याची नियुक्ती केली होती.

युनोच्या मुख्य कचेरीत मी ब्रायनला जेव्हा प्रथम पाहिलं, तेव्हा मला वाटलं की, मी देवाला सांगितल्याबरहुकूम तो दिसत होता. त्यानंतर एकदा हॉलमधून जाताना मी त्याच्या डोळ्यांतील ती पराकोटीची निरागसता पाहिली, तेव्हा माझी खात्रीच पटली – 'हाच तो!' पण मी देवावर विश्वास ठेवला असल्यामुळे, देवानंच ब्रायनला माझ्याकडे आणेपर्यंत मी थांबले... आणि देवानंही ते केलंच.

संकेतस्थळी भेटण्यासाठी ब्रायननं मला विनंती केली आणि आमची ती भेट छान झाली. त्या संध्याकाळी माझी खात्री झाली की, आम्ही एकमेकांसाठी अगदी योग्य होतो आणि हाच माझ्या उर्वरित आयुष्याचा साथीदार होणार होता... जर तो कॅथॉलिक असेल तर! मी मनाचा हिय्या करून तो मोठा नाजूक प्रश्न त्याला विचारलाच, "तुझा धर्म कोणता?"

"मी कॅथॉलिक आहे."

मला वाटलं, उडी मारून त्याच्या बाहूंत शिरावं आणि ओरडावं, 'परमेश्वराची स्तुती! माझ्या आयुष्यात तुझं स्वागत असो... तुझं वास्तव्य आता इथे – माझ्याजवळ!' पण मला वाटलं की, यामुळे तो गरीब प्राणी बिथरून गेला असता. त्याऐवजी मी त्याचा हात हातात घेतला, हसले अन् म्हणाले, "मीसुद्धा!"

जातिसंहारामध्ये माझ्यावर काय काय अरिष्टं कोसळली, याची संपूर्ण कर्मकहाणी सांगून मी ब्रायनवर नसतं ओझं कधीच टाकलं नाही. पण आठवणींनी माझं अंतःकरण जेव्हा भरून येई, तेव्हा तो माझं बोलणं ऐकून घेत असे आणि गरजेच्या प्रत्येक वेळी त्यानं मला त्याच्या खांद्याचा आधार घेऊन रडू दिलं.

दोन वर्षांनंतर मी व ब्रायन रवांडाच्या विधींनुसार विवाहित झालो आणि थोड्याच दिवसांनी १९९८च्या अखेरीस आम्ही अमेरिकेला आलो. आमचं वैवाहिक जीवन प्रेममय, एकमेकांना पूरक आहे आणि देवानं आम्हाला मुलगी निकेइशा आणि

मुलगा ब्रायन (ज्यु.) अशी दोन सुंदर मुलं देऊन उपकृतही केलंय. रोज सकाळी उठल्यावर मी या दोन छोट्या देवदूतांना न्याहाळते, तेव्हा त्यांच्या रूपात मला देवाच्या सौंदर्याची व सामर्थ्याची प्रचिती येते. देवानं बहाल केलेल्या या मौल्यवान देणगीसाठी मी नेहमीच त्याचे आभार मानते.

माझ्या दिनचर्येत आणि प्रत्येक कृतीत देवाचं अस्तित्व असतंच. तोच मला आधार देतो, माझं रक्षण करतो आणि सर्वार्थानं परिपूर्तता करतो. त्यानंच मला एक चांगली पत्नी, एक चांगली आई आणि एक चांगली व्यक्ती बनवलंय. त्यानंच मला व्यावसायिक उंची गाठण्यात मदत केलीये. बाळंतपणानंतर मला पुन्हा नोकरी करायची होती, पण न्यूयॉर्कमध्ये नोकरी मिळवणं हे जातिसंहारानंतर किगालीला नोकरी मिळवण्यापेक्षाही अवघड होतं. तिथे पुष्कळ लोक होते आणि नोकऱ्या कमी होत्या.

पण मार्गदर्शनासाठी मी देवाकडेच प्रार्थना केली आणि युनोच्या मॅनहॅटन येथील ऑफिसमध्ये मला कोणत्या पदावर काम करायला आवडेल याची पाहणी केली. एकदा कुठे काम करायचं, हे ठरल्यावर माझं ते नेहमीचं तंत्र – 'विश्वास केंद्रित करा आणि हस्तगत करा' – या सकारात्मक विचारतंत्राचा वापर करून मी तिथे आधीपासूनच काम करीत होते, ही मानसिकता धारण केली. मी युनोच्या वेबसाईटवर गेले. तिथून युनोमध्ये काम करीत असलेल्यांची नावं, हुद्दे व टेलिफोन असलेल्या डिरेक्टरीची प्रिंट-आऊट घेतली आणि त्यात स्वत:च्या नावाचाही समावेश केला. इतकंच काय, मी स्वत:ला एक विस्तारित क्रमांकही देऊ केला. तो प्रिंट-आऊट भिंतीवर चिकटवून मी रोज त्याकडे पाहत होते. अर्थातच मी नोकरीसाठी रीतसर अर्जही भरला, माझ्या शैक्षणिक पात्रतेबद्दलचा गोषवाराही जोडला आणि फोनवरून पाठपुरावाही करीत राहिले... पण इतरही हजारो जण तेच करीत होते. मी माझ्या डिरेक्टरीवर नजर ठेवून होते. मला विश्वास होता की, ती नोकरी मलाच मिळणार होती. दररोज प्रार्थना करीत होते आणि एक दिवस माझा फोन वाजला. मला खात्री होती की, शेकडो अर्जांतून माझ्या अर्जाला प्राधान्य मिळालं होतं. मुलाखतीनंतर मला नोकरीही मिळाली. देवाच्या या अगाध शक्तीचं रूप पाहून मला नेहमीच आश्चर्य वाटत आलेय!

हीच शक्ती आयुष्याच्या पुढील टप्प्यांवर मला प्रोत्साहित करीत राहिली. देवानं माझ्या आत्म्याचं रक्षण केलं आणि माझे प्राण वाचवले, त्यामध्ये काही विशिष्ट हेतू होता : 'माझी गोष्ट इतरांना सांगण्यासाठी आणि देवाच्या प्रेमामध्ये व क्षमाशीलतेमध्ये संकटाचं निराकरण करण्याच्या असलेल्या शक्तीची जास्तीत जास्त लोकांना माहिती करून देण्यासाठीच त्यानं मला वाचवलं होतं.'

मागे सोडून आलेल्या लोकांना मदत पुरवणं अत्यंत जरुरीचं होतं. जातिसंहारातून

बचावलेल्या लोकांच्या मनात – विशेषत: अनाथ मुलांच्या जीवनात – आशेचं स्फुल्लिंग चेतवण्यासाठी जितक्या वेळा रवांडामध्ये जाणं शक्य असेल, तितक्या वेळा तिथे परत जायची संकल्पना माझ्या मनात आहे. मी सध्या एका फाउंडेशनची निर्मिती करतेय – ज्यायोगे जातिसंहारातील आणि जगभरातील सर्व युद्धातील पीडितांना शारीरिक, मानसिक व आत्मोन्नतीसाठी सर्वतोपरी मदत मिळेल.

देवाचा संदेश देशांच्या सीमा उल्लंघून पसरतो : आपल्याकडून जगातल्या कुणालाही इजा पोहोचली असेल – मग ती कितीही छोटी वा मोठी असो – तो आपल्याला क्षमा करायला शिकवतो. प्रत्येक दिवशी मला याची सत्यता अनुभवायला मिळतेय. उदाहरणार्थ : अलीकडेच मी माझ्या एका मैत्रिणीला माझी गोष्ट सांगितली. काही दिवसांतच तिनंच फोन करून मला सांगितलं की, माझ्या अनुभवातून तिला स्फूर्ती मिळाली. पूर्वी तिच्याशी घनिष्ठ संबंध असणाऱ्या, पण हल्ली कित्येक वर्षांत गैरसमजामुळे संभाषण नसणाऱ्या काकांना तिनंच आपणहून फोन केला. क्षमा मागितली. "आमच्यामध्ये खूप मोठं भांडण झालं होतं आणि मी इतकी रागावले की, पुन्हा कधीही त्यांच्याशी न बोलण्याची मी शपथ घेतली." अशी तिनंच कबुली दिली. "पण ज्यांनी तुझ्या कुटुंबाची हत्या केली, त्यांनाही तू क्षमा करू शकलीस, हे ऐकून मी फोन उचलला. त्यांच्याशी बोलल्याशिवाय मला राहावलंच नाही. त्यांनी माफी मागावी, ही इच्छाही मी बाळगली नाही. मी माझं अंत:करण मोकळं केलं... आणि त्यांना क्षमा केली. लवकरच आम्ही ओतप्रोत प्रेमानं एकमेकांशी बोलायला लागलो. इतकी वर्षं आपण फुकट घालवली, यावर माझा विश्वासच बसत नव्हता."

त्यानंतर फार दिवस झाले नसतील... जातिसंहारातून वाचलेली एक व्यक्ती रवांडाहून फोनवर रडत-रडत मला विचारत होती. तिचा परिवार ठार मारला गेला होता. "मारेकऱ्यांना क्षमा करण्यासाठी तू कोणते मार्ग अनुसरलेस, ते जरा सविस्तरपणे सांग." ती म्हणाली, "इम्माकुली, मला पहिल्यांदा वाटलं की, तू त्यांना जी क्षमा केलीस, तो मूर्खपणाच होता... अपराध्याला तावडीत सापडलेला असताना, सहीसलामत सोडून देण्यासारखंच झालं ते! पण गेली अकरा वर्षं मी जे दु:ख व कटुतेचं ओझं मनावर बाळगतेय, त्यानं आता माझे प्राण कंठाशी आलेत. त्यामुळे मी इतके दिवस इतकी बेजार झालेय की, माझ्यात जगण्याची शक्तीच उरली नाहीये. पण तू तुझ्या कुटुंबीयांच्या मारेकऱ्यांना जी क्षमा केली आहेस आणि आपलं जीवन पुढे जगते आहेस, त्याबद्दल मी लोकांकडून बरंच ऐकलंय... तू आनंदी आहेस, तुला नवरा व मुलं आहेत, छान करिअरही आहे! माझ्या मनातील ती द्वेषभावना कशी काढून टाकायची, हे मला शिकायचं आहे. मला पुन्हा एकदा नव्यानं जीवन जगायचंय."

मी देवावर विश्वास कसा ठेवला, ते मी तिला सांगितलं आणि क्षमा करून पुढे जाण्यासाठी जे काही केलं, ते सर्व निवेदन केलं... जे सर्व मी या पुस्तकात

लिहिलेलंच आहे. तिनं माझे आभार मानले आणि पुढे एकदा मला म्हणाली, ''मारेकऱ्यांना क्षमा करण्यासाठी मीही देवाला मदतीची विनंती केली.''

मी दिलेल्या भाषणानंतर अटलांटामध्ये राहणारी एक बाई रडत-रडत माझ्यासमोर आली. तिनं मला सांगितलं की, ती लहान असतानाच नाझींनी पेटवलेल्या भट्टयांमध्ये तिच्या आई-वडिलांना जाळण्यात आलं. ''आयुष्यभर माझ्या मनात राग धुमसत आहे... आई-बाबांसाठी रडून-रडून मी इतकी वर्षं यातना भोगत आहे... पण तू स्वत:ही त्या यातना भोगल्यास आणि त्यानंतरही क्षमा करू शकलीस, त्यामुळे मलाही स्फूर्ती मिळालीय. आयुष्यभर मी माझ्या आई-वडिलांच्या मारेकऱ्यांना क्षमा करण्याचा प्रयत्न करीत होते... पण आता वाटतंय, मी ते करू शकेन. मी माझ्या रागाला तिलांजली देऊन सुखी होऊ शकेन.''

त्याच चर्चासत्राच्या वेळी एका ब्याण्णव वर्षांच्या वृद्धेनं मला कवेत घेऊन घट्ट आलिंगन दिलं. ती इतकी भावनावश झाली होती की, तिला काही बोलणं जड जात होतं. पण नंतर तिचे शब्द उमटले, जे मी कधीच विसरू शकणार नाही. ''मला वाटलं की, क्षमा करण्यासाठी मला फार उशीर झाला होता. तू जे बोललीस, तसं कुणीतरी सांगेल, म्हणून मी जणू वाटच बघत होते. अक्षम्यालाही क्षमा करता येणं शक्य असतं, हे मला कुणाकडून तरी समजायलाच पाहिजे होतं. आत्ता मला पूर्ण शांती लाभलीय.''

माझ्या मातृभूमीबद्दल बोलायचं झालं तर मला वाटतं की, तेथील प्रत्येकानंच क्षमाशील होण्याचे धडे जर गिरवले; तर रवांडाच्या जखमा आपोआप भरून येतील. वंशसंहाराच्या काळात ज्यांना लोकांच्या हत्याप्रकरणी अटक करण्यात आली होती, त्या हजारोंना आता सोडलं जात आहे... ते आपल्या गावांकडे, खेड्यांकडे परतत आहेत आणि म्हणूनच क्षमा करण्याची वेळ कधी असेल, तर ती आत्ताच आहे. रवांडामध्ये पुन्हा नंदनवन होईल, पण माझ्या मातृभूमीच्या जखमांवर मलमपट्टी करण्यासाठी साऱ्या जगाच्या प्रेमाची जरुरी आहे. आणि ते तसंच असायलाही हवं; कारण रवांडामध्ये जे घडलं, त्यानं आपणा सर्वांवर परिणाम केलेला आहे.. या जातिसंहारानं सर्व मानवतेला घायाळ केलंय... काळिमा फासलाय.

एकेका व्यक्तीच्या प्रेमानंही मोठा फरक पडू शकतो! माझा विश्वास आहे की, एका वेळी एकाच्या दु:खावर फुंकर घालत आपण रवांडाचं आणि त्या अनुषंगानं सर्व जगाचं दु:ख शमवू शकू.

...आणि मला आशा आहे की, माझ्या कथेतून 'याला'च हातभार लागेल.

■